ഒരു സ്ത്രീജീവിതത്തിന്റെ
നുറുങ്ങുകൾ

oru sthree jeevithathinte nurungukal

•

mydhili sivaraman

•

translation
r parvathidevi

•

first edition
november 2015

•

typesetting & *published*
chintha publishers, thiruvananthapuram

•

printed at
Repro India Ltd, Mumbai.

•

cover
midas

•

price
rupees one hundred and seventy five only

വിതരണം
ദേശാഭിമാനി ബുക്ക് ഹൗസ്
H O തിരുവനന്തപുരം–695 035
phone: 0471-2303026, 6063026
www.chinthapublishers.com
chinthapublishers@gmail.com

ബ്രാഞ്ചുകൾ
ഹെഡ്ഡാഫീസ് ബ്രാഞ്ച് കുന്നുകുഴി • സ്റ്റാച്യു തിരുവനന്തപുരം • കെ എസ്
ആർ ടി സി ബസ് സ്റ്റേഷൻ ആലപ്പുഴ • കെ എസ് ആർ ടി സി ബസ്
സ്റ്റേഷൻ എറണാകുളം • മച്ചിങ്ങൽ ലെയ്ൻ തൃശൂർ • ഐ ജി റോഡ് കോഴി
ക്കോട് • മാവൂർ റോഡ് കോഴിക്കോട് • എൻ ജി ഒ യൂണിയൻ ബിൽഡിങ്
കണ്ണൂർ • സെൻട്രൽ ബസ് ടെർമിനൽ കോംപ്ലക്സ് താവക്കര കണ്ണൂർ

CO - 2274 / 3760

ഒരു സ്ത്രീജീവിതത്തിന്റെ നുറുങ്ങുകൾ

മൈഥിലി ശിവരാമൻ

പരിഭാഷ:
ആർ പാർവ്വതിദേവി

ചിന്ത പബ്ലിഷേഴ്സ്
തിരുവനന്തപുരം-695 035
വില : ₹175

മൈഥിലി ശിവരാമൻ

അഖിലേന്ത്യാ ഡെമോക്രാറ്റിക് വിമെൻസ് അസോസിയേഷന്റെ വൈസ് പ്രസിഡന്റ്. 1966–68 കാലത്ത് ഐക്യരാഷ്ട്രസഭയിലെ ഇന്ത്യയുടെ സ്ഥിരം മിഷനിൽ റിസർച്ച് അസിസ്റ്റന്റായിരുന്നു. സ്വയം ഭരണാവകാശമില്ലാത്ത രാജ്യങ്ങളെ സംബന്ധിച്ച ഗവേഷണത്തിൽ അവർ ഉൾപ്പെട്ടിരുന്നു. ജോലിക്കുശേഷം ഇന്ത്യയിലേക്ക് മടങ്ങി വന്ന് ഇടതുപക്ഷ പ്രസ്ഥാനത്തോടൊപ്പം പ്രവർത്തിച്ചു. ഒരു ട്രേഡ് യൂണിയൻ സംഘാടകയും വനിതാ അവകാശപ്രസ്ഥാനത്തിൽ സജീവ പ്രവർത്തകയുമായി.

കീഴ് വെൺമണി കൂട്ടക്കൊല സംഭവത്തിലെ കൊടും ക്രൂരത പുറംലോകത്തെ അറിയിക്കുന്നതിൽ തന്റെ ലേഖനങ്ങളും വിവരണങ്ങളും പങ്കുവഹിച്ചു. ഈ സംഭവത്തെ സംബന്ധിച്ച ലേഖനങ്ങൾ *ഹാണ്ടഡ് ബൈ ഫയർ* എന്ന പുസ്തകത്തിൽ സമാഹരിച്ചിട്ടുണ്ട്.

വാപനി കേസിലും ശ്രീമതി മൈഥിലി നിർണ്ണായകമായ പങ്കുവഹിച്ചു. അവർ ബലാല്ക്കാരത്തിന്റെ ഇരകളെ ഇന്റർവ്യൂ നടത്തി വസ്തുതകൾ രേഖപ്പെടുത്തി. പട്ടികജാതി പട്ടികവർഗ്ഗ കമ്മിഷനിൽ ദളിതരെ പ്രതിനിധീകരിച്ചു. ജനാധിപത്യ മഹിളാ അസോസിയേഷൻ നേതാവ്, വനിതകളുടെ അവകാശ സംരക്ഷണ പ്രക്ഷോഭക എന്നീ നിലകളിൽ ഇന്ത്യൻ സാമൂഹ്യ പ്രവർത്തനങ്ങളിൽ നിറസാന്നിദ്ധ്യം.

ആർ പാർവ്വതിദേവി

പ്രശസ്ത മാർക്സിസ്റ്റ് സൈദ്ധാന്തികനും എഴുത്തുകാരനുമായ പി ഗോവിന്ദപ്പിള്ളയുടെയും പ്രൊഫ. ജെ രാജമ്മയുടെയും മകൾ. കേരള യൂണിവേഴ്സിറ്റിയിൽ നിന്ന് ഒന്നാം ക്ലാസോടെ തത്ത്വശാസ്ത്രത്തിൽ ബി എ; എം എ ബിരുദങ്ങളും മദ്രാസ് യൂണിവേഴ്സിറ്റിയിൽ നിന്ന് എംഫിലും നേടി. രണ്ട് ദശാബ്ദക്കാലമായി മാധ്യമരംഗത്ത് സജീവം. സബ് എഡിറ്റർ (*ദേശാഭിമാനി* ദിനപത്രം), ചീഫ് സബ് എഡിറ്റർ (എഷ്യാനെറ്റ്), ന്യൂസ് എഡിറ്റർ, സ്പെഷ്യൽ കറസ്പോണ്ടന്റ് (കൈരളി ടി വി) എന്നീ നിലകളിൽ പ്രവർത്തിച്ചു. *പെൺമലയാളം*, ക്രോസ്ഫയർ തുടങ്ങിയ പരിപാടികളുടെ പ്രൊഡ്യൂസറായിരുന്നു.

ജീവിതം ഓടിത്തീർക്കുന്നവർ, നീല വിപ്ലവത്തിന്റെ ബാക്കിപത്രം, കളിയമ്മ, വീണ്ടും സൂര്യോദയം എന്നീ ഡോക്യുമെന്ററികൾ സംവിധാനം ചെയ്തു.

ജീവിതം ഒരു സമരം, സമരതീക്ഷ്ണതയുടെ ഇന്നലെകൾ, പത്രം, പത്രം കുട്ടികളേ എന്നിവയാണ് പ്രധാനകൃതികൾ. അബുദാബി ശക്തി അവാർഡ്, പി ആർ രാജൻ മെമ്മോറിയൽ അവാർഡ് എന്നിവ ലഭിച്ചു.

ഭർത്താവ് : വി ശിവൻകുട്ടി
മകൻ : പി ഗോവിന്ദ് ശിവൻ
വിലാസം : മുല്ലയ്ക്കൽ, 9, സുഭാഷ്നഗർ,
തിരുവനന്തപുരം – 695008

ഉള്ളടക്കം

പ്രസാധകക്കുറിപ്പ്

തന്റെ മുത്തശ്ശിയായ സുബ്ബലക്ഷ്മിയെക്കുറിച്ച് പ്രശസ്ത വനിതാ വിമോചനപ്രവർത്തകയായ മൈഥിലി ശിവരാമന്റെ അനുഭവക്കുറിപ്പുക ളാണ് ഈ ഗ്രന്ഥം.

ജീവിതകാലം മുഴുവൻ നീണ്ടുനിന്ന അപസ്മാര രോഗബാധ സൃഷ്ടിച്ച ശൂന്യതയിൽ നിന്നും പ്രകൃതിയുടെയും സൗഹൃദങ്ങളുടെയും കലയുടെയും പുസ്തകങ്ങളുടെയും സൗന്ദര്യം ഉപയോഗപ്പെടുത്തുവാൻ അവർക്കു കഴിഞ്ഞു. മകളുടെ വിദ്യാഭ്യാസത്തിനു കാരണക്കാരിയാകു വാനും, സ്വാതന്ത്ര്യ പ്രസ്ഥാനത്തിന്റെ അരികുകളിലെത്തുവാനും സുബ്ബ ലക്ഷ്മി ആവേശത്തോടെ നടത്തിയ പരിശ്രമങ്ങളെ ഈ പുസ്തകം അനാവരണം ചെയ്യുന്നു. അത്ഭുതകരമായ ധൈര്യത്തോടെയും ഇച്ഛാശ ക്തിയോടെയും തനിക്കും മകൾക്കും ഒരു ജീവിതം ലഭിക്കുന്നതിനായി അവർ നടത്തുന്ന യത്നങ്ങൾ സമൂഹത്തിൽ സ്വന്തം ഇടം നേടാൻ ആഗ്ര ഹിക്കുന്ന സ്ത്രീബോധത്തിന് പ്രോത്സാഹനമാണ്.

ഏറെ സമചിത്തതയോടെയും സത്യസന്ധതയോടെയും ഒരുപഴയ സാമൂഹ്യാവസ്ഥയുടെ പശ്ചാത്തലത്തിൽ വരച്ചു കാട്ടിയിട്ടുള്ള ഈ പുസ്തകം ഇന്നത്തെ സാമൂഹ്യ പശ്ചാത്തലത്തിൽ സ്ത്രീ ജീവിതത്തെ വിമർശനാത്മകമായി പരിശോധിക്കുവാൻ നമ്മോടാവശ്യപ്പെടുന്നു.

ഈ നല്ല പുസ്തകം സുമനസ്സുകൾ ആഹ്ലാദത്തോടെ സ്വീകരിക്കു മെന്ന് ഞങ്ങൾക്ക് ഉറപ്പുണ്ട്.

ചിന്ത പബ്ലിഷേഴ്സ്

അവതാരിക

മൈഥിലി ശിവരാമൻ ആദ്യം അവരുടെ മുത്തശ്ശിയായ സുബ്ബല
ക്ഷ്മിയെക്കുറിച്ചു പറഞ്ഞപ്പോൾ എനിക്കു വേണ്ടത്ര മനസ്സിലായില്ല.
സുബ്ബലക്ഷ്മിയുടെ പ്രത്യേകമായ ജീവിതത്തിന്റെ അതിരുകൾ അവർക്കു
മാത്രമായുള്ളവയാണ്, അവർ സ്വയം കൊത്തിയെടുത്ത തന്റേതായ ഒരു
രാഷ്ട്രീയ ഇടവും അവരുടേതു മാത്രമാണ്. പക്ഷേ, സുബ്ബലക്ഷ്മിയുടെ
ജീവിതത്തിൽ മറ്റനേകം സ്ത്രീകളുടെ ജീവിതം രൂപപ്പെടുത്തുവാൻ ഇട
യാക്കിയതിനു സദൃശമായ യാതനാപൂർണ്ണമായ നിരവധി ഘടകങ്ങൾ
ഉൾപ്പെട്ടിരിക്കുന്നു; മറ്റെന്തിനേക്കാളും, പ്രധാന എതിരാളിയായ, പാരമ്പ
ര്യാചാരങ്ങളുമായി സുബ്ബലക്ഷ്മിക്ക് ദൈനംദിനം ഏറ്റുമുട്ടേണ്ടിവന്നു. ഒടു
വിൽ അവരുടെ സ്വപ്നങ്ങളുടെ അനിവാര്യത തകർന്നടിയുകയും
ചെയ്തു. സുബ്ബലക്ഷ്മിയെ വരിഞ്ഞുമുറുക്കിയ കരുത്തുറ്റ അതിർവര
മ്പുകൾ ആണ് ഞാനാദ്യം തിരിച്ചറിഞ്ഞത്. എനിക്കതു നന്നായറിയാം.
ഏതാണ്ട് നേരിട്ടു തന്നെ ഞാനവയുടെ ശക്തി മനസ്സിലാക്കിയിട്ടുള്ളതാ
ണ്. എനിക്കു ചെയ്യുവാനുണ്ടായിരുന്നത് ഓർത്തെടുക്കുക മാത്രമാണ്.
കോളേജിൽ പോകുന്നതിനു വേണ്ടി നിരാഹാരസമരം നടത്തിയ–വിജ
യിച്ചില്ല–ഒരു അമ്മയെ, അനേകം വർഷങ്ങളിൽ ഒരു മകനെ പ്രസവിക്കു
ന്നതിനു കഴിയാതെ പോയതിലൂടെ തന്റെ മൂല്യം നിർവ്വചിക്കപ്പെട്ട അമ്മൂ
മ്മയെ, ഏഴുവയസ്സിൽ വിവാഹം ചെയ്ത വലിയ അമ്മൂമ്മ അവരുടെ
ഈ ലോകത്തെക്കുറിച്ചുള്ള കൗതുകം മുഴുവനും പ്രകടിപ്പിക്കപ്പെട്ടിരു
ന്നത് ഒരു ബ്രാഹ്മണവിധവയ്ക്ക് നിഷേധിക്കപ്പെട്ടിരുന്ന ഭക്ഷണ സാധ
നങ്ങളിലൂടെയും പാനീയങ്ങളിലൂടെയും ആയിരുന്നു. എനിക്ക് മറ്റൊരു
വലിയ അമ്മായിയെയും ഓർക്കുവാൻ കഴിയും. ബാലവിധവയായിരുന്ന
അവർക്ക് "പകരം" ഒരു ബിരുദവും അദ്ധ്യാപന ജോലിയും ഉണ്ടായിരു
ന്നിട്ടും കുടുംബത്തിലും സമൂഹത്തിലും അകറ്റി നിർത്തപ്പെടുകയും അവ

രുടെ കിറുക്കുകൾ അവരെ പരിഹാസപാത്രമാക്കുകയും ചെയ്തു.

ഇത്തരത്തിൽ അതിരുകൾക്കുള്ളിൽ നിയന്ത്രിക്കപ്പെട്ട ജീവിതങ്ങളുടെ ഓർമ്മകളിൽ മാത്രമായി എന്റെ തിരിച്ചറിവ് അവസാനിക്കുന്നില്ല. ആരാണ് ഓർക്കുന്നതെന്നതും പ്രധാനമാണ്. എന്തുകൊണ്ട് ഓർക്കുന്നു. എപ്പോൾ, എങ്ങനെ? ഈ ഓർമ്മക്കുറിപ്പ് എഴുതുന്നതിന് മൈഥിലി സഞ്ചരിച്ച പാത എനിക്ക് പരിചിതമാണ്, മറ്റ് പല സ്ത്രീകൾക്കും എന്നപോലെ ഈ പാതയിൽ ഒരു മകളുടെയോ കൊച്ചുമകളുടെയോ സ്ഥാനത്തു നിന്നും ആശയങ്ങളുടെയും തിരിച്ചറിവിന്റെയും വിശാലമായ ലോകത്തേക്കുള്ള യാത്രയുണ്ട്; ആശയങ്ങളെ പ്രവൃത്തിയിലേക്ക് ജീവിതത്തിലെ തെരഞ്ഞെടുപ്പുകളിലേക്ക് കൊണ്ടുപോകുവാൻ കഴിയുന്ന ഒരു ഇടമുണ്ട്. പിന്നീട് പക്വത നേടിക്കഴിയുമ്പോൾ, വിശാലമായ രാഷ്ട്രീയ ലോകത്തെയും വ്യക്തിപരമായതുമായി കണ്ണിചേർക്കുവാൻ സാധിക്കുന്നു. നമ്മുടെതന്നെ ചരിത്രങ്ങളിൽ നാം പിന്നിൽ ഉപേക്ഷിച്ച പാതിമറന്ന ജീവിതങ്ങൾ ഒരുപക്ഷേ, ഈ ഘട്ടത്തിലാകാം നാം മനസ്സിലാക്കുന്നത് നമ്മുടെ പല യാത്രകളിൽ ഉടനീളം ഈ സ്ത്രീകൾ നമ്മുടെ സ്വകാര്യ വിഗ്രഹങ്ങൾ ആയിരുന്നുവെന്ന്, നമ്മുടെ സ്വകാര്യ മുന്നറിയിപ്പു കഥകൾ ആയിരുന്നുവെന്ന് നമ്മൾ യാത്ര ചെയ്ത, ഒരുപക്ഷേ, യാത്ര ചെയ്യാത്ത ദൂരത്തിന്റെ സ്വകാര്യ അളവുകോൽ ആയിരുന്നുവെന്ന്.

ഇതുകൊണ്ടും, മറ്റനേകം കാരണങ്ങളാലും ആണ് തന്റെ അമ്മൂമ്മയെക്കുറിച്ചുള്ള മൈഥിലിയുടെ ആഖ്യാനം വിലപ്പെട്ടതാകുന്നത്. നമ്മുടെ സമീപഭൂതകാലത്തെ സ്ത്രീകൾക്കിത് ശബ്ദം നല്കുന്നു. വിശാലമായ ലോകത്ത് നിലയുറപ്പിക്കുവാനുള്ള നമ്മുടെ തന്നെ പരിശ്രമങ്ങൾക്ക് അടിത്തറ പാകിയത് ഈ സ്ത്രീകളുടെ ദൈനംദിനപെടാപ്പാടുകളും വിനയാന്വിതമായ നേട്ടങ്ങളും ആണ്. സുബ്ബലക്ഷ്മിയുടെ ജീവിതം വെളിപ്പെടുത്തുന്നതിലൂടെ നമ്മൾ എല്ലാവരും ചെയ്യേണ്ട കാര്യമാണ് മൈഥിലി ചെയ്തിരിക്കുന്നത്. മൈഥിലിയുടെ മുത്തശ്ശിയെപ്പോലെയുള്ളവർ അവരുടെ കാലഘട്ടത്തിന്റെ പരിമിതികൾക്കകത്തു നിന്നുകൊണ്ടു ചെയ്ത പരിശ്രമങ്ങളെ മൈഥിലി ഇതിലൂടെ സാക്ഷ്യപ്പെടുത്തുകയാണു ചെയ്യുന്നത്. ചരിത്രപരവും വ്യക്തിപരവുമായ രീതിയിൽ നമുക്ക് ആ സ്ത്രീകളോടുള്ള കടപ്പാട് മൈഥിലി ഈ ആഖ്യാനത്തിലൂടെ അംഗീകരിക്കുകയും ചെയ്യുന്നു. നാം ഉണ്ടാക്കിയ നേട്ടങ്ങൾ, ഔപചാരികവിദ്യാഭ്യാസത്തിനു തുടക്കംകുറിച്ചതും വിശാലമായ രാഷ്ട്രീയ സാമ്പത്തിക സാമൂഹ്യ മണ്ഡലങ്ങളും, അവർക്കു മുന്നിൽ അടഞ്ഞുകിടന്നിരുന്ന വാതിലുകൾ നമുക്കു തുറക്കാനായി എന്നു വ്യക്തമാകുന്നു. അതേസമയം, കടന്നുപോയകാലത്ത് കൂട്ടായ പോരാട്ടങ്ങളും അവയ്ക്കൊപ്പം ചേർത്തുവയ്ക്കപ്പെട്ട വ്യക്തിപരമായ പോരാട്ടങ്ങളും നേർവഴിയിലൂടെയല്ല പുരോഗതിയിലേക്കു നീങ്ങിയതെന്ന് തിരിച്ചറിയേണ്ടത് പ്രധാനമാണ്. നമുക്കുവേണ്ടി മൈഥിലി ഇതു തുടർച്ചയായി ചെയ്തിരിക്കുന്നു. നമ്മുടെ ജീവിതങ്ങളും നമ്മുടെ അമ്മൂമ്മമാരുടെ ജീവിതങ്ങളും നന്ദിയോടെ ഓർക്കട്ടെ, വളരെയേറെ മുന്നോട്ടു പോയിരിക്കുന്നു. പക്ഷേ, ഇനിയും ഒരുപാടു കാതങ്ങൾ താണ്ടുവാനുണ്ടെന്നു മാത്രമല്ല, വളരെ വ്യക്തമായി നമുക്കു കാണു

വാൻ കഴിയുന്നുണ്ട് സുബ്ബലക്ഷ്മിയുടെ കാലം മുതൽ നമ്മുടെ കാലഘട്ടംവരെയും പല കാര്യങ്ങളും ഇപ്പോഴും അതേപടി തുടരുകയാണെന്ന സത്യം. മാറ്റമില്ലാത്ത ഈ ഭീകരമായ ആധിപത്യവ്യവസ്ഥയുടെ വേഷത്തിൽ ചെറിയ വ്യത്യാസം മാത്രമേ ഉണ്ടായിട്ടുള്ളൂ എന്നും നാം ചിലപ്പോൾ മനസ്സിലാക്കുന്നു. സുബ്ബലക്ഷ്മിയും സഹോദരിമാരും കോളനിവല്ക്കരിക്കപ്പെട്ടിരിക്കുന്നുവെങ്കിൽ നാം ഇപ്പോൾ നവകൊളോണിയൽ ഭരണാധികാരികളുടെ പിടിയിലകപ്പെട്ടിരിക്കുകയാണ്. മാത്രമല്ല, വർഗ്ഗീയ മുൻവിധികളും വിഭജനങ്ങളും ഇപ്പോഴും അവസാനിപ്പിക്കുവാനും സാധിച്ചിട്ടില്ല.

അതിനാൽ മൈഥിലി ചെയ്യുന്ന ജീവിതപുനർനിർമ്മിതിയുടെ മദ്ധ്യത്തിൽ സുബ്ബലക്ഷ്മി നില്ക്കുമ്പോഴും വിശാലമായ പശ്ചാത്തലവും അതിനു നമ്മുടെ കാലഘട്ടവുമായുള്ള കണ്ണിചേർക്കലും പ്രസക്തമായി തുടരുന്നു. ഓർത്തെടുക്കൽ പ്രക്രിയയ്ക്ക് സുപ്രധാനമായിരിക്കുന്ന മറ്റൊരു ഘടകം കൂടി മൈഥിലിയുടെ സമീപനത്തിനുണ്ട്. ഒരു ജീവിതത്തെ പുനർനിർമ്മിക്കുന്നതിന് അനിവാര്യമായും ചില അനുമാനങ്ങൾ ആവശ്യമാണ്. എന്നാൽ ഈ ആഖ്യാനത്തിൽ അറിയാവുന്ന വസ്തുവകകളിൽ അനുമാനത്തെ കുറ്റിയടിച്ച് നിർത്തിയിരിക്കുന്നു. വസ്തുതകൾ അനുവദിക്കുന്നിടംവരെ മാത്രമേ അനുമാനം പോകുന്നുള്ളൂ.

കാല്പനികതയ്ക്കും അതിവൈകാരികതയ്ക്കും ഇവിടെ ഇടമില്ല. ഇതിന്റെ ഫലം ഒരുകൂട്ടം സൂചനകളാണ്. ചില സാദ്ധ്യതകളിലേക്കു നമ്മെ നയിക്കുവാൻ സഹായിക്കുന്ന കണ്ണിചേർക്കപ്പെട്ട ചോദ്യങ്ങളുടെ പരമ്പരയാണ്. ഇതെനിക്കു വളരെ പ്രധാനമായി തോന്നുന്നു. സുബ്ബലക്ഷ്മിയുടേതുപോലെയുള്ള ഒരു ജീവിതത്തിന്റെ നിശ്ചയങ്ങൾ മാത്രമല്ല അവയെ മനസ്സിലാക്കുവാനും ഒരു കാലഘട്ടത്തെ അടയാളപ്പെടുത്തുവാനും നമ്മെ സഹായിക്കുന്നത്. അജ്ഞാതമായ ഘടകങ്ങളെക്കുറിച്ചുയർത്തുന്ന ചോദ്യങ്ങൾ പരുഷവും രഹസ്യാത്മകവുമായ ഡയറിക്കുറിപ്പുകളിലെ വരികൾക്കിടയിലേക്കു നോക്കുന്ന ചോദ്യങ്ങൾ, പഴയ തകരപ്പെട്ടികളിലേക്കും പാതി കുഴിച്ചുമൂടപ്പെട്ട ഓർമ്മകളിലേക്കും ആഴത്തിൽ നോക്കുന്ന ചോദ്യങ്ങളാണ് നാം ആരാണെന്നതു സംബന്ധിച്ച അറിവിനെ പൂർണ്ണമാക്കുന്നത്.

വളരെയേറെ വ്യത്യസ്തമായ സാഹചര്യങ്ങളിലും മാനസികാവസ്ഥകളിലും ഉള്ള സുബ്ബലക്ഷ്മിയെയാണ് മൈഥിലി അവതരിപ്പിച്ചിരിക്കുന്നത്. പതിനൊന്നു വയസ്സിൽ വിവാഹം കഴിച്ച, പതിന്നാലു വയസ്സിൽ അമ്മയായ വിവേകിയും ബുദ്ധിമതിയുമായ ഒരു പെൺകുട്ടിയെ നാം കാണുന്നു. അവളുടെ വൈവാഹിക ജീവിതത്തിന്റെ തണുത്ത നിശ്ശബ്ദതകളും ഏകാന്തതകളും രണ്ടു മക്കളെ നഷ്ടപ്പെട്ടതിന്റെ കഠിനവ്യഥയും നാം കാണുന്നു.

ഇതേത്തുടർന്നുണ്ടായതും ജീവിതകാലം മുഴുവനും നീണ്ടുനിന്നതും തന്നെ ദുർബ്ബലയാക്കിത്തീർക്കുകയും ചെയ്ത അപസ്മാരബാധയുടെ യാതനയും നാം കണ്ടു. പക്ഷേ, ഈ വിരസമായ ശൂന്യതയെ ഇല്ലാതാക്കുന്നതിനായി പ്രകൃതിയുടെയും സൗഹൃദങ്ങളുടെയും കലയുടെയും

പുസ്തകങ്ങളുടെയും സൗന്ദര്യം ഉപയോഗിക്കുവാനും മകളുടെ വിദ്യാഭ്യാസത്തിന്റെ കാരണക്കാരിയാകുവാനും സ്വാതന്ത്ര്യസമരത്തിന്റെ അരികുകളിലെത്തുവാനും ജീവിതത്തിലുടനീളം സുബ്ബലക്ഷ്മി ആവേശത്തോടെ നടത്തിയ പരിശ്രമങ്ങളും നാം കണ്ടു. അത്ഭുതകരമായ ധൈര്യത്തോടെയും ഇച്ഛാശക്തിയോടെയും തനിക്കും മകൾക്കും ഒരു ജീവിതം ലഭിക്കുന്നതിനായി അവർ നടത്തുന്ന യത്നങ്ങളെ നാം സന്തോഷത്തോടെ അറിയുന്നു. ഈ യത്നങ്ങൾ ബൗദ്ധികമായി പ്രചോദനം പകരുമ്പോൾ അവ മനോഹരം കൂടിയായി തീരുന്നു. ജീവിതത്തോടുള്ള സുബ്ബലക്ഷ്മിയുടെ അഭിവാഞ്ഛ പക്ഷിനിരീക്ഷണം മുതൽ വെയിൽസ് രാജകുമാരനു നേരെ കരിങ്കൊടി കാണിക്കുന്നതുവരെയുള്ള കാര്യങ്ങളെ നാം ആരാധിക്കുമ്പോഴും നമുക്കറിയാം ഈ പ്രഫുല്ലത വളരെ ഹ്രസ്വമായിരിക്കുമെന്ന്.

സുബ്ബലക്ഷ്മിക്ക് നേരിടേണ്ടിവരുന്നത് വൻശക്തികളെയാണ്. സുബ്ബലക്ഷ്മിക്ക് അനുവദിക്കപ്പെട്ടിരിക്കുന്ന പരമ്പരാഗതമായ ചെറിയ ഇടത്തിലേക്കു തള്ളിമാറ്റപ്പെട്ടതോടെ അവരുടെ ആവേശം ദുർബ്ബലമാകുന്നു. താൻ ആഗ്രഹിച്ച വലിയ ലോകം നിഷേധിക്കപ്പെട്ടതിനനുസൃതമായി അവരുടെ മനസ്സും പിൻവലിഞ്ഞു. ഏറ്റവും കഠിനമായത് ദക്ഷിണാഫ്രിക്കയിലെ സ്ത്രീത്തൊഴിലാളികളുടെ വിമോചകയായി സ്വപ്നത്തിൽ തന്നെ നിരന്തരം കാണുന്നതു മാത്രമായി സുബ്ബലക്ഷ്മിയുടെ രാഷ്ട്രീയ പങ്കാളിത്തം ചുരുങ്ങിപ്പോയതാണ്. ജീവിതത്തിൽനിന്നുള്ള ഒളിച്ചോട്ടത്തിനിടയിലും താൻ വിശ്വസിച്ച മൂല്യങ്ങളിൽ യാതൊരുവിധ ഒത്തുതീർപ്പിനും തയ്യാറാകാത്ത യുവതിയായ സുബ്ബലക്ഷ്മിയുടെ മനഃസ്ഥൈര്യമാണ് മറ്റൊരു സവിശേഷത.

സുബ്ബലക്ഷ്മിയുടെ യൗവനകാല മോഹങ്ങളുടെയും പ്രതീക്ഷകളുടെയും തുടക്കം മുതൽ, അവയുടെ വളർച്ചയുടെ വഴിയിൽ ഉടനീളവും ഇടയ്ക്കു വച്ച് അവ നഷ്ടമായപ്പോഴും ജീവചരിത്രകാരിയുടെ ശബ്ദം തന്റെ കഥാപാത്രത്തിന്റെ വികാരങ്ങൾക്ക് അടിവരയിടുകയും അവയെ ശക്തിപ്പെടുത്തുകയും ചെയ്തു. നമുക്ക് പൂർണ്ണവൃത്തത്തിൽ കഥ ലഭ്യമാക്കുന്നു. നമ്മൾ സുബ്ബലക്ഷ്മിയുടെ ശബ്ദം കേൾക്കുകയും ആരാധിക്കുകയും സഹതപിക്കുകയും ചെയ്യുന്നു. പക്ഷേ, നമ്മൾ മൈഥിലിയുടെ ശബ്ദവും കേൾക്കുന്നു. ആ ശബ്ദത്തിൽ സ്നേഹവും വ്യക്തിപരമായ അംഗീകരിക്കലും മാത്രമല്ല, ഒരു ജീവിതകാലം മുഴുവനുമുള്ള രാഷ്ട്രീയ പ്രതിബദ്ധത നല്കിയ ബൗദ്ധികമായ തിരിച്ചറിവു കൂടിയാണ് ഉള്ളത്.

ന്യൂഡൽഹി **ഗീതാ ഹരിഹരൻ**
ഏപ്രിൽ 2005

ആമുഖം

ഇത് എന്റെ അമ്മൂമ്മയായ സുബ്ബലക്ഷ്മിയുടെ ജീവിതകഥയാണ്. തനി ഇന്ത്യൻ അമ്മൂമ്മ ഇല്ലാത്തതിൽ എനിക്കെന്നും നിരാശയുണ്ടായിരുന്നു. ഞാൻ ആഹാരം മുഴുവൻ കഴിക്കുന്നതിനായി ആവേശകരമായ കഥകൾ പറഞ്ഞെന്നെ രസിപ്പിക്കുന്ന, മാറിടത്തിൽ ചേർത്തു കിടത്തി താരാട്ടു പാടുന്ന, എന്റെ ശാഠ്യങ്ങൾക്കു വഴങ്ങുകയും ചട്ടമ്പികളായ സഹോദരങ്ങളിൽ നിന്നെന്നെ സംരക്ഷിക്കുകയും ചെയ്യുന്ന ഒരമ്മൂമ്മ. സുബ്ബലക്ഷ്മി ഒട്ടുംതന്നെ 'തനി അമ്മൂമ്മ' ആയിരുന്നില്ല. അവരൊരിക്കലും കൊച്ചുമക്കളെ താലോലിക്കുകയോ അവർക്കു ഭക്ഷണം കൊടുക്കുകയോ ചെയ്തിട്ടില്ല. വളരെ ചെറുപ്പത്തിൽ രണ്ടാൺമക്കളെ നഷ്ടമായതിനെത്തുടർന്ന് ഉണ്ടായ അപസ്മാരവും ബോധക്കേടുംമൂലം ഒരിക്കലും കൊച്ചുമക്കളെ എടുത്തുകൊണ്ടു നടക്കുകപോലും ചെയ്തിട്ടില്ല. പക്ഷേ, മുതിർന്ന കൊച്ചുമക്കൾക്ക് കഥകൾ വായിച്ചു കൊടുത്തിരുന്നു. അവരുടെ ഭർത്താവ് പി ആർ ഗോപാലകൃഷ്ണൻ – എല്ലാവരും പി ആർ ജി എന്നു വിളിച്ചിരുന്നു– ആയിരുന്നു എന്റെ സായുധ പടയാളി. എന്നെ വഴക്കാളികളായ ജ്യേഷ്ഠന്മാരിൽനിന്നും സംരക്ഷിക്കുകയും മുറ്റത്തെ കയർവരിഞ്ഞ കട്ടിലിൽ സന്ധ്യക്ക് അദ്ദേഹത്തിന്റെ ഒപ്പം കിടന്ന് പട്ടുപോലെയുള്ള നരച്ച മുടിയും താടിയും പിടിച്ചു കളിക്കുമ്പോൾ ഷേക്സ്പിയറിന്റെ കഥകൾ പറഞ്ഞു തരികയും ചെയ്തിരുന്നു. മറ്റുള്ളവരും കട്ടിലിനു ചുറ്റുമിരുന്ന് കഥകൾ കേട്ടു. ഞാനായിരുന്നു അദ്ദേഹത്തിന്റെ ഏറ്റവും പ്രിയപ്പെട്ട കൊച്ചുമകൾ. അദ്ദേഹത്തിന്റെ സ്നേഹത്തിന്റെ സൂര്യപ്രഭയിൽ ഞാൻ ആനന്ദിച്ചു.

വളർന്നതോടെ എന്റെ സ്ത്രീവീക്ഷണം വികസിക്കുകയും എന്റെ അമ്മൂമ്മയുടെയും അപ്പൂപ്പന്റെയും ബന്ധത്തെക്കുറിച്ചുള്ള വീക്ഷണം വ്യക്തിപരമായതിൽനിന്നും സാമൂഹ്യതലത്തിലേക്കു മാറുകയും ചെയ്തു.

സുബ്ബലക്ഷ്മി എന്റെ മാതൃകാ സ്ത്രീയായിത്തീർന്നു; പി ആർ ജി യുടെ കാഴ്ചപ്പാടിനെയും മനോഭാവത്തെയും വിമർശനാത്മകമായി കാണുവാൻ തുടങ്ങി. എഴുപതുകളിലും എൺപതുകളിലും വീശിയടിച്ച സ്ത്രീവിമോ ചന ഘട്ടത്തിൽ വനിതാ പ്രസ്ഥാനത്തിൽ സജീവമായതോടെ സുബ്ബല ക്ഷ്മിയോട് കടുത്ത അനുതാപം തോന്നുകയും അവരുടെ വേരുകൾ അന്വേഷിക്കുവാൻ ആഗ്രഹിക്കുകയും ചെയ്തു. പക്ഷേ, കുറ്റബോധ ത്തോടെ പറയട്ടെ അതിനായി വളരെക്കാലം കാക്കേണ്ടിവന്നു. സുബ്ബല ക്ഷ്മിയെ അവരുടെ കാലഘട്ടത്തിലെ – 1897–1978– സാമൂഹ്യാവസ്ഥയുടെ പശ്ചാത്തലത്തിൽ ഒരു അപരിചിതയായിട്ടാണെനിക്ക് എപ്പോഴും തോന്നി യിട്ടുള്ളത്. അവരെക്കുറിച്ചുള്ള എന്റെ ഏറ്റവും ശക്തമായ ഓർമ്മ തന്റെ പ്രത്യേകമായ വലിയ പച്ചക്കസേരയിൽ കൈനിവർത്തിയിരുന്ന് രബീ ന്ദ്രനാഥ ടാഗോറിന്റെ പുസ്തകമോ ശാന്തിനികേതന്റെ പ്രസിദ്ധീകരണ മായ *വിശ്വഭാരതിയോ* വായിച്ചുകൊണ്ടിരിക്കുന്നതാണ്. അവരെന്നും ഒരു ഏകാകിയായിരുന്നു. പുസ്തകങ്ങളുമായി മാത്രമാണവർക്ക് അടുപ്പം ഉണ്ടായിരുന്നത്. ലോകത്തേക്കുള്ള അവരുടെ ജനാലയായിരുന്നു വായന. വായിക്കുകയോ ഭാരതിയാരുടെ കവിതകൾ കേൾക്കുകയോ ദക്ഷിണാ ഫ്രിക്കയിലെ സ്ത്രീത്തൊഴിലാളികളുടെ വിമോചകയായി തന്നെ സ്വയം കണക്കാക്കുന്ന ആ സ്വപ്നത്തെക്കുറിച്ച് ഞങ്ങളോട് വിവരിക്കുകയോ ചെയ്യുമ്പോഴല്ലാത്ത സമയത്തൊക്കെ അവർക്ക് വിദൂരവും ശൂന്യവുമായ ഭാവമാണുണ്ടായിരുന്നത്. അവർ മുറിയിൽനിന്നും പുറത്തിറങ്ങുന്നതും മറ്റുള്ളവരുമായി ഇടപഴകുന്നതും വിരളമാണ്. ഇതിനു കാരണം ബോധക്കേടുണ്ടാകുന്ന അപസ്മാരമാണെന്നാണ് ഞാൻ അന്നു മനസ്സി ലാക്കിയിരുന്നത്.

ശാസ്ത്രബോധമുള്ള ഒരു ഉല്പതിഷ്ണുവായതു കൊണ്ടുതന്നെ പി ആർ ജിയിൽനിന്നും അവർ ഏറെ വ്യത്യസ്തയായിരുന്നു. ഇപ്പോൾ തിരിഞ്ഞു നോക്കുമ്പോൾ, ഞാൻ ചിന്തിച്ചുപോകുന്നു ഈ ദമ്പതിമാ രുടെ രീതികൾ നേരെ തിരിച്ചായിരുന്നെങ്കിൽ ഇപ്പോൾ ചിലർ സുബ്ബല ക്ഷ്മിയെക്കുറിച്ചു പറയുന്നതുപോലെ പി ആർ ജിയെ കിറുക്കനായി മുദ്ര കുത്തുമായിരുന്നോ? പുരുഷാധിപത്യ മാനദണ്ഡപ്രകാരം പുരുഷന്റെ 'സാധാരണ' വ്യക്തിത്വം എന്നത് കുറേക്കൂടി അയഞ്ഞരീതിയിൽ, ഒരാ ളുടെ സ്വഭാവവ്യതിയാനങ്ങളും അതിർത്തിലംഘനങ്ങളും എല്ലാം ഉൾപ്പെ ടുന്ന തരത്തിലായിരിക്കും. സ്വതന്ത്രമായി ചിന്തിക്കുകയും പ്രവർത്തിക്കു കയും ചെയ്യുന്ന സുബ്ബലക്ഷ്മിയെപ്പോലെയുള്ള സ്ത്രീകൾക്കെന്ന പോലെ ശ്വാസംവിടാൻ ഇടംനല്കാതെ കർശനമായ ചട്ടക്കൂടിൽ അവരെ വരിഞ്ഞു മുറുക്കുന്നില്ല. സുബ്ബലക്ഷ്മിയുടെ ഭാഗ്യത്തിന് ഭർത്താവെന്ന നിലയിൽ പി ആർ ജിക്ക് വളരെ ആഴത്തിലുള്ള ഉത്തരവാദിത്വബോധം ആണുണ്ടായിരുന്നത്. അവർ ഇരുവരും പരസ്പരം സംസാരിക്കുകപോലും പതിവില്ലെങ്കിലും ഒരു പുരുഷനു ലഭിക്കുന്ന ചലനസ്വാതന്ത്ര്യം ഉപേക്ഷി ച്ചുകൊണ്ട്, ഇടയ്ക്കിടെ അവരെ ശപിച്ചുകൊണ്ടാണെങ്കിലും അവസാനം വരെ പി ആർ ജി സുബ്ബലക്ഷ്മിക്കൊപ്പം ജീവിച്ചു.

1978 ൽ സുബ്ബലക്ഷ്മിയുടെ മരണത്തിന് ഏതാനും വർഷങ്ങൾക്കു ശേഷം അവരുടെ പുസ്തകങ്ങൾ പരതിയപ്പോൾ എഡ്ഗർസ്നോയുടെ *ചൈനയ്ക്കു മീതെ ചുവപ്പു താരകം* എന്ന പുസ്തകം കാണാനിടയായി. എന്റെ ശാന്തമായ മനസ്സ് പെട്ടെന്ന് പിടച്ചു. മരണത്തിനുശേഷം അവരുടെ ജീവിതത്തിലെ ഏക ഡയറി ഞാൻ കണ്ടിട്ടുണ്ട്– 1924–26 കാലഘട്ടത്തിൽ മദിരാശിയിൽ താമസിച്ചിരുന്നപ്പോൾ ഒരു സ്കൂൾ നോട്ടുപുസ്തകത്തിന്റെ താളുകളിലാണ് ഡയറിക്കുറിപ്പുകൾ എഴുതിയിരുന്നത്. ദേശീയ സമര സമ്മേളനങ്ങളിലും പിക്കറ്റിങ്ങിലും അവർ പങ്കെടുത്തിട്ടുണ്ടെന്നു കേട്ടിട്ടുണ്ടെങ്കിലും അവരുടെ വിപ്ലവതാല്പര്യങ്ങൾ വ്യക്തമാക്കുന്ന യാതൊന്നും ഡയറിക്കുറിപ്പിൽ ഉണ്ടായിരുന്നില്ല. സുബ്ബലക്ഷ്മിയുടെ പ്രവർത്തനങ്ങളുടെ രാഷ്ട്രീയസ്വഭാവം പില്ക്കാലത്താണ് ഞാൻ മനസ്സിലാക്കിയത്. ജവഹർലാൽ നെഹ്റു സർവ്വകലാശാലയിൽ ഗവേഷണം നടത്തുകയായിരുന്ന സുഹൃത്ത് ആനന്ദിക്ക് എൺപതുകളുടെ ഒടുവിൽ എന്റെ അമ്മ, പങ്കജം, ചില സംഭാവനാ രസീതുകളും തമിഴ്നാട് കോൺഗ്രസ് കമ്മിറ്റിയുടെ ഒരു നേതാവ് സുബ്ബലക്ഷ്മിക്കയച്ച ഒരു കത്തും കാണിച്ചു കൊടുത്ത അവസരത്തിലാണ് എനിക്കത് ബോദ്ധ്യപ്പെട്ടത്. സുബ്ബലക്ഷ്മിയുടെ മറ്റു ചില കടലാസുകൾ, അവ വളരെ കുറച്ചു മാത്രമേയുള്ളൂ, ഇപ്പോൾ സൂക്ഷിച്ചിരിക്കുന്ന നെഹ്റു മെമ്മോറിയൽ മ്യൂസിയം ആന്റ് ലൈബ്രറിയുടെ ശ്രദ്ധയിൽ ആനന്ദി അതു കൊണ്ടുവരികയും ചെയ്തു. വിദൂരസ്ഥമായ ഒരു തീരദേശഗ്രാമത്തിലെ ഫോറസ്റ്റ് ബംഗ്ലാവിൽ ഒതുങ്ങിക്കഴിയുകയും കുടുംബാംഗങ്ങളുടെ രാഷ്ട്രീയ പ്രവർത്തനം നിരോധിച്ചിരുന്ന ഒരു സർക്കാരിന്റെ ചട്ടങ്ങളും നിയമങ്ങളും കർശനമായി പാലിച്ചു വന്നിരുന്ന ഒരു ഭർത്താവിന്റെ സൂക്ഷ്മനിരീക്ഷണത്തിനിടയിലും എങ്ങനെയാണ് സുബ്ബലക്ഷ്മി കോൺഗ്രസ് രാഷ്ട്രീയ നേതാക്കന്മാരുമായി സമ്പർക്കം പുലർത്തിയത്?

1980 കളിൽ കമലാവിശ്വേശ്വരൻ എന്ന അമേരിക്കൻ പണ്ഡിത സുബ്ബലക്ഷ്മിയുടെ ഡയറിയും പങ്കജത്തിന്റെ പക്കൽനിന്നും ചില കടലാസുകളും കൊണ്ടുപോവുകയും അവരുടെ *സ്ത്രീവാദനരവംശശാസ്ത്രത്തിന്റെ കഥകൾ* എന്ന പുസ്തകത്തിൽ അവയെ കുറിച്ചെഴുതുകയും ചെയ്തു. 'ഒരു ഡയറിക്കുള്ള ആമുഖം' എന്ന അദ്ധ്യായത്തിൽ ഇങ്ങനെ പരാമർശിക്കുന്നു. "ഏതു തരത്തിൽ നോക്കിയാലും അവരൊരു പ്രതിഭാധനയായിരുന്നു." അവരുടെ മാനസിക വൈഭവങ്ങൾ വളരെ സൂക്ഷ്മവും തീവ്രവും ആണെന്നും അവർക്ക് അപാരമായ ഇച്ഛാശക്തിയുണ്ടെന്നും നമുക്കറിയാം. അവരുടെ പുസ്തകങ്ങൾ വായനശാലകളിൽ നിന്നെടുത്തവയാണെങ്കിലും കടകളിൽനിന്നും വാങ്ങിയതാണെങ്കിലും വ്യത്യസ്ത വിഷയങ്ങളെ സംബന്ധിച്ചുള്ളവയായിരുന്നു.

അവർ താരതമ്യേന ആരോഗ്യവതിയും ഉത്സാഹവതിയും ആയിരുന്നപ്പോൾ ഏകദേശം 14 വർഷം ഞാനവരോടൊത്തുണ്ടായിരുന്നു. എന്തുകൊണ്ടവരുടെ മദിരാശിയിലെ പ്രവർത്തനങ്ങളെക്കുറിച്ച് ഞാനവരോട് അന്വേഷിച്ചില്ല? ചോദിച്ചിരുന്നെങ്കിൽ കോൺഗ്രസ് നേതാക്കളുമായി അവർ

നടത്തിയ രഹസ്യ കൂടിക്കാഴ്ചകളെക്കുറിച്ചവർ പറയുമായിരുന്നോ? ബ്ലൂ വേവ്സിൽ വച്ച് കമലാദേവി ചതോപാദ്ധ്യയുമായി അവരെന്തായിരുന്നു ചർച്ച ചെയ്തിരുന്നത്? വെയിൽസ് രാജകുമാരനെ കരിങ്കൊടി കാണിക്കുന്നതിന് അവർ എങ്ങനെ വീട്ടിൽനിന്നും ആരും കാണാതെ പുറത്തു ചാടി? ഭർത്താവിന്റെ അരികിലേക്കും വിദൂരഗ്രാമങ്ങളിലേക്കുമുള്ള മടങ്ങിപ്പോക്കെങ്ങനെയായിരുന്നുവെന്നവർ പറയുമായിരുന്നോ? വാസ്തവങ്ങളുടെയും വികാരങ്ങളുടെയും തോല്വികളുടെയും ഒരു വലിയ നിധി എനിക്കു ശേഖരിക്കുവാൻ കഴിയുമായിരുന്നു. അല്ലെങ്കിൽ അപസ്മാര ചേഷ്ടകളെത്തുടർന്നുള്ള ദുർബ്ബലമായ മൗനത്തിനപ്പുറത്ത് അല്പം ചിലതുകൂടി എനിക്കു കണ്ടെത്തുവാൻ കഴിയുമായിരുന്നു. എന്തായാലും അവർ ജീവിച്ചിരുന്നപ്പോൾ അവരുടെ രഹസ്യ ഭൂതകാലം കുഴിച്ചു നോക്കുവാൻ ഞാൻ ശ്രമിച്ചില്ല. എനിക്കന്ന് അക്കാര്യത്തിൽ വലിയ താല്പര്യം തോന്നിയില്ല എന്നത് ലജ്ജാകരമാണ്. എന്തായാലും സുബ്ബലക്ഷ്മിയെ കൊണ്ട് അവരെക്കുറിച്ചു സംസാരിപ്പിക്കുക എന്നത് ഒരിക്കലും ഒരു എളുപ്പമുള്ള പണിയായിരുന്നില്ല.

ഏതാനും വർഷങ്ങൾക്കു മുമ്പ് ഒരു പത്രപ്രവർത്തകൻ എന്നോടു ചോദിച്ചു എന്റെ ജീവിതത്തിൽ ഏറ്റവുമധികം പ്രചോദനം നല്കിയവർ ആരൊക്കെയാണെന്ന്. ഒരു മാതൃകാവ്യക്തിത്വത്തെ ബോധപൂർവ്വം ഓർത്തെടുക്കാതെ തന്നെ സുബ്ബലക്ഷ്മിയുടെ പേര് എന്റെ വായിൽ നിന്നും ചാടിവരുകയാണ് ചെയ്തത്. സുബ്ബലക്ഷ്മിയും അവരെപ്പോലെയുള്ള മറ്റനേകം സ്ത്രീകളും തങ്ങളുടെ വരിഞ്ഞുമുറുക്കപ്പെട്ട ജീവിതങ്ങളിൽനിന്നും പരമാവധി നേട്ടങ്ങളുണ്ടാക്കുന്നതിന് നടത്തുന്ന ഏകാഗ്രവും നിശ്ചയദാർഢ്യത്തോടെയും ഉള്ള പോരാട്ടങ്ങൾ മനസ്സിലാക്കുവാൻ എന്നിൽ വളർന്നുവന്ന രാഷ്ട്രീയധാരണയും സ്ത്രീബോധവും സഹായിച്ചു. അവരുടെ ജീവിതത്തിലെ ഓരോ ഭാഗവും ഒരു വെല്ലുവിളിയായിരുന്നു. അവർക്കൊന്നും തന്നെ ചോദ്യം ചെയ്യപ്പെടാതെ സ്വീകരിക്കുവാൻ കഴിയുമായിരുന്നില്ല.

വ്യക്തിയുടെ താല്പര്യങ്ങൾ പൊതുവായ സ്വേച്ഛാധിപത്യപരമായ തീരുമാനത്തിന് കീഴ്പ്പെട്ടിരുന്നു. സുബ്ബലക്ഷ്മിയുടെ ആഴത്തിൽ മുറിവേറ്റ മാനസികാവസ്ഥ മനോരോഗത്തിനിടയാക്കിയ ദാരുണമായ അവസാന വർഷങ്ങൾ ഉണ്ടായെങ്കിലും വ്യക്തിപരമായി അവരൊരു പരാജയമാണെന്ന് അതിനർത്ഥം കല്പിക്കുവാൻ കഴിയില്ല. ഇത് സൂചിപ്പിക്കുന്നത് പുരുഷാധിപത്യവും യാഥാസ്ഥിതികത്വവും മറ്റൊരു വിജയം കൂടി നേടിയെന്നും മറ്റൊരു ഇരയെ ലഭിച്ചുവെന്നും മാത്രമാണ്. ഇത്തരം ജീവിതങ്ങൾ കുഴിച്ചെടുക്കുകയും പുനർനിർമ്മിക്കുകയും അപഗ്രഥനം ചെയ്യുകയും എഴുതപ്പെടുകയും ചെയ്താൽ മാത്രമേ അവ പുനരുജ്ജീവിപ്പിക്കപ്പെടുകയും നമ്മുടെ ഇച്ഛാശക്തിയെയും പോരാട്ടങ്ങളെയും ശക്തിപ്പെടുത്തുകയും ചെയ്യുകയുള്ളൂ.

ഈ തിരിച്ചറിവുണ്ടായിട്ടും സുബ്ബലക്ഷ്മിയുടെ ജീവിതത്തെ പുനർനിർമ്മിക്കുക എന്നത് എപ്പോഴെങ്കിലും ചെയ്യേണ്ട ഒരു കാര്യമായി കണ

ക്കാക്കിപ്പോയി. രാഷ്ട്രീയസ്ത്രീവിമോചനപ്രവർത്തക എന്ന തരത്തിലുള്ള എന്റെ ജീവിതം എന്റെ സമയവും ഊർജ്ജവും കവർന്നെടുത്തു. വളരെ ക്കാലത്തിനു ശേഷം 2002 ൽ ആണ് പ്രഗല്ഭചരിത്രകാരിയും സാമൂഹ്യ രാഷ്ട്രീയ പ്രവർത്തകയുമായ ഉമാ ചക്രവർത്തിയെ കാണാൻ ഇടയായ ത്. അവർ സുബ്ബലക്ഷ്മിയുടെ ഡയറിയിൽ ഒന്നോടിച്ചു നോക്കിയശേഷം സന്തോഷത്തോടെ പ്രഖ്യാപിച്ചു: "നിങ്ങൾ ഒരു സ്വർണ്ണഖനിയുടെ മേലെ യാണ് ഇരിക്കുന്നത്. ഇപ്പോൾത്തന്നെ അതിന്മേലുള്ള പണി തുടങ്ങുക." അതെന്നിൽ ഉടനടി ഉണ്ടാക്കിയ തോന്നൽ കണ്ണുകൾക്കു മേലെയുള്ള മറ വലിച്ചു നീക്കിയെന്നതാണ്; ഇരുമ്പു കവചം വലിച്ചെറിയപ്പെട്ടു. ഞാൻ സുബ്ബലക്ഷ്മിയുടെ കൊച്ചുമകൾ ആണെന്നെനിക്കു തെളിയിക്കണം. എല്ലാ പ്രതിസന്ധികളെയും അതിജീവിച്ചുകൊണ്ട് സുബ്ബലക്ഷ്മി സ്വയം സൃഷ്ടിച്ചെടുത്ത പൊതുഇടം അച്ചടിയിൽ എങ്കിലും എനിക്കു പുനർനിർമ്മിക്കണം. അന്നു മുതൽ ഉമ യാതൊരു മുറുമുറുപ്പും ഇല്ലാതെ എനിക്കു വേണ്ടി സമയം ചെലവഴിക്കുകയും എന്തൊക്കെ വൈഷമ്യ ങ്ങൾ ഉണ്ടെങ്കിലും എനിക്ക് മാർഗ്ഗനിർദ്ദേശങ്ങൾ നല്കുകയും ചെയ്തു. എന്റെ ദീർഘകാലത്തെ പ്രിയപ്പെട്ട സുഹൃത്തായ ഗീതാഹരിഹരനും ധാരാളം സമയം ചെലവഴിച്ചുകൊണ്ട് ഞാനെഴുതിയതു വായിച്ചു നോക്കു കയും വിലപ്പെട്ട നിർദ്ദേശങ്ങൾ നല്കുകയും ചെയ്തുകൊണ്ട് എന്റെ ഉത്സാഹത്തെ പിടിച്ചുനിർത്തി.

ഞങ്ങളെല്ലാവരും, സുബ്ബലക്ഷ്മിയുടെ എല്ലാ കൊച്ചുമക്കൾക്കും ഉണ്ടായിരുന്ന അഭിപ്രായം അവരുടെ പ്രതീക്ഷകളും ധീരമായ തീരുമാ നങ്ങളും– ജീവിതകാലം മുഴുവൻ നീണ്ടുനിന്ന അനാരോഗ്യവും പുരു ഷാധിപത്യ കെണികളും അവ തകർത്തുകളയുകയായിരുന്നു – കുടും ബത്തിന്റെ മങ്ങുന്ന സ്മരണകളിൽ മാത്രമായി ഇനിമേൽ കുടുങ്ങിക്കിട ക്കരുതെന്നു തന്നെയായിരുന്നു. അവരുടെ കാലഘട്ടത്തിലെ സ്ത്രീക ളുടെ പൊതുചരിത്രത്തിന്റെ ഭാഗമായവ മാറണം. സുബ്ബലക്ഷ്മിയുടെ ജീവിതത്തിന്റെ സന്ദേശം അവരുടെ കുടുംബത്തിന്റെ ആന്തരിക ഒളിവു സങ്കേതത്തിൽനിന്നും പുറത്തെടുത്ത് കഴിഞ്ഞ രണ്ടു നൂറ്റാണ്ടിനിടയിൽ ഇന്ത്യൻ സ്ത്രീകൾ കാലെടുത്തു കുത്തിയിട്ടുള്ള "പൊതു ഇട"ത്തിന്റെ ഭാഗമാക്കി മാറ്റേണ്ടതുണ്ട്. നിശ്ശബ്ദയായ ഈ ഏകാകിയുടെ കഥ പറയു വാൻ ഞാൻ തീരുമാനിച്ചു. ചില വായനക്കാർക്കെങ്കിലും സുബ്ബല ക്ഷ്മിയെപോലെയുള്ള വേറെ സ്ത്രീകളെ പരിചയമുണ്ടാകാം. അവരെ പ്രചോദനസ്രോതസ്സുകൾ എന്ന നിലയിൽ പുനരുജ്ജീവിപ്പിക്കുവാൻ അവർ തീരുമാനിച്ചേക്കാം.

"സുബ്ബലക്ഷ്മിയുടെ രഹസ്യജീവിതം" എന്ന പദ്ധതിയുടെ ഭാഗ മായി സുബ്ബലക്ഷ്മി സ്ഥിരമായി വരുത്തിയിരുന്ന *വിശ്വഭാരതി* എന്ന പ്രസി ദ്ധീകരണത്തിലൂടെ കണ്ണോടിച്ചപ്പോൾ കണ്ടത് ഇതാണ്.

> ഗോബി മരുഭൂമിയിലെ മണൽക്കൂനകൾക്കിടയിൽനിന്നും കിട്ടിയ പുരാതനവും പൂതലിച്ചതുമായ കടലാസുകൾ കണ്ടെടുത്തപ്പോൾ

വിസ്മൃതിയിലാണ്ട ഒരു ഭാഷയുടെ ദുർഗ്രഹമായ അക്ഷരങ്ങളിൽനിന്നും ഉയരുന്നത് അഭിവാഞ്ഛയുടെ എത്ര വലിയ ഒരു ലോകമാണ്. എന്നോ ഒരിക്കൽ ജീവിച്ചിരുന്ന ഒരു മനസ്സ് നമുക്കിടയിൽ വീണ്ടും ജീവിക്കുന്നതിനുവേണ്ടി പിടയുന്നതു പോലെ... അവയെഴുതിയ വ്യക്തിയോ അയാളുടെ വാസഗൃഹമോ ഇപ്പോഴില്ല... എങ്കിലും തലമുറ തലമുറ കൈമാറ്റം ചെയ്യപ്പെടുമ്പോൾ പുതുജീവൻ കൈവരുമെന്ന പ്രതീക്ഷ ഉൾക്കൊള്ളുന്ന ചിന്തകൾ നമുക്കു നേരെ കൈകൾ നീട്ടി യാചിക്കുന്നതുപോലെ തോന്നുന്നു.

അഹങ്കാരം നിറഞ്ഞ ചിന്ത എനിക്കും ഉണ്ടായി. ഞാനും യഥാർത്ഥത്തിൽ ഇത്തരം ഒരു അഭ്യാസത്തിലാണ് ഏർപ്പെട്ടിരിക്കുന്നത്. ഒരു ജീവിതത്തെ പുനർനിർമ്മിക്കുന്നു.

വളരെ കുറഞ്ഞതോതിൽ സുബ്ബലക്ഷ്മിയുടെ കാലഘട്ടവും ആഡംബരപൂർണ്ണമായ ഗോബി മരുഭൂമിയുടെ അവശിഷ്ടങ്ങളിൽ നിന്നല്ല, ഒരിക്കൽ സുബ്ബലക്ഷ്മിയുടെ കിടപ്പുമുറിയിലെ മൂലയിൽ കിടന്നിരുന്ന ഒരു ബഞ്ചിൽ വിശ്രമിക്കുകയായിരുന്ന നീല തകരപ്പെട്ടിയിൽനിന്നും അവരുടെ 26 പുറങ്ങളുള്ള കനം കുറഞ്ഞ ഡയറി, വെറും എഴുപതു വർഷത്തെ 'പുരാതനത്വം' മാത്രമുള്ള അത് 'നമ്മുടെയിടയിൽ ജീവിക്കുന്നതിനായി' പിടയ്ക്കുന്നതുപോലെ തോന്നുന്നു. ഒരുപക്ഷേ, സുബ്ബലക്ഷ്മിയും രഹസ്യമായി ആഗ്രഹിച്ചിട്ടുണ്ടാകാം "ഒരു പുതിയ ജീവൻ കൈവരുമെന്ന്."

'വിസ്മരിക്കപ്പെട്ട ഭാഷ'യിലല്ല, ഇംഗ്ലീഷിൽ എഴുതപ്പെട്ട ഡയറിയിലെ മനോഹരമായ കൈപ്പട കണ്ണുകൾക്കു വിരുന്നു തന്നെയായിരുന്നുവെങ്കിലും സംക്ഷിപ്തവും സുന്ദരവുമായ ചില വരികളിൽനിന്നും സുബ്ബലക്ഷ്മിയുടെ വ്യക്തിത്വത്തിലേക്കു കൂടുതൽ വെളിച്ചം വീശുവാൻ ശ്രമിക്കുന്നത് അനായാസമായ ഒരു കാര്യമായിരുന്നില്ല. ഇതിന് ചില അപവാദങ്ങൾ ആയി പറയാവുന്നത് യാതൊരു മടുപ്പും ഇല്ലാതെ സൂര്യാസ്തമയത്തെക്കുറിച്ചോ ഒരു ചിത്രപ്രദർശനത്തെക്കുറിച്ചോ, വിവരിച്ചിരിക്കുന്നതു മാത്രമാണ്. പക്ഷേ, ഡയറിയിലെ കൂടുതൽ ഭാഗവും ദൈനംദിന കാര്യങ്ങളെക്കുറിച്ചായിരുന്നു. ആശുപത്രിയിൽ പോയതും മകളുടെ ഉടുപ്പിൽ ചിത്രത്തുന്നൽ ചെയ്തതും ഒരു പക്ഷിയെ തിരിച്ചറിഞ്ഞതും മറ്റും. പങ്കജത്തെ ശാന്തിനികേതനിലയച്ചു പഠിപ്പിക്കുവാനുള്ള സുബ്ബലക്ഷ്മിയുടെ മോഹങ്ങൾ തകർക്കപ്പെട്ട ദിവസത്തെ സംഭവങ്ങളെക്കുറിച്ച് ചെകിടടപ്പിക്കുന്ന നിശ്ശബ്ദത മാത്രമേ ഡയറിയിൽ ഉള്ളൂ. ഈ സംഭവത്തെ കുറിച്ചറിയാവുന്നവർക്കു മാത്രമേ ഡയറിയിൽനിന്നും അതു തിരിച്ചറിയുവാൻ കഴിയൂ.

ഈ സംഭാവനകൾ, അല്ലെങ്കിൽ നിശ്ശബ്ദതകളും ചിലതു പറയുന്നുണ്ട്. അവരുടെ വ്യക്തിത്വത്തെ കുറിച്ചു മാത്രമല്ല, അവരെ വളർത്തിയ രീതിയെക്കുറിച്ചും വ്യക്തമാക്കുന്നു. സ്വാതന്ത്ര്യമില്ലാത്ത, തുറന്നു പറയാത്ത രീതികൾ. ഇതിനൊക്കെ പുറമെ, ഇത്തരം കാര്യങ്ങൾ എഴുതു

മ്പോൾ അനുഭവിച്ചിട്ടുള്ള കഠിനമായ വേദനയും ഇതിൽനിന്നും വ്യക്ത മാകുന്നു. സ്വന്തം ജീവിതത്തെ സൂക്ഷ്മവിശകലനത്തിനു വിധേയമാക്കുകയും സ്വന്തം സ്വത്വത്തോടു തന്നെ കുമ്പസരിക്കുകയും ചെയ്യേണ്ടി വരിക. സുബ്ബലക്ഷ്മി തീവ്രമായ വിധത്തിൽ ഒരു സ്വകാര്യ വ്യക്തിയായിരുന്നു. തമിഴുബ്രാഹ്മണസംസ്കാരം സ്ത്രീകളെ നിശ്ശബ്ദരാക്കുന്നതിൽ വിജയിക്കുകയും വ്യക്തിപരമായ ഊഷ്മളത നിഷേധിക്കുകയും ചെയ്യുന്നു. കൂടാതെ മറ്റൊരാളുടെ – അത് മുത്തച്ഛനോ അമ്മയോ ഭർത്താവോ സഹോദരനോ ആയിരിക്കാം– ദയാദാക്ഷിണ്യത്തിൽ തന്റെ ജീവിതം ജീവിക്കേണ്ടി വരുമ്പോൾ സ്വകാര്യതയും രഹസ്യാത്മകതയും ഒരു സായുധകവചമോ നിലനില്പിനായുള്ള തന്ത്രമോ ആയി മാറ്റിയിട്ടുണ്ടാകാം. ഇതിനുള്ള ബദൽ എന്നു പറയുന്നത് അവയുമായി ഒത്തുതീർപ്പാകുകയോ ഏതെങ്കിലും തരത്തിൽ മറികടക്കുകയോ ആണ്. എന്നാൽ ഈ ആഡംബരം ഒരിക്കലും സുബ്ബലക്ഷ്മിക്ക് അവകാശപ്പെട്ടിട്ടില്ല. ശാന്തിനികേതനിലേക്കു പോകുന്നത് പ്രതിഷേധം പ്രകടിപ്പിക്കുവാനോ സ്വന്തം ജീവിതം ജീവിക്കുവാനോ –നല്ലതിനായാലും അല്ലെങ്കിലും– ഉള്ള മാർഗ്ഗമായി സുബ്ബലക്ഷ്മി കണക്കുകൂട്ടിയിട്ടുണ്ടാകാം. ആ അമൂല്യമായ അവസരം നഷ്ടമായപ്പോൾ മുപ്പതു വയസ്സിലും തന്റെ കർത്തൃത്വവും സ്വത്വവും അംഗീകരിക്കപ്പെടാതെ വന്നപ്പോൾ ആശ്രിത എന്ന നിലയിൽ സാമൂഹ്യമായി അംഗീകരിക്കപ്പെട്ട പദവിയിലേക്കു സ്വയം വഴങ്ങിയിട്ടുണ്ടാകാം. സ്വന്തം ഡയറിയോടാണെങ്കിൽ പോലും മനസ്സു തുറക്കുന്നത് അതീവ വേദനാകരമായ അനുഭവം ആയിട്ടുണ്ടാകാം.

ഒരുവശത്ത് പ്രകൃതിയുടെ മാറുന്ന ഭാവങ്ങളെക്കുറിച്ച്, കാലാവസ്ഥ, പക്ഷിക്കൂട്ടങ്ങൾ, വിടർന്ന പുഷ്പങ്ങൾ തുടങ്ങിയവയെക്കുറിച്ച് ഒഴുക്കോടെയും മനോഹരമായും സുബ്ബലക്ഷ്മിയുടെ ഡയറി സംസാരിക്കുന്നു. ചിത്രങ്ങളെ അത് വിമർശനാത്മകമായി വിലയിരുത്തുന്നു. നക്ഷത്രങ്ങളുടെ സ്ഥാനത്തെയും ഹൈന്ദവക്ഷേത്രങ്ങളിലെ ശില്പങ്ങളുടെ സൗന്ദര്യാത്മകതയെക്കുറിച്ചും ഡയറി പറയുന്നു. എന്നാൽ മറ്റൊരുതരത്തിൽ വികാരവിക്ഷോഭങ്ങളെയും ഹൃദയവ്യഥകളെയും മറച്ചുവയ്ക്കാനുള്ള ഒരു ഉപാധിയാകുന്നു ഡയറി. മദിരാശിയിലെ ഊർജ്ജസ്വലമായ ജീവിതത്തെക്കുറിച്ചോ അവിടെ പരിചയപ്പെട്ട വ്യക്തികളെക്കുറിച്ചോ സ്വന്തം കുടുംബത്തിന്റെ പ്രതികരണത്തെക്കുറിച്ചോ ഡയറിയിൽ ഒന്നുമുണ്ടായിരുന്നില്ല. അവരുടെ ഏതെങ്കിലും സ്വപ്നം സഫലമാകാതെ പോകുമ്പോൾ ടാഗോറിന്റെ തീക്ഷ്ണമായ ഒരു കവിതാശകലം ഡയറിയിൽ ഉണ്ടാകും. 30–8–1924 ൽ ഇങ്ങനെ കാണുന്നു: "ഞാൻ മറക്കുന്നു, ഞാൻ എല്ലായ്പ്പോഴും മറക്കുന്നു. എനിക്ക് ചിറകുള്ള കുതിരയില്ലെന്ന്; ഞാൻ അധിവസിക്കുന്ന വീടിന്റെ വാതായനങ്ങളെല്ലാം അടച്ചിരിക്കുകയാണെന്ന്."

20–1–1925 ന് "ഞാനൊരു പ്രതിജ്ഞയെടുത്തു. ദൈവമേ, അത് പാലിക്കുവാൻ എന്നെ സഹായിക്കണേ!" മറ്റൊരു ഡയറിക്കുറിപ്പിങ്ങനെയാണ്: "എന്നാണെന്റെ ഹൃദയത്തിന് വിശ്രമിക്കാനാകുക. എവിടെയാണെന്റെ ഹൃദയത്തിന് സാന്ത്വനം ലഭിക്കുക?"

തന്റെ മോഹങ്ങളോ പരിപാടികളോ അന്വേഷണങ്ങളോ ഒന്നും
തന്നെ വെളിപ്പെടുത്താത്ത സുബ്ബലക്ഷ്മിയുടെ ഡയറി, വസ്തുതകളുടെ
സ്ഥാനത്ത് ചിഹ്നങ്ങൾ വരുന്ന "നിശ്ശബ്ദമാക്കപ്പെട്ട പാഠം" എന്ന് ജൂലിയ
സ്വിന്റൽ വിളിക്കുന്ന വിഭാഗത്തിലാണുൾപ്പെടുക[5]. "യഥാർത്ഥ ചരിത്ര
കാരന്മാർ" അല്ലാത്തവരുടെ ഉല്പന്നമെന്ന നിലയിലോ അപര്യാപ്തമായ
തെളിവുകൾ ആയോ "വ്യക്തിപരമായ ചരിത്രങ്ങളെ അവഗണിക്കുകയും
ആ നിശ്ശബ്ദതയെ നിലനിർത്തുകയും ചെയ്യുന്ന ചരിത്രത്തെ വിമർശി
ക്കുവാൻ നാം തുടങ്ങിയിരിക്കുന്നു" എന്ന് സ്വിന്റൽ ഓർമ്മപ്പെടുത്തുന്നു[6].
ഞാനിപ്പോൾ ഏറ്റെടുത്തിരിക്കുന്ന ദൗത്യം, അങ്ങനെ വിളിക്കാമെങ്കിൽ,
സുബ്ബലക്ഷ്മിയുടെ ഡയറിയുടെ മൗനത്തിനു പിന്നിലെ 'ചരിത്രം' അന്വേ
ഷിക്കുവാനുള്ള വിനയാന്വിതവും പണ്ഡിതേതരവും ആയ ഒരു ശ്രമം
ആണ്. സുബ്ബലക്ഷ്മിയുടെ സുഹൃത്തുക്കളായ ഗ്രേസിനോടും കമലാ
ചതോപാദ്ധ്യായയോടും സ്വകാര്യ സംഭാഷണങ്ങളിൽ ഒരുപക്ഷേ മനസ്സു
തുറന്നിട്ടുണ്ടാകും.

സുബ്ബലക്ഷ്മി ജീവിച്ചിരുന്നപ്പോൾ അവർ വ്യത്യസ്തങ്ങളുടെ ഭണ്ഡാ
ഗാരമായി മാത്രമല്ല, കുടുംബത്തിലെ മറ്റുള്ളവരിൽനിന്നും കൗതുകകര
മാംവിധം വേറിട്ടു നില്ക്കുന്നതായും എനിക്കു തോന്നിയിരുന്നു. ഒരിക്കലും
ഒരു സ്കൂളിനുള്ളിൽ കടന്നിട്ടില്ലാത്ത സുബ്ബലക്ഷ്മിക്ക് അസാധാരണ
മാംവിധം അറിവുണ്ടായിരുന്നു. അവരുടെ മുഖത്തെ കൃത്യമായ ശാന്ത
ഭാവത്തിനിടയിൽ എന്താണ് ഒളിഞ്ഞിരിക്കുന്നതെന്ന് ഞാൻ പലപ്പോഴും
അത്ഭുതപ്പെട്ടു. ഇപ്പോൾ, അനേകം വർഷങ്ങൾക്കുശേഷം എന്റെ പദ്ധതി
അവരുടെ ആഴത്തിലുള്ള ഏകാന്തതയിലേക്കു തുളച്ചു കയറി അസാ
ധാരണവും തീക്ഷ്ണവുമായ അവരുടെ സ്വാതന്ത്ര്യബുദ്ധിയെ തുറന്നു
കാണിക്കുക എന്നതാണ്. എങ്ങനെയവർ സ്വന്തമായ ഒരിടം സൃഷ്ടിച്ചെ
ടുത്തു എന്നും പുരുഷനിർമ്മിതമായ സാമ്പ്രദായിക ലോകത്തെയും
അക്കാലഘട്ടത്തിലെ "സ്ത്രൈണനിഗൂഢത"യെയും എനിക്കു തുറന്നു
കാണിക്കണം.

സുഹൃത്തുക്കളുടെയും ബന്ധുക്കളുടെയും വിരുദ്ധാഭിപ്രായങ്ങളെ
ഭയക്കാതെ സുബ്ബലക്ഷ്മിയുടെ കഥ സത്യസന്ധമായി പറയുക എന്ന
വെല്ലുവിളി ഏറ്റെടുക്കുന്നതിന് എനിക്കുണ്ടായിരുന്ന ഭീരുത്വവും ഇച്ഛാശ
ക്തിയില്ലായ്മയും ഞാൻ സമ്മതിക്കുന്നു. എനിക്കറിയാം ചിലരൊക്കെ
അസ്വസ്ഥരായേക്കുമെന്ന്. എന്റെ അപ്പൂപ്പന്റെയും അമ്മൂമ്മയുടെയും
വൈവാഹിക ജീവിതത്തെപ്പറ്റി വിധിന്യായങ്ങൾ ഞാൻ പുറപ്പെടുവിക്കു
കയാണെന്നും അതിലെ വില്ലനായി പി ആർ ജിയെ ചിത്രീകരിക്കുകയാ
ണെന്നും ചിലർ കരുതിയേക്കും. ഇപ്പോഴും ഞാൻ വളരെയേറെ സ്നേഹി
ക്കുന്ന പി ആർ ജി മറ്റ് ലക്ഷക്കണക്കിനു പുരുഷന്മാരെപ്പോലെ (അവ
രുടെ ഭാഗ്യത്തിന് അവരെ കുറിച്ചെഴുതപ്പെട്ടില്ലെന്നുമാത്രം.) അധികാരി
യായ ഒരു ഭർത്താവാകാനിടയായി! പി ആർ ജി കാരുണ്യവും മനുഷ്യ
ത്വവുമുള്ളയാളായിരുന്നു. സ്വയം പാലിക്കുന്നതിന് കർശനമായ പെരു
മാറ്റച്ചട്ടവും അദ്ദേഹത്തിനുണ്ടായിരുന്നു. പക്ഷേ, ലിംഗനീതി മാത്രം

അതിന്റെ ഭാഗമായിരുന്നില്ല. സ്ത്രീയെ എല്ലാ അതിർത്തികൾക്കും അപ്പുറത്തേക്ക് തള്ളിവീഴ്ത്തുന്ന മുറിഞ്ഞുപോയ, മുറിവേറ്റ, ഒരു വിവാഹബന്ധത്തിന്റെ കുറ്റം പങ്കുവയ്ക്കുന്ന കഥയല്ല ഇത്. ഇത് പുരുഷാധിപത്യം പോലെയുള്ള ചരിത്രഘടനകളെക്കുറിച്ചാണ്. മതപരമായ ഭീകരതയിലൂടെ ഭർത്താവിനും ഭാര്യക്കും വാർപ്പുമാതൃകകൾ നല്കുന്ന കൊളോണിയൽ ഭരണകാലത്തെ ഹൈന്ദവയാഥാസ്ഥിതികത്വത്തെക്കുറിച്ചാണ്, സദാചാര മാനദണ്ഡങ്ങളെയും പാരമ്പര്യത്തെയും വിദ്യാഭ്യാസത്തെയും കുറിച്ചാണ്. ഈ ഘടനയുടെ പ്രതീക്ഷകളുമായി പലരും പൊരുത്തപ്പെടുന്നു. കാരണം അതവർക്ക് പല പരിഗണനകളും നല്കുന്നു. അവർ അംഗീകരിക്കപ്പെടുന്നു. സുബ്ബലക്ഷ്മിയെപ്പോലെ ചിലർ മാത്രം ഒഴുക്കിനെതിരെ പൊരുതുന്നു, ഒടുവിൽ സാമൂഹ്യ വ്യവസ്ഥയുടെ ശക്തികൊണ്ട് ഞെരിഞ്ഞമരുന്നു. ചില വായനക്കാരെങ്കിലും അവരുടെ ചില സ്ത്രീബന്ധുക്കളിലും പരിചയക്കാരിലും സുബ്ബലക്ഷ്മിയുടെ പ്രതിഫലനം കണ്ടെന്നുവരാം.

കുറച്ചുനാളായി സുബ്ബലക്ഷ്മിയെക്കുറിച്ചുള്ള ഒരു സ്വപ്നം ഞാൻ ആവർത്തിച്ചു കാണുന്നു. സ്വപ്നത്തിൽ സുബ്ബലക്ഷ്മി കണ്ണടച്ചു കിടന്ന് എന്തോ പിറുപിറുക്കുമ്പോൾ മുറിക്കു പുറത്തു ഞാൻ നില്ക്കുകയാണ്. അകത്തു കടന്നുചെന്ന് അവരെ നേർക്കുനേർ കാണുന്നതിനുള്ള ധൈര്യം എനിക്കില്ല. ഉണരുമ്പോൾ ഞാൻ വല്ലാതെ അസ്വസ്ഥയാകും. പിന്നീട് ഒരുദിവസം ഞാൻ മനസ്സിലാക്കി ആ സ്വപ്നം ഇപ്പോൾ കാണാറില്ലെന്ന്. ആശ്വാസം തോന്നിയെങ്കിലും എന്തുകൊണ്ടാണതെന്ന് ഞാൻ അത്ഭുതപ്പെട്ടു. അപ്പോഴേക്കും ഞാനീ പുസ്തകം എഴുതിത്തുടങ്ങിയിരുന്നതിനാൽ ഉണർന്നിരിക്കുമ്പോൾ ഞാൻ സുബ്ബലക്ഷ്മിയെ കൈകാര്യം ചെയ്തു തുടങ്ങി. ഇതിന്റെ സന്ദേശം അവരുടെ കഥ ഞാൻ പറയണമെന്നാണെന്ന് ഞാൻ ഉറപ്പിച്ചു. എന്റെ എല്ലാ അനിശ്ചിതത്വങ്ങളും അവസാനിച്ചു.

ഇതു സംഭവിച്ചത് സുബ്ബലക്ഷ്മിയുടെ നിര്യാണത്തിനുശേഷം കാൽ നൂറ്റാണ്ടു കഴിഞ്ഞാണ്. അപ്പോൾ സുബ്ബലക്ഷ്മിക്ക് 108 വയസ്സു കഴിയുമായിരുന്നു. സുബ്ബലക്ഷ്മി തീരെ രോഗിയാകുന്നതിനു മുമ്പ് മദിരാശിയിൽ താമസിച്ച ആ 'സുവർണ്ണകാല'ത്തിന്റെ ചിലതെങ്കിലും വീണ്ടെടുക്കുവാനുള്ള കുറ്റബോധത്തോടെയും നൈരാശ്യത്തോടെയും ഉള്ള എന്റെ ശ്രമം സഹോദരങ്ങളുടെയും സുഹൃത്തുക്കളുടെയും സജീവമായ പിന്തുണയോടെയും പ്രോത്സാഹനത്തോടെയും ഞാൻ ആരംഭിച്ചു. തന്റെ മുരടിച്ച ജീവിതത്തിൽനിന്നും രക്ഷപ്പെടുന്നതിന്, ഗുരുദേവന്റെ ഭാഷയിൽ 'മരിച്ച ശീലങ്ങളുടെ വരണ്ട മരുഭൂമി'യിൽനിന്നും പുറത്തുകടക്കുന്നതിന് അവർ ശ്രമിച്ചെങ്കിലും എല്ലാ ഭാഗത്തുനിന്നും വാതിലുകൾ കൊട്ടി അടയ്ക്കപ്പെടുകയാണുണ്ടായത്. ആത്മാഭിമാനവും സാമൂഹ്യപദവിയും ലഭ്യമാക്കുന്ന വിധത്തിൽ സ്വൈരമായി വിഹരിക്കുവാൻ സ്വകാര്യ പൊതുമണ്ഡലങ്ങൾ സുബ്ബലക്ഷ്മിയുടെ ഭർത്താവിനുണ്ടായിരുന്നെങ്കിൽ അവർ ഏകദേശം അരനൂറ്റാണ്ടുകാലം ചെലവഴിച്ചത് ഒന്നോ രണ്ടോ മുറികളിൽ മാത്രമാണ്. ഇതിനു കാരണം അവരുടെ രോഗം ഭേദപ്പെടാത്തതായിരു

ന്നില്ല, ശരിയായ വിധത്തിൽ മരുന്നു നല്കാത്തതായിരുന്നു. പി ആർ ജിക്ക് പാശ്ചാത്യവൈദ്യചികിത്സയിൽ വിശ്വാസം ഉണ്ടായിരുന്നില്ല. സുബ്ബലക്ഷ്മിക്ക് അപസ്മാരം ആണെന്നാണ് പറഞ്ഞിരുന്നത്. സ്ത്രീകൾക്ക് ഈ അസുഖവുമായുള്ള ബന്ധം കാരണം വേണ്ട ചികിത്സ നല്കാത്തത് സുബ്ബലക്ഷ്മിയോട് ചെയ്ത ഏറ്റവും ഹീനമായ അനീതിയായിരുന്നു.

ഈ പുസ്തകത്തിൽ ചേർത്തിട്ടുള്ള ഉമാ ചക്രവർത്തിയുടെ വിദഗ്ദ്ധമായ ലേഖനത്തിൽ ഇങ്ങനെ പറയുന്നു: "വ്യക്തികളുടെ ജീവിതത്തെ സാമൂഹ്യലോകവുമായി ചേർത്തു നെയ്യുമ്പോൾ വ്യവസ്ഥയെയും കർത്തൃത്വത്തെയും തമ്മിൽ ചേർക്കുന്നു." സുബ്ബലക്ഷ്മിയെ സംബന്ധിച്ചിടത്തോളം അവരുടെ സാമൂഹ്യ ജീവിതം രാഷ്ട്രീയ സംഭവങ്ങളായ വെയിൽസ് രാജകുമാരനെ ബഹിഷ്കരിക്കൽ, 1920 കളിലെ നിസ്സഹകരണ പ്രസ്ഥാനം, ബ്രിട്ടീഷുകാരുടെ ആശീർവാദത്തോടെ പില്ക്കാലത്ത് ഭീകരമായ വർഗ്ഗീയലഹളയ്ക്കിടയാക്കിയ മലബാറിലെ ഹിന്ദു മുസ്ലീം കർഷകരുടെ സമരത്തോടുള്ള സഹതാപം എന്നിവയുമായി ബന്ധപ്പെട്ടിരിക്കുന്നു. സുബ്ബലക്ഷ്മിയുടെ ജീവിതം പുനർനിർമ്മിക്കുമ്പോൾ ഈ സംഭവങ്ങളുടെ വിശദാംശങ്ങൾ മനസ്സിലാക്കുന്നതിനായുള്ള അന്വേഷണത്തിലേക്ക് ഞാൻ സ്വയം ആകർഷിക്കപ്പെട്ടു. സുബ്ബലക്ഷ്മിയുടെ താല്പര്യങ്ങളെയും പ്രവർത്തനങ്ങളെയും കുറിച്ച് പൂർണ്ണമായി മനസ്സിലാക്കുന്നതിന് അത് അത്യാവശ്യമാണെന്ന് വായനക്കാർക്കും തോന്നാനിടയുണ്ടെന്ന് ഞാൻ കരുതി.

സുബ്ബലക്ഷ്മിയെ പാർശ്വവല്ക്കരിക്കപ്പെട്ട, പരാജിതയായ ഒരു പ്രതിഛായയിൽ കാണുകയും സമഗ്രതയില്ലാതെ, അപൂർണ്ണമായ കാഴ്ചപ്പാടിൽ വിലയിരുത്തുകയും ചെയ്യുന്നത് കടുത്ത അനീതിയായിരിക്കും. ഇത് തിരുത്തിക്കൊണ്ട് അവരർഹിക്കുന്ന അന്തസ്സും പ്രതാപവും ആ ജീവിതത്തിനു നല്കി പുനർനിർമ്മിക്കുക എന്നതാണീ പുസ്തകത്തിന്റെ ലക്ഷ്യം. സുബ്ബലക്ഷ്മി സ്വയം പറഞ്ഞതും എഴുതിയതുമായ കാര്യങ്ങൾ വളരെ കുറച്ചേ ലഭ്യമായിട്ടുള്ളൂ എന്നതിനാൽ താഴെ കൊടുത്തിരിക്കുന്നവ പരമാവധി പ്രയോജനപ്പെടുത്തുകയാണു ചെയ്തത്: രണ്ടര വർഷത്തെ അവരുടെ കുറച്ചു ഡയറിക്കുറിപ്പുകൾ, അമ്മയെക്കുറിച്ചുള്ള പങ്കജത്തിന്റെ ഓർമ്മകൾ, പങ്കജം അങ്ങോട്ടയച്ചതും സുബ്ബലക്ഷ്മി പങ്കജത്തിനയച്ചതുമായ രണ്ട് കത്തുകൾ, ഗ്രേസയച്ച കത്ത്, പുസ്തകങ്ങളുടെയും പ്രസിദ്ധീകരണങ്ങളുടെയും ശേഖരം, പത്രകട്ടിങ്ങുകൾ, തത്ത്വചിന്ത, പ്രകൃതി, പക്ഷികൾ, സ്ഥലങ്ങൾ തുടങ്ങി വിവിധ വിഷയങ്ങളെ കുറിച്ചുള്ള കുറിപ്പുകൾ, മദ്രാസ് സർവ്വകലാശാലലൈബ്രറി സ്ലിപ്പുകളിലെ അനേകം പുസ്തകങ്ങളുടെ പേരുകൾ, കൊച്ചുമക്കളായ രാമചന്ദ്രൻ, ലളിതാ സുകുമാരൻ, ശ്രീനിവാസൻ, സുന്ദരം, അനന്തിരവരായ ചെല്ലം കൈലാസം, ധർമ്മനീലകണ്ഠൻ, കെ ഭൂപാൽ എന്നിവരുടെ ഓർമ്മകൾ, മദിരാശി, ന്യൂഡൽഹി, കല്ക്കത്ത, ശാന്തിനികേതൻ എന്നിവിടങ്ങളിലെ ലൈബ്രറികളിൽ ഞാൻ നടത്തിയ സന്ദർശനങ്ങൾ. ശാന്തിനികേതനിലേക്കുള്ള എന്റെ യാത്ര സുബ്ബലക്ഷ്മിയുടെ ജീവിതകാലം മുഴുവനുമു

ണ്ടായിരുന്ന ആഗ്രഹ സഫലീകരണമെന്ന തരത്തിലുള്ള തീർത്ഥയാത്ര പോലെയായിരുന്നു.

സുബ്ബലക്ഷ്മിയുടെ ജീവിതകഥ യാഥാർത്ഥ്യമായതിന് ഉമാചക്ര വർത്തി, ഗീതഹരിഹരൻ എന്നിവരിൽനിന്നും കിട്ടിയ മാർഗ്ഗനിർദ്ദേശ ത്തിനും ഊഷ്മളമായ പ്രോത്സാഹനത്തിനും മറ്റു നിരവധിപേരുടെ പിന്തു ണയ്ക്കും നന്ദി. മുതിർന്ന സ്ത്രീവാദപണ്ഡിതയും സാമൂഹ്യപ്രവർത്ത കയുമായ വീണാ മജുംദാരുമായി ഈ പുസ്തകം ചർച്ച ചെയ്യാൻ കഴി ഞ്ഞില്ലെങ്കിലും എന്റെ ശ്രമത്തെക്കുറിച്ചറിഞ്ഞപ്പോൾ അവർക്കുണ്ടായ ആവേശം ആത്മവിശ്വാസം വർദ്ധിപ്പിക്കുവാൻ ഉതകുന്നതായിരുന്നു. സെന്റർ ഫോർ വിമൻസ് ഡെവലപ്മെന്റ് സ്റ്റഡീസിലെ പണ്ഡിതയും ജനാധിപത്യ മഹിളാ അസോസിയേഷൻ പ്രവർത്തകയുമായ ഇന്ദു അഗ്നി ഹോത്രിയുമായി തുടക്കത്തിൽ നടത്തിയ ചർച്ചയും എനിക്ക് ഏറെ പ്രയോജനം ചെയ്തു. സുബ്ബലക്ഷ്മിയുടെ കടലാസുകൾ എല്ലാവർക്കും ലഭ്യമാക്കേണ്ടതിന്റെ പ്രാധാന്യം ഞങ്ങളെ ബോദ്ധ്യപ്പെടുത്തിയ ആന ന്ദിയോട് ഞങ്ങളുടെ കുടുംബം കടപ്പെട്ടിരിക്കുന്നു. എഴുത്തുകാരിയും കവിയുമായ വസന്തസൂര്യ, അക്കാദമിക പണ്ഡിതകളായ മങ്ക, അരശു ഇവരെല്ലാം എന്റെ ദീർഘകാല സുഹൃത്തുക്കളാണ് - എന്നിവ രോടൊക്കെ തർജ്ജമയിലും വ്യാഖ്യാനത്തിലും എന്നെ സഹായിച്ചതിന് നന്ദി പറയുന്നു. പുസ്തകത്തിന്റെ അവസാനമിനുക്കുപണി സമയത്ത് രോഗവുമായി ഞാൻ മല്ലിടുമ്പോൾ എന്നെ സഹായിച്ച ഗീത കൃഷ്ണ നോട് ഞാൻ വളരെയേറെ കടപ്പെട്ടിരിക്കുന്നു.

ഇടയ്ക്കിടെ വഴുതിപ്പോകുന്ന സുബ്ബലക്ഷ്മിയെ പിടികൂടുന്നതിന് സ്വന്തമായ ഒരു മുറി (ഇപ്പോഴും അതിനായി ഞാൻ ആഗ്രഹിക്കുന്നു) യുടെ സാന്ത്വനവും സ്വസ്ഥതയും നല്കിയ എന്റെ അഞ്ചു പതിറ്റാണ്ടു കാലത്തെ കൂട്ടുകാരിയായ വാസന്തിദേവിയോടും എനിക്ക് നിസ്സീമമായ കടപ്പാടുണ്ട്. പുസ്തകത്തിനാവശ്യമായ ചില സാഹിത്യരചനകൾ ലഭ്യ മാക്കുന്നതിന് എന്റെ ദീർഘകാല സുഹൃത്ത് അഡ്വ. കെ ചന്ദ്രുവും ഭാര്യ ഭാരതിയും നല്കിയ പിന്തുണ എനിക്കൊരിക്കലും മറക്കാൻ കഴിയില്ല. പുസ്തകരചനയുടെ പുരോഗതിയെക്കുറിച്ച് ഉടനീളം താല്പര്യവും കരു തലും പ്രകടിപ്പിച്ചിട്ടുള്ള *ഫ്രണ്ട് ലൈനിലെ* മുതിർന്ന പത്രപ്രവർത്തക പാർവ്വതിമേനോനോടും ജനാധിപത്യ മഹിളാ അസോസിഷേയന്റെ വൃന്ദാ കാരാട്ടിനോടും എനിക്കു ഹൃദയംഗമമായ നന്ദിയുണ്ട്.

കഴിഞ്ഞ 32 വർഷത്തെ മഹിളാ അസോസിയേഷൻ പ്രവർത്തന ത്തിലൂടെ മനസ്സിലാക്കുവാൻ സാധിച്ചത് പെൺകുട്ടിക്കാലം മുതൽ പുരു ഷാധിപത്യത്തിനോടുള്ള എന്റെ സഹജമായ വിരോധവും സുബ്ബലക്ഷ്മി കടന്നുപോയ ഘട്ടങ്ങളോടുള്ള അമർഷവും അലംഘനീയമെന്ന് തോന്നുന്ന വ്യവസ്ഥക്കെതിരെയാണ് തിരിച്ചുവിടേണ്ടതെന്നും വെറും. വ്യക്തികൾക്കു നേരെയല്ലെന്നും ആണ്.

ജനാധിപത്യമഹിളാ അസോസിയേഷനുമായുള്ള എന്റെ ബന്ധ ത്തിൽനിന്നും എന്റെ ലോകവീക്ഷണം രൂപപ്പെടുത്തിയ കമ്യൂണിസ്റ്റ്

പാർട്ടി ഓഫ് ഇന്ത്യ (മാർക്സിസ്റ്റ്)യിൽനിന്നും എനിക്കെന്താണ് ലഭിച്ച തെന്നും ഈ പുസ്തകരചനയ്ക്ക് ഇവരിൽനിന്നും കിട്ടിയ അംഗീകാ രവും വാക്കുകളിൽ വിശദീകരിക്കുവാൻ കഴിയില്ല.

സുബ്ബലക്ഷ്മി, അവരുടെ അമ്മ കാമാക്ഷി, പി ആർ ജി എന്നിവരെ ക്കുറിച്ച് രസകരമായ ഉൾക്കാഴ്ചകൾ ലഭിക്കുന്നതിനായി തങ്ങളുടെ ഓർമ്മകൾ ചികയുന്നതിനായി എന്റെ സഹോദരങ്ങൾ ധാരാളം സമയവും ഊർജ്ജവും ചെലവഴിക്കുകയുണ്ടായി. ഞങ്ങളുടെ അപ്പൂപ്പനെയും അമ്മൂ മ്മയെയും കുറിച്ച് ഞാൻ പറഞ്ഞിട്ടുള്ള എല്ലാ കാര്യങ്ങളിലും അവർക്ക് യോജിപ്പുണ്ടായെന്നു വരില്ലെങ്കിലും ഇപ്പോഴെങ്കിലും സുബ്ബലക്ഷ്മിയുടെ ജീവിതത്തോട് നീതി പുലർത്താനായി എന്നതിലുള്ള സംതൃപ്തി ഞങ്ങ ളെല്ലാവരും പങ്കുവയ്ക്കുന്നുണ്ട്. അടിക്കുറുപ്പുകൾ കണ്ടെത്താനും അവ മെച്ചപ്പെടുത്താനും എന്റെ ഭർത്താവ് കരുണാകരൻ കാര്യമായി സഹാ യിച്ചു. വളർന്നുവരുന്ന ഒരു സ്ത്രീവാദപണ്ഡിതയായ എന്റെ മകൾ കല്പന എന്റെ ഈ ആദ്യസംരംഭത്തെക്കുറിച്ചു പറയുന്ന അഭിപ്രായ ങ്ങൾക്കായി അല്പം സംഭ്രമത്തോടെ ഞാൻ കാത്തിരിക്കുന്നു! ആഴ്ച കൾകൊണ്ട് പുസ്തകം പ്രസിദ്ധീകരിക്കുന്ന മരുമകൻ ബാലാജി മൂന്നു കൊല്ലത്തിലേറെയെടുത്ത ഈ പുസ്തകം വായിക്കുവാനുള്ള തയ്യാറെ ടുപ്പിലാണ്! എന്റെ കുടുംബത്തിൽനിന്നും കിട്ടിയ പിന്തുണയും പരിചര ണവും അമൂല്യമാണ്.

പക്ഷേ, എന്റെ സ്വാതന്ത്ര്യത്തെ ഹനിക്കാതെയുള്ള എഡിറ്റിങ് മൂലം ചുരുങ്ങിയ സമയത്തിനുള്ളിൽ പുസ്തകം പ്രസിദ്ധീകരിക്കപ്പെട്ടു. പുസ്തകരചനയിൽ ഉടനീളം എന്റെ ഉത്സാഹം നിലനിർത്തുവാൻ സഹാ യിച്ച മറ്റനേകം പേരോടുള്ള നന്ദി പൂർണ്ണമായി എനിക്കു പറയുവാൻ കഴിഞ്ഞിട്ടില്ല.

ഈ പുസ്തകം ഏതെങ്കിലും വിധത്തിൽ കുറേ സുബ്ബലക്ഷ്മിമാരെ കൂടി വെളിച്ചത്തിലേക്കു കൊണ്ടുവരുന്നതിന് ഏതെങ്കിലും വിധത്തിൽ പ്രേരണയായാൽ അതാണവർക്കുള്ള പ്രതിഫലം. എന്റെയും.

മൈഥിലി ശിവരാമൻ

1
കുടുംബം

തിരുവിതാംകൂർ: ജനനസ്ഥലം

ഇവിടെ പ്രകൃതിയുടെ സമൃദ്ധി പൂർണ്ണമായും വിനിയോഗിച്ചിരി ക്കുന്നു... കാടുകൾ, കായൽ, ജലാശയങ്ങൾ ഇത്രയും പ്രകൃതി രമണീയമായ ഭൂപ്രദേശം വേറെയില്ല.

കേരളത്തെക്കുറിച്ച് കഴ്സൺപ്രഭു

"തിരുവിതാംകൂറിൽ പെൺകുട്ടികൾക്കായി ഒരു കോളേജ് സ്ഥാപി ച്ചിട്ടുണ്ട്. എന്റെ മകൾ അവിടെയാണ് പഠിക്കുക." വായിച്ചുകൊണ്ടിരുന്ന പത്രം താഴെവച്ച് തൊട്ടിലിൽ കിടന്ന കുഞ്ഞിനെ വാരിയെടുത്തുകൊണ്ട് സുന്ദരംഅയ്യർ ഭാര്യ കാമാക്ഷിയോട് പ്രഖ്യാപിച്ചു. മുണ്ഡനം ചെയ്ത ശിരസ്സിൽ വൃത്തിയായി ചീകിക്കെട്ടിവച്ച കുടുമയുള്ള, ഏതാണ്ട് മുപ്പതുവയസ്സുള്ള യുവാവായിരുന്നു സുന്ദരം. നഗ്നമായ നെഞ്ചിൽ ചേർന്നു കിടന്ന പൂണൂൽ അദ്ദേഹത്തിന്റെ ഉയർന്ന ജാതി വ്യക്തമാക്കി. അദ്ദേഹം ബ്രാഹ്മണൻ ആണെന്നത് ജനനം മുതൽ മരണം വരെ ഒരുകൂട്ടം ആചാ രങ്ങൾ അനുഷ്ഠിക്കുവാൻ അദ്ദേഹത്തെ യോഗ്യനാക്കി. വെളുത്ത മുണ്ട് കൊണ്ട് കാലുകൾക്ക് സ്വാതന്ത്ര്യം കൊടുക്കത്തക്കവിധം അദ്ദേഹം തറ്റു ടുത്തിരുന്നു. അദ്ദേഹത്തിന്റെ സ്വരം ആത്മവിശ്വാസം സ്ഫുരിക്കുന്നതു മാത്രമല്ല, ഒരു വിജയിയുടേതുകൂടിയായിരുന്നു. ഒത്തശരീരമുള്ള കൗമാ രക്കാരിയായ കാമാക്ഷി നെറ്റിയിൽ കുങ്കുമം അണിഞ്ഞിരുന്നു. അവളുടെ എണ്ണപുരട്ടി മിനുക്കിയ നീണ്ട തലമുടി ഒരു കയർപോലെ പിന്നിൽ മെട ഞ്ഞിട്ടിരുന്നു, ഒരു നാരിഴപോലും വിട്ടുനിന്നിരുന്നില്ല. പരമ്പരാഗത ബ്രാഹ്മണ ശൈലിയിൽ ഒൻപത് മുഴം ഉള്ള കടുംനിറത്തിലുള്ള ചേല

യാണവൾ ഉടുത്തിരുന്നത്. ഭർത്താവിന്റെ വാക്കുകൾ അവളെ ആഹ്ലാദിപ്പിച്ചു. കാരണം പത്രംവായിക്കുവാൻ തക്കവിധം സാക്ഷരയായിരുന്നെങ്കിലും സ്കൂളിൽ പോകാൻ അവൾക്ക് കഴിഞ്ഞിരുന്നില്ല. വീട്ടിൽ ഇരുത്തിയാണവളെ അച്ഛൻ പഠിപ്പിച്ചത്. തമിഴിനുപുറമെ മറ്റ് രണ്ട് ദ്രാവിഡ ഭാഷകളായ തെലുങ്കും മലയാളവും കാമാക്ഷിക്കറിയാമായിരുന്നു.

തിരുവിതാംകൂറിലെ കൊട്ടാരനഗരിയിൽ ഉന്നത സമുദായക്കാരുടെ വാസസ്ഥലമായ കോട്ടയ്ക്കകത്തായിരുന്നിരിക്കണം ഈ ദമ്പതികൾ താമസിച്ചിരുന്നത്. വർഷം 1897. പത്മനാഭസ്വാമിക്ഷേത്രവും മഹാരാജാവിന്റെ കൊട്ടാരങ്ങളും കോട്ടയ്ക്കകത്താണ്.

സുബ്ബലക്ഷ്മി ജനിച്ചത് 1897 മാർച്ച് 4 നാണ്. അവളെ പഠിപ്പിക്കണമെന്ന അച്ഛന്റെ ഏറ്റവും വലിയ മോഹം ആണ് സുബ്ബലക്ഷ്മിയുടെ ഏകമകൾ പങ്കജത്തിന് ഉണ്ടായിരുന്ന ഏറ്റവും വ്യക്തമായ ഓർമ്മകളിൽ ഒന്ന്. ഈ കഥ അവളുടെ മുത്തശ്ശി കാമാക്ഷിയിൽനിന്നും പങ്കജം പലതവണ കേട്ടിരുന്നു. കാമാക്ഷി തന്റെ മരിച്ചുപോയ ഭർത്താവിന്റെ നടക്കാതെപോയ മോഹത്തെക്കുറിച്ച് ഇടറുന്ന ശബ്ദത്തിൽ കണ്ണുനീരോടെയാണ് സംസാരിച്ചിരുന്നത്. സുന്ദരം അയ്യർ തന്റെ മകളെ പഠിപ്പിക്കണമെന്ന് ആഗ്രഹിച്ച കോളേജിനെക്കുറിച്ച് തിരുവിതാംകൂർ സ്റ്റേറ്റ് മാന്വലിൽ ഇങ്ങനെ വിശദമാക്കിയിട്ടുണ്ട്. "പെൺകുട്ടികൾക്കായി തിരുവനന്തപുരത്ത് ഒരു സെക്കന്റ് ഗ്രേഡ് കോളേജ്". ഇന്ന് അത് അറിയപ്പെടുന്നത് മഹാറാണി കോളേജ് എന്നാണ്.

മദിരാശി പ്രസിഡൻസിയിലെ അന്നത്തെ തഞ്ചാവൂർ ജില്ലയിൽപ്പെട്ട കൊരുക്കായിയിൽ ജനിച്ച സുന്ദരം അയ്യർ തിരുവിതാംകൂർ മഹാരാജാവിന്റെ രാജസദസ്സിൽ സർവേയർ ആയി ജോലി അനുഷ്ഠിക്കുകയായിരുന്നു. സംസ്ഥാനത്തിന്റെ ഏറ്റവും തെക്കേ അറ്റത്തുള്ള തിരുവയ്യാറിലെ കാമാക്ഷിയുടെ തറവാട്ടിലാണ് മക്കളെല്ലാവരും ജനിച്ചത്. ഞങ്ങളുടെ വീട്ടിലെ ഊണുമുറിയിലെ ചുവരിൽ തൂക്കിയിരുന്ന വലിയ ഫ്രെയിം ചെയ്ത ഫോട്ടോയാണ് ഇന്നും ഈ കുടുംബത്തെക്കുറിച്ചുള്ള എന്റെ ഓർമ്മയിൽ ഏറ്റവും ശക്തമായി നില്ക്കുന്ന ദൃശ്യം. സുന്ദരം അയ്യരും അദ്ദേഹത്തിന്റെ ഏറ്റവും ഇളയ മകനും നിറഞ്ഞ ചിരിയോടെയാണ് ചിത്രത്തിൽ ഉള്ളത്. കാമാക്ഷി അല്പം ചമ്മലോടെ, ഗൗരവത്തിൽ അല്പം അമ്പരന്ന മട്ടിൽ രണ്ടു കുട്ടികൾക്കൊപ്പം ഇരിക്കുന്നുണ്ട്. ഭർത്താവിന്റെ ശാന്തമായ ഇരിപ്പും ഭാര്യയുടെ അമ്പരന്ന ഭാവവും തമ്മിലുള്ള വൈരുദ്ധ്യം, കാമാക്ഷിയുടെ സ്വകാര്യ–പൊതുജീവിതങ്ങൾ തമ്മിലുള്ള വിടവിന്റെ പ്രകടമായ തെളിവാണ്. ഈ വിടവ് സുന്ദരം അയ്യരുടെ ജീവിതത്തിൽ ഇല്ലെന്നും വ്യക്തം.

ബ്രിട്ടീഷുകാരുടെ സാംസ്കാരിക സ്വത്വം, പ്രത്യേകിച്ചും അവരുടെ വിദ്യാഭ്യാസ സമ്പ്രദായം തന്റെ ഭർത്താവിനെ എത്രമാത്രം ആകർഷിച്ചിരുന്നു എന്ന് എത്ര പറഞ്ഞാലും കാമാക്ഷിക്ക് മതിയാകുമായിരുന്നില്ല. തന്റെ കുടുംബത്തിന് ഏറ്റവും മെച്ചപ്പെട്ട ജീവിതസൗകര്യങ്ങൾ ലഭ്യമാ

ക്കണമെന്ന് സുന്ദരം അയ്യർ ആഗ്രഹിച്ചു. കൊളോണിയൽ ഇന്ത്യയിലെ മദ്ധ്യവർഗ്ഗത്തെ സംബന്ധിച്ചിടത്തോളം ഇതിനർത്ഥം ഇംഗ്ലീഷ് വിദ്യാഭ്യാസത്തിന്റെ പ്രയോജനം തങ്ങളുടെ മക്കൾക്കും ലഭിക്കണം എന്നതാണ്. മഹാരാജാവിന്റെ മക്കളെപ്പോലെ തന്റെ മക്കളും ഇംഗ്ലീഷ് ട്യൂട്ടർമാരെ ഇഷ്ടപ്പെടണം എന്ന് സുന്ദരം അയ്യർ ആഗ്രഹിച്ചു. ഇംഗ്ലണ്ടിൽനിന്നും ഇംഗ്ലീഷ് പുസ്തകങ്ങൾ വരുത്തുകയും വളരെ രസകരമായി കുട്ടിക്കഥകൾ അവർക്ക് വായിച്ചുകേൾപ്പിച്ചുകൊടുക്കുകയും ചെയ്തു. ബ്രിട്ടീഷ് റീജന്റിന്റെ (തിരുവിതാംകൂർ നാട്ടുരാജ്യത്തിലെ ബ്രിട്ടീഷ് പ്രതിനിധി) കുട്ടികൾ ഉപയോഗിക്കുന്നതു കണ്ട് അതുപോലെയൊരു പെരാമ്പുലേറ്റർ (കുഞ്ഞുങ്ങളെ തള്ളിക്കൊണ്ടു നടക്കാനുള്ള ചെറിയ വണ്ടി) ഇംഗ്ലണ്ടിൽനിന്നും അദ്ദേഹം വരുത്തുകപോലും ചെയ്തു.

പുതിയ കോളേജിൽ തന്റെ കുഞ്ഞുമകൾ പഠിക്കണമെന്ന സുന്ദരം അയ്യരുടെ ആഗ്രഹത്തെ കുറേക്കൂടി വിസ്തൃതമായ ഒരു സാന്ദർഭികഘടകം കൂടി സ്വാധീനിച്ചിട്ടുണ്ടാകാം. തിരുവിതാംകൂറിലെ മാതൃദായക്രമം സ്ത്രീവിദ്യാഭ്യാസത്തെ അനുകൂലിച്ചിരുന്നു – ഇത് സ്ത്രീകളുടെ പദവി ഉയർത്തുവാൻ കാര്യമായി സഹായിച്ചിട്ടുണ്ട്. പത്തൊമ്പതാം നൂറ്റാണ്ടിന്റെ ആദ്യത്തെ രണ്ട് പതിറ്റാണ്ടുകളിൽ ഭരണം നടത്തിയിരുന്നത് ഗൗരിലക്ഷ്മീഭായി, ഗൗരി പാർവ്വതിഭായി എന്നീ മഹാറാണിമാരാണ്. 1901 ൽ സ്ത്രീവിദ്യാഭ്യാസത്തിൽ തിരുവിതാംകൂർ ഒന്നാമതായിരുന്നു. ഇന്ത്യയിലെ ഏറ്റവും പുരോഗതി പ്രാപിച്ച പ്രവിശ്യകളേക്കാൾ മൂന്നിരട്ടി കൂടുതൽ ആയിരുന്നു തിരുവിതാംകൂറിലെ സാക്ഷരതാനിരക്ക്. ഉദാഹരണത്തിന് തിരുവിതാംകൂറിൽ ആയിരത്തിൽ 31 സ്ത്രീകൾ സാക്ഷരർ ആയിരുന്നു – ഗുജറാത്തിൽ ഇത് ആയിരത്തിൽ ഒന്നും ബോംബെയിൽ 11ഉം ആയിരുന്നു. ഈ നേട്ടത്തിന് കാരണം "ഏറെ ശ്രദ്ധ ആവശ്യമുള്ള സ്ത്രീസാക്ഷരതയ്ക്കു വേണ്ടി കുറച്ചെങ്കിലും ചെയ്യേണ്ടിയിരിക്കുന്നു, സാമൂഹ്യപരിഷ്കരണത്തിന് അടിസ്ഥാനപരമായ ആവശ്യം വിദ്യാഭ്യാസമാണ്" എന്ന് അവിടത്തെ ഭരണാധികാരികൾ വിശ്വസിച്ചിരുന്നതിനാലാണ്. *തിരുവിതാംകൂർ സ്റ്റേറ്റ് മാന്വൽ* സംതൃപ്തിയോടെ പറഞ്ഞതുപോലെ കുറേക്കാലം കഴിയുമ്പോൾ ഒരു സംസ്കാരത്തിന്റെ പുരോഗതി വിലയിരുത്തുന്നത് സ്ത്രീകളുടെ പദവി അടിസ്ഥാനമാക്കിയാണെങ്കിൽ "തിരുവിതാംകൂർ ആയിരിക്കും ഏറ്റവും മുന്നിൽ. പശ്ചിമഘട്ടത്തിനപ്പുറത്തുള്ള അവരുടെ സഹോദരിമാർക്ക് അനുവദിച്ചിരിക്കുന്നതിൽനിന്നും എത്രയോ കൂടുതൽ സ്വാതന്ത്ര്യം ആണ് മലയാളി സ്ത്രീകൾക്ക് അനുഭവിക്കുവാൻ കഴിയുന്നത്. സ്ത്രീകളിലൂടെ പാരമ്പര്യം നിലനിർത്തുക എന്ന (കേരളത്തിലെ) സമ്പ്രദായം, ഇന്ത്യയിലെ മറ്റു ഭാഗങ്ങളിലുള്ളവർക്ക് ലഭ്യമല്ലാത്ത ഒരു പ്രാധാന്യം ഇവിടെയുള്ളവർക്ക് നല്കിയിരിക്കുന്നു". സംസ്ഥാനത്ത് ചില ഉയർന്ന സമുദായക്കാർക്കും മറ്റു ചിലർക്കും ഒഴിച്ച്, മാതൃദായക്രമം നിലനില്ക്കുന്നത് രാജ്യത്തെ മറ്റു ഭാഗങ്ങളിൽ ഉള്ളവരെ അപേക്ഷിച്ച് ഉയർന്ന പദവി ഇവിടത്തെ

സ്ത്രീകൾക്ക് നിശ്ചയമായും നല്കിയിരിക്കുന്നു. എങ്കിലും തിരുവിതാംകൂറിന്റെ ഈ സ്ത്രീസൗഹാർദ്ദഘടകം സുബ്ബലക്ഷ്മിക്ക് പ്രയോജനം ചെയ്തില്ല; സുബ്ബലക്ഷ്മിക്ക് വേണ്ടി സർവ്വേശ്വരൻ തീരുമാനിച്ചത് മറ്റൊന്നായിരിക്കാം.

സുന്ദരം അയ്യർ അദ്ദേഹത്തിന്റെ മറ്റ് ബ്രാഹ്മണ പിൻഗാമികളെപ്പോലെ തന്നെ ബ്രിട്ടീഷ് വിദ്യാഭ്യാസത്തിന്റെയും കൊളോണിയൽ ഭരണത്തിന്റെയും പ്രയോക്താവ് ആയിരുന്നു. സുന്ദരം അയ്യർ ഒരു സർവ്വേയർ ആയാണ് ജോലിചെയ്തിരുന്നത്. 'ട്രാവൻകൂർ അഡ്മിനിസ്ട്രേഷൻ സർവ്വേ'യിൽ പരാമർശിക്കുന്ന ചുമതലകൾ ആയിരിക്കാം നിർവ്വഹിച്ചിട്ടുണ്ടാവുക. കാപ്പി, തേയിലത്തോട്ടങ്ങളുടെ സർവ്വേ, അതിർത്തി തിരിക്കൽ, മാപ്പിങ്, പ്ലോട്ട്തിരിക്കൽ, ഭൂമിശാസ്ത്രപരമായ പരിശോധനകൾ, താലൂക്ക് ഭൂപടങ്ങൾ തയ്യാറാക്കൽ തുടങ്ങി നിരവധി ജോലികൾ. ഇതിനുവേണ്ടി ധാരാളം യാത്രകൾ വേണ്ടിയിരുന്നു. ഉദാഹരണത്തിന് 1897–98 ലെ 'സംസ്ഥാനറിപ്പോർട്ട്' പ്രകാരം 24 താലൂക്കുകളിലെ 3,741 ചതുരശ്ര മൈലുകൾ സർവ്വേ ചെയ്യണമായിരുന്നു. ഇതൊരു മെനക്കെട്ട പണിയായിരുന്നു. "മരണവും രോഗവും ഫീൽഡ് എസ്റ്റാബ്ലിഷ്മെന്റിനെ കാര്യമായി ബാധിച്ചിരുന്നു. ഒരു മാസത്തിൽ ശരാശരി 15 പ്രവൃത്തിദിവസങ്ങളേ ഉണ്ടായിരുന്നുള്ളൂ. മുൻവർഷങ്ങളിൽ മലമ്പ്രദേശങ്ങളിൽ ദീർഘകാലം പണിയെടുത്തതിനെ തുടർന്നുണ്ടായ മലമ്പനിയാണീ അപകടകരമായ സ്ഥിതിക്ക് കാരണമെന്നാണ് ശ്രീ. ടോമിൾസൺ വിലയിരുത്തിയത്" – സ്റ്റേറ്റ് റിപ്പോർട്ടിൽ പറയുന്നു.

ഇത് സുന്ദരം അയ്യരുടെ പെട്ടെന്നുള്ള മരണത്തിന്റെ കാരണം സൂചിപ്പിക്കുന്നു. അന്ന് അദ്ദേഹത്തിന് 36 വയസ്സും കാമാക്ഷിക്ക് വെറും 29 വയസ്സുമായിരുന്നു പ്രായം. ഈ സമയത്ത് സുബ്ബലക്ഷ്മിക്ക് 5 വയസ്സായിട്ടുണ്ടാകാം. അപ്പോൾ കാമാക്ഷി നാലാമത്തെ കുട്ടിയെ ഗർഭംധരിച്ചിരിക്കുകയായിരുന്നു. സുബ്ബലക്ഷ്മിക്ക് രണ്ട് സഹോദരന്മാരാണപ്പോൾ ഉണ്ടായിരുന്നത്. മൂത്തയാൾ അനന്തകൃഷ്ണൻ, ഇളയമകൻ പത്മനാഭൻ.

ഇന്ത്യയിൽ ഒട്ടാകെയുള്ള 108 വൈഷ്ണവ ക്ഷേത്രങ്ങളിൽ ഒന്നായ പത്മനാഭസ്വാമിക്ഷേത്രം കാമാക്ഷിയെ ആഴത്തിൽ സ്വാധീനിച്ചിരുന്നു.

മാർത്താണ്ഡവർമ്മ മഹാരാജാവ് താൻ കീഴ്പ്പെടുത്തിയ പ്രദേശങ്ങൾ ശ്രീപത്മനാഭ സ്വാമിക്ക് തൃപ്പടി ദാനമായി നല്കി. ഈ ക്ഷേത്രം അത്ഭുതകരമായ ഒരു കാഴ്ച മാത്രമല്ല, അതിന് പ്രശാന്തമായ ഒരു ഗാംഭീര്യതയും കൂടിയുണ്ട്. *തിരുവിതാംകൂർ സ്റ്റേറ്റ് മാനുൽ* പത്മനാഭ സ്വാമിക്ഷേത്രത്തെ ഇങ്ങനെ വർണ്ണിക്കുന്നു:

> ഏഴുനിലകളിൽ ആറടി ഉയരമുള്ള ഗോപുരത്തിന്റെ ഓരോ നിലയുടെയും മദ്ധ്യഭാഗം ജന്നൽ പോലെ തുറന്നിരിക്കുന്നു. ഇവിടെ എല്ലാ സായാഹ്നങ്ങളിലും ദീപം തെളിയിക്കും, ഇതിന്റെ പ്രകാശം വളരെ ദൂരെനിന്നു തന്നെ ദൃശ്യമാണ്. ഓരോ കൽത്തൂണിലും വിളക്കുമായി നില്ക്കുന്ന നായർപെൺകുട്ടിയുടെ രൂപം കൊത്തി

വച്ചിട്ടുണ്ട്. സ്തൂപത്തിന് മുകളിൽ ഒറ്റക്കൊമ്പന്റെ രൂപം, അതിന്റെ വായിൽ ഒരു ചൈനീസ് കളിയിലേതുപോലെ ഒരു പന്ത് ഉരുളു ന്നു. സ്തൂപത്തിനിരുവശവും സുന്ദരമായ രണ്ടു വിളക്കുകൾ ഞാത്തിയിട്ടിരിക്കുന്നു. സ്തൂപങ്ങൾക്കിടയിൽ ലോഹനിർമ്മിത മായ വിളക്കുകളുടെ നിര... ശ്രീകോവിലിനു പുറത്തെ അനേകം എണ്ണവിളക്കുകൾ ഉൾപ്പെടെ ഈ ദീപങ്ങൾ എല്ലാം തെളിയു മ്പോൾ കാഴ്ചക്കാരനു മുന്നിലെ ദൃശ്യം അത്യത്ഭുതകരമാണ്.

ഈ ഭഗവാന്റെ പേരാണ് ദമ്പതിമാർ ഇളയമകന് നല്കിയത് – പത്മ നാഭൻ.

സുന്ദരം അയ്യരുടെ മരണത്തോടെ 'സുമംഗലി' എന്ന ബഹുമാന്യ പദവി കാമാക്ഷിക്ക് നഷ്ടമായി. പരമ്പരാഗത ഹിന്ദുകുടുംബത്തിൽ ഇതി ന്റെയർത്ഥം സ്ത്രീക്ക് സ്വത്തും സാമൂഹ്യപദവിയും നിഷേധിക്കുക എന്ന താണ്. ഭർത്താവിന്റെ മരണശേഷം പ്രസവിച്ച കുഞ്ഞിനെ കാമാക്ഷി ശ്രദ്ധിച്ചതേയില്ല. ആ കുഞ്ഞിന് ഒരു പേരിടാൻപോലും ആരും മെനക്കെ ട്ടില്ല. ഇതേക്കുറിച്ചുള്ള കഥ ഇങ്ങനെയാണ്. ഒരു സെൻസസ് ഉദ്യോഗ സ്ഥൻ വീട്ടിൽവന്ന് ഫോറം പൂരിപ്പിച്ചപ്പോൾ കുട്ടിക്ക് പേരില്ലെന്ന് മനസ്സി ലായി. "ഇവൾ സ്വർണ്ണം പോലെയാണല്ലോ. എന്തുകൊണ്ട് കനകം എന്ന് വിളിച്ചുകൂടാ" എന്നയാൾ ചോദിച്ചു. അങ്ങനെ ആ പേര് ഉറപ്പിച്ചു.

സുന്ദരം അയ്യരും ഒത്തുള്ള കാമാക്ഷിയുടെ പത്തുവർഷത്തെ സന്തോഷകരമായ ദാമ്പത്യജീവിതത്തിനാണ് അന്ത്യം ആയത്. ഇത് പേര ക്കുട്ടിയുടെ മകളായ ലളിതയോട് കാമാക്ഷി പറഞ്ഞിട്ടുണ്ട്. കാമാ ക്ഷിക്കും അവരുടെ നാലു മക്കൾക്കും ഒരു സ്വപ്നത്തിന്റെ അവസാന മായി സുന്ദരം അയ്യരുടെ മരണം. കാമാക്ഷിയുടെ അച്ഛൻ അവരെ തിരു വയ്യാറിലെ തറവാട്ടിലേക്ക് കൂട്ടിക്കൊണ്ടുപോയി.

കാമാക്ഷി

കാമാക്ഷിയുടെ തറവാട് തഞ്ചാവൂരിലെ തിരുവയ്യാറിലാണ്.

ഹരിതാഭമായ, ഫലഭൂയിഷ്ഠമായ, കാവേരി നദീതടത്തിലെ വിസ്തൃതമായ പ്രദേശം. പുഴ വടക്കുകിഴക്ക് ദിക്കിൽനിന്നും ജില്ല യിൽ പ്രവേശിച്ച് ജലസേചനത്തിനായുള്ള വിവിധ കൈവഴികൾ ആയി പിരിയുകയും ഒടുവിൽ സമുദ്രനിരപ്പിലെത്തുകയും ചെയ്യു ന്നു. പ്രധാനവിളകൾ നെല്ലും തെങ്ങുമാണ്. ബ്രാഹ്മണർ (ഭൂപ്രഭു ക്കളും പുരോഹിതന്മാരും) 8 ശതമാനം മാത്രമാണെങ്കിലും ഗ്രാമ ത്തിലെ ഭൂമിയുടെ മൂന്നിലൊന്നും ഇവരുടെ ഉടമസ്ഥതയിലാണ്.

കാമാക്ഷിയുടെ പിതാവ് നീലകണ്ഠയ്യർ ബ്രാഹ്മണ ജന്മിയാണ്. കാമാക്ഷി വിധവയായതോടെ അവളേയും കുടുംബത്തേയും അദ്ദേഹം തഞ്ചാവൂരിലേക്ക് കൊണ്ടുപോയി. തഞ്ചാവൂർ, ബ്രിട്ടീഷുകാരുടെ 'തഞ്ചാ

വൂർ' സംസ്ഥാനത്തെ ധാന്യപ്പുരയായാണ് അറിയപ്പെട്ടിരുന്നത്. പുണ്യ നദിയായി കരുതുന്ന കാവേരിയാണ് തഞ്ചാവൂരിനെ സമ്പന്നമാക്കിയത്. തഞ്ചാവൂർ ബ്രാഹ്മണ്യത്തിന്റെയും ജന്മിത്വത്തിന്റെയും കേന്ദ്രവുമാണ്. അൻപതുകളുടെ ആദ്യം ഗോഗ് തഞ്ചാവൂരിനെക്കുറിച്ച് വിശദമായി പ്രതി പാദിച്ചിട്ടുണ്ട്. കാമാക്ഷിയുടെ കാലത്ത്, 19-ാം നൂറ്റാണ്ടിനൊടുവിൽ, ബ്രാഹ്മണർ കൂടുതൽ ശക്തരായിരുന്നിരിക്കാം. തിരുവയ്യാർ പട്ടണം അഞ്ചുനദികളുടെ-കാവേരി, കൊല്ലേടം, കുടമുരുതി, വെണ്ണാർ, വെട്ടാർ- സംഗമസ്ഥാനമാണ്. ശ്രീരാമന്റെ ഭക്തനായ ത്യാഗരാജർ എന്ന കർണ്ണാടക ശാസ്ത്രീയസംഗീതജ്ഞന്റെ ജന്മനാടു കൂടിയാണ് തഞ്ചാ വൂർ. "തെങ്ങിൻതോപ്പുകളും വയലേലകളും നിറഞ്ഞ് പ്രകൃതിയുടെ ഐശ്വര്യസമൃദ്ധി കണക്കറ്റ് പ്രദർശിപ്പിച്ചിരിക്കുന്നു." തഞ്ചാവൂർ തമിഴ് സംസ്കൃത പാണ്ഡിത്യത്തിന്റെ കേന്ദ്രവും കൂടിയായിരുന്നു.

ബ്രാഹ്മണ ഭൂപ്രഭു എന്ന നീലകണ്ഠയ്യരുടെ അഭിവന്ദ്യമായ പദവി യുടെ അർത്ഥം - "കുടികിടപ്പുകാരായ കീഴ്ജാതിക്കാരും പണിക്കാരും അദ്ദേഹത്തിനു കീഴിൽ പണിയെടുത്തു. മതപണ്ഡിതർ എന്ന നിലയിൽ പുരുഷന്മാർ ശാരീരികാദ്ധ്വാനം ചെയ്യുന്ന പതിവില്ല. അവർ കൂടുതൽ സമയവും വീട്ടിനുള്ളിൽ മതപരമായ ആചാരങ്ങളിൽ മുഴുകുകയോ ബന്ധുമിത്രാദികളുമായി സമയം ചെലവിടുകയോ ചെയ്യും. സ്ത്രീകൾ വീട്ടിനുള്ളിൽ മാത്രമേ ജോലി ചെയ്യൂ. പാരമ്പര്യരീതിയനുസരിച്ച് അവർക്ക് സ്ഥാവരസ്വത്തുക്കൾ (കീഴ്ജാതിക്കാരിൽനിന്നും വിഭിന്നമായി) ഉണ്ടാ വില്ല. മാത്രമല്ല, കുടുംബവരുമാനത്തിലേക്ക് പണമായോ വസ്തുക്ക ളായോ സ്ത്രീകൾ ഒരു സംഭാവനയും ചെയ്യുന്നില്ല. ഇത് അച്ഛനമ്മമാരും മക്കളും തമ്മിലുള്ള ബന്ധത്തേയും കുട്ടികൾക്കു ലഭിക്കുന്ന ആദ്യകാല പരിശീലനത്തേയും വിവാഹബന്ധത്തേയും വിവാഹവേളയിലെ കൊടു ക്കൽ വാങ്ങലിനേയും സമൂഹത്തിലെ സ്ത്രീകളുടെ സ്ഥാനത്തെയും ആകെത്തന്നെ ബാധിക്കുന്നു. ഭൂമിയുടെ മേലുള്ള അവകാശം പിതൃദാ യക്രമത്തിലെ കൂട്ടുകുടുംബങ്ങൾക്ക് പൊതുവായാണ്. ഈ സംവിധാന ത്തിന് ശക്തമായ ഒരു മേൽനോട്ടരീതി ആവശ്യമാണ്.

ബ്രിട്ടീഷുകാർ ആവിഷ്കരിച്ച റയത്ത്വാരി സമ്പ്രദായം മദിരാശി പ്രസിഡൻസിയിൽ വ്യാപകമായിരുന്നില്ല. കാരണം അവിടെ "ഓരോ 'റയത്തും' ഒരേസമയം ഉടമയും കർഷകനും പണിക്കാരനുമാണ്." ഇത് വിപരീതഫലമാണുണ്ടാക്കിയതെന്ന് പറയപ്പെടുന്നു.

അതുകൊണ്ട് വിധവയാകുന്നതുവരെ കാമാക്ഷി ഏറ്റവും ഉന്നതപ ദവിയിലായിരുന്നെങ്കിൽ പിന്നീട് വിധവകളേയും മേൽജാതിക്കാരായ ഹിന്ദുവിധവകളേയുംപോലെ കാമാക്ഷിയും കടുത്ത നിയന്ത്രണങ്ങളും വിവേചനങ്ങളും അനുഭവിക്കേണ്ടി വന്നു. താരതമ്യപ്പെടുത്തിയാൽ ജാതി ശ്രേണിയിൽ ഏറ്റവും താഴെയുള്ള "അസ്പൃശ്യരായ" ഹരിജന സ്ത്രീകൾക്ക് ഇതിൽ കൂടുതൽ മനുഷ്യത്വപരമായ പരിഗണന ലഭിച്ചി രുന്നു.

കാമാക്ഷിയുടെ അമ്മ കല്യാണി നേരത്തെ മരിച്ചു. അവർ അയൽപക്കങ്ങളിൽ അറിയപ്പെട്ടിരുന്നത് "കഥ പറയുന്ന കല്യാണി അമ്മ" എന്നാണ്. കാരണം വൈകുന്നേരങ്ങളിൽ അവർ വീടിന്റെ പുറംതളത്തിലിരുന്ന് പുരാണകഥകൾ പറയുമ്പോൾ അയൽക്കാർ ചുറ്റിനും കൂടിയിരുന്നു. മക്കളും മരുമക്കളും കാമാക്ഷിയെയാണ് അനുപമമായ കഥാകാരിയായി കണക്കാക്കിയിരുന്നത്. ഞങ്ങൾ, പേരക്കുട്ടികളുടെ മക്കൾ പങ്കജത്തിൽ നിന്നും ഇതു മനസ്സിലാക്കിയത് മദ്രാസിൽ 40–കളുടെ ഒടുവിൽ പി ആർ ജിയും സുബ്ബലക്ഷ്മിയും കാമാക്ഷിയും ഞങ്ങളുടെ അയൽക്കാരായി വന്നപ്പോഴാണ്. ഹിന്ദു ഐതീഹ്യങ്ങളും നാടോടിക്കഥകളും പറയുന്ന അതേ ലാഘവത്തോടെ കാമാക്ഷി 'അറേബ്യൻ രാവുകളും' കൈകാര്യം ചെയ്തിരുന്നു. ഞങ്ങളുടെ ഏറ്റവും മനോഹരമായ ഓർമ്മകൾ ഞങ്ങൾക്ക് ആഹാരം തരുമ്പോൾ അവർ കഥ പറഞ്ഞുതരുന്നതിന്റെയാണ്. ഞങ്ങൾ ആരെങ്കിലും ആഹാരം കഴിക്കാതിരുന്നാൽ കഥ ഇടയ്ക്കുവെച്ചു നിർത്തുമെന്നവർ പേടിപ്പിക്കും. ഞങ്ങൾ ഞൊടിയിടയിൽ യാചകരായി മാറും. അവരുടെ കഥ പറയാനുള്ള കഴിവ് ഐതിഹാസികവും കഥകൾ ഐന്ദ്രജാലകവുമായിരുന്നു. ഞങ്ങൾ കഥ കേൾക്കുക മാത്രല്ല, ഓരോ കഥാപാത്രവും അഭിനയിക്കുന്നത് ഞങ്ങൾ കണ്ടു. അവരുടെ മൊട്ടയടിച്ച തല വിധവയുടെ നരച്ച തുണികൊണ്ട് മൂടിയിരുന്നു.

കാമാക്ഷി ഊണുമുറിയുടെ തറയിൽ വിരിച്ച കയറ്റുപായയിൽ, കിടക്കുന്നത് ഇപ്പോഴും എനിക്കു കാണാനാകുന്നുണ്ട്. ഒരു കാൽ മടക്കിവച്ചിട്ടുണ്ട്, മറ്റേകാൽ അതിനുമേൽ മടക്കിവച്ചിരിക്കുന്നു. ഒരു വിധവയ്ക്ക് യോജിച്ച വിനീതമായ രീതി. അന്നത്തെ ഏറ്റവും പ്രചാരമുള്ള തമിഴ്പത്രം *സ്വദേശ വിക്രമൻ* വായിക്കുകയാണവർ. അമ്മയും മകനും തമ്മിൽ നടന്നിരുന്ന ചൂടേറിയ രാഷ്ട്രീയ ചർച്ച പങ്കജം ഓർക്കുന്നുണ്ട്. കാമാക്ഷി ബ്രിട്ടീഷ് ഭരണത്തിനെതിരെ ഏറ്റവും അനുയോജ്യമായ വാദങ്ങൾ ഉന്നയിക്കുന്നത് പങ്കജം വിശദീകരിക്കും. എന്റെ മൂത്തസഹോദരൻ രാമചന്ദ്രൻ കാമാക്ഷിയുടെ അടുത്ത് ഓടിയെത്തി രാജാക്കന്മാരുടെ പേരും പ്രധാന യുദ്ധങ്ങളുടെ തീയതികളും ചോദിച്ചിരുന്നത് ഞങ്ങളുടെ കുടുംബത്തിലെ ഒരു സ്ഥിരം തമാശയാണ്. കാമാക്ഷി മുഴുവൻ സാമ്രാജ്യങ്ങളുടെ വിശദാംശങ്ങളും തുടർച്ചയായി പറഞ്ഞു കേൾപ്പിക്കും. അതേ ലാഘവത്തോടെ അവർ ഇന്ത്യൻ നാഷണൽ കോൺഗ്രസിന്റെ ചരിത്രവും പറഞ്ഞിരുന്നു. അവരുടെ ഓർമ്മശക്തി അമ്പരപ്പിക്കുന്നതാണ്. അവരുടെ പ്രിയപ്പെട്ട പുസ്തകം *നെപ്പോളിയന്റെ ജീവിതം* ആയിരുന്നു.

അക്കാലത്തെ ബ്രാഹ്മണപെൺകുട്ടികളെ പോലെ കാമാക്ഷിയും വളരെ ചെറുപ്പത്തിലെ വിവാഹിതയായി. വിവാഹസമ്മതത്തിന്റെ വയസ്സിനെക്കുറിച്ച് സാമൂഹ്യപരിഷ്കർത്താക്കളുടെ ഇടയിൽ അന്നു ചർച്ച നടന്നിരുന്ന കാലമായിരുന്നു. 1860 ലെ പീനൽ നിയമം പത്തു വയസ്സിൽ താഴെയുള്ള പെൺകുട്ടികൾ വിവാഹബന്ധത്തിലേർപ്പെടുന്നത് നിരോധിച്ചപ്പോൾ പാരമ്പര്യവാദികൾ അത് അനുകൂലിച്ചു, 'ഗർഭദാന' ചടങ്ങിന്റെ

പവിത്രതയ്ക്ക് അത് എതിരാണെന്നതായിരുന്നു കാരണം. ആർത്തവത്തിനു മുമ്പ് ഒരു പെൺകുട്ടിക്ക് ലൈംഗികബന്ധത്തിലേർപ്പെടാവുന്നതാണ്–പത്തു വയസ്സിനു മുമ്പ് ആർത്തവമുണ്ടാകുന്നത് അസ്വാഭാവികമാണെന്നാണ് കരുതുന്നത്. 1884 ൽ ബഹറംജി മലബാറി എഴുതിയ ലേഖനത്തിൽ, കാമാക്ഷിയുടെ വിവാഹത്തിന് ഏതാനും വർഷം മുമ്പാണത്, വിവാഹത്തിനുള്ള പ്രായം 10 ൽ നിന്നും 12 ആയി ഉയർത്തണമെന്ന് ആവശ്യപ്പെട്ടിരുന്നു. കൊളോണിയൽ സർക്കാർ ഏറ്റവും ലളിതമായ സാമൂഹ്യ പരിഷ്കരണത്തിനുപോലും ആർജ്ജവം കാണിക്കാനിടയില്ലെന്നു ഭയപ്പെട്ടതിനാൽ മലബാറി അവകാശപ്പെട്ടത്, താൻ ഒരു നിയമപരമായ നിരോധനം അല്ല ആവശ്യപ്പെടുന്നതെന്നും ഒരു സാമൂഹിക പ്രശ്നം ഉയർത്തുക മാത്രമാണെന്നുമാണ്. വിധവകളുടെയും അനാഥ കുട്ടികളുടെയും എണ്ണം പെരുകുന്നത് "ദാരിദ്ര്യത്തിന്റെയും ജനസംഖ്യാ പെരുപ്പത്തിന്റെയും ഗുരുതരമായ സാമ്പത്തിക പ്രശ്നം സൃഷ്ടിക്കും." അദ്ദേഹം ചൂണ്ടിക്കാട്ടി. പക്ഷേ, വേദശാസ്ത്രങ്ങളുടെ ആധികാരികത ഉറപ്പിക്കുവാനുള്ള പരിഷ്കരണത്തെ ചോദ്യം ചെയ്യുവാൻ പാരമ്പര്യസമൂഹത്തിന് ധൈര്യം ഉണ്ടായില്ല.

ബാലികാവധു

തഞ്ചാവൂരിലെ കുംഭകോണത്തിനടുത്തുള്ള ചെറിയ തുറമുഖ പട്ടണമായ കൊരുക്കായിയിൽ ഭർത്താവിന്റെ കുടുംബവുമൊത്തുള്ള ജീവിതം കാമാക്ഷിക്ക് ദുരിതപൂർണ്ണമായിരുന്നു. വളരെ ചെറിയ പ്രായത്തിൽ വിവാഹിതയായ കാമാക്ഷി വിധവയായ അമ്മായിയമ്മയുടേയും ബാലവിധവകളായ രണ്ട് നാത്തൂന്മാരുടെയും ക്രൂരതകൾക്കിരയായി. വിവാഹം നടന്ന "ശാന്തിമുഹൂർത്ത"ത്തിലെ രാത്രിയിൽ ഒരിക്കൽ മാത്രമാണ് കാമാക്ഷി അവളുടെ ഭർത്താവിനെ കാണുന്നത്. ഈ സ്വകാര്യ നിമിഷത്തിൽപോലും മൂന്നു ജോടി കണ്ണുകൾ മേൽക്കൂരയിലെ ഒരു ദ്വാരത്തിലൂടെ ഇവരെ വീക്ഷിക്കുന്നുണ്ടായിരുന്നു. ആ ആദ്യരാത്രിക്കുശേഷം ദമ്പതിമാരെ ഒരുമിച്ചുറങ്ങാൻ അനുവദിച്ചിരുന്നില്ല. അമ്മായിയമ്മയുടെ ചൊൽപ്പടിക്ക് നില്ക്കാൻ കാമാക്ഷി നിർബ്ബന്ധിക്കപ്പെട്ടു. നേരം പുലരുന്നതിനു മുൻപ് ആ പെൺകുട്ടിക്ക് പുഴയിൽപോയി കുളിക്കണമായിരുന്നു. നനഞ്ഞ വസ്ത്രങ്ങളുമായി അവൾ മടങ്ങിവരുമ്പോൾ വരാന്തയിൽ നിരന്നുകിടക്കുന്ന പുരുഷന്മാരുടെയിടയിൽ ആരായിരിക്കും തന്റെ ഭർത്താവെന്നവൾ ആലോചിക്കും. കാരണം, ഒരിക്കൽ മാത്രം കണ്ട ഭർത്താവിന്റെ മുഖം അവൾക്ക് ഓർമ്മയുണ്ടായിരുന്നില്ല. തിരുവിതാംകൂറിൽ ഭർത്താവിന് ജോലികിട്ടി കൊരുക്കായി വിടുന്നതുവരെ കാമാക്ഷിയുടെ വൈവാഹികജീവിതം ഇങ്ങനെ തന്നെയായിരുന്നു.

അമ്മായിയമ്മയും കാമാക്ഷിയും തമ്മിൽ സ്നേഹപൂർവ്വമായ ബന്ധം ആയിരുന്നില്ലെന്നു വ്യക്തം. പക്ഷേ, എപ്പോഴെങ്കിലും ബാല വിധവകളായ രണ്ട് നാത്തൂന്മാരുടെ ദയനീയാവസ്ഥയെ കാമാക്ഷി സഹതാ

പത്തോടെ കണ്ടിരുന്നുവോ? മേൽക്കൂരയിലെ ദ്വാരത്തിലൂടെ തന്റെ സ്വകാര്യജീവിതം ഒളിച്ചുനോക്കിയ അവരെ കൊച്ചുകുട്ടിയായ കാമാക്ഷി അന്നു വെറുത്തിട്ടുണ്ടാകാം. പക്ഷേ, ഇരുപത്തൊൻപതു വയസ്സിൽ വിധവയാകുകയും സ്വയം ഒരു ദുശ്ശകുനം ആയി കണക്കാക്കപ്പെടുകയും ചെയ്തപ്പോൾ വളരെ ചെറുപ്പത്തിലേ സന്തോഷവും പ്രതീക്ഷകളും ഇല്ലാതായ രണ്ട് പെൺകുട്ടികളോട് കാമാക്ഷിക്ക് അനുതാപം ഉണ്ടായോ? പിന്നീടുള്ള കാലങ്ങളിൽ ഈ മൂന്നുപേരോടും ഉണ്ടായിരുന്ന വിരോധം അവർക്കു കുറഞ്ഞോ? പേരമകളായ ലളിതയോട് കാമാക്ഷി പറഞ്ഞതു വച്ചു നോക്കിയാൽ ചെറുപ്രായത്തിൽ ഉണ്ടായ മുറിവ് ഉണങ്ങിയില്ല. വൈധവ്യം സ്വന്തം പാപത്തിന്റെ തന്നെ ഫലമാണെന്ന വിശ്വാസം കാരണം ഒരുപക്ഷേ, സഹതാപത്തിനോ അനുതാപത്തിനോ ഇടമുണ്ടായിരുന്നിരിക്കില്ല. ഏതായാലും രണ്ടു നാത്തൂന്മാർക്കും കാമാക്ഷിയും മക്കളുമായി എപ്പോഴും ബന്ധമുണ്ടായിരുന്നു. കാമാക്ഷിയുടെ പേരക്കുട്ടിയുടെ പ്രസവസമയത്ത് അവരുടെ സഹായവും ഉണ്ടായി.

ഇത്തരം സ്വകാര്യ ഇടം നിഷേധിക്കപ്പെട്ട അന്തരീക്ഷത്തിൽനിന്നുമാണ് സുന്ദരം അയ്യർക്ക് ജോലി ലഭിച്ച് തിരുവനന്തപുരത്തെ തികച്ചും വ്യത്യസ്തമായ ജീവിതത്തിലേക്ക് കാമാക്ഷി രക്ഷപ്പെട്ടത്. സ്വതന്ത്രമായി ശ്വസിക്കുവാനും ഭർത്താവുമായി ആരോഗ്യകരമായ ബന്ധം പുലർത്തുവാനും അവൾക്കു കഴിഞ്ഞു. പിന്നീട് കാമാക്ഷി തന്റെ പേരക്കുട്ടികളോട് അഭിമാനത്തോടെ പറഞ്ഞിരുന്നു, തനിക്കു വായിക്കുവാനും പഠിക്കുവാനും സഹായകമായ വിധത്തിൽ മൂന്നു രൂപ ശമ്പളത്തിൽ സുന്ദരം അയ്യർ ഒരു നമ്പൂതിരിയെ പാചകക്കാരനായി വച്ചിരുന്നുവെന്ന്. എന്നാൽ ഈ സമാധാനപൂർണ്ണമായ വൈവാഹിക ജീവിതം ഏറെക്കാലം നീണ്ടുനിന്നില്ല. പത്തുവർഷം കഴിഞ്ഞപ്പോൾ സുന്ദരം അയ്യർ മരിച്ചു.

ഒരു വിധവയുടെ ജീവിതം

> ക്ഷുരകൻ അവളുടെ തലയിൽനിന്നും എല്ലാ അളകങ്ങളും മുടിയും വടിച്ചു കളഞ്ഞു, നിങ്ങളുടെ കണ്ണുകളെ തണുപ്പിക്കുവാൻ വേണ്ടി മാത്രം. അവളുടെ എല്ലാ സൗന്ദര്യവും അപ്രത്യക്ഷമാകുന്നു..... അവൾ മൂലയിൽ ഒളിപ്പിക്കപ്പെട്ട ഒരു വിധവ. വേദശാസ്ത്രങ്ങളുടെ രചയിതാക്കൾ അവരുടെ അപരിഷ്കൃതമായ തുറിച്ചുനോട്ടം സ്ത്രീകൾക്കു വേണ്ടി മാത്രമായി വച്ചിരിക്കുകയാണോ? താരാബായി ഷിന്റെ

> ഞാൻ വിശ്വസിക്കുന്നത് യഥാർത്ഥ ഹിന്ദു വിധവ ഒരു നിധിയാണെന്നാണ്. ഹിന്ദുമതം നല്കിയ സമ്മാനങ്ങളിൽ ഒന്നാണവൾ..... ഹിന്ദുവിധവയേക്കാൾ ശ്രേഷ്ഠമായതൊന്നും ദൈവം സൃഷ്ടിച്ചില്ല. ഗാന്ധി

കാമാക്ഷിയുടെ വിധവയെന്ന നിലയിലെ ജീവിതം കഠിനമായിരുന്നു. അച്ഛന്റെ ഒപ്പമായിരുന്നു ജീവിച്ചിരുന്നതെങ്കിലും അച്ഛനുമായി അടുത്ത ബന്ധമായിരുന്നെങ്കിലും ജീവിതം സംഘർഷഭരിതമായിരുന്നു. "ശരിയായ സമയത്ത്" മക്കളെ വിവാഹം കഴിപ്പിക്കുന്നതിനും അവരുടെ മക്കളെ സഹായിക്കുന്നതിനും ഉള്ള കാമാക്ഷിയുടെ ശ്രമങ്ങൾക്കൊപ്പം അച്ഛൻ ഉറച്ചുനിന്നിരുന്നു. അക്കാലത്തെ മേൽജാതിക്കാരായ ബ്രാഹ്മണ വിധവകളെപ്പോലെ കാമാക്ഷിയും തലമുണ്ഡനം ചെയ്തിരുന്നു. വർഷങ്ങൾക്കുശേഷം, എല്ലാമാസവും ക്ഷുരകൻ കാമാക്ഷിയുടെ തലമുണ്ഡനം ചെയ്യാൻ വരുന്നതോർത്ത് പേരമകൾ പങ്കജം 'പാവം പാട്ടി' എന്നു സങ്കടത്തോടെ പറഞ്ഞിരുന്നു. ഒരു വിധവയാകുകയും അതോടെ വസ്ത്രധാരണത്തിലും ആഹാരരീതിയിലും പെരുമാറ്റത്തിലും പൂർണ്ണമായി മാറ്റം വരുത്തുകയും ചെയ്യുമ്പോൾ എന്താണ് തോന്നിയിരുന്നത്? മഹാരാഷ്ട്രയിലേയും ബംഗാളിലേയും ബ്രാഹ്മണസ്ത്രീകളുടെ വൈധവ്യത്തിന്റെ രൂക്ഷതയെ കുറിച്ച് ധാരാളമായി എഴുതിയിട്ടുണ്ടെങ്കിലും തമിഴ്നാട്ടിൽനിന്നും ഏറെ വിവരങ്ങൾ ലഭിച്ചിട്ടില്ല. 1880 കളിൽ താരാബായി ഷിന്റെയും പണ്ഡിത രമാബായിയും, ഇരുവരും മഹാരാഷ്ട്രക്കാർ, മേൽജാതിക്കാരായ ഹിന്ദു വിധവകൾക്കുവേണ്ടി ശാസ്ത്രങ്ങളിൽ പറയുന്ന 'നിയമങ്ങൾക്കും' നിബന്ധനകൾക്കുമെതിരെ എഴുതിയിട്ടുണ്ട്. ഷിന്റെയുടെ *സ്ത്രീപുരുഷ തുല്യത* എന്ന ഫെമിനിസ്റ്റ് ക്ലാസിക് ഗ്രന്ഥം രചിച്ചിരിക്കുന്നത് കടുത്തരോഷത്തിലും രൂക്ഷമായ ആക്ഷേപഹാസ്യത്തിലുമാണ്.

> ഭർത്താവു മരിക്കുന്നതോടെ അവൾ നല്കുന്നത് പട്ടിപോലും പിന്നെ കഴിക്കുന്നില്ല. നിങ്ങളുടെ കണ്ണുകളെ തണുപ്പിക്കുന്നതിന് ക്ഷുരകൻ അവളുടെ അളകങ്ങളും തലമുടിയും പൂർണ്ണമായി വടിച്ചുകളയുന്നു. അവളുടെ ആഭരണങ്ങൾ അഴിച്ചുമാറ്റുന്നു. അവളുടെ സൗന്ദര്യം അപ്രത്യക്ഷമാകുന്നു... അവൾ ഒരു മൂലയ്ക്കു വച്ച വിധവകുടം ആയി മാറുന്നു.

ഇതു തന്നെയായിരുന്നു കാമാക്ഷിയുടെയും വിധി. പക്ഷേ, താരാബായിയെപോലെ പ്രകോപനപരമായി പ്രതികരിക്കുവാനുള്ള സാദ്ധ്യത അവർക്കില്ലായിരുന്നു.

> ഭർത്താവുപോകുന്നതോടെ എല്ലാം ഉപേക്ഷിച്ച് "ഹരി ഹരി ദൈവമേ" എന്ന് ജപിച്ചുകൊണ്ടിരിക്കണമെങ്കിൽ എന്തുകൊണ്ട് പുരുഷനും അതു ചെയ്യുന്നില്ല? ശാസ്ത്രഗ്രന്ഥങ്ങളുടെ പരിഷ്കൃതമായ തുറിച്ചുനോട്ടം സ്ത്രീകൾക്കുനേരെ മാത്രമാണോ? താരാബായി ഷിന്റെ.

എന്നാൽ കാമാക്ഷി ശീലിച്ചത് തന്റെ നശിച്ച ജീവിതത്തിന്റെ കാരണം തന്റെ തന്നെ ജാതകദോഷമായി കണക്കാക്കാനായിരുന്നു.

രമാബായിയുടെ *മേൽജാതിക്കാരായ ഹിന്ദുസ്ത്രീകൾ* എന്ന ഗ്രന്ഥവും വിധവകളുടെ അവസ്ഥയെ കുറിച്ചുള്ള കുറ്റപത്രമാണ്.

> ഇന്ത്യയാകെ തന്നെ വൈധവ്യത്തെ കണക്കാക്കുന്നത് കഴിഞ്ഞ ജന്മം ഒരു സ്ത്രീ ചെയ്ത കുറ്റത്തിനോ കുറ്റങ്ങൾക്കോ ഉള്ള ശിക്ഷയായിട്ടാണ്... ഈ ജന്മത്തിൽ വൈധവ്യം എന്ന ശിക്ഷ ലഭിക്കുന്നവർ കഴിഞ്ഞ ജന്മം അനുസരണക്കേടോ വിശ്വാസവഞ്ചനയോ ഭർത്താവിനോട് പുലർത്തിയിട്ടുണ്ടാകാം – ഒരുദിവസം ഒരു നേരത്തിൽ കൂടുതൽ ഭക്ഷണം കഴിക്കാൻ അനുവദിക്കാതിരിക്കുന്നതും വിശേഷദിവസങ്ങളിൽ ഭക്ഷണം തീരെ ഉപേക്ഷിക്കുവാൻ നിർബ്ബന്ധിക്കുന്നതും അവളുടെ യൗവനത്തേയും മോഹങ്ങളേയും ഇല്ലായ്മ ചെയ്യുവാനുള്ള അച്ചടക്കരീതികളുടെ ഭാഗമാണ്.

19–ാം നൂറ്റാണ്ടിനൊടുവിൽ രമാബായി ചൂണ്ടിക്കാട്ടുന്ന ഹിന്ദുവിധവകളുടെ ജീവിതമായിരുന്നോ കാമാക്ഷിക്കും ഉണ്ടായിരുന്നത്? "പാവപ്പെട്ട, നിസ്സഹായയായ, മേൽജാതിക്കാരിയായ ഹിന്ദു വിധവയ്ക്ക് തന്റെ ദുരിതങ്ങൾ ഒറ്റയടിക്കു തീർക്കാനുള്ള സതി അവകാശം എടുത്തു മാറ്റിയതോടെ കഴിഞ്ഞ എത്രയോ കാലങ്ങളിലായി എന്ന പോലെ ആരോരും സഹായിക്കാനില്ലാതെ ജീവിക്കുന്നു. (രമാബായി)"

എങ്കിലും പലതരത്തിലും കാമാക്ഷിയുടെ ജീവിതം അത്രയേറെ കഠോരമായിരുന്നില്ല. ഭർതൃവീട്ടുകാരുടെ ഒപ്പമുള്ള അടിമത്തജീവിതത്തിൽ നിന്നും അകലെ സ്വന്തം അച്ഛന്റെ സൗകര്യപ്രദമായ വീട്ടിൽ കഴിയാൻ കാമാക്ഷിക്കു കഴിഞ്ഞു. ഒരുപക്ഷെ പത്തുവർഷത്തെ സന്തോഷകരമായ വൈവാഹിക ജീവിതത്തെക്കുറിച്ചുള്ള ഓർമ്മകൾ പിന്നീട് അടിച്ചേല്പിക്കപ്പെട്ട വിരസമായ ജീവിതം സഹിക്കുവാൻ അവളെ സഹായിച്ചിട്ടുണ്ടാകാം. പിന്നീട് മദ്രാസ് പോലെയുള്ള നഗരങ്ങളിൽ ജീവിച്ച ബ്രാഹ്മണവിധവകളുടെ അനേകം തലമുറകൾ ഭയപ്പെടുത്തുന്ന ക്ഷുരകന്മാരുടെ അനുഷ്ഠാനകർമ്മത്തിൽനിന്നും രക്ഷപ്പെട്ടിട്ടുണ്ട്.

സുബ്ബലക്ഷ്മിയുടെ പ്രായമുള്ള ഗോമതി എന്ന തമിഴ്ബ്രാഹ്മണവിധവയെക്കുറിച്ചിങ്ങനെ പറയുന്നു,

> ജീവിതം തനിക്കായി കരുതിവെച്ചിരുന്നതെല്ലാം ഗോമതി പൂർണ്ണമായി അംഗീകരിക്കുകയും കഴിയുന്നത്ര വിരക്തിയോടെ ജീവിക്കുകയും ചെയ്തു. ഒരു കാര്യത്തിൽ മാത്രമായിരുന്നു എതിർപ്പ്; ഒരു വിധവയായി ജീവിച്ചകാലം മുഴുവനും അവൾ തലമുണ്ഡനം ചെയ്യുവാൻ വിസമ്മതിച്ചു. ആദ്യവും അവസാനവുമായി സ്വന്തം തീരുമാനത്തിൽ ഉറച്ചുനില്ക്കുവാൻ സഹായിച്ച ആ ഒരു നിമിഷത്തിനുവേണ്ട ധൈര്യം എവിടെ നിന്നു ലഭിച്ചുവെന്നവൾക്കു തന്നെ അറിയില്ലായിരുന്നു.

ഭാഗ്യവശാൽ പല ബാലവിധവകൾക്കും നേരിടേണ്ടി വന്ന അപരിഷ്കൃതമായ ക്രൂരതകൾ കാമാക്ഷിക്കുണ്ടായില്ല. ലേഡിവില്ലിങ്ടൺ സ്കൂൾ അദ്ധ്യാപികയായ മോണിക്ക ഫെൽട്ടൺ, *സിസ്റ്റർ സുബ്ബലക്ഷ്മിയുടെ ജീവിതകഥ*യിൽ 26–ാം നൂറ്റാണ്ടിന്റെ ആദ്യപാദത്തിൽ സുമംഗലികളായ ഒരുകൂട്ടം പെൺകുട്ടികൾ ഒരു ശിശു-വിധവയെ കളിയാക്കുന്നതിന്റെ ഭയാനകമായ സംഭവം വിവരിക്കുന്നുണ്ട്.

> പെൺകുട്ടികൾ തങ്ങളുടെ താലി ഉയർത്തിപ്പിടിച്ച് ബാലവിധവയെ നോക്കി "വിധവ! വിധവ! നിനക്ക് താലിയില്ല!" എന്നു പറഞ്ഞു വിളിച്ചു കൂവുമ്പോൾ ആ കൊച്ചുപെൺകുട്ടി നഗ്നമായ കാലുമായി നിന്ന് ഉറക്കെ വാവിട്ടു നിലവിളിക്കുന്നു. ആ കുട്ടി മനുഷ്യവൃത്തത്തിൽനിന്നും ഒരുവിധം രക്ഷപ്പെട്ട് സ്വന്തം വീട്ടിലേക്ക് കരഞ്ഞുകൊണ്ട് ഓടിച്ചെല്ലുമ്പോൾ അവളുടെ അമ്മ സ്വന്തം കഴുത്തിലെ താലി ഊരി അവളുടെ കഴുത്തിൽ കെട്ടിക്കൊടുക്കുന്നത് കണ്ടതായി സിസ്റ്റർ സുബ്ബലക്ഷ്മി പറയുന്നു. വിജയിച്ച ഭാവത്തിൽ വീണ്ടും പുറത്തേക്കുവന്ന പെൺകുട്ടിയോട് അത് ധരിക്കാൻ നിനക്ക് അവകാശമില്ലെന്ന് ആക്രോശിച്ചുകൊണ്ട് താലി വലിച്ചു പൊട്ടിക്കാൻ ശ്രമിച്ചുവത്രെ!

ഇത്ര ചെറിയ കുട്ടികൾപോലും ഒരു വിധവയുടെ താഴ്ന്നപദവി എത്ര മാത്രം ആന്തരികവല്ക്കരിച്ചിരുന്നു! ഇതുമായി താരതമ്യം ചെയ്യുമ്പോൾ മാത്രമാണ് ഇവരുടെ 'സുമംഗലീ'പദവി ഇവർക്ക് ആത്മാഭിമാനവും സാമൂഹ്യാംഗീകാരവും നല്കുന്നത്.

ഭർത്താവ് മരിച്ചതിനുശേഷം കാമാക്ഷിക്ക് ജീവിതത്തിൽ ഒന്നിനു പിറകേ ഒന്നായി നിരവധി പ്രശ്നങ്ങൾ ഏല്ക്കേണ്ടി വന്നു. അവളുടെ രണ്ടാമത്തെ മകനായ പത്മനാഭൻ മദ്രാസിൽ പഠിക്കുകയായിരുന്നു. അവൻ ബ്രാഹ്മണചിഹ്നമായ കുടുമ മുറിക്കുകയും പുകവലിക്കാൻ തുടങ്ങുകയും ചെയ്തു. (മൂത്ത സഹോദരന്റെ റിപ്പോർട്ടു പ്രകാരം) ഏറെ ത്താമസിയാതെ ഒരു രോഗത്താൽ പത്മനാഭൻ മരിച്ചു. ഒരു പതിറ്റാണ്ടിനുശേഷം കാമാക്ഷിയുടെ ജീവിതത്തിൽ മറ്റൊരു മരണം കൂടി സംഭവിച്ചു. അത് കുടുംബത്തിൽ അവളുടെ പദവി വീണ്ടും താഴാൻ ഇടയായി. അവർക്ക് പെൺമക്കളെ പൂർണ്ണമായി ആശ്രയിക്കേണ്ടി വന്നു. ഒരു സ്ത്രീയുടെ ഏറ്റവും അപമാനകരമായ അവസ്ഥയാണിതെന്നാണ് കരുതപ്പെട്ടിരുന്നത്. രണ്ടു കൊച്ചുപെൺമക്കളെ അനാഥരാക്കികൊണ്ട് കാമാക്ഷിയുടെ മൂത്തമകനും 35–ാം വയസ്സിൽ മരിച്ചു. എന്നാൽ കാമാക്ഷിക്ക് സ്വന്തമായി ഒരു ചെറിയ വരുമാനം ഉണ്ടായിരുന്നു. മദ്രാസിൽ സുബ്ബലക്ഷ്മിക്കും ഭർത്താവിനുംവേണ്ടി ഒരു ചെറിയ വീട് വീട് പണിയാൻ ഈ വരുമാനമാണ് സഹായിച്ചത്. ബാല്യം മുതൽ ദീനക്കാരിയായ സുബ്ബലക്ഷ്മിക്കു തുണയായി കാമാക്ഷി അവരുടെയൊപ്പം ആ വീട്ടിൽ കഴിഞ്ഞു. രണ്ടാമത്തെ മകൾ കനകത്തിനൊപ്പവും കാമാക്ഷി സമയം ചെലവിട്ടു.

കാമാക്ഷിയും സുബ്ബലക്ഷ്മിയും തമ്മിൽ ഗാഢബന്ധം പുലർത്തിയിരുന്നു. സുബ്ബലക്ഷ്മിയുടെ അനാരോഗ്യം കണക്കിലെടുത്ത് കാമാക്ഷി അമിതശ്രദ്ധയാണ് മകൾക്ക് നല്കിയിരുന്നത്. കൗമാരപ്രായത്തിൽ ഒരിക്കൽ അപസ്മാരം ഉണ്ടായതിനുശേഷം സുബ്ബലക്ഷ്മിയെ അടുക്കളയിൽ ജോലി ചെയ്യാൻ അനുവദിച്ചിരുന്നില്ല. എങ്കിലും പാചകക്കാരൻ, അച്ഛന്റെ ഔദ്യോഗിക യാത്രയ്ക്കൊപ്പം പോകുമ്പോൾ അമ്മ പാചകം ചെയ്തിരുന്നതായി പങ്കജം ഓർക്കുന്നു. വീട്ടുകാര്യങ്ങളിൽ സുബ്ബലക്ഷ്മിയെ സഹായിക്കുക മാത്രമല്ല കുട്ടികളുമായുള്ള ചർച്ചയിലും കാമാക്ഷി പങ്കെടുത്തിരുന്നു.

> എന്റെ അമ്മ ഇംഗ്ലീഷ് ക്ലാസിക്കുകൾ വളരെ നാടകീയമായും അംഗവിക്ഷേപത്തോടെയും മുത്തശ്ശി മാവു കുഴച്ചുകൊണ്ടിരിക്കുമ്പോൾ വായിച്ചുകൊടുക്കുന്നത് ഞാൻ കണ്ടിട്ടുണ്ട്. ജയിൻ ഓസ്റ്റിൻ, തോമസ് ഹാർഡി, ജോർജ്ജ് എലിയറ്റ്, ശ്രീമതി.ഗാസ്കൽ എന്നിവരുടെ രചനകൾ ആണ് അന്ന് വായിച്ചുകേൾപ്പിച്ചിരുന്നത്. അന്ന് പുസ്തകത്തിൽനിന്നും നേരിട്ട് മൊഴിമാറ്റം നടത്തുകയായിരുന്നു പതിവ്.

*റിട്ടേൺ ഓഫ് ദ നേറ്റീവി*ലെ നായികയെ 'മുണ്ടയ്' (സ്ത്രീയെ അധിക്ഷേപിക്കുന്ന തമിഴ് പ്രയോഗം) എന്ന് മുത്തശ്ശി പറയുന്നത് കേട്ടിട്ടുണ്ട്. ഹാർഡിയുടെ നായിക മുത്തശ്ശിയെ വ്യക്തിപരമായി എന്തോ ചെയ്തുവെന്ന് തോന്നും അവരുടെ വാക്കുകൾ കേട്ടാൽ.

സുബ്ബലക്ഷ്മിയെ നോക്കുന്നതിനു പുറമെ അവരുടെ ആസ്ത്മാരോഗിയായ മകളെയും കാമാക്ഷി പരിചരിച്ചിരുന്നു. മുത്തശ്ശി അടുക്കളയിൽ എത്രയോ നേരം നിന്ന് മധുരപലഹാരങ്ങൾ ഉണ്ടാക്കുന്നതിന്റേയും അവളുടെ തലമുടി പിന്നിക്കെട്ടി പൂചൂടി കൊടുക്കുന്നതിന്റേയും കഥകൾ എത്ര പറഞ്ഞാലും പങ്കജത്തിന് മതിയാവാറില്ല. സുബ്ബലക്ഷ്മിയുടെ മക്കളെ വളർത്തിയത് മുഴുവൻ അവരുടെ മുത്തശ്ശിയാണ്. എനിക്കവരെക്കുറിച്ചുള്ള ഏറ്റവും ശക്തമായ ഓർമ്മകൾ അവരുടെ രസകരമായ കഥകളും ഏറ്റവും സ്വാഭാവികമായും തന്റെ ജീവിതലക്ഷ്യം തന്നെ അതാണെന്നുമുള്ള മട്ടിൽ മറ്റുള്ളവർക്കുവേണ്ടി ഒരിക്കലും അവസാനിക്കാത്ത ജോലി ചെയ്തുകൊണ്ടിരിക്കുന്നതുമാണ്. 1940 കളുടെ ഒടുവിൽ കാമാക്ഷി മരിച്ചു. അവരുടെ മരണശേഷം രണ്ടു കവിതകൾ അവരെക്കുറിച്ച് എഴുതിയിട്ടുണ്ട്. ഒന്നെഴുതിയത് അവരുടെ മകൾ കനകവും മറ്റേത് കുടുംബകവിയും സുബ്ബലക്ഷ്മിയുടെ ഭർത്താവുമായ പി ആർ ജിയുമാണ്. രണ്ടും സൂക്ഷിച്ചുവച്ചിട്ടുണ്ട്.

> മഹനീയഗുണങ്ങളുള്ളൊരാളാം ഒരുവൾ
> വസിച്ചിവിടെ, പിരിഞ്ഞുപോയീ
> അവളെ നിനച്ചു കരഞ്ഞതില്ല ഭാഗ്യമേറു
> –ന്നൊരുവനുമെങ്കിലും ഉള്ളഴിഞ്ഞ് കഷ്ടം!

അവൾ അതിദുരിതം സഹിച്ചു പ്രേയാൻ
തനയരും അവളെപ്പിരിഞ്ഞു പോയീ
ഇരു തനയകൾ താനുമായി, ദുഃഖം
പൊരുതി വളർത്തിയെടുത്തു ധൈര്യമായീ.

വിധവയതായിയമ്പതാണ്ടു നീക്കി
അവളുടെ സദ്ഗുണമൂറ്റമൽപ്പമാറ്റീ.
ഒരുവനുമില്ല ഒറ്റ... എങ്കിലും കടുപ്പം
മൊഴിയിലൊതുങ്ങി കുറ്റമില്ല തെല്ലും!

അവളുടെയോർമ്മയേറെ നീണ്ടുനില്ക്കും
പടിയവൾവാണു, കിടാങ്ങൾ പേരമക്കൾ
ദുരിതമവൾ സഹിച്ചതോർത്തതില്ല നീളും
കഥവൾ ചൊല്ലിയവർക്കു വത്സലത്വാൽ.

അവളുടെ മേന്മ കനിഞ്ഞു വല്ലപാടും
തരുമൊരു വസ്തുവിലല്ല കാണ്മൂ ഞാനും
പിളർവിടവുകൾ വന്നിടാതെയസ്മൽ
ഗൃഹമനിശം ക്ഷമയോടെ കാത്തു പോന്നൂ.

പകരം മകൾ പോലെയെന്റെ വീട്ടിൽ
രുചിയൂട്ടുന്ന കുടുംബിനീത്വമേറ്റൂ
പല വേലകൾ കൊണ്ട് ഞാൻ പലപ്പോൾ
വലയുമ്പോൾ അതിഭാരമേറ്റിതമ്മ.

നറുശോഭ ചൊരിഞ്ഞു പുണ്യം വഴിയും
പ്രാർത്ഥന, നോൽമ്പ്, ദാനമെല്ലാം
മൃതരായോർക്ക് അടുക്കലുള്ളവർക്കും
അവൾ തന്നാൽ കഴിയുന്നതൊക്കെ നല്കീ.

അതെയാത്മാവു വസിച്ചിടട്ടെ ശാന്തം,
ഇവിടെ തൻ വിധി കൊണ്ട് വന്നു ചേർന്നൂ
തനയയ്ക്ക് മനോവപുസ്സുകൾക്ക് ദണ്ണം
കുറയാൻ നോക്കിയതിനു ശേഷമെന്നെ!

2

സുബ്ബലക്ഷ്മിയുടെ വിവാഹം

ബാല്യം

"**നി**ങ്ങളുടെ സഹോദരി അതീവ ബുദ്ധിമതിയാണ്. അവളെ സ്കൂളിൽ അയയ്ക്കണം."

ലൈബ്രേറിയൻ, സെന്റ് ജോസഫ്സ് കോളേജ്, തൃശ്ശിനാപ്പള്ളി (1908 ൽ)

ഏഴുവയസ്സുകാരിയായ സുബ്ബലക്ഷ്മി, മദിരാശിയിൽനിന്നും പ്രസിദ്ധീകരിക്കുന്ന *ദ ഹിന്ദു* ദിനപത്രം തറയിൽ ഇരുന്ന് വളരെ ബുദ്ധിമുട്ടി, ഒട്ടും താല്പര്യമില്ലാതെ തന്റെ മുത്തച്ഛന് ഉറക്കെ വായിച്ചുകൊടുക്കുകയായിരുന്നു. ഓരോ ചെറിയ പ്രകോപനത്തിലും അവളുടെ ശ്രദ്ധമാറിപ്പോകും. 20–ാം നൂറ്റാണ്ടിന്റെ ആദ്യദശകത്തിന്റെ മദ്ധ്യകാലമാണത്. സുബ്ബലക്ഷ്മിയെ ഏല്പിച്ചിരിക്കുന്ന ജോലി ഇന്നത്തെ ആധുനിക ആംഗലേയ രീതിയിലുള്ള ഉപരിവർഗ്ഗകുടുംബത്തിലെ കുട്ടിക്കുപോലും എളുപ്പമുള്ള കാര്യമല്ല. ജീവിതത്തിൽ ഇന്നുവരെ ഒരു ക്ലാസുമുറിയിൽ കയറിയിട്ടില്ലാത്ത ഒരു കുട്ടിയെ സംബന്ധിച്ചിടത്തോളം അത് അതികഠിനവുമാണ്. അച്ഛൻ ഇംഗ്ലീഷ് കുട്ടിക്കഥകൾ വായിച്ചുകൊടുക്കുന്ന ഓർമ്മ മാത്രമേ അവൾക്കുള്ളൂ. പക്ഷേ, സുബ്ബലക്ഷ്മിയുടെ രണ്ട് സഹോദരന്മാരും സ്കൂളിൽ പോയതിനാൽ വായിച്ചുകൊടുക്കേണ്ട ജോലി അവളുടെ ദുർബ്ബലമായ തോളിലായി മാറി. ബ്രാഹ്മണസമുദായത്തിന്റെ വിശുദ്ധി കാത്തുസൂക്ഷിക്കുന്നതിനും വീട്ടുജോലികൾ ചെയ്യുന്നതിനും, ഇതിനൊക്കെപുറമെ ഏറ്റവും പ്രധാനമായി ഭർതൃഗൃഹത്തിലെ ചുമതലകൾ നിർവ്വഹിക്കുന്നതിന് തയ്യാറെടുപ്പിക്കുവാനുമായി സുബ്ബലക്ഷ്മിയെ സ്കൂളിൽനിന്നും അകറ്റിനിർത്തിയിരിക്കുകയായിരുന്നു.

പക്ഷേ, പിന്നീട് അവൾ തിരിച്ചറിഞ്ഞതുപോലെ, മുത്തച്ഛന്റെ കാഴ്ചക്കുറവ് അവൾക്കൊരു അനുഗ്രഹമായി മാറി. ഈ ജോലി അവളുടെ

ഇംഗ്ലീഷ് ഭാഷാജ്ഞാനം മെച്ചപ്പെടുത്തി എന്നു മാത്രമല്ല, കൊളോണി യൽ ഇന്ത്യയിലെ രാഷ്ട്രീയകാര്യങ്ങളിൽ താല്പര്യം ഉളവാകാനും ഏറെ സഹായകമായി. പിന്നീട് രാഷ്ട്രീയപ്രവർത്തനത്തിന് പ്രചോദനമായതും ഇതായിരിക്കാം. 12 വയസ്സുള്ള അനന്തകൃഷ്ണൻ സ്കൂൾ വിദ്യാഭ്യാസം പൂർത്തിയാക്കിയപ്പോൾ സെന്റ് ജോസഫ്സ് കോളേജിൽ പഠനം തുട രാനായി സുബ്ബലക്ഷ്മിയുടെ കുടുംബം തിരുച്ചിറപ്പള്ളിയിലേക്കു താമസം മാറ്റി. ഇത് സുബ്ബലക്ഷ്മിക്ക് ഭാഗ്യമായി. കാരണം, അവളുടെ സഹോദ രൻ കോളേജ് ലൈബ്രറിയിൽനിന്നും ശാസ്ത്രം ഉൾപ്പെടെ വിവിധ വിഷ യങ്ങൾ സംബന്ധിച്ച പുസ്തകങ്ങൾ കൊണ്ടുവന്നു. സുബ്ബലക്ഷ്മി അവ യെല്ലാം അത്യാർത്തിയോടെ വായിച്ചുതീർത്തു.

അവൾ മുതിർന്നശേഷമുള്ള ജീവിതത്തിനും ഇത് പ്രയോജനം ചെയ്തു. ഔപചാരിക വിദ്യാഭ്യാസത്തിനു പുറത്തുള്ള പുസ്തകങ്ങൾ വായിക്കുന്ന ശീലമാണ് അവളെ ഇരുപതാംവയസ്സിൽ മദ്രാസ് സർവ്വക ലാശാലാ ലൈബ്രറിയിൽ അംഗത്വം നേടാൻ പ്രേരിപ്പിച്ചത്. ചില നിയമ ങ്ങൾ മാറ്റിമറിച്ചാണിത് സാദ്ധ്യമായത്. പിന്നീട് മദ്രാസ് കണ്ണിമേറാ പബ്ലിക് ലൈബ്രറിയിലും അംഗത്വം ലഭിച്ചു. തന്റെ ഓർമ്മക്കുറിപ്പുകളിൽ പങ്കജം ഇങ്ങനെയെഴുതിയിട്ടുണ്ട്.

ഒരിക്കൽ ലൈബ്രറി പുസ്തകങ്ങൾ മടക്കിക്കൊടുക്കുവാൻ അന ന്തകൃഷ്ണൻ പോയപ്പോൾ ഒരു പുസ്തകത്തിന്റെ കുറവുള്ളതായി കണ്ടു. വീട് അടുത്തായതുകൊണ്ട് തിരിച്ചുപോയി എടുത്തുകൊ ണ്ടുവരാൻ അയാൾ അനുവാദം വാങ്ങി. ലൈബ്രേറിയനോട് വിശ ദീകരിക്കുമ്പോൾ തന്റെ സഹോദരി വായിക്കാനായി എടുത്തിട്ടു ണ്ടാകുമെന്ന് അനന്തകൃഷ്ണൻ സൂചിപ്പിച്ചു. ഇത്ര ചെറിയ പ്രായ ത്തിൽ ഇത്രയും ഗൗരവമുള്ള പുസ്തകങ്ങൾ വായിക്കാൻ അനി യത്തിക്കു കഴിയുമെന്നറിഞ്ഞപ്പോൾ ഒരു മിഷനറി പുരോഹിത നായ ലൈബ്രേറിയൻ അത്ഭുതപ്പെട്ടുപോയി. അങ്ങനെ ഒരുദിവസം ലൈബ്രേറിയൻ അനന്തകൃഷ്ണന്റെ വീട്ടിൽപോയി അനുജ ത്തിയെ നേരിൽ കണ്ട് അവൾ വായിക്കുന്ന പുസ്തകങ്ങളെ കുറിച്ച് ചോദിച്ചറിഞ്ഞു. അവളുടെ അറിവിൽ അയാൾക്ക് വളരെ മതിപ്പു തോന്നി. അനന്തകൃഷ്ണനോട് അദ്ദേഹം പറഞ്ഞു. "നിന്റെ അനു ജത്തി അതീവ ബുദ്ധിമതിയാണ്. അവളെ സ്കൂളിൽ അയയ്ക്ക ണം." ഒരുപക്ഷേ, അയാൾക്കറിയാമായിരിക്കും "ഇരട്ടജന്മ"ത്തിന്റെ സമുദായവിശുദ്ധി സ്കൂൾ വിദ്യാഭ്യാസംപോലെയുള്ള നിസ്സാരകാ ര്യങ്ങൾ കാരണം നഷ്ടപ്പെടുത്താനവർ തയ്യാറല്ലെന്ന്.

സഹോദരന്മാരുമായി കബഡികളിച്ചും കാവേരി നദീതീരത്ത് സൂര്യാ സ്തമയം കണ്ടും സായാഹ്നങ്ങളിൽ ത്യാഗരാജക്ഷേത്രത്തിൽ ദർശന ത്തിനുപോവുകയുമാണ് അക്കാലത്ത് ചെയ്തിരുന്നതെന്ന് അമ്മ പറഞ്ഞ തായി പങ്കജം ഓർക്കുന്നു. മഹാനദിയായ കാവേരിയുടെ ഭാവമാറ്റങ്ങൾ

കൊച്ചു സുബ്ബലക്ഷ്മിയെ ഏറെ ആകർഷിച്ചിട്ടുണ്ടാകാം. കാരണം അത്തരത്തിലുള്ള ആനന്ദകരമായ കാര്യങ്ങൾ ഇഷ്ടപ്പെടുന്ന തരളമായ മനസ്സായിരുന്നു സുബ്ബലക്ഷ്മിയുടേത്. കാവേരിയുടെ ഭാവമാറ്റങ്ങളെക്കുറിച്ച് സംഗീതജ്ഞനായ ത്യാഗരാജഭാഗവതർ എഴുതിയിട്ടുണ്ട്.

കണ്ടുവോ കാവേരിയെ തീരങ്ങൾ കവിഞ്ഞുകൊ-
ണ്ടങ്ങനേയൂട്ടീടുന്നൂ വലുപ്പം നോക്കീടാതേ
ചിലപ്പോൾ കലങ്ങിയും ഗർജ്ജിച്ചും ഒഴുകുന്നൂ
ചിലപ്പോൾ ശാന്തം, മന്ദം, സുന്ദരം, ദയാപൂർണ്ണം.

പേടിയില്ലാതേ കുയിൽ പാടുമ്പോൾ ഉല്ലാസമായ്
കാണണമിദ്ദിവ്യരൂപത്തെയെന്നോർത്തിട്ടാവാം
ശ്രീരംഗനാഥൻ കോവിൽ ചുറ്റിയിട്ടൊഴുകുന്നൂ
കാവേരി, പിന്നെപ്പഞ്ചതീർത്ഥത്തിൽക്കുതിക്കുന്നൂ (കേക)

ബാല്യത്തിൽ സ്കൂൾ വിദ്യാഭ്യാസം ലഭിക്കാത്തത് ഒരു നഷ്ടമായി സുബ്ബലക്ഷ്മിക്ക് തോന്നിയിട്ടുണ്ടാവില്ല. കാരണം അവളുടെ പ്രായത്തിലുള്ള ഒരു ബ്രാഹ്മണപെൺകുട്ടി സ്കൂളിൽ പോകുന്നത് അവൾ കാണുകയോ കേൾക്കുകയോ ചെയ്തിട്ടില്ല. ഇതിന്റെ അർത്ഥം അവർക്കാർക്കും സ്കൂൾ/കോളേജ് വിദ്യാഭ്യാസം ലഭിച്ചിട്ടില്ല എന്നല്ല. ഉദാഹരണത്തിന് സിസ്റ്റർ സുബ്ബലക്ഷ്മി (പിന്നീട് പങ്കജത്തിനെ ജീവശാസ്ത്രം പഠിപ്പിച്ച അദ്ധ്യാപിക) യുടെ പേര് ദേശീയ പത്രങ്ങളിൽ അച്ചടിച്ചുവന്നത് ആൺകുട്ടികളെ പിന്നിലാക്കി ഫസ്റ്റ് ക്ലാസ് ഓണേഴ്സോടുകൂടി ബിരുദം നേടിയ ആദ്യ ബ്രാഹ്മണവിധവ എന്ന നിലയിലാണ്. സിസ്റ്റർ സുബ്ബലക്ഷ്മി പിന്നീട് ഒരു സ്കൂൾ ആരംഭിച്ചത് ബ്രാഹ്മണവിധവകൾക്ക് വിദ്യാഭ്യാസം നല്കുവാനും അദ്ധ്യാപികമാരാകാൻ അവരെ പ്രാപ്തരാക്കുവാനും ആയിരുന്നു. സിസ്റ്റർ സുബ്ബലക്ഷ്മിയുടെ അമ്മയും എട്ടുമക്കളും അടങ്ങുന്ന വലിയ കുടുംബം മദിരാശിയിൽ ആണ് താമസിച്ചിരുന്നത്. അവിടെ തിരുവയ്യാറിലേയോ തിരുച്ചിറപ്പള്ളിയിലേയോ പോലെ ഒരു ബ്രാഹ്മണ പെൺകുട്ടി സ്കൂളിൽ പോകുന്നത് വിചിത്രമായ കാഴ്ചയായിരുന്നില്ല. നമ്മുടെ കൊച്ചു സുബ്ബലക്ഷ്മിക്ക് അച്ഛനില്ലാത്തതിനാൽ അവളുടെ മുത്തച്ഛനും കാമാക്ഷിക്കും അവൾക്ക് അനുയോജ്യമായ ഒരു വിവാഹ ബന്ധം ലഭിക്കുന്നതിന് തടസ്സമായേക്കാവുന്ന ചെറിയ തോതിലുള്ള പാരമ്പര്യനിഷേധത്തിനുപോലും ധൈര്യമുണ്ടായിരുന്നില്ല. അവരുടെ പ്രാഥമികപരിഗണന സുബ്ബലക്ഷ്മിയേയും കനകത്തേയും അനുയോജ്യമായ വീടുകളിലേക്ക് വിവാഹം കഴിച്ച് അയക്കുക എന്നതിനായിരുന്നു.

പതിനൊന്നുവയസ്സിൽ ബാലവധുവായ സുബ്ബലക്ഷ്മി രണ്ടുവർഷത്തിനുശേഷം ഋതുമതിയായി. അതിനുശേഷമാണ് ഭർത്താവിന്റെ വീട്ടിലേക്കു പോയത്. അക്കാലത്ത് വിവാഹസമ്മതത്തിനുള്ള പ്രായം സംബന്ധിച്ച് അനിശ്ചിതത്വം ഉണ്ടായിരുന്നതിനാലും അന്തിമ തീരുമാനം ഇല്ലാത്തതുകൊണ്ടും സുബ്ബലക്ഷ്മിക്ക് വിവാഹത്തിനുശേഷം രണ്ടുവർഷം

കൂടി സ്വന്തം വീട്ടിൽ നില്ക്കാൻ കഴിഞ്ഞു. ഇതുമൂലം വിശാലമായി വായിക്കുവാനും ഇന്ത്യൻ രാഷ്ട്രീയത്തെക്കുറിച്ച് അവബോധം ലഭിക്കുവാനും ഇടയായി. മാത്രമല്ല ഈ പ്രശ്നങ്ങൾ എങ്ങനെ സ്വന്തം ജീവിതത്തെ സ്വാധീനിക്കുന്നു എന്നും അവൾ തിരിച്ചറിഞ്ഞു. ഔപചാരിക വിദ്യാഭ്യാസത്തിന്റെ അഭാവത്തിൽ സുബ്ബലക്ഷ്മിക്കുണ്ടായ അസാധാരണമായ സ്വയംപഠനപ്രക്രിയയാണ് ആറുവർഷത്തെ മദിരാശിജീവിതത്തിനിടയിൽ പരിചയപ്പെടാനിടയായ ദേശീയ നേതാക്കളിൽ മതിപ്പുണ്ടാക്കുവാൻ സഹായിച്ചത്.

ഇരുപത്തിമൂന്നുകാരനായ പി ആർ ഗോപാലകൃഷ്ണനാണ് സുബ്ബലക്ഷ്മിയെ വിവാഹം കഴിച്ചത്. തൃശ്ശിനാപ്പള്ളിയിലെ തഹസിൽദാറായ പി കെ രാജം അയ്യരുടെ മകനായ പി ആർ ജി (പിന്നീടങ്ങനെയാണ് അറിയപ്പെട്ടിരുന്നത്) വിവാഹപ്രായമെത്തിയ പെൺമക്കളുടെ അച്ഛനമ്മമാരെ സംബന്ധിച്ചിടത്തോളം വളരെ ആകർഷകമായ ബന്ധം തന്നെയായിരുന്നു. തന്റെ വിവാഹം തീരുമാനിച്ചതായി മനസ്സിലാക്കിയപ്പോൾ പി ആർ ജി തന്റെ ഭാവിവധു എങ്ങനെയുണ്ടെന്ന് ഒരു നോക്കു കണ്ടിട്ടുവരുന്നതിന് ഒരു സുഹൃത്തിനെ അയച്ചു. സുഹൃത്തിന് വളരെ ഇഷ്ടപ്പെടുകയും സുബ്ബലക്ഷ്മിയെ 'ചെറിപ്പഴം' എന്നുവിശേഷിപ്പിക്കുകയും ചെയ്തു. ഈ കഥ സുബ്ബലക്ഷ്മിയുടെ കുടുംബവൃത്തങ്ങളിൽ, പ്രത്യേകിച്ചും പേരക്കുട്ടികൾക്കിടയിൽ ഏറെ പ്രചരിച്ചിരുന്നു. എന്നാൽ 11 വയസ്സുള്ള ഓമനയായ നിഷ്കളങ്കയായ ഒരു പെൺകുട്ടി തന്റെ ബാല്യം നഷ്ടപ്പെടുന്ന ആ ദിനം ഓർത്ത് ഭയപ്പെട്ടിരുന്ന കാര്യം ആരും കണക്കിലെടുത്തില്ല. 1908 ൽ അതാരുടേയും ഉറക്കം നഷ്ടപ്പെടുത്തുന്നതുമായിരുന്നില്ല.

പെരമ്പാലൂർ രാജം ഗോപാലകൃഷ്ണൻ (പി ആർ ജി)

തെറ്റുചെയ്യുന്നവർക്ക് മജിസ്ട്രേറ്റ് ഒരു ഭയങ്കരൻ ആയിരുന്നു. അദ്ദേഹം വീട്ടിലുള്ളപ്പോൾ സൂചിവീണാൽ കേൾക്കുന്ന നിശ്ശബ്ദത...... മണിക്കൂറുകളോളം അടക്കംപറച്ചിൽ മാത്രം. തെറ്റു ചെയ്താൽ ചിലപ്പോൾ കൈവയ്ക്കുകയും ചെയ്തു. (അച്ഛനെ കുറിച്ച് പി ആർ ജി)

"വേദനയുടെ വിചിത്രമായ ആകാരം
ഇതാ പ്രതിഷ്ഠിക്കപ്പെട്ടിരിക്കുന്നു"

("എന്റെ ജീവിതത്തിൽനിന്നും ഒരു ദൈവം വിടപറയുന്നു" അമ്മയുടെ മരണത്തെക്കുറിച്ച് പി ആർ ജി എഴുതിയ കവിതയിൽനിന്നും)

സുബ്ബലക്ഷ്മിയുടെ പോലെതന്നെ പി ആർ ജിയുടെ കുടുംബവും ബ്രിട്ടീഷ് വിദ്യാഭ്യാസസമ്പ്രദായത്തിൽനിന്നും രാഷ്ട്രീയസ്ഥാപനങ്ങളിൽനിന്നും പ്രയോജനം സിദ്ധിച്ചവരായിരുന്നു. 19-ാം നൂറ്റാണ്ടിലാകെ തന്നെ വിദ്യാഭ്യാസമേഖലയിൽ ബ്രാഹ്മണാധിപത്യം നിലനിന്നിരുന്നു. കണക്കുപ്രകാരം 1855 വരെ മദ്രാസ് ഹൈസ്കൂളിൽ പഠിച്ച് ബിരുദം നേടിയവരിൽ 136 ൽ 120 പേരും ബ്രാഹ്മണരായിരുന്നു. 12 പേർ ബ്രാഹ്മണേതര

സമുദായത്തിൽപ്പെട്ടവരും മൂന്നുപേർ യൂറോപ്യന്മാരും ആയിരുന്നു. വിദ്യാഭ്യാസത്തിനുള്ള അവസരം ഏറ്റവും കൂടുതൽ പ്രയോജനപ്പെടുത്തിയ ബ്രാഹ്മണഉപജാതികൾ ശാസ്താ, ശ്രീ വൈഷ്ണവ, സ്മാർത്ത എന്നിവരായിരുന്നു. പി ആർ ജി മൂന്നാമത്തെ വിഭാഗത്തിൽ ഉൾപ്പെടുന്നു. പ്രസിഡൻസിയിൽ നിർണ്ണായകമായ ഭരണാധികാരം ഉള്ള ചില വിഭാഗങ്ങളും ഉണ്ടായിരുന്നു. പി ആർ ജിയുടെ അച്ഛന്റെ അച്ഛൻ തിരുച്ചി ജില്ലയിലെ ഉദയാർപാളയത്തെ ക്ഷേത്രട്രസ്റ്റിയുടെ മകനായ അഡ്വക്കേറ്റ് കൃഷ്ണയ്യർ ആണ്. അച്ഛൻ രാജം അയ്യർ മജിസ്റ്റീരിയൽ ക്ലർക്ക് ആയി ഏഴു വർഷം ജോലിചെയ്യുകയും പിന്നീട് മജിസ്ട്രേറ്റ് ആകുകയും ഒടുവിൽ തൃശ്ശിനാപ്പള്ളിയിലെ തഹസീൽദാർ ആകുകയും ചെയ്തു.

ബ്രിട്ടീഷുകാർ അവരുടെ സമ്പ്രദായത്തിൽ ഇന്ത്യക്കാർക്കു വിദ്യാഭ്യാസം നല്കാനാണ് ആഗ്രഹിക്കുന്നത്. അവർക്കറിയാമായിരുന്നു, "ഭരണക്കാരും പ്രജകളും തമ്മിലുള്ള ബന്ധത്തിൽ ഇടനിലക്കാരനായി പ്രവർത്തിക്കുന്ന ബ്രിട്ടീഷ് ഭരണത്തോട് കൂറുള്ള ഒരു വരേണ്യവർഗ്ഗത്തെ ആധുനിക വിദ്യാഭ്യാസത്തിലൂടെ സൃഷ്ടിക്കാനാകുമെന്ന്....അത് ജനങ്ങളുടെ പുനരുദ്ധാരണത്തിനിടയാക്കുകയും ആത്യന്തികമായി ബ്രിട്ടീഷ് രാജ്യവുമായി യോജിക്കുവാൻ കഴിയുന്ന തരത്തിൽ സ്ഥിരമായി ബ്രിട്ടീഷ് ഭരണത്തോട് കൂറുള്ളവരായി തീരുകയും ചെയ്യും." പി ആർ ജിയുടെ അച്ഛനും മുത്തച്ഛനും ഈ പ്രതീക്ഷകൾ എല്ലാ അർത്ഥത്തിലും സഫലമാക്കിയെങ്കിലും ഗാന്ധിജിയുടെ ആഹ്വാനത്തിനും സോൾട്ട് ആന്റ് റെവന്യൂ ഇൻസ്പെക്ടർ എന്ന തന്റെ പദവിക്കും ഇടയിൽ പി ആർ ജിക്കൊരു ചാഞ്ചാട്ടം ഉണ്ടായിരുന്നു. പി ആർ ജി ഏതായാലും രണ്ടാമത്തേതിന് ഒപ്പം നില്ക്കാനാണ് നിശ്ചയിച്ചത്.

എന്താണ് തങ്ങൾക്കു സംഭവിക്കുന്നതെന്ന് കുട്ടികൾ മനസ്സിലാക്കുന്നതിന് എത്രയോ മുൻപുതന്നെ അന്നത്തെ കാലത്ത് ബന്ധങ്ങൾ നിശ്ചയിച്ചുറപ്പിക്കുകയും വിവാഹങ്ങൾ നടത്തുകയും ചെയ്തിരുന്നു. ചില വീടുകളിൽ ആകാംക്ഷാഭരിതരായ അച്ഛനമ്മമാർ മക്കൾ ഉണ്ടാകുന്നതിനു മുമ്പുതന്നെ അവരുടെ വിവാഹം നിശ്ചയിച്ചിരുന്നു. രാജം അയ്യരും അഭിരാമിയും തമ്മിലുള്ള വിവാഹം അങ്ങനെ നടന്നതാണ്. രാജം അയ്യർ മുട്ടിലിഴയുകയും അഭിരാമി അവളുടെ അമ്മയുടെ ഗർഭപാത്രത്തിലെ ദ്രാവകത്തിൽ നീന്തുകയും ചെയ്യുമ്പോഴാണ് വിവാഹം തീരുമാനിച്ചത്. അതൊരു പെൺകുഞ്ഞാകണമെന്ന് കുടുംബത്തിലെ എല്ലാവരും ആത്മാർത്ഥമായി പ്രാർത്ഥിച്ചു. കാരണം കാരണവരായ കൃഷ്ണയ്യരുടെ അവസാനത്തെ ആഗ്രഹമായിരുന്നു ആ വിവാഹം. രാജത്തിന്റെയും അഭിരാമിയുടെയും നാലാമത്തെ മകനായ പി ആർ ജിയെ അവർ കുപ്പു എന്നു വിളിച്ചു (അവരുടെ രണ്ടു കുട്ടികൾ മാത്രമേ ജീവിച്ചിരുന്നുള്ളൂ) അദ്ദേഹം പിന്നീടെഴുതിയതുപോലെ "ജനനസമയത്ത് ചാണകക്കൂമ്പാരത്തിനു മുകളിൽ അവനെ ഇരുത്തുകയും കുപ്പുസ്വാമി (മാലിന്യങ്ങളുടെ ഈശ്വരൻ)

എന്നു വിളിക്കുകയും ചെയ്തു, ഒരുതരം മാറ്റുപിള്ള. നിർഭാഗ്യവാന്മാരായ മാതാപിതാക്കൾക്കുണ്ടായതല്ല ഞാനെന്നു കണക്കാക്കാനായിരുന്നു അത്." പതിനൊന്നാം വയസ്സിൽ ബ്രാഹ്മണാചാരമായ പൂണൂൽകല്യാണം അഥവാ ഉപനയനവേളയിൽ ഗോപാലകൃഷ്ണൻ എന്ന ശരിയായ പേര് ലഭിച്ചെങ്കിലും എപ്പോഴും പി ആർ ജി എന്നാണറിയപ്പെട്ടിരുന്നത്.

അച്ഛനെക്കുറിച്ച് പി ആർ ജി ഇങ്ങനെ എഴുതി: "തെറ്റു ചെയ്യുന്നവർക്ക് മജിസ്ട്രേറ്റ് എന്ന നിലയിൽ അദ്ദേഹം ഒരു ഭയങ്കരനായിരുന്നു. അദ്ദേഹം വീട്ടിലുള്ളപ്പോൾ സൂചി വീണാൽ കേൾക്കുന്ന നിശ്ശബ്ദതയാണ്... കുറേ മണിക്കൂർ നേരത്തേക്ക് എല്ലായിടവും പിറുപിറുക്കൽ മാത്രം. അദ്ദേഹം അധികാരി ആയിരുന്നു. പക്ഷേ, അഹങ്കാരി ആയിരുന്നില്ല. നന്മയും കർത്തവ്യബോധവും ഉണ്ടായിരുന്നു, എപ്പോഴും നീതിബോധത്തോടെ പെരുമാറി, ശരി ചെയ്യുന്നതിൽ ഏറെ ശ്രദ്ധാലുവായിരുന്നു, തെറ്റുചെയ്യുന്നവരെ ചിലപ്പോൾ കൈവയ്ക്കുകയും ചെയ്തു. ശരിയായ ഒരു വിക്ടോറിയൻ കാരണവർ ആയിരുന്നതിനാൽ കടുത്ത അച്ചടക്കം പാലിക്കുവാൻ അദ്ദേഹം നിർബ്ബന്ധിച്ചു. കണ്ണിമ ചലിപ്പിക്കാതെ നന്നായി കുട്ടികളെ തല്ലിയിരുന്നു. അദ്ദേഹത്തിന്റെ ഭാര്യക്ക് സാന്ത്വനപ്പെടുത്തേണ്ട ജോലിയാണുണ്ടായിരുന്നത്. അമ്മയെക്കുറിച്ച് പി ആർ ജി എഴുതുമ്പോൾ കുറ്റബോധവും ആത്മനിന്ദയും തുളുമ്പിനിന്നിരുന്നു. കാരണം അമ്മയ്ക്കൊപ്പം ജീവിച്ച ആ 11 വർഷം അമ്മയെ വേണ്ടത്ര പരിഗണിച്ചിരുന്നില്ലെന്ന തോന്നൽ പി ആർ ജിക്കുണ്ടായിരുന്നു. അദ്ദേഹത്തിന്റെ ഓർമ്മക്കുറിപ്പുകളിൽ ആ സംഭവത്തെക്കുറിച്ച് പറയുന്നുണ്ട്.

എല്ലാവരും വീട്ടിലുള്ള ഒരു സന്ദർഭത്തിൽ അമ്മ ഒരു ജഡ്ജിയായും മറ്റൊരു ബന്ധു അഭിഭാഷകനായും രണ്ട് ആൺമക്കൾ വാദികൾ ആയും അഭിനയിച്ചിട്ടുണ്ടത്രേ! 1880 കളിൽ നൈമിഷികമായെങ്കിലും അധികാരിയായ ഒരു പുരുഷന്റെ അംഗവസ്ത്രം അണിയുന്നത് അവരെപോലൊരു സ്ത്രീക്ക് ആവേശജനകമായിരുന്നിരിക്കാം.

19-ാം നൂറ്റാണ്ടിലെ മറ്റേതൊരു കുടുംബത്തിലും എന്നതുപോലെ രാജം അയ്യരുടെ കുടുംബത്തിലെ അംഗങ്ങൾ തമ്മിലുള്ള ബന്ധവും പുരുഷാധിപത്യപരവും ശ്രേണീബന്ധിതവും ആയിരുന്നു. പി ആർ ജിയും അച്ഛനെ ഭയഭക്തി ബഹുമാനത്തോടെ കാണുകയും അമ്മയുടെ സ്നേഹത്തേയും പരിപാലനത്തേയും സ്വാഭാവികമായ ഒന്നായി കണക്കാക്കുകയും ചെയ്തിരുന്നു. അച്ഛന്റെ സ്നേഹം നേടുന്നത് പൂർണ്ണമായ അനുസരണ പ്രകടിപ്പിച്ചും നന്നായി അദ്ധ്വാനിച്ചും വിജയകരമായ ഔദ്യോഗിക ജീവിതം നയിച്ചും ആണെങ്കിൽ അമ്മയുടെ സ്നേഹവും പരിലാളനയും മകന്റെ പ്രതികരണം കണക്കിലെടുക്കാതെ തന്നെ യാതൊരുവിധ ഉപാധികളും ഇല്ലാതെയും സ്ഥിരമായതും ആണ്. സ്നേഹിക്കാത്ത, മർദ്ദകനായ ഒരു ഭർത്താവെന്നപോലെ തന്നെ മകൻ ഒരു മുടിയനായി തീർന്നാൽ അതു സ്വന്തം കർമ്മഫലമാണെന്ന് അമ്മ കരുതുന്നു. ഭാര്യയിൽനിന്നും മക്കളിൽനിന്നും ചോദ്യം ചെയ്യാത്ത അനുസരണയാണ്

അച്ഛൻ പ്രതീക്ഷിച്ചിരുന്നതെന്ന് പി ആർ ജിയുടെ "ബാല്യത്തിന്റെ ആദ്യ ഘട്ടം" എന്ന ലേഖനത്തിൽനിന്നും മനസ്സിലാക്കാനാകും. ഒരിക്കൽ പി ആർ ജിയുടെ പഠനത്തിന്റെ പുരോഗതി അറിയാൻ അച്ഛൻ സ്കൂളിൽ വന്നപ്പോൾ ഒരു പാഠം ആവർത്തിക്കുവാൻ അദ്ധ്യാപകൻ ആവശ്യപ്പെട്ടു. ആ പാഠം താൻ ശരിയായി നേരത്തെ ചെയ്തിട്ടുള്ളതിനാൽ ആവർത്തിക്കേണ്ടതില്ലെന്ന് പി ആർ ജി തർക്കിച്ചു. എന്നാൽ അച്ഛന്റെ സാന്നിദ്ധ്യം മനസ്സിലാക്കിയപ്പോൾ മടിച്ചിട്ടാണെങ്കിലും പി ആർ ജി പാഠം ആവർത്തിച്ചു. എന്നാൽ അന്നുച്ചയ്ക്ക് വീട്ടിൽ ഭക്ഷണം കഴിച്ചുകൊണ്ടിരിക്കുമ്പോൾ പി ആർ ജിയുടെ അച്ഛൻ ഭാര്യയോട് പറഞ്ഞു: "ഇന്നുരാവിലെ ഉണ്ടായ ഒരു ചെറിയ തൈപോലും സടകുടഞ്ഞെഴുന്നേല്ക്കുന്നു. ഇക്കാലത്തെ അഹങ്കാരം അത്രയ്ക്കുണ്ട്."

കുത്തുവാക്ക് തനിക്കു നേരെയാണെന്നു മനസ്സിലാക്കിയെങ്കിലും പി ആർ ജി മൗനം അവലംബിച്ചു. തന്നേക്കാൾ മുതിർന്ന വ്യക്തിയെ ചോദ്യം ചെയ്യുന്നതോ അദ്ദേഹത്തിന്റെ അഭിപ്രായത്തിന് വിരുദ്ധമായ തന്റെ നിലപാടിനുവേണ്ടി നിലകൊള്ളുകയോ ചെയ്യുന്നത് മാപ്പർഹിക്കാത്ത കുറ്റമായിരുന്നു. നീണ്ട കാലുറയും തിളങ്ങുന്ന ബട്ടനുള്ള കോട്ടും തലപ്പാവും അണിഞ്ഞ രാജം അയ്യർ ഒരു ഗ്രീക്ക് ദൈവദൂതൻ മനുഷ്യ രൂപത്തിൽ വന്നതാണെന്നായിരിക്കാം മകന് തോന്നിയിട്ടുണ്ടാവുക. ആ വീട്ടിൽ എന്നെങ്കിലും ഒരു വിയോജന ശബ്ദം ഉയർന്നിട്ടുണ്ടാകുമോ?

എല്ലാതരത്തിലും പി ആർ ജിക്ക് അച്ഛനായിരുന്നു മാതൃകാപുരുഷൻ. ഇന്നും ഇന്ത്യൻ കുടുംബങ്ങളിൽ അച്ഛനാണ് ഏറ്റവും ഭയങ്കരനായ അച്ചടക്കപാലകൻ. "വഴിതെറ്റി നടക്കുന്ന" കുട്ടികളുടെ സംരക്ഷക അമ്മയും. ഒരു നൂറ്റാണ്ടിനു മുമ്പ് രാജം അയ്യർ ഉഗ്രപ്രതാപി തന്നെ ആയിരിക്കണം. അച്ഛനെ കടത്തിവെട്ടാൻ ആഗ്രഹിച്ച പി ആർ ജിയും യഥാർത്ഥ കാരണവർ ആയിരുന്നു.

വേദനയുടെ വിചിത്രമായ ആകാരം അതാ പ്രതിഷ്ഠിക്കപ്പെട്ടിരിക്കുന്നു- എന്ന് പി ആർ ജി തന്റെ *എന്റെ ജീവിതത്തിൽനിന്നും ദൈവം വിട പറയുന്നു* എന്ന കവിതയിൽ എഴുതിയിട്ടുണ്ട്. 11-ാം വയസ്സിൽ തന്റെ ജീവിതത്തിലെ ആദ്യത്തെ ദുരന്തമായ അമ്മയുടെ മരണത്തെ തുടർന്നാണീ കവിത എഴുതിയത്. ആ നീണ്ട കവിതയിൽ പി ആർ ജിയുടെ അച്ഛന്റെ "വ്യഥ ...ഒഴുകുന്ന കണ്ണുനീർ...കണ്ണുകൾ, കെട്ടിനിർത്താനാകാത്ത കണ്ണുനീർ കിണറുകൾ" എന്നു നീളുന്നു. ചിതയ്ക്ക് പി ആർ ജി തീ കൊളുത്തുമ്പോൾ തേങ്ങിക്കരഞ്ഞത് അമ്മയ്ക്ക് പൊള്ളുമോ എന്നോർത്തായിരുന്നു. "കെട്ടിനിർത്താനാകാത്ത കണ്ണുനീരിന്റെ കിണറുകൾ" ആയിരുന്നെങ്കിലും ആചാരപ്രകാരം ഏതാനും മാസങ്ങൾക്കകം രാജം അയ്യർ വീണ്ടും വിവാഹം കഴിച്ചു. അദ്ദേഹത്തിന്റെ മകളാകാനുള്ള പ്രായം മാത്രമേ മംഗളം എന്ന വധുവിനുണ്ടായിരുന്നുള്ളൂ. കൃത്യമായി പറഞ്ഞാൽ പി ആർ ജിയുടെ അതേപ്രായം. പിന്നീട് അയാളുടെ സഹോദരൻ പുനർവിവാഹം ചെയ്തപ്പോഴും പി ആർ ജി അതു ന്യായീകരി

ച്ചത് ആചാരമാണെന്നായിരുന്നു. പുനർവിവാഹം ഒഴിച്ചുകൂടാനാകില്ലായിരുന്നു. കാരണം ചില ഹിന്ദു ആചാരാനുഷ്ഠാനങ്ങൾ നടത്തണമെങ്കിൽ "പുരുഷന്റെയരികിൽ" ഭാര്യ ഉണ്ടായേ പറ്റൂ. ഇങ്ങനെതന്നെയാകാം പി ആർ ജി തന്റെ അച്ഛന്റെ പുനർവിവാഹത്തേയും ന്യായീകരിച്ചിട്ടുണ്ടാവുക. അച്ഛന്റെ പുതിയ വിവാഹത്തിൽനിന്നു പി ആർ ജിക്ക് മൂന്ന് സഹോദരിമാരേയും ഒരു സഹോദരനേയും ലഭിച്ചു. പങ്കജത്തേക്കാൾ രണ്ടുവയസ്സുമാത്രം മുതിർന്ന പി ആർ സുബ്രഹ്മണ്യം എന്ന സഹോദരൻ എന്നും അവരുടെ ഏറ്റവും അടുത്ത സുഹൃത്തും പങ്കജത്തിന്റെ മക്കളുടെ പ്രിയങ്കരനായ 'മണിതാത്ത'യും ആയിരുന്നു. പി ആർ ജിക്ക് 20 വയസ്സു കഴിഞ്ഞപ്പോൾ, വിവാഹം കഴിഞ്ഞ് രണ്ടുകൊല്ലം കഴിഞ്ഞപ്പോൾ, അച്ഛൻ മരിച്ചു.

അച്ഛന്റെ സഹോദരൻ ശേഷൻ, പി ആർ ജിക്ക് വളരെ പ്രിയപ്പെട്ടയാളായിരുന്നുവെങ്കിലും ഭാര്യവീട്ടുകാർക്ക് താല്പര്യം ഉണ്ടായിരുന്നില്ല. ബിരുദധാരിയായ ശേഷന്റെ സഹായത്തിനായി, ചെറുപ്പത്തിലേ അമ്മ നഷ്ടപ്പെട്ട പി ആർ ജി എപ്പോഴും ശ്രമിച്ചിരുന്നു. ശേഷനാകട്ടെ, പി ആർ ജിയുടെ ജീവിതത്തിനുമേൽ ബാല്യം മുതൽ തന്നെ നിയന്ത്രണം ഏർപ്പെടുത്തി. അച്ഛന്റെ മേൽ ശേഷനുണ്ടായിരുന്ന ദുഃസ്വാധീനം തന്റെ അച്ഛനമ്മമാരുടെ നല്ല ബന്ധത്തെയും തന്റെ തന്നെ വിദ്യാഭ്യാസം നേടാനുള്ള അവസരത്തേയും ഇല്ലാതാക്കിയെന്നാണ് പങ്കജം വിശ്വസിക്കുന്നത്. പി ആർ ജി പക്ഷേ, അദ്ദേഹത്തെ വളരെയേറെ ഇഷ്ടപ്പെട്ടു. പി ആർ ജിക്ക് ശേഷനെ കുറിച്ച് വളരെ മതിപ്പും ഉണ്ടായിരുന്നു.

പി ആർ ജിയുടേത് ഒരു ബഹുമുഖവ്യക്തിത്വം ആയിരുന്നു. പി ആർ ജി എഴുത്തും വായനയും ഇഷ്ടപ്പെട്ടു; ബ്രിഡ്ജും ടെന്നീസും കളിച്ചു; പട്ടികളേയും കുതിരസവാരിയും ഇഷ്ടപ്പെട്ടു. കാഷായവസ്ത്രധാരികളായ സന്ന്യാസിമാരുടെയൊപ്പം സമയം ചെലവഴിച്ചിരുന്ന പി ആർ ജി പൂജകളിലും ആചാരങ്ങളിലും അന്ധമായി വിശ്വസിച്ചു.

തെക്കൻ ആർക്കോട്ട് ജില്ലയിലെ ചെറുപട്ടണമായ ദിണ്ഡിവനത്തിൽ റിട്ടയർമെന്റിന് ശേഷം പി ആർ ജി സ്ഥിരതാമസം തുടങ്ങിയപ്പോൾ അവിടുത്തെ ക്ലബ്ബിലെ സജീവഅംഗം ആകുകയും ടെന്നീസും ബ്രിഡ്ജും കളിക്കുന്നതിന് ധാരാളം സമയം ചെലവിടുകയും ചെയ്തു.

വിവാഹം

ഓ! മുന്നറിയിപ്പായ ചുംബനം!
ശാപഗ്രസ്തമായ വിഘ്നമായി
എന്റെ വഴി മുടക്കിയായി
കടന്നുപോയി"

ആദ്യ ചുംബനം" എന്ന കവിത– പി ആർ ജി

"ഓരോ വൈവാഹിക ബന്ധത്തിലും രണ്ടു വിവാഹങ്ങൾ ഉണ്ടായിരിക്കും അവന്റേയും അവളുടേതും. പിന്നെ, അവളുടേതിനേക്കാൾ മെച്ചപ്പെട്ട അവന്റേതും."

ജെസ്സി ബർനാർഡ്

തിരുമനസ്സിന്റെ ഗവണ്മെന്റിനോടുള്ള രാജം അയ്യരുടെ വിശ്വസ്തമായ സേവനത്തിനുള്ള പാരിതോഷികമാണ് പി ആർ ജിക്ക് ലഭിച്ച സോൾട്ട് ആന്റ് കസ്റ്റംസ് ഇൻസ്പെക്ടർ ജോലിയെന്നാണ് പറയുന്നത്. തീർച്ചയായും പി ആർ ജിക്കതിനുള്ള യോഗ്യതകളും ഉണ്ട്. യൂണിഫോമിനോട് താല്പര്യവും ഉണ്ട്.

വിവാഹത്തിനു രണ്ടുവർഷം കഴിഞ്ഞ്, 1910 ൽ ഋതുമതിയായതോടെ, സുബ്ബലക്ഷ്മിയെ 13–ാം വയസ്സിൽ ഭർത്തൃഗൃഹത്തിലേക്ക് അയച്ചു. അപരിചിതമായ ഒരു കുടുംബത്തിലുള്ളവരുമായി ആ പെൺകുട്ടി എങ്ങനെ ഇടപഴകിയിട്ടുണ്ടാകാം? അതിനേക്കാളും ഭയങ്കരം, ആ പ്രായത്തിൽ ഒരു ശാരീരികബന്ധത്തിന്റെ യാതന അവൾ എങ്ങനെ സഹിച്ചിട്ടുണ്ടാകാം? പുരുഷന്മാരുമായി അടുക്കുന്നതിന് അവസരം ലഭിച്ചിട്ടില്ലാത്ത നാണം കുണുങ്ങിയായ ഒരു പുസ്തകപ്പുഴു ആയിരുന്നു സുബ്ബലക്ഷ്മി. പിന്നീട് സുബ്ബലക്ഷ്മിയുടെ ആദ്യത്തെ പേരക്കുട്ടിയും എന്റെ സഹോദരനുമായ രാമചന്ദ്രനോട് ഞാൻ ചോദിച്ചിട്ടുണ്ട് അവർ തന്റെ ജീവിതത്തെ കുറിച്ച് പറഞ്ഞ ഏറ്റവും സ്മരണീയമായ കാര്യം എന്താണെന്ന്. ജ്യേഷ്ഠൻ പറഞ്ഞത് "നിനക്കറിയാമോ! 14 വയസ്സിൽ ഞാൻ അമ്മയായി!" എന്ന് ഏറ്റവും നിരാശാഭരിതവും വേദനാജനകവുമായ ശബ്ദത്തിൽ അവർ പറഞ്ഞത് കേട്ട് ഞെട്ടിപ്പോയി എന്നാണ്. "അവർ ബലാൽസംഗം ചെയ്യപ്പെട്ടതുപോലെയായിരുന്നു ആ ശബ്ദം" പ്രശസ്തയായ സ്വാതന്ത്ര്യസമരനായിക കമലാദേവി ചതോപാധ്യായ കുട്ടികളെക്കുറിച്ച് പറയുന്നത് ഇങ്ങനെയാണ്, "വളർന്നുവരുന്ന കൊച്ചുകുട്ടികൾ നിർബ്ബന്ധിത മാതൃത്വത്തെ തുടർന്ന് ശാരീരികവും മാനസികവുമായി തകർന്ന് ജീവിക്കുന്നു–" "ഏത് ധാർമ്മിക മൂല്യങ്ങൾ പ്രകാരം ആണെങ്കിലും ആ അവസ്ഥ ബലാൽസംഗം" ആണ്.

രാജം അയ്യരുടെ മരണം കഴിഞ്ഞ ഉടൻ പി ആർ ജി ഭാര്യക്കൊപ്പം ഗവൺമെന്റ് സേവനത്തിനായി ടാഡയിലേക്ക് പോയി. പി ആർ ജി സുബ്ബലക്ഷ്മിയെ പോലെതന്നെ ഗൗരവപ്രകൃതക്കാരനായിരുന്നു. പക്ഷേ, വ്യത്യാസം അദ്ദേഹം മറ്റൊരു ഷേക്സ്പിയർ ആകാനുള്ള തയ്യാറെടുപ്പിലായിരുന്നു! ഒന്നു ഞാൻ സമ്മതിക്കാം. അദ്ദേഹത്തിന്റെ കൃതികൾ ദുർഗ്രഹമായാണെനിക്ക് തോന്നിയത്. ഷെല്ലിയേയും കീറ്റ്സിനേയും അദ്ദേഹം ആരാധിച്ചു. അദ്ദേഹത്തിന്റെ ആരാധനാപാത്രത്തിന്റെ പേര് സ്വർണ്ണനിറത്തിൽ എഴുതിയ കടുംനീല ചട്ടയുള്ള വലിയ പുസ്തകം അദ്ദേഹത്തിന്റെ എഴുത്തുമേശയ്ക്കോ തടികൊണ്ടുണ്ടാക്കിയ ഇരിപ്പിടത്തിന്റെയരികിലോ എല്ലായ്പ്പോഴും ഉണ്ടാകാറുള്ളത് എല്ലാ പേരക്കുട്ടികളും ഓർക്കുന്നുണ്ടാകും. അച്ചടിച്ചതും ചെറിയ കടലാസ് കഷണങ്ങ

ളിൽ ഭൂതക്കണ്ണാടി ആവശ്യമാകുന്നത്ര കുഞ്ഞ് അക്ഷരങ്ങളിൽ കുത്തിക്കുറിച്ചതുമായ അദ്ദേഹത്തിന്റെ കവിതകൾ എഴുത്തുമേശയുടെ നിരവധി വലിപ്പുകളിൽ കുത്തിനിറച്ചിട്ടുണ്ടായിരുന്നു.

ടാഡയിലെ രണ്ടുവർഷങ്ങളാണ് തന്റെ അച്ഛനമ്മമാരുടെ 50 വർഷത്തിലേറെ നീണ്ടുനിന്ന ദാമ്പത്യജീവിതത്തിലെ ഏറ്റവും സന്തോഷകരമായ കാലഘട്ടമെന്ന് പങ്കജം തന്റെ ഓർമ്മക്കുറിപ്പുകളിൽ പറയുന്നു.

> എന്റെ അമ്മ പറഞ്ഞിട്ടുണ്ട് അമ്മയും അച്ഛനും ഷെല്ലിയും കീറ്റ്സും ഷേക്സ്പിയറും ഒരുമിച്ച് വായിക്കുകയും അവയിലെ ഉദ്ധരണികൾ കുറിച്ചെടുക്കുകയും ചെയ്തിരുന്നുവെന്ന്. എന്റെ കയ്യിൽ ഉള്ള ദ്രവിച്ചു തുടങ്ങിയ ഒരു നോട്ടുപുസ്തകത്തിൽ ഇവർ രണ്ടുപേരും ചേർന്ന് എഴുതുകയും കവിതകൾ കുറിച്ചിടുകയും ചെയ്തിട്ടുണ്ട്. സ്കൂളിൽ പോയിട്ടില്ലാത്ത, സ്വകാര്യ ട്യൂഷനില്ലാത്ത ഇത്രചെറിയ ഒരു പെൺകുട്ടി കാര്യങ്ങൾ മനസ്സിലാക്കുകയും വായിക്കുകയും എഴുതുകയും ബുദ്ധിശക്തിയിൽ തനിക്ക് തുല്യയായിരിക്കുകയും ചെയ്യുന്നതിൽ പണ്ഡിതനായ എന്റെ അച്ഛന് അത്ഭുതമായിരുന്നു.

പങ്കജം സ്നേഹത്തോടെ ഓർക്കുന്ന ഈ പ്രണയാർദ്രമായ കവിതാവേളകളെ കുറിച്ച് പി ആർ ജിയുടെ കവിതകളിൽ യാതൊരു പരാമർശവും ഇല്ല. അല്ലെങ്കിൽ ചിലപ്പോൾ, എഴുതിയവ പിന്നീട് അവരുടെ ബന്ധം മോശമായപ്പോൾ നശിപ്പിച്ചിട്ടുണ്ടാകാം. ചെറിയ കുട്ടിയായിരുന്നപ്പോൾ അദ്ദേഹത്തിന്റെ *ആദ്യചുംബനം* എന്ന കവിത വായിച്ചപ്പോൾ ലാഘവത്തോടെ ചിരിച്ചുകൊണ്ട് ഞാൻ പറഞ്ഞത്, "13 വയസ്സുള്ള പെൺകുട്ടിക്ക് ശൃംഗാരഭാവത്തിൽ ചുംബനം നല്കിയാൽ മറ്റെന്താണ് പ്രതീക്ഷിക്കാനാകുക?" പക്ഷേ, പിന്നീട് ഞാൻ ചിന്തിച്ചിട്ടുണ്ട് അത് യഥാർത്ഥത്തിൽ പ്രേമചുംബനത്തെക്കുറിച്ച് തന്നെയാണോ സൂചിപ്പിക്കുന്നത്? അതോ ഒരു തുടക്കമായി പറയാനാകാതെ പോയ ഒരു സംയോഗത്തെ കുറിച്ചാണോ? വിവാഹബന്ധം തകർന്നു തുടങ്ങിയശേഷം എഴുതിയ കവിതയുമാകാം. അങ്ങനെയാണെങ്കിൽ പ്രണയം നഷ്ടപ്പെട്ട തന്റെ ജീവിതത്തിന്റെ വേദന മുഴുവൻ പകർത്തിയ ഒരു ദുഃഖകവിതയായി വേണം അതിനെ കാണാൻ.

> ആദ്യചുംബനം
>
> ഒരു പെൺകുടാവിന്റെ ആദ്യചുംബനം ലോലം,
> കവിൾ പാടലമാകും നേർത്തൊരു ചൂടാൽ മൂടും
> കരളിൽ കലർപ്പില്ലാ പ്രണയം പൊടിക്കുമ്പോൾ
> ചൊടികൾ പൊഴിച്ചീടും മൃദുസത്യമാം മൊഴി.
> എന്റെ ചുണ്ടിലെയാദ്യചുംബനം തെറ്റിപ്പോയീ
> പ്രണയം കൊണ്ടല്ലവകാശത്താൽ ചുംബിച്ചു ഞാൻ.

ചെറുപ്പം പ്രതീക്ഷകൾക്കൂക്കേറും കാലം
മഴ പെയ്യാതേ തന്നെ മുളക്കുമതിൻ കൂമ്പ്.

പ്രണയം അതേ, നിഷേധിക്കപ്പെട്ടെനിയ്ക്ക്!
അവളോടപേക്ഷിച്ച് കിട്ടിയുമ്മയെങ്കിലും.
അതിനാൽ പേടിച്ചിലാ മനം എങ്കിലും
പിറകേ വന്നൂ കൊടുങ്കാറ്റ്, സങ്കടങ്ങളും.

ഹാ കഷ്ടം, അതേ ആദ്യം തെറ്റിയാലെല്ലാം തെറ്റും!
പിന്നീടു വരുന്നവയെല്ലാതുമതിൽത്തൂങ്ങും!
കഷ്ടം അങ്ങനെയെല്ലാമായി; വേദനയൊന്നു
പറ്റിയാൽ അതിൻ പിൻപേ പറ്റമായ് അവയെത്തും.

കടന്ന കൈയായ് ചെയ്ത കാര്യം, ചുംബനക്കടി,
അമിതാവേശം ചുണ്ടിൽ ചോരയായ് തുടിച്ചപ്പോൾ
അത് കണ്ടിരുകണ്ണ് നീർ തൂകീ, ആ സംഭവം
പ്രവചിക്കയോ ചെയ്തൂ ഭാവി തൻ ദുരിതങ്ങൾ?
ഇന്നെന്തായ് മാറീ ജീവിതാവസ്ഥ ഒന്നേ ലാഭം
ഒന്നായിരുന്നൂ ഞങ്ങൾ അന്ന്, അവൾ എന്റെതും ഹാ..!

പി ആർ ജിയുടെ ഗതികെട്ട നിയമനങ്ങൾ

"പ്രകൃതിയുടെ കലാപ്രദർശനത്തിന്റെ അമ്പരപ്പിക്കുന്ന സൗന്ദര്യത്തിലാകൃഷ്ടരായ ഞങ്ങൾ നിശ്ശബ്ദരായിപ്പോയി...."

ബാല്യത്തിൽ അച്ഛനു നിയമനം ലഭിച്ച സ്ഥലങ്ങളെ കുറിച്ചുള്ള പങ്കജത്തിന്റെ വിശദീകരണം.

ചിതറിക്കിടക്കുന്ന തീരദേശ ഗ്രാമങ്ങളിലെ ഡാക്ബംഗ്ലാവുകളിൽ മാസത്തിൽ മൂന്നാഴ്ചയോളം ഭർത്താവ് ഔദ്യോഗിക യാത്ര നടത്തുമ്പോൾ ഒറ്റയ്ക്കു കഴിയേണ്ടിവരുന്ന കൗമാരക്കാരിയായ സുബ്ബലക്ഷ്മിയുടെ അവസ്ഥ അന്ന് എന്തായിരുന്നിരിക്കും? നിരവധി അസുഖങ്ങൾ പിടിപെടുന്ന മക്കളെ തനിച്ചു നോക്കേണ്ടിവരുമ്പോഴത്തെ അവളുടെ അവസ്ഥ എന്തായിരിക്കും? മദ്രാസിലെ ആറുവർഷത്തെ ജീവിതത്തിനു ശേഷം 1927 ൽ അച്ഛന് മരക്കം എന്ന സ്ഥലത്ത് നിയമനം ലഭിച്ചപ്പോൾ അവിടുത്തെ കൊളോണിയൽ ബംഗ്ലാവിലെ താമസത്തെക്കുറിച്ച് പങ്കജം ഇങ്ങനെ എഴുതി,

> *ദ റിട്ടേൺ ഓഫ് ദ നേറ്റീവ്* എന്ന പുസ്തകത്തിൽ എഗ്ഡെൻ ഹീത്ത് തോമസ് ഹാർഡി വർണ്ണിച്ചതുപോലെ എഴുതാനുള്ള കഴിവുണ്ടായിരുന്നെങ്കിൽ നമ്മുടെ കോറമണ്ഡൽ കടൽത്തീരത്തെയും എല്ലാവരും ആരാധിക്കുമായിരുന്നു. ഗംഗാനദീതടത്തിൽനിന്നും ആരംഭിച്ച് കിഴക്കൻ തീരമാകെ നീണ്ടുകിടക്കുന്ന വെള്ളിമണൽ

> കന്യാകുമാരിവരെ എത്തിനില്ക്കുന്നു. മൈലുകളോളം മനുഷ്യന്റെ പാദസ്പർശം ഏല്ക്കാത്ത കടൽത്തീരം. കാക്കയുടേയും ഞണ്ടിന്റേയും കാല്പാടുകൾ മാത്രമേ അവിടെ കാണാനുള്ളൂ. ചിലയിടങ്ങളിൽ ചുവപ്പുനിറമുള്ള ചുരുണ്ടുകയറുന്ന വള്ളിച്ചെടികളും ഉന്തിനില്ക്കുന്ന കണ്ണുകൾപോലെ തോന്നിക്കുന്ന വിത്തുള്ള മുൾച്ചെടിയായ 'രാവണൻ മീശ'യും മണലിൽ പരന്നു കിടക്കുന്നുണ്ടാകും. ഇടയ്ക്കിടെയുള്ള തെങ്ങിൻകൂട്ടങ്ങളും ചാവോക്കുമരങ്ങളും കാണുന്നതിൽനിന്നും മത്സ്യത്തൊഴിലാളികളുടെ കോളനി അവിടെയുണ്ടായിരുന്നതായി അനുമാനിക്കാനാകും.

തിരക്കുപിടിച്ച ഒരു നഗരത്തിൽനിന്നും പച്ചപ്പു നിറഞ്ഞ ശാന്തമായ ഒരു പ്രദേശത്തേക്കു വന്ന ഒരു യുവതിയുടെ ആദ്യത്തെ പ്രതികരണമായിരിക്കാം ഇത്. പിന്നീട് അമ്മയുടെ ജീവിതകഥ എഴുതിയപ്പോൾ പങ്കജം ഈ പ്രദേശങ്ങൾ വിവരിക്കുന്നത് തികച്ചും മറ്റൊരു തരത്തിലാണ്.

> ദൈവംപോലും ഉപേക്ഷിച്ച സ്ഥലം. സംസാരിക്കാൻപോലും ആരുമില്ല. അമ്മയ്ക്കോ ഞങ്ങൾക്കാർക്കെങ്കിലുമോ ഒരസുഖം വന്നാൽ സഹായത്തിന് ഒരാളെയും കിട്ടാനില്ല. ബംഗ്ലാവിന്റെ ചവിട്ടുപടിയിൽ ഇരുന്ന് അമ്മ കഥപറഞ്ഞു തരുമ്പോൾ ചക്രവാളത്തെ തീപിടിപ്പിക്കുന്നതുപോലെയുള്ള അസ്തമയം ഞങ്ങൾ ആസ്വദിച്ചിരുന്നു. പ്രകൃതിയുടെ ആ പ്രദർശനത്തിന്റെ സൗന്ദര്യത്തിൽ മുഗ്ദ്ധരായ ഞങ്ങൾ നിശ്ശബ്ദരായിരുന്നു കഥ തുടരുവാൻ അമ്മയെ ഇടയ്ക്കിടെ ഓർമ്മിപ്പിക്കുമെന്നു മാത്രം. പലതവണ അച്ഛന് സ്ഥലം മാറ്റം ഉണ്ടായി. എല്ലാം കടൽത്തീരത്തെ ഇത്തരം മനോഹരമായ പ്രദേശങ്ങളിലേക്കായിരുന്നു.

സുബ്ബലക്ഷ്മി മറ്റുള്ളവരുമായി പെട്ടെന്ന് ഇടപഴകുന്ന പ്രകൃതക്കാരിയല്ലെങ്കിൽക്കൂടി ആഴ്ചകളോളം പി ആർ ജി സ്ഥലത്തില്ലാതെ, സൗഹൃദം പങ്കിടാൻ അയൽക്കാരില്ലാതെ ഇത്തരം ഏകാന്തമായ പ്രദേശങ്ങളിൽ വല്ലാതെ വിഷമിച്ചാകാം ജീവിച്ചിട്ടുണ്ടാവുക. പക്ഷേ, പങ്കജത്തിന്റെ വിവരണത്തിൽനിന്നും ഇത്തരം സുന്ദരമായ പ്രദേശങ്ങളിലെ ജീവിതം സുബ്ബലക്ഷ്മിക്ക് പ്രകൃതി സൗന്ദര്യാസ്വാദനം സാദ്ധ്യമാക്കിയിരുന്നതായി മനസ്സിലാക്കാനാകും. പിന്നീട് സുബ്ബലക്ഷ്മിയുടെ പഠനം കൂടുതൽ ചിട്ടയുള്ളതും സമർത്ഥവും ആയി മാറിയെന്ന് അവരുടെ എന്നത്തേയും ഏകസുഹൃത്തായ ഗ്രേസ് സാമുവലും ആയുള്ള കത്തിടപാടുകളിൽനിന്നും വ്യക്തമാകും.

കുടുംബ ദുരന്തങ്ങൾ

> മരണം മറയ്ക്കമിരുൾക്കറുപ്പ്;
> ഇതുവരെയറിയാത്ത ദിക്കിലെത്താം

ആനന്ദമാണോ കരച്ചിലാണോ
ഏതുമാവട്ടെ തണുത്തുറയാം.

യുവദമ്പതികൾ ഒരുമിച്ചു ജീവിക്കാൻ തുടങ്ങി ഒരുവർഷം കഴിഞ്ഞപ്പോൾ അവരുടെ മകൾ പിറന്നു. അവരവളെ താമര എന്നർത്ഥം വരുന്ന പങ്കജം എന്നുവിളിച്ചു. അഭിരാമി എന്ന ദേവീനാമം, –പി ആർ ജിയുടെ അമ്മയുടെ പേരു കൂടിയാണിത്– അല്ല മകൾക്കിട്ടത്. അഭിരാമി ഒരു പഴഞ്ചൻ പേരാണെന്നായിരുന്നു കാമാക്ഷിയുടെ അഭിപ്രായം. ആചാരപ്രകാരം അച്ഛന്റെ അമ്മയുടെ പേരിടുന്ന രീതിയും വേണ്ടെന്നുവെച്ചു. സുബ്ബലക്ഷ്മി ഒരു രീതിയിലും പുത്രവാത്സല്യം പ്രകടിപ്പിക്കുന്ന അമ്മയായിരുന്നില്ല. പക്ഷേ, ഒരു ബാലാരിഷ്ടത മാറുന്നതിന് മണിക്കൂറുകളോളം തന്നെ അമ്മ മുട്ടുവരെ മണ്ണിലിറക്കി നിർത്തിയിരുന്ന കാര്യം പങ്കജത്തിന് എത്ര പറഞ്ഞാലും മതിയാവില്ലായിരുന്നു. ഇങ്ങനെ ചെയ്തില്ലായിരുന്നെങ്കിൽ താൻ മുടന്തിയായി പോയേനെയെന്ന് പങ്കജം വിശ്വസിച്ചു.

ഈ ദമ്പതികൾക്ക് രണ്ടാൺകുട്ടികളെ നഷ്ടപ്പെട്ടു. നാലുവയസ്സിൽ രാജയും ഒരു വയസ്സുകഴിഞ്ഞപ്പോൾ സുന്ദരവും (സുബ്ബലക്ഷ്മി പിപ് എന്നാണ് വിളിച്ചിരുന്നത്). ഇന്നുവരെയും പങ്കജം തന്റെ ഈ അനിയന്മാരെ വളരെ വാത്സല്യത്തോടെയും സ്നേഹത്തോടെയും ആണ് ഓർക്കുന്നത്. പങ്കജം ഒരു സംഭവം എഴുതിയിട്ടുണ്ട്. ഒരിക്കൽ പങ്കജത്തിന്റെ അച്ഛൻ സുബ്ബലക്ഷ്മിയെ അടിക്കാൻ കയ്യോങ്ങിയപ്പോൾ രാജ പുറത്തേക്കോടിപ്പോയി എടുത്താൽ പൊന്താത്ത ഒരു വടിയും വലിച്ചുകൊണ്ടുവന്നുവത്രേ, അച്ഛനെ അടിക്കുന്നതിന്. “ഒരു പെൺകുട്ടിയായ ഞാൻ പേടിച്ച് വിറച്ച് കരയാറായി നിന്നപ്പോൾ ചെറുപ്രായത്തിൽ രാജ തന്റെ അമ്മയെ രക്ഷിക്കാൻ ആണ് ശ്രമിച്ചത്!” എന്ന് പങ്കജം പറയുന്നു. രാജയ്ക്കുപകരം വെറും പെൺകുട്ടിയായ താനായിരുന്നു മരിച്ചിരുന്നതെങ്കിൽ തന്റെ മാതാപിതാക്കളെ രാജ നന്നായി നോക്കുമായിരുന്നുവെന്നും പങ്കജം എപ്പോഴും പറയുമായിരുന്നു. പക്ഷേ, ഇക്കാര്യം അച്ഛനോട് പറഞ്ഞപ്പോൾ അച്ഛൻ യോജിച്ചിരുന്നില്ലെന്നും “ഒരിക്കലും അല്ല. രാജ കല്യാണം കഴിച്ച് കഴിയുമ്പോൾ ഞങ്ങളെ മറന്നേനെ. നീ ഞങ്ങളെ നന്നായി നോക്കി” എന്ന് പറയുമായിരുന്നുവെന്നും പങ്കജം കൂട്ടിച്ചേർത്തു.

പുനർജ്ജനിച്ച ദുഃഖം

നിൻ കുഴിമാടം, മണ്ണിലുണ്ട്
കണ്ടാൽ തിരിച്ചറിയാത്ത പോലെ.
അറിയാമാപ്പട്ടണം, എന്നാൽ നിന്റെ
തളിരെല്ലുറങ്ങുന്ന സ്ഥലം ഏതാവാം?
കരയാഞ്ഞല്ലാ കരൾ കല്ലിനേയും
അലിയുക്കുമാറശ്രു പെയ്തിരുന്നൂ
എഴുതുമീ വരികളിൽ ഇന്നു കേൾക്കാം
കരൾ പൊട്ടിയന്നു കരഞ്ഞതെല്ലാം.

താഴെയീഭൂമിയിൽ ഏറെ നിന്റെ
സാന്നിദ്ധ്യം ദൈവം വിധിച്ചതില്ല.
ഞാനും നിന്നമ്മയും പൊന്നനീത്തീം
ആകെക്കെണെഞ്ഞിട്ടും എന്ത് മെച്ചം?
ദുർബലർക്ക് ഞങ്ങൾക്ക് യാത്ര ചൊല്ലാ-
നത്രേ വിധി; മൃത്യു ദുർന്നിരോധ്യൻ!

ജീവിതം പച്ച പിടിച്ചതാവാം
ഹാ മോഹമവിടെത്തകർന്നിടുന്നു.
മരണം മറയ്ക്കുമിരുൾക്കറുപ്പ്,
ഇതുവരേയറിയാത്ത ദിക്കിലെത്താം
ആനന്ദമാണോ കരച്ചിലാണോ
ഏതുമാവട്ടെ തണുത്തുറയാം.

രണ്ട് പുത്രന്മാർ വിട പറഞ്ഞു എന്റെ
ഗ്രീഷ്മാഗ്നിയിയിൽ മൊട്ടുകൾ പോൽ.
നിർഘൃണം ദുർവിധിയെന്നോടെന്തോ
മുൻപക പോക്കുകയായിരുന്നോ?
വിലപിച്ചു ഞാൻ, മൃത്യു പഴയതായീ,
അറിവു ഞാൻ സങ്കടം സാധാരണം.
എങ്കിലും എൻ ചിത്തം ശാന്തമല്ലാ
എന്റെയീ നഷ്ടം മറക്കുകില്ലാ.

കാലം പടുഭിഷക്കെങ്കിലോരോ
നേരവും സങ്കടം മായ്ക്കുമെങ്കിൽ
മാസ്മരം കാലത്തിൻ ശക്തിയെങ്കിൽ
ചാർത്തിയതെന്തിനീ നിത്യമുദ്ര?

ഒറ്റക്കു താൻ ഞാൻ വഹിപ്പു ദുഃഖം
നിത്യവും രാപ്പകൽ നീറി നീറി
അക്കനത്താലെല്ല് കൂഞ്ഞു പോയീ
മൃത്യുലോകത്തേ കൊതിപ്പൂ വാസം.

മകൻ മരിച്ചപ്പോൾ പി ആർ ജി എഴുതിയ കവിതയിൽ “എന്റെ ഭാരം ഞാൻ തനിയെ ചുമക്കണം” എന്നെഴുതിയത് എന്തുകൊണ്ടാണെന്ന് ഞാൻ അത്ഭുതപ്പെട്ടിട്ടുണ്ട്. മകൻ മരിച്ച ദുഃഖം അച്ഛനമ്മമാർ ഒരുപോലെയല്ലേ പങ്കുവയ്ക്കുന്നത്?

രണ്ടാമത്തെ മകൻ മരിച്ചതിനുശേഷം സുബ്ബലക്ഷ്മി പങ്കജത്തിന് ഹരീന്ദ്രനാഥ് ചതോപാധ്യായയുടെ ഒരു കവിതാ സമാഹാരം സമ്മാനിച്ചു. അതിൽ ‘കൊച്ചനുജൻ’ എന്ന കവിത പ്രത്യേകം അടയാളപ്പെടുത്തിയിരുന്നു. കവിതയുടെ ഒടുവിൽ ഒരു ചോദ്യചിഹ്നവും സുബ്ബലക്ഷ്മി ചേർത്തിരുന്നു.

കുഞ്ഞനിയൻ (Baby Brother)

കുഞ്ഞിനുണ്ടൊരു കുഞ്ഞനിയൻ
കുഞ്ഞനിയൻ മരണം പൂകീ.
കുഞ്ഞാഹ്ലാദാൽ കൈ കൊട്ടി
അമ്മ ചൊരിഞ്ഞു കണ്ണീര്
കുഞ്ഞിൻ തനുവിൽശ്വാസത്തിൽ
ഉണ്ടു വിവേകമതാത്മാവിൽ
മരണാനന്തര ലോകത്തിൻ
പൊലിമകൾ കാണുവതവൾ മാത്രം.

ദശാബ്ദങ്ങൾക്കുശേഷം തന്റെ മുത്തശ്ശി (സുബ്ബലക്ഷ്മി) തന്നെക്കൊണ്ട് ഭാരതി എഴുതിയ കൃഷ്ണനോടുള്ള പ്രണയം സൂചിപ്പിക്കുന്ന കവിതകൾ വായിപ്പിച്ചിരുന്നതും അതുകേട്ട് നിയന്ത്രണം വിട്ടവർ പൊട്ടികരയുന്നതും ലളിത ഓർക്കുന്നു.

ഭാരതിയാരുടെ കവിത (മഞ്ജരി)

ഏറേ പ്രിയമായ തന്മുഖം ഓർക്കുവാൻ
കൂറാർന്ന ഹൃത്തിന്നു പറ്റുന്നില്ല,
ആരോടു ചൊല്ലും ഞാൻ ഈ ദുഃഖം?
മാനസം തീരെ മറപ്പില്ലാ സ്നേഹമൊന്നും
ആ മുഖം, ആ മുഖം മാത്രം മറന്നുപോയ്
കാരണമെന്താവാം തമ്പുരാനേ?
തേനേ മറക്കുന്ന തേനീച്ച, ഭാസ്കര
ദേവോദയം ഓർക്കാപ്പൂവുകളും;
മാനം മറക്കുന്ന മാമരം: ഇങ്ങനെ
യാതൊന്നും ഭൂമിയിൽ കാണ്മതില്ല.

തന്റെ അമ്മയ്ക്ക് അവരുടെ മഹാനഷ്ടങ്ങൾ ഒരിക്കലും അതി ജീവിക്കാനായിട്ടില്ലെന്ന് പങ്കജത്തിന് ഉറപ്പാണ്. ആ ജീവിതത്തെക്കുറിച്ച് ചിന്തിക്കുകയും എഴുതുകയും ചെയ്യുമ്പോൾ എനിക്കു തോന്നുന്നത് മക്കളുടെ നഷ്ടത്തെ ഓർത്ത് മാത്രമായിരുന്നില്ല ആ കണ്ണുനീരെന്നാണ്, മറിച്ച് ജീവിതം മുഴുവൻ അവരനുഭവിച്ച നഷ്ടങ്ങൾ ഓർത്താണ്. നന്ദലാൽബോസിന്റെ *ദ ഫ്ളൈറ്റ്* എന്ന ചിത്രം കണ്ടപ്പോൾ തനിക്ക് ലഭിക്കേണ്ടിയിരുന്ന ലളിതമായ ആനന്ദത്തിന്റെ നഷ്ടപ്പെടലും, ശാന്തിനികേതനിൽ ഗുരുദേവൻ *ഗീതാഞ്ജലി* ആലപിക്കുന്നത് കേൾക്കുന്നതിനുള്ള അവസരം നഷ്ടപ്പെട്ടതും സാമൂഹ്യമായി സജീവമായ ഒരു ജീവിതം എന്ന സ്വപ്നം നഷ്ടമായതും തനിക്ക് നേടാൻ കഴിയാത്ത അങ്ങനെ അനേകം കാര്യങ്ങൾ ഓർത്തും നഷ്ടബോധം തോന്നിയിട്ടുണ്ടാകാം.

3

ഉറ്റസുഹൃത്ത്: ഗ്രേസ് സാമുവൽ

> **എ**നിക്ക് കുഞ്ഞുങ്ങളില്ലെങ്കിലും ഏറ്റവും നിർഭാഗ്യവതിയായി കണക്കാക്കപ്പെടുന്നുണ്ടെങ്കിലും ശപിക്കപ്പെട്ടവൾ ആണെങ്കിലും ഈ ലോകം സന്തോഷത്താൽ നിറഞ്ഞിരിക്കുന്നതായി എനിക്കു തോന്നുന്നത് എന്റെ എല്ലാമെല്ലാമായ യേശുക്രിസ്തുവിലുള്ള വിശ്വാസം കൊണ്ടു മാത്രമാണ്. നീയും യേശുവിനെ അറിയുകയും സ്നേഹിക്കുകയും ചെയ്തിരുന്നെങ്കിലും എന്തൊക്കെ സംഭവിച്ചാലും നീ ദുഃഖിതയാവില്ലായിരുന്നു.

1934 നവംബർ 5 ന് ഗ്രേസ് സുബ്ബലക്ഷ്മിക്കയച്ച കത്തിൽനിന്നും.

1916 ൽ ഗർഭാശയസംബന്ധമായ രോഗത്തിന് ചികിത്സിക്കുന്നതിന് കാഞ്ചീപുരത്തെ പ്രീച്ചേഴ്സ് മിഷൻ ആശുപത്രിയിൽ സുബ്ബലക്ഷ്മിയെ പ്രവേശിപ്പിച്ചു. രണ്ടു മാസത്തോളം സുബ്ബലക്ഷ്മി ആശുപത്രിയിൽ കിടന്നെങ്കിലും അവരുടെ ഭർത്താവ് ഒരിക്കൽപ്പോലും അവിടെ വന്നില്ല. 19 വയസ്സു മാത്രം പ്രായമുള്ള, ഇതിനിടയിൽ രണ്ടു കുഞ്ഞുങ്ങളുടെ അമ്മയായി കഴിഞ്ഞ സുബ്ബലക്ഷ്മിക്കത് വേദനാനിർഭരമായ അനുഭവം ആയിരുന്നിരിക്കും. ഈ അവഗണനയ്ക്ക് യാതൊരുവിധ നീതീകരണവുമില്ല. പിന്നീട് അച്ഛനുമായി വളരെ അടുപ്പത്തിലായിരുന്ന പങ്കജം ഒരിക്കൽപ്പോലും അച്ഛനോട് എന്തുകൊണ്ട് ആശുപത്രിയിൽ അമ്മയെ തനിച്ചാക്കിയെന്ന് ചോദിച്ചിട്ടില്ലായെന്നത് അത്ഭുതമാണ്. പങ്കജം പറഞ്ഞത് രോഗം മാറിയ സുബ്ബലക്ഷ്മിയെ ആശുപത്രിയിൽനിന്നും കൂട്ടിക്കൊണ്ടുപോകുവാൻ പോലും ആരും ഉണ്ടായിരുന്നില്ലെന്നാണ്. സുബ്ബലക്ഷ്മിയുടെ കയ്യിൽ പണവും ഉണ്ടായിരുന്നില്ല. ഭർത്താവിന്റെ വീട് വളരെ ദൂരെയും ആയിരുന്നു. സുബ്ബലക്ഷ്മിയുടെ ഗതികേട് മനസ്സിലാക്കിയ ആശുപത്രി

സൂപ്രണ്ടാണ് മദ്രാസിൽ സഹോദരന്റെ ഒപ്പംകഴിയുന്ന അമ്മയുടെ അരികിൽ എത്തുന്നതിനു വേണ്ട പണം നല്കിയത്. അവിടെ എത്തിയപ്പോഴാണ് പങ്കജം സ്നേഹത്തോടെ പപ്പുമാമ എന്നും ചോക്കലേറ്റ് മാമ എന്നും വിളിച്ചിരുന്ന സഹോദരൻ പത്മനാഭൻ മരിച്ചുപോയെന്ന് അറിഞ്ഞത്. സുബ്ബലക്ഷ്മിയെ വല്ലാതെ ദുഃഖിപ്പിച്ച സംഭവം ആയിരുന്നു അത്. കുറച്ചു ദിവസം അവിടെ താമസിച്ചതിനുശേഷം ഭർത്താവിന്റെ വീട്ടിലെത്തിയപ്പോൾ വികാരഭരിതമായ പുനഃസമാഗമം ആണ് മകളുമായി ഉണ്ടായത്. ഒരു പാചകക്കാരന്റെ ചുമതലയിൽ ആണ് കുഞ്ഞുങ്ങൾ ഇത്രയും കാലം കഴിഞ്ഞത്. അച്ഛൻ ഔദ്യോഗിക യാത്രകളിൽ ആകുമ്പോൾ വിദൂരമായ കടലോരഗ്രാമത്തിലെ ഒറ്റപ്പെട്ടവീട്ടിൽ ആൺകുഞ്ഞ് പാചകക്കാരന്റെ ഒപ്പവും അഞ്ചുവയസ്സുള്ള പങ്കജം ഒറ്റയ്ക്കും ആണ് രാത്രിയിൽ കിടന്നുറങ്ങിയിരുന്നത്. അത് കുട്ടികൾക്കും കഷ്ടകാലം പിടിച്ച ദിവസങ്ങൾ ആയിരുന്നു. അച്ഛനമ്മമാരുടെ കണ്ടുമുട്ടലിനെ കുറിച്ചോ പി ആർ ജി ആശുപത്രിയിൽ ചെല്ലാത്തതിന്റെ കാരണം സുബ്ബലക്ഷ്മി തിരക്കിയിരുന്നോ എന്നതിനെക്കുറിച്ചോ ഒന്നും ഓർക്കുന്നതിനുള്ള പ്രായം പങ്കജത്തിനന്ന് ആയിരുന്നില്ല.

ആശുപത്രിവാസം കൊണ്ടുണ്ടായ ഒരു ഗുണം അവിടെവച്ച് മറ്റൊരു രോഗിയായ ഗ്രേസ് സാമുവലിനെ സുബ്ബലക്ഷ്മി പരിചയപ്പെട്ടതാണ്. അത് ഗാഢമായ ഒരു സൗഹൃദത്തിനിടയാക്കി. തിരുനെൽവേലിയിലെ നസ്രേത്തിലെ റെവറന്റ് ആർ സാമുവലിന്റെ ഭാര്യയായിരുന്നു ഗ്രേസ്. ഇവരുടെ സൗഹൃദം ഇരുവർക്കും ജീവിതാവസാനം വരെ ആനന്ദം നല്കിയ ബന്ധമാണ്. ഇംഗ്ലീഷ് ബംഗ്ലാവുകൾക്കുള്ളിൽ ഏകാന്തതയിൽ ജീവിച്ച വളരെ കുറച്ചു സുഹൃത്തുക്കൾ മാത്രം ഉണ്ടായിരുന്ന സുബ്ബലക്ഷ്മിക്ക് ആയിരുന്നു ഈ സൗഹൃദം കൂടുതൽ ആനന്ദകരം.

ഗ്രേസുമായുള്ള സൗഹൃദം എന്നും സുബ്ബലക്ഷ്മിക്ക് വലിയ പിന്തുണയും സഹായവും നല്കിയെന്നു മാത്രമല്ല. പുതിയ നിരവധി മേഖലകളും താല്പര്യങ്ങളും പരിചയപ്പെടുവാനും ഇടയാക്കി. ഗ്രേസിന്റെ പ്രകൃതിസ്നേഹവും അറിവും സുബ്ബലക്ഷ്മിക്കും പകർന്നു കിട്ടി.

ബാല്യത്തിൽ ഇംഗ്ലണ്ടിൽനിന്നും അച്ഛൻ വരുത്തിത്തന്ന അനേകം പുസ്തകങ്ങൾ വായിച്ചതിലൂടെ സംസ്കരിക്കപ്പെട്ട സഹൃദയത്വം സ്വായത്തമാക്കിയ സുബ്ബലക്ഷ്മി പ്രകൃതിയെ മനസ്സിലാക്കുന്നതിൽ അത്യന്തം ആഹ്ലാദിച്ചു. അവളുടെ വ്യക്തിത്വത്തിന്റെ തന്നെ ഭാഗമായതു മാറി.

സുബ്ബലക്ഷ്മിയുടെ ജീവിതത്തിൽ ആദ്യമായാണ് ഒരാളെ കണ്ട ഉടൻ ഇഷ്ടമാകുന്നതും തന്റെ ഹൃദയം തുറക്കുന്നതും. ഗ്രേസ് ആറു വയസ്സിനു മുതിർന്ന, കടുത്ത മതവിശ്വാസിയായ മാർഗ്ഗം കൂടിയ ക്രിസ്ത്യാനിയായിരുന്ന തിരുനെൽവേലിയിലെ ധർമ്മനിഷ്ഠയുള്ള പുരോഹിതനായ റവ. ആൽബർട്ടിന്റെയും ജ്ഞാനാഭരണത്തിന്റെയും മകളാണ് ഗ്രേസ്. 19-ാം നൂറ്റാണ്ടിന്റെ ആദ്യം,

ഒരു പരിധിവരെ ഉന്നത വിദ്യാഭ്യാസത്തിനായുള്ള മത്സരത്തിൽ ഇന്ത്യയിലെ ക്രിസ്ത്യാനികൾ ബ്രാഹ്മണർക്കൊപ്പം ആയിരുന്നു. ആകെയുള്ള ജനസംഖ്യയിൽ രണ്ടു ശതമാനം മാത്രമായിരുന്നു ക്രിസ്ത്യാനികൾ എങ്കിലും മദ്രാസ് സർവ്വകലാശാലയിലെ ബിരു ദധാരികളിൽ 8 ശതമാനം അവരായിരുന്നു. വളരെ താഴ്ന്ന സാഹ ചര്യങ്ങളിൽനിന്നും വന്ന, പലതരത്തിലുള്ള സാമൂഹ്യ മുൻവിധി കൾ മറി കടന്നെത്തിയ അവരുടെ നേട്ടം കൂടുതൽ സവിശേഷ മായി കണക്കാക്കേണ്ടതാണ്. ക്രിസ്ത്യൻ മിഷനറിമാരുടെ ശ്രദ്ധാ പൂർവ്വമായ മേൽനോട്ടവും ബ്രിട്ടീഷ് ഭരണത്തെ തുടർന്നുണ്ടായ മാറ്റവുമായി പൊരുത്തപ്പെടാനുള്ള അവരുടെ സന്നദ്ധതയുംമൂലം ഇന്ത്യൻ ക്രിസ്ത്യാനികൾക്ക് ബുദ്ധിമുട്ടുകൾ തരണം ചെയ്യുവാൻ സാധിക്കുകയും പുരോഗമനസമൂഹം എന്ന അംഗീകാരം നേടി യെടുക്കാൻ കഴിയുകയും ചെയ്തു. തെക്കേഇന്ത്യയിൽ ഏറ്റവും കൂടുതൽ സാക്ഷരത കൈവരിച്ചവർ ക്രിസ്ത്യൻ സ്ത്രീകളായി രുന്നു. ജനസംഖ്യാനുപാതമായി നോക്കുമ്പോൾ കോളേജുവിദ്യാ ഭ്യാസ മേഖലയിൽ ബ്രാഹ്മണർക്കുശേഷം രണ്ടാം സ്ഥാനത്ത് ക്രിസ്ത്യൻ പുരുഷന്മാരെത്തുകയും ചെയ്തു.

സുബ്ബലക്ഷ്മിക്ക് ഗ്രേസിനോട് അടുപ്പം തോന്നിയതിനു കാരണം ഗ്രേസിന്റെ ദൈവഭക്തിയും മതപരമായ ആവേശവും അല്ല; മറിച്ച് പ്രകൃ തിയോടുള്ള ആഴത്തിലുള്ള സ്നേഹവും അഭിനിവേശവും ആണെന്നു കാണാം. ഗ്രേസും ഭർത്താവും ഒരു പ്രകാശഗോപുരം കാണുന്നതിന് ട്രോളിയിൽ യാത്രചെയ്തതിന്റെ അനുഭവം വിവരിച്ചുകൊണ്ട് സുബ്ബല ക്ഷ്മിക്കയച്ച കത്തിന് സുബ്ബലക്ഷ്മി പ്രകൃതിയെക്കുറിച്ച് നടത്തിയ നിരീ ക്ഷണങ്ങൾ ഡയറിയിൽ കുറിച്ചിട്ടതുമായി വളരെയേറെ സാദൃശ്യമുണ്ട്. പങ്കജം ആത്മകഥയിൽ ഇങ്ങനെ എഴുതുന്നു: "ഈ മാന്യവനിതയാണ് എന്റെ അമ്മയെ പക്ഷിനിരീക്ഷണത്തിലേക്കും നക്ഷത്ര നിരീക്ഷണത്തി ലേക്കും പ്രകൃതിയിലെ അനന്തചെറു ജീവജാലങ്ങളെയും നിരീക്ഷിക്കു ന്നതിലേക്കും നയിച്ചത്. ഈ സൗഹൃദം അമ്മയ്ക്ക് വളരെയേറെ സന്തോ ഷവും സാന്ത്വനവും ഏകി. അവർ ഉറ്റസുഹൃത്തുക്കളായിത്തീരുകയും വളരെക്കാലത്തിനുശേഷം ഗ്രേസിന്റെ മരണംവരെയും നിരന്തരമായ കത്തിടപാടുകൾ ഇവർ തമ്മിൽ ഉണ്ടാക്കുകയും ചെയ്തു. സ്വതവേ പ്രകൃ തിയെ സ്നേഹിക്കുന്ന സുബ്ബലക്ഷ്മി തന്റെ ചുറ്റുപാടുകളെ കൂടുതൽ താല്പര്യത്തോടെ വീക്ഷിക്കുവാൻ ഇടയായി. അവരുടെ ആദ്യത്തെ ആ സുപ്രധാന കൂടിക്കാഴ്ചയ്ക്കുശേഷം ഒരിക്കൽക്കൂടി മാത്രമേ തമ്മിൽ കണ്ടിട്ടുള്ളൂ. എങ്കിലും ഗ്രേസിന്റെ മരണം വരെയും അവർ പരസ്പരം സ്ഥിരമായി കത്തുകൾ അയച്ചു.

ഗ്രേസിന്റെ പ്രകൃതിസ്നേഹം സുബ്ബലക്ഷ്മിയെ വളരെയേറെ സഹാ യിച്ചു. അങ്ങനെ സുബ്ബലക്ഷ്മി പ്രകൃതിയെ ഗൗരവത്തോടെ കാണാൻ

തുടങ്ങുകയും ചെടികളെയും ഗ്രഹങ്ങളെയും കുറിച്ച് സ്ഥിരമായി വായിക്കുകയും ചെയ്തു.

ഗ്രേസിന്റെ ദൈവഭക്തിക്ക് തീവ്രമായ ഒരുതരം ലാളിത്യവും ഉണ്ടായിരുന്നു. ആഭരണങ്ങളോട് ഗ്രേസിനുണ്ടായിരുന്ന കടുത്ത വിരോധം സുബ്ബലക്ഷ്മിക്ക് ഏറെ മതിപ്പുണ്ടാക്കി. ഗ്രേസിന്റെ അച്ഛന്റെ ലളിത ജീവിതവും പ്രസിദ്ധമായിരുന്നു. പരമ്പരാഗതമായ കമ്മലുകൾ പോലും ഇടാത്തതിനെക്കുറിച്ചും വിധവകൾ ആണ് ആഭരണങ്ങൾ ഉപയോഗിക്കാത്തതെന്നും മറ്റുമുള്ള ആക്ഷേപങ്ങൾ ഗ്രേസ് കണക്കിലെടുത്തിട്ടില്ലെന്നും സ്മരണികയിൽ പറയുന്നുണ്ട്. ആർഭാടം ക്രിസ്തുവിന്റെ വചനങ്ങൾക്കു വിരുദ്ധമാണെന്ന് ഗ്രേസ് വിശ്വസിച്ചു. ഇത്തരം കാര്യങ്ങളിൽ ഗ്രേസിന്റെ ഭർത്താവും അവർക്കൊപ്പം നില്ക്കുകയും പിന്തുണയ്ക്കുകയും ചെയ്തിരുന്നു. ഗ്രേസിന്റെ വിശ്വാസങ്ങൾ സുബ്ബലക്ഷ്മിയെയും സ്വാധീനിച്ചിട്ടുണ്ടാകാം. സുബ്ബലക്ഷ്മിയും പിന്നീട് ഗാന്ധിയൻ ആദർശങ്ങൾക്കനുസൃതമായി ഖദർ വസ്ത്രം ധരിക്കുവാൻ തുടങ്ങുകയും ആഭരണങ്ങൾ പൂർണ്ണമായും ഉപേക്ഷിക്കുകയും ചെയ്തു.

സുബ്ബലക്ഷ്മിയും ഗ്രേസും പുസ്തകങ്ങളോടുള്ള സ്നേഹവും പരസ്പരം പങ്കുവച്ചു. മതപരമായ പുസ്തകങ്ങൾ മാത്രമല്ല താനിഷ്ടപ്പെടുന്നതെന്ന് ഗ്രേസ് പറഞ്ഞിരുന്നു. പങ്കജത്തിനയച്ച നേരത്തെ സൂചിപ്പിച്ച കത്തിൽ ഗ്രേസ് ഇങ്ങനെ എഴുതി:

> കൂടുതൽ അറിവു ലഭിക്കുന്നതിനുള്ള ദാഹം ഉണ്ടാക്കാനായി എന്നതാണ് വിദ്യാഭ്യാസത്തിന്റെ പ്രയോജനം – എല്ലാത്തരത്തിലുമുള്ള എല്ലാ വിജ്ഞാനശാഖകളും സംബന്ധിച്ച അറിവ് – അതുകൊണ്ട് നൂറുകൊല്ലം ജീവിച്ചാലും നാം ഒരിക്കലും പഠനം ഉപേക്ഷിക്കുന്നില്ല. എന്നെ സംബന്ധിച്ചിടത്തോളം വായന ഒരുതരം അഭിനിവേശമാണ്. എന്റെ മറ്റ് ഉത്തരവാദിത്വങ്ങൾക്ക് തടസ്സമാകാതിരിക്കുന്നതിന് വായനയെ കർശനമായി നിയന്ത്രണത്തിൽ വയ്ക്കേണ്ടതും ഉണ്ട്. ലഭ്യമായ എല്ലാ അറിവും നേടണമെന്ന ആഗ്രഹം എനിക്കുണ്ട്. വിദ്യാസമ്പന്നയായ ഒരു സ്ത്രീക്കുണ്ടാകേണ്ട യോഗ്യത ലഭിക്കത്തക്കവിധം രാഷ്ട്രീയം, ചരിത്രം, ശാസ്ത്രം, പ്രകൃതി തുടങ്ങി എന്തിനെ സംബന്ധിച്ച വിവരങ്ങളും ശേഖരിക്കണമെന്നുണ്ട്.

സുബ്ബലക്ഷ്മിയെ സംബന്ധിച്ചിടത്തോളമാകട്ടെ, അറിവ് ഉണ്ടാകുക എന്നത് സ്കൂളിൽ പോയിട്ടില്ലാത്ത വ്യക്തിക്കും യോഗ്യത തന്നെയാണ്. സുബ്ബലക്ഷ്മിയുടെ പേരമകൾ ലളിത തന്റെ അമ്മൂമ്മയെ കുറിച്ചെഴുതി വച്ചിട്ടുള്ള ഓർമ്മക്കുറിപ്പുകളിൽ നിന്നും സുബ്ബലക്ഷ്മിയുടെ പുസ്തക സ്നേഹം നമുക്ക് കാണാനാകും.

സുബ്ബലക്ഷ്മിയെയും അവരുടെ ചിന്തകളെയും സ്വാധീനിക്കുന്നതിൽ ഗ്രേസിന് പരാജയമടയേണ്ടി വന്ന ഒരേയൊരു മേഖല മതത്തിന്റേതാണ്.

രണ്ടു സുഹൃത്തുക്കളും അവരുടെ വൈവാഹിക ജീവിതങ്ങളുടെ വൈരുദ്ധ്യത്തെക്കുറിച്ച് തികച്ചും ബോധവതികൾ ആയിരുന്നു. ഭർത്താ വുമായുണ്ടായിരുന്ന സ്നേഹപൂർണ്ണമായ പാരസ്പര്യത്തെക്കുറിച്ച് ഗ്രേസ് പലപ്പോഴും എഴുതുകയും പറയുകയും ചെയ്തിട്ടുണ്ട്. പി ആർ ജിക്കും സുബ്ബലക്ഷ്മിക്കും ഇടയിൽ ഉണ്ടായിരുന്ന പൊരുത്തക്കേടുകളും അവർ അനുഭവിച്ച നിരാശകളും സുബ്ബലക്ഷ്മിയും ചർച്ച ചെയ്തിരുന്നു. ഗ്രേസിന്റെ ജീവിതത്തിന്റെ ഭാഗമായിരുന്ന പാരസ്പര്യവും സഹൃദ യത്വവും തനിക്കില്ലെന്ന വേദനാപൂർണ്ണമായ തിരിച്ചറിവിൽ തന്റെ നിരാ ശയും യാതനയും കൂടുതൽ തീക്ഷ്ണമായി സുബ്ബലക്ഷ്മിക്ക് അനുഭവ പ്പെട്ടിട്ടുണ്ടാകാം. ഒരേ മനസ്സോടെ വീശിയടിക്കുന്ന കാറ്റിന്റെ ഗാംഭീര്യ തയും വിരിഞ്ഞു വരുന്ന ഒരു കുഞ്ഞുപൂവിന്റെ സൗകുമാര്യമാർന്ന നിറവും ആസ്വദിക്കുകയും ഇലപ്പടർപ്പിനുള്ളിലെ കുഞ്ഞാറ്റക്കിളിയെ കാണാൻ ശ്രമിക്കുകയും ഒരു വിത്ത് പാകി അതു വളർന്നു വരുന്നതും കാത്തിരിക്കുകയും ദൈവത്തിന്റെ ഇച്ഛകൾക്കു മുന്നിൽ പൂർണ്ണമായി കീഴ ടങ്ങുകയും ചെയ്തുകൊണ്ടാണ് സാമുവൽ ദമ്പതികൾ പരസ്പരം ഇണ ക്കിചേർക്കപ്പെട്ടിരുന്നത്. ഇത്തരം കൊച്ചു കൊച്ചു സന്തോഷങ്ങൾ സുബ്ബ ലക്ഷ്മിയുടെ ജീവിതത്തിൽ ഒട്ടുംതന്നെ ഉണ്ടായിരുന്നില്ല. പിന്നീട് ഇത്ത രത്തിലുള്ള ദമ്പതിമാരെ സുബ്ബലക്ഷ്മി മദ്രാസിലും മറ്റും കണ്ടിട്ടുണ്ടാ യിരുന്നു. കസിൻ, കമലാദേവി–ഹരീന്ദ്രനാഥ ചതോപാധ്യായ ഹ്രസ്വമെ ങ്കിലും സന്തോഷകരമായ ദാമ്പത്യജീവിതമായിരുന്നു ഇവരുടേത്. അപ്പോ ഴൊക്കെ സ്വന്തം ദാമ്പത്യം ഒരു ദുരന്തമാണെന്ന തോന്നൽ കൂടുതൽ ശക്തമായിട്ടുണ്ടാകാം. ഊഷ്മളമായ സ്നേഹവും കരുതലും ഭർത്താ വിനും തനിക്കും സമാനമായ താല്പര്യങ്ങൾ ഉണ്ടാകണമെന്ന സുബ്ബ ലക്ഷ്മിയുടെ ആഗ്രഹവും ഒരിക്കലും സഫലീകരിക്കപ്പെട്ടില്ല.

4

മദിരാശിയിലേക്കു പലായനം

പങ്കജത്തിനു വിദ്യാഭ്യാസം നല്കൽ

> യുവത്വമാണെങ്കിലും സുബ്ബലക്ഷ്മിയുടെ കണ്ണുകൾ ഗൗരവമാർന്നതും ചിന്താപൂർണ്ണവുമാണ്. എങ്കിലും ആ നോട്ടത്തിലെ ദുഃഖഭാവത്തിൽനിന്നും മറ്റുള്ളവരെ അകന്നുനില്ക്കാൻ പ്രേരിപ്പിക്കുന്ന തരത്തിലുള്ള ഒരുതരം കൂസലില്ലായ്മ അവരുടെ താടിയെല്ലുകളുടെ ആകൃതികൊണ്ടുണ്ടായിരുന്നു. വളരെ സുന്ദരമായ, എന്തുകൊണ്ടും ബുദ്ധിശക്തി വ്യക്തമാക്കുന്ന മുഖമായിരുന്നെങ്കിലും നിരാശയും അസന്തുഷ്ടിയും അവരുടെ ഉള്ളിലേക്ക് വലിഞ്ഞ വായയുടെ അതിരുകളിൽ കൊത്തിവെച്ചിട്ടുണ്ടായിരുന്നു.
>
> *കമലവിശേശ്വരൻ*

സുബ്ബലക്ഷ്മിക്ക് പത്തൊമ്പതോ ഇരുപതോ വയസ്സ് പ്രായമുള്ളപ്പോൾ മൂന്നാമത്തെ കുഞ്ഞും മരിച്ചശേഷം അപസ്മാര ലക്ഷണങ്ങൾ കാണിച്ചിരുന്നു. ജീവിതകാലം മുഴുവനും ഇതവരെ വല്ലാതെ ബുദ്ധിമുട്ടിച്ചിരുന്നു. 60 വയസ്സു കഴിഞ്ഞപ്പോഴാണ് അപസ്മാരത്തിനുള്ള മരുന്നു കഴിക്കുകയും രോഗം ഭേദമാകുകയും ചെയ്തത്. അത്ഭുതകരമായ സംഗതി ഈ രോഗം ദൈവത്തിന്റെ ശാപമാണെന്നുപറഞ്ഞ് പി ആർ ജി ചികിത്സിക്കുവാൻ വിസമ്മതിച്ചു എന്നതാണ്. അദ്ദേഹം ചികിത്സ ദൈവത്തിനായി വിട്ടുകൊടുത്തു. വൈവാഹികഉത്തരവാദിത്വത്തെ കുറിച്ചു നല്ല ബോദ്ധ്യമുള്ളപ്പോഴും ഈ രോഗം കർമ്മഫലമാണെന്നും അനുഭവിക്കുവാൻ താൻ ബാദ്ധ്യസ്ഥനാണെന്നും പി ആർ ജി വിശ്വസിച്ചു. മാനസിക രോഗം മനുഷ്യന് ചികിത്സിച്ചു ഭേദമാക്കാനാവില്ലെന്നാണ് അദ്ദേഹം കരുതിയിരുന്നത്. മനുഷ്യന്റെ പാപങ്ങളുടെ ഫലമായാണ് ദുഃഖങ്ങൾ ഉണ്ടാ

കുന്നതെന്നാണല്ലോ ഹിന്ദുദർശനം. പൊതുവായ വിശ്വാസവും പാപങ്ങൾ ഇത്തരത്തിൽ അനുഭവിച്ചു തീർക്കണമെന്നായിരുന്നു. സുബ്ബലക്ഷ്മിയുടെ രോഗം ഭേദപ്പെടുമ്പോഴേക്കും അവർ ശാരീരികവും മാനസികവുമായി കടുത്തയാതനയാണനുഭവിച്ചത്. പക്ഷേ, സുബ്ബലക്ഷ്മിക്കേറ്റ ക്ഷത ത്തിന്റെ രൂക്ഷത പ്രകടമായത് വീണ്ടും കുറേക്കാലം കഴിഞ്ഞായിരുന്നു വെന്നു മാത്രം.

1921 ൽ സുബ്ബലക്ഷ്മി പങ്കജത്തെ പഠിപ്പിക്കുന്നതിനായി മദിരാശി യിൽ സഹോദരന്റെയരികിലേക്കുപോയി. ഇതിന്റെ ഒരു കാരണം അച്ഛന്റെ സഹോദരൻ ശേഷനാണെന്നാണ് പങ്കജം കരുതുന്നത്. പങ്കജം എഴു തുന്നു:

അങ്ങനെ ഭാര്യാഭർത്താക്കന്മാർ പരസ്പരം സ്നേഹം ആസ്വദിച്ചു കഴിയുമ്പോൾ എന്റെ അച്ഛന്റെ സഹോദരന്റെ രൂപത്തിൽ വിധി ഇടപെട്ടു. എന്റെ അമ്മയുടെ ജീവിതത്തിന്റെ യാതനകൾക്കും തുടർന്നുണ്ടായ സംഭവങ്ങളിലൂടെ എന്റെ ജീവിതത്തെയും ബാധിച്ച കാര്യങ്ങൾക്കു കാരണക്കാരൻ അച്ഛന്റെ സഹോദരനാ യിരുന്നു.

ഈ വരികൾ *സുബ്ബലക്ഷ്മിയുടെ ജീവിതകഥയിൽ* ഉള്ളതാണ്. സുബ്ബലക്ഷ്മിയുടെയും പി ആർ ജിയുടെയും വിവാഹജീവിതത്തിലെ ആദ്യകാലദിനങ്ങളെ കുറിച്ചാണ് പറയുന്നതെന്ന് വ്യക്തം. വലിയ ഒരു കുടുംബത്തിന്റെ നാഥനായ ശേഷൻ തന്റെ ഇളയസഹോദരൻ വൈകാ രികമായി എല്ലായ്പ്പോഴും തന്നെ ആശ്രയിച്ചു നില്ക്കണമെന്നാഗ്രഹിച്ചി രുന്നതായി പറയപ്പെടുന്നു. തന്റെ മൂന്നു പെൺമക്കളേയും അനിയന്റെ ചുമതലയിൽ ആക്കിക്കൊണ്ട് ശേഷൻ നേരത്തെ മരിക്കുകയും ചെയ്തു. വിദ്യാസമ്പന്നനും ബുദ്ധിമാനും ഒരുതരത്തിൽ പണ്ഡിതനുമായ പി ആർ ജിയെപ്പോലെയൊരാൾ തന്റെ സ്വകാര്യജീവിതത്തിൽ ഇത്രയേറെ ഇട പെടാൻ സഹോദരനെ എങ്ങനെ അനുവദിച്ചു എന്ന കാര്യം മനസ്സി ലാക്കുവാൻ ബുദ്ധിമുട്ടാണ്. ഇരുപത്തിയഞ്ചുവയസ്സിൽ പി ആർ ജിക്ക് സ്വന്തമെന്നു പറയാവുന്നതായി ശേഷൻ മാത്രമേ ഉണ്ടായിരുന്നുള്ളൂ എന്ന താകാം അതിനു കാരണം. അച്ഛന്റെ രണ്ടാം ഭാര്യയിലുണ്ടായ ബാക്കി യുള്ളവരെല്ലാം തന്നെക്കാൾ 20 വയസ്സിനിളയ സഹോദരനും സഹോദ രിമാരും ആയിരുന്നു.

പങ്കജത്തെ സ്കൂളിൽ ചേർക്കാറായപ്പോൾ ഭർത്താവിന്റെ സമീപ നത്തിൽ സുബ്ബലക്ഷ്മി അന്തംവിട്ടുപോയി. ബ്രാഹ്മണ പെൺകുട്ടി സ്കൂളിൽ ചേരുന്നതും ഇംഗ്ലീഷ് പഠിക്കുന്നതും അന്തസ്സിനു ചേർന്നത ല്ലെന്നാണ് തന്റെ സഹോദരന്റെ അഭിപ്രായം എന്നതുകൊണ്ട് പങ്കജത്തെ സ്കൂളിൽ ചേർക്കുന്ന കാര്യം പറയുകയേ വേണ്ടെന്നായിരുന്നു പി ആർ ജിയുടെ നിലപാട്. കച്ചവടക്കാർ പറ്റിക്കാതിരിക്കുന്നതിന് കണക്കു കൂട്ടാനും കുഞ്ഞുങ്ങളെ ഉറക്കുന്നതിന് താരാട്ടും മാത്രമേ പെൺകുട്ടി കൾ അറിയേണ്ടതുള്ളൂ എന്നായിരുന്നു പി ആർ ജിയുടെ എല്ലായ്പ്പോഴ

ത്തേയും അഭിപ്രായം. പങ്കജം അടുത്തുള്ള മരക്കൂട്ടങ്ങൾക്കിടയിൽ ഓടി നടന്ന് കളിച്ച് രസിച്ചുവരികയായിരുന്നു. തന്നെക്കുറിച്ചോർത്ത് അമ്മയ്ക്കുണ്ടായിരുന്ന മാനസിക സംഘർഷവും ദുഃഖവും പങ്കജം അറിഞ്ഞതേയില്ല. സേലത്തിനടുത്തുള്ള ശങ്കരി ദുർഗ്ഗ് എന്ന പട്ടണത്തിലെ തിണ്ണെ പള്ളിക്കൂടത്തിലെ തന്റെ ആദ്യദിവസത്തെ കുറിച്ചവൾക്ക് ഭീതിനിറഞ്ഞ ഓർമ്മകളാണുള്ളത്.

> അവിടെ ഞങ്ങളുടെ വേലക്കാരുടെ മക്കൾ ഒരു മരത്തണലിൽ ഇരിക്കുന്നുണ്ടായിരുന്നു. എന്റെ നിറമുള്ള അക്ഷരമാലയും തടികൊണ്ടുള്ള ചായംതേച്ച പെൻസിൽ ബോക്സും തട്ടിപ്പറിക്കുവാൻ പരസ്പരം വഴക്കിടുന്ന ആൺകുട്ടികളെ ഒരു അദ്ധ്യാപിക ചൂരൽ കൊണ്ടടിക്കുന്നതെനിക്കോർമ്മയുണ്ട്.

മദിരാശി ജീവിതത്തെ കുറിച്ച് പങ്കജം എഴുതിയ പ്രസിദ്ധീകരിക്കാത്ത ഓർമ്മകുറിപ്പുകളിൽ എഴുതിയിരിക്കുന്നു.

അച്ഛനമ്മമാർ തമ്മിൽ ഉണ്ടാകാറുള്ള ചൂടേറിയ വാഗ്വാദങ്ങളും അമ്മയുടെ കണ്ണിൽനിന്നും ഒഴുകുന്ന കണ്ണുനീരും ഓർമ്മയുണ്ടെങ്കിലും അതിനുള്ള കാരണം പങ്കജത്തിനറിയില്ല. ഒൻപതു വയസ്സുകഴിഞ്ഞപ്പോൾ, അമ്മ തന്നെ പഠിപ്പിക്കുന്ന, ആ കാലത്താണ് അച്ഛനമ്മമാരുടെ തർക്കത്തിന്റെ കാരണം മനസ്സിലായത്. അപ്പോഴാണ് അവൾ അറിഞ്ഞത് അച്ഛൻ അവൾ സ്കൂളിൽ പോകുന്നതിനെ എതിർക്കുകയാണെന്ന്! അച്ഛൻ കുഞ്ഞിലേ മരിച്ചുപോയതുകൊണ്ട് പഠിക്കുവാൻ സാധിക്കാതിരുന്ന സുബ്ബലക്ഷ്മി മകൾക്ക് തന്റെ ഗതിവരരുതെന്ന് തീരുമാനിച്ചുറച്ചിരുന്നു. ശേഷന്റെ വിജ്ഞാനവിരോധവും അയാൾക്ക് തന്റെ കുടുംബത്തിനുമേൽ ഉള്ള കടുത്ത നിയന്ത്രണവും ഉണ്ടായിരുന്നെങ്കിലും പങ്കജത്തിന് വിദ്യാഭ്യാസം നല്കണമെന്ന് സുബ്ബലക്ഷ്മി ആഗ്രഹിച്ചു. അവളുടെ ഈ ആഗ്രഹം സാധിക്കുന്നതിനായി അന്ന് മദ്രാസിലുണ്ടായിരുന്ന സഹോദരൻ അനന്തകൃഷ്ണനെ ആശ്രയിക്കുവാൻ സുബ്ബലക്ഷ്മി തീരുമാനിച്ചു. പങ്കജത്തെ മദിരാശിയിൽ പഠിപ്പിക്കുവാനുള്ള ഉത്തരവാദിത്വം എടുക്കുവാൻ തയ്യാറാണോയെന്ന് സുബ്ബലക്ഷ്മി സഹോദരനോട് ചോദിച്ചു. സ്ത്രീവിദ്യാഭ്യാസത്തിന്റെ മൂല്യത്തിൽ വിശ്വസിച്ചിരുന്ന അനന്തകൃഷ്ണൻ ശേഷന്റെ നിരവധി വ്യവസ്ഥകളെ അവഗണിച്ചുകൊണ്ട് സുബ്ബലക്ഷ്മിയുടെ നിർദ്ദേശം സ്വീകരിച്ചു. ശേഷന്റെ വ്യവസ്ഥകളിൽ ഒന്ന് പങ്കജം മദിരാശിക്കുപോയാൽ അവളുടെ അമ്മയും ഒപ്പം പോകണമെന്നതായിരുന്നു. രണ്ടാമത്തെ വ്യവസ്ഥ പങ്കജം മടങ്ങിവരുന്നതുവരെ സുബ്ബലക്ഷ്മി, ഭർത്താവിനെ വിട്ട് മദിരാശിയിൽ തന്നെ കഴിയണമെന്നതായിരുന്നു. സുബ്ബലക്ഷ്മി വെല്ലുവിളി സ്വീകരിച്ചു. പി ആർ ജി എപ്പോഴത്തേയുംപോലെ ഔദ്യോഗിക യാത്രയിൽ ആയിരുന്നപ്പോൾ സഹോദരന്റെയും പങ്കജത്തിന്റെയും ഒപ്പം മദിരാശിക്കു പുറപ്പെട്ടു. അതൊരു "ചതി"യായി കണ്ട പി ആർ ജി കോപാകുലനായി. പക്ഷേ, പിന്നീട് ഭാര്യയുടെ തീരുമാനം പി ആർ ജി അംഗീകരിച്ചുവെന്നു വേണം കരു

താൻ. കാരണം അദ്ദേഹം ഇടയ്ക്കിടെ മദിരാശിയിൽപോയി ഭാര്യയേയും മകളേയും കണ്ടിരുന്നു. പക്ഷേ, ഈ കൂടിക്കാഴ്ചകളെ കുറിച്ചെനിക്ക് യഥാർത്ഥ വിവരങ്ങൾ ഒന്നും തന്നെയില്ല. തന്റെ ഏകമകൾ പങ്കജത്തെ പഠിപ്പിക്കുക എന്ന ഉദ്ദേശ്യത്തോടെ മദിരാശിയിലേക്കു താമസം മാറ്റിയ പ്പോൾ സുബ്ബലക്ഷ്മിയുടെ പ്രായം 23 വയസ്സ് മാത്രമാണ്. ഇത് സുബ്ബല ക്ഷ്മിക്ക് നിർണ്ണായകമായ ഒരു തീരുമാനം തന്നെയായിരുന്നിരിക്കണം. അമ്മയുടെ അന്ത്യകാലത്ത് മാനസികരോഗം പിടിപെട്ട് പരിചരണം ബുദ്ധിമുട്ടായ ഘട്ടത്തിൽ പങ്കജം അമ്മയുടെ അന്നത്തെ തീരുമാനത്തെ നന്ദിയോടെയാണ് ഓർത്തിരുന്നത്. മകൾക്ക് അന്തസ്സുള്ള വിദ്യാഭ്യാസം ലഭിക്കുന്നതിനായി മദ്രാസിലേക്കു കൊണ്ടുപോകുകയും ഇത്രയേറെ ത്യാഗം ചെയ്യുകയും സ്വന്തം വിവാഹജീവിതംപോലും അപകടത്തിലാ ക്കുകയും ചെയ്ത അമ്മയ്ക്കുവേണ്ടി എത്ര ബുദ്ധിമുട്ടാനും താൻ തയ്യാ റാണെന്ന് പങ്കജം പലപ്പോഴും പറഞ്ഞിരുന്നു.

1920 ലെ മദിരാശി

'ഗാംഭീര്യതയാർന്ന ദൂരങ്ങളുടെ നഗര'ത്തിന്റെ തൊപ്പിയിലെ തൂവൽ തന്നെയാണ് മറീന (മദിരാശിയിലെ മറീനയെക്കുറിച്ച് ആനിബസന്റ്).

മദിരാശിയുടെ മുഖ്യആകർഷണങ്ങളിൽ ഒന്ന്, യാതൊരു സംശ യവുമില്ല മറീന തന്നെയാണ്. തിരമാലകൾ പതഞ്ഞൊഴുകി, തെക്കെ അറ്റത്ത് സാന്തോം വരെ നീണ്ടുകിടക്കുന്ന വിശാലമായ ആനന്ദകരമായ തീരപ്രദേശം ഇന്ത്യയിൽ തന്നെ മറ്റെവിടെയും ഉണ്ടാവില്ല. 'ഗാംഭീര്യതയാർന്ന ദൂരങ്ങളുടെ നഗര'ത്തിന്റെ തൊപ്പി യിലെ തൂവൽ തന്നെയാണ് മറീന. കോട്ടയുടെ തെക്ക് 'കാമദേ വന്റെ അമ്പ്' എന്ന് പരക്കെ അറിയപ്പെടുന്ന കുറേക്കൂടി പഴയ ആ കടൽത്തീരം ഇപ്പോൾ തന്നെക്കാൾ മേന്മയേറിയ, വൈശി ഷ്ട്യമാർന്ന സഹോദരിക്കു മുന്നിൽ ലജ്ജിച്ചു തലതാഴ്ത്തുന്നു.... അരക്കോടിയിലേറെ പേർ ജീവിക്കുന്ന പുരോഗമനാത്മകമായ ഒരു നഗരത്തിന്റെ അന്തസ്സിന് ചേർന്ന സായാഹ്നസവാരിക്കു യോജിച്ച മറീനാബീച്ച് 'മനോഹരവും എന്നും ആനന്ദദായകവും ആയി മാറു മെന്നുറപ്പാണ്.'

മറീനാ ബീച്ചിനടുത്ത് ട്രിപ്ലിക്കനിലെ അനന്തകൃഷ്ണന്റെ വീടിനോട് ചേർന്നാണ് 1921 ൽ പങ്കജവും സുബ്ബലക്ഷ്മിയും താമസിച്ചിരുന്നത്. രാഷ്ട്രീയ സമ്മേളനങ്ങൾക്കും സംഭവവികാസങ്ങൾക്കും ഉള്ള വേദിയാ യിരുന്നതിനാൽ മറീന പ്രശസ്തമായിരുന്നു. ഈ സംഭവങ്ങൾ പലതും ചരിത്രത്തിന്റെ താളുകളിൽ സ്ഥാനംപിടിച്ചവയുമാണ്.

ബാല്യത്തിന്റെയും വളരുന്നതിന്റെയും ഏറ്റവും സന്തോഷകരമായ ഓർമ്മകൾ പങ്കജത്തിനു തുടങ്ങുന്നതും ഈ കാലഘട്ടത്തിലാണ്. സുബ്ബ ലക്ഷ്മിയെ സംബന്ധിച്ചിടത്തോളം ഇന്നും അവളുടെ കഴിവുകൾ വളർത്തിക്കൊണ്ടുവരാൻ സഹായകരമായ അന്തരീക്ഷം ഒരുക്കിക്കൊടു

ത്തത് മദിരാശിയാണ്. ഇത് ചുരുങ്ങിയ ആറു വർഷം ആണെങ്കിലും എല്ലാ അർത്ഥത്തിലും അവരുടെ രണ്ടുപേരുടെയും ജീവിതത്തിലെ സുവർണ്ണ കാലഘട്ടമായിരുന്നു അത്. ഔദ്യോഗികാവശ്യത്തിനായി മദിരാശിയിൽ വരുമ്പോഴെല്ലാം പി ആർ ജി ഇവരെ സന്ദർശിച്ചിരുന്നു. സുബ്ബലക്ഷ്മി അകന്നു നില്ക്കുകയാണ് ചെയ്തതെങ്കിലും പങ്കജം പി ആർ ജിയുടെ സന്ദർശനങ്ങൾ ഇഷ്ടപ്പെട്ടു. പങ്കജത്തിന് പി ആർ ജിയെ കാണുന്നത് എപ്പോഴും സന്തോഷപ്രദമായിരുന്നു. പങ്കജം അച്ഛനുമായി വളരെ അടുപ്പത്തിൽ ആയിരുന്നു. അമ്മയ്ക്കും അച്ഛനും സമർപ്പിച്ച പങ്കജത്തിന്റെ പ്രസിദ്ധീകരിച്ചിട്ടില്ലാത്ത അനേകം കവിതകളിലും ലേഖനങ്ങളിലും അച്ഛനെ കുറിച്ച് 'ഉറ്റ സുഹൃത്ത്' എന്നാണ് പരാമർശിച്ചിരിക്കുന്നത്.

അനന്തകൃഷ്ണനും അദ്ദേഹത്തിന്റെ കുടുംബവും താമസിച്ചിരുന്ന വാടകവീട് പങ്കജം വിശദമായി വർണ്ണിച്ചിട്ടുണ്ട്.

> അക്കാലത്തെ എല്ലാ വലിയ വീടുകളുടേയും മുൻവാതിൽ തുറക്കുന്നത് ഒരു തെരുവിലേക്കും പിൻവാതിൽ തുറക്കുന്നത് മറ്റൊരു തെരുവിലേക്കും ആണ്. തെരുവിലെ ചവിട്ടു പടികളിലേക്കു തുറക്കുന്ന അഴികളുള്ള ഒരു വാതിൽ ഒരു ചെറിയ വരാന്തയിൽ ഉണ്ടായിരുന്നു. മുറ്റത്തേക്കു തുറക്കുന്ന ഇടനാഴിയിലെ പ്രധാനപ്പെട്ടതേക്കുകൊണ്ടുള്ള വാതിൽ ഒരു ക്ഷേത്രത്തിലെപ്പോലെ കൊത്തുപണികൾ ചെയ്തതാണ്. ഈ ഇടനാഴി ഒരു അങ്കണത്തിലേക്കാണ് തുറക്കുന്നത്. അതിനുചുറ്റും വരാന്തകൾ ആണ്. അവിടെയാണ് എല്ലാവരും കൂടുതൽ സമയവും ചെലവഴിക്കുന്ന സ്വീകരണമുറിയായ 'കൂടം'. പിന്നിലെ മുറ്റത്ത് ഒരു കിണറും ചെറിയ പൂന്തോട്ടവും ഉണ്ട്. അവിടെനിന്നും തെരുവിലേക്കിറങ്ങാം. മുകളിൽ ഉള്ള മട്ടുപ്പാവിനെ 'മൊട്ടൈ മാടി' അഥവാ ശൂന്യമായ തറ-മേൽക്കൂരയില്ലാത്ത തുറന്ന സ്ഥലം എന്നാണ് വിളിക്കുന്നത്. മുകളിലത്തെ വിശാലമായ ഹാളിന് എല്ലാ വശങ്ങളിലേക്കും ജനാലകൾ ഉണ്ട്. കിഴക്കു ഭാഗത്തെ ജനാലകൾ തുറക്കുമ്പോഴാണ് മണിക്കൂറുകൾതോറും നിറംമാറുന്ന കടലിന്റെ അതിമനോഹരമായ കാഴ്ച കാണാനാകുക.
>
> പടിഞ്ഞാറൻ ജനാലയിലൂടെ നോക്കിയാൽ ഞങ്ങളുടെ തെരുവിനെ മുറിച്ചുകൊണ്ടുപോകുന്ന ചെറിയ ഇടവഴി കാണാം. അത് അവസാനിക്കുന്നത് ശ്മശാനത്തിലാണ്. ഗൃഹപാഠം ചെയ്തുകൊണ്ടിരിക്കുമ്പോൾ സ്ഥിരമായി അതിലേ ശവമഞ്ചങ്ങൾ പോകുന്നതു കാണാമായിരുന്നു.

സുബ്ബലക്ഷ്മിയും പങ്കജവും മദിരാശിയിൽ എത്തിയ കാലത്ത് അനന്തകൃഷ്ണന്റെ വീട്ടിൽ നിറയെ ബന്ധുക്കളായിരുന്നു. അനന്തകൃഷ്ണന്റെ ഇളയ സഹോദരി കനകം അവരുടെ നിയമവിദ്യാർത്ഥിയായ ഭർത്താവും മൂന്ന് മക്കളും. അമ്മ കാമാക്ഷി, പങ്കജത്തിന്റെ ഭാഷയിൽ 'പക്ഷിക്കൂട്ടത്തിന്റെ നേതാവ്', പങ്കജത്തെക്കാൾ നാലുവയസ്സുമാത്രം

മുതിർന്ന സുബ്ബമ്മ എന്ന ഭാര്യ മിക്കവാറും അടുക്കളയ്ക്കകത്തുതന്നെയായിരുന്നു. കുടുംബത്തിന്റെ മറ്റു കാര്യങ്ങളിൽ സുബ്ബമ്മ വളരെ ചുരുക്കമേ പങ്കെടുത്തിട്ടുള്ളൂ. പക്ഷേ, പങ്കജവും സുബ്ബമ്മയും തമ്മിൽ ഉറ്റ സൗഹൃദമുണ്ടായി. ഒരു ഗുരുവിൽനിന്ന് സംഗീതം പഠിച്ചിരുന്ന പങ്കജം എല്ലാദിവസവും പാട്ട് പരിശീലിക്കുന്നത് നല്ല ഒരു പാട്ടുകാരികൂടിയായ സുബ്ബമ്മ അമ്മായിയുമൊത്തായിരുന്നു. കുടുംബത്തിലെ മറ്റാരും സുബ്ബമ്മയെ കണക്കിലെടുത്തിട്ടുണ്ടായിരുന്നില്ലായെന്നാണ് തോന്നുന്നത്. സ്വതവേ മിതഭാഷിയായ സുബ്ബലക്ഷ്മിക്ക് സുബ്ബമ്മയുമായി വളരെ അടുപ്പമുണ്ടായിരുന്നതായി സുബ്ബമ്മയുടെ മകൾ ധർമ്മ ഓർക്കുന്നു.

ഭർത്താവ് നിയമബിരുദം നേടിയ ശേഷം കനകവും കുടുംബവും അവിടെനിന്നും താമസം മാറ്റി. അവർ ധർമ്മപുരിയിലേക്കു മടങ്ങിപ്പോവുകയും ചെയ്തു. ഓഡിറ്റ് ആന്റ് അക്കൗണ്ട്സ് ഓഫീസറായ സഹോദരന് താനും മക്കളും ഒപ്പം താമസിക്കുന്നത് കൊണ്ട് ഒട്ടും സാമ്പത്തിക ബാദ്ധ്യത ഉണ്ടാകരുത് എന്ന് സുബ്ബലക്ഷ്മിക്ക് നിർബ്ബന്ധമുണ്ടായിരുന്നു. അക്കാലത്തെ സുബ്ബലക്ഷ്മിയുടെ ഡയറി വായിക്കുമ്പോൾ മനസ്സിലാകുന്നത് കർശനമായി സാമ്പത്തികകാര്യങ്ങളിൽ കണക്കു സൂക്ഷിക്കുകയും വളരെയധികം അരിഷ്ടിച്ച് പണം ചെലവാക്കുകയും ചെയ്തിരുന്നു എന്നാണ്. ഡയറിയിലെ കുറിപ്പുകളിൽനിന്നും വിരസമായ ഒരു ജീവിതമാണ് കാണുക. സ്വയം നെയ്ത ഖാദിസാരിയാണ് സുബ്ബലക്ഷ്മി ധരിച്ചിരുന്നത്. രാഷ്ട്രീയപ്രകടനങ്ങൾക്കും ചില ചിത്രകലാപ്രദർശനങ്ങൾക്കും ഒഴിച്ച് അവരെവിടെയും പോയിരുന്നില്ല– ഇത് 24 വയസ്സു മുതൽ 30 വയസ്സുവരെയുള്ള ഏറ്റവും യൗവനയുക്തമായ കാലഘട്ടമായിരുന്നുവെന്നോർക്കണം.

പങ്കജം ലേഡി വെല്ലിങ്ടൺ ട്രയിനിങ് കോളേജിൽ

തൊണ്ണൂറാം വയസ്സിലും, സ്കൂൾ ജീവിതത്തിലെ ഏറ്റവും അവിസ്മരണീയമായ സംഭവം എന്തായിരുന്നുവെന്ന് പങ്കജത്തിനോട് ചോദിച്ചാൽ "പിയാനോ മ്യൂസിക്കിനൊപ്പം മാർച്ചു ചെയ്തത്" എന്ന് പറയുമായിരുന്നു.

പങ്കജത്തെ സംബന്ധിച്ചിടത്തോളം തിണ്ണൈ പള്ളിക്കൂടത്തിൽനിന്നും സ്വിറ്റ്സർലന്റുകാരിയായ ശ്രീമതി ബാരി പ്രിൻസിപ്പലായ മദിരാശി ലേഡി വെല്ലിങ്ടൺ ട്രയിനിങ് കോളേജിലേക്കുള്ള മാറ്റം വളരെ വലുതായിരുന്നു. ആദ്യഘട്ടത്തിൽ പങ്കജത്തിന് പരിഭ്രമവും ഭയവും തോന്നിയെങ്കിലും പിന്നീട് ഏറ്റവും ശ്രേഷ്ഠമായ ഒരു വിദ്യാഭ്യാസസ്ഥാപനത്തിന്റെ ഭാഗമാകുന്നതിൽ സന്തോഷിക്കുകയും അഭിമാനിക്കുകയും ചെയ്തു. പുതിയ സ്കൂളുകളിലെ ആദ്യ ദിവസത്തെ കുറിച്ചുള്ള ഡയറി കുറിപ്പിൽനിന്നും ഇതു വ്യക്തമാണ്–

> സ്കൂളിലെ ആദ്യദിവസം ഒട്ടും സന്തോഷകരമായിരുന്നില്ല. അദ്ധ്യാപകരെല്ലാം വളരെ സ്നേഹത്തോടെ പെരുമാറിയെങ്കിലും ഇംഗ്ലീഷിലാണവർ എന്നോട് സംസാരിച്ചത്. മറ്റു കുട്ടികളും ഇംഗ്ലീഷാണ്

സംസാരിക്കുന്നത്. എനിക്കു മനസ്സിലാകുമെങ്കിലും ഇംഗ്ലീഷ് പറയാൻ പഠിക്കാത്തതുകൊണ്ട് മറുപടി പറയാൻ കഴിഞ്ഞില്ല. ഇംഗ്ലീഷ് സാഹിത്യം വായിച്ചിരുന്നുവെങ്കിലും പരസ്പരം മാതൃഭാഷയിൽ സംസാരിക്കുകയാണന്നത്തെ രീതി. ഇന്നത്തെപ്പോലെ മിശ്രഭാഷയിൽ സംസാരിക്കുകയും വീട്ടിൽപ്പോലും ഇംഗ്ലീഷ് പറയുകയും ഇടയ്ക്ക് പ്രാദേശിക ഭാഷയിൽ ഒരു വാക്ക് ചേർക്കുകയും ചെയ്യുന്ന പതിവില്ല. ഹെഡ്മിസ്ട്രസിന് എന്നെ കുറിച്ചൊരു മതിപ്പും ഉണ്ടായില്ല. എന്നെ ഒന്നാം ക്ലാസിൽ (അപ്പോൾ പങ്കജത്തിന് വയസ്സ് പത്ത്!) ഇരുത്തി. സ്കൂൾ വർഷത്തിന്റെ അവസാനടേമായിരുന്നു അത്. മൂന്ന് മാസത്തിനകം എനിക്ക് മൂന്നാം ക്ലാസിലേക്ക് കയറ്റം കിട്ടി. ഞാൻ ക്ലാസിൽ ഒന്നാമതായപ്പോൾ ഒരുപാട് പ്രശംസകൾ എഴുതിയ എന്റെ പ്രോഗ്രസ് കാർഡ് കണ്ട് എന്റെ അമ്മ കരയുകയും ചിരിക്കുകയും ചെയ്തു. ആ കാർഡ് ഇന്നും എന്റെ അമ്മയുടെ പെട്ടിയിലുണ്ട്.

പ്രശസ്ത വിദ്യാഭ്യാസ വിചക്ഷണയായ സിസ്റ്റർ സുബ്ബലക്ഷ്മി ഇക്കാലത്ത് സ്കൂൾ ഹെഡ്മിസ്ട്രസ്സായി ചുമതലയേറ്റു; മിസ് ജയിംസായിരുന്നു പ്രിൻസിപ്പൽ. വിധവാവിദ്യാഭ്യാസത്തിന്റെ വക്താവായ സിസ്റ്റർ സുബ്ബലക്ഷ്മിക്ക് വലിയ സ്വാധീനമാണ് പങ്കജത്തിനു മേലുണ്ടായിരുന്നത്. സിസ്റ്റർ മരിക്കുന്നതുവരെയും പങ്കജം അവരുമായി അടുത്ത ബന്ധം പുലർത്തിപ്പോരുകയും ചെയ്തു. നിരവധി വിധവകളെ സ്കൂളുകളിൽ ചേർക്കാൻ പ്രേരിപ്പിച്ച സിസ്റ്റർ സുബ്ബലക്ഷ്മി അവർക്കുവേണ്ടി ഐസ് ഹൗസ് കെട്ടിടത്തിൽ ഒരു ഹോസ്റ്റലും ആരംഭിച്ചിരുന്നു. ഒന്നാം ക്ലാസിലും മറ്റും ഇത്തരം വിധവകൾ ചേർന്നപ്പോൾ ആ ക്ലാസിൽ ഉള്ളവരേക്കാൾ പ്രായത്തിൽ വളരെ താഴെയുള്ള കുട്ടികൾക്ക് കൗതുകമായിരുന്നു തോന്നിയത്. പങ്കജം എഴുതുന്നു:

> പെട്ടെന്ന് മുതിർന്ന വിധവകളുടെ ഒരു ഒഴുക്കുതന്നെ ഞങ്ങളുടെ ഇടയിലേക്കുണ്ടായി. അവർ മിക്കവരും 20 വയസ്സ് കഴിഞ്ഞവരും പരമ്പരാഗത ബ്രാഹ്മണശൈലിയിൽ സാരി ധരിച്ചവരും ആയിരുന്നു. ചില വിദ്യാർത്ഥിനികൾ അവരെ കളിയാക്കുമായിരുന്നു. പിന്നീട് സിസ്റ്റർ ഒരു 'വിഡോസ് ഹോം' തുടങ്ങി. തുടർന്ന് പ്രത്യേക സ്കൂളും ആരംഭിച്ചു.

സുബ്ബലക്ഷ്മിയെ സംബന്ധിച്ചിടത്തോളം മകളുടെ വളർച്ച നിരീക്ഷിക്കുന്നത് വളരെ ആഹ്ലാദകരമായിരുന്നു. സുബ്ബലക്ഷ്മിയുടെ ഡയറിയിൽ സ്കൂളിലെ രക്ഷാകർതൃദിനത്തിൽ പങ്കെടുത്തതിനെ കുറിച്ചെഴുതിയിട്ടുണ്ട്. തന്റെ അമ്മ ഒരു മൂലയ്ക്ക് എല്ലാം ശ്രദ്ധിച്ചുകൊണ്ട് ഒറ്റയ്ക്കിരുന്നത് പങ്കജം ഓർക്കുന്നുണ്ട്. മറ്റുള്ളവരുമായി സുബ്ബലക്ഷ്മി ഇടപഴകിയില്ല.

5

സുബ്ബലക്ഷ്മിയുടെ ഉണരുന്ന രാഷ്ട്രീയബോധം

മദിരാശിയിലെ രാഷ്ട്രീയ ഉണർവ്വ്

സമാനതകളില്ലാത്ത അപമാനത്തിന്റെ ഈ സന്ദർഭത്തിൽ ബഹുമതികൾ നമ്മുടെ ലജ്ജാകരമായ സ്ഥിതി കൂടുതൽ രൂക്ഷമാക്കുന്ന കാലഘട്ടമായതിനാൽ എല്ലാ സവിശേഷ അംഗീകാരങ്ങളും ഉപയോഗിച്ച് അപ്രസക്തരാണെന്ന പേരിൽ മനുഷ്യജന്മങ്ങൾക്ക് യോജിക്കാത്തവിധത്തിൽ അപമാനിക്കപ്പെടുന്ന എന്റെ നാട്ടുകാരുടെ ഒപ്പം നില്ക്കുവാനാണ് ഞാൻ ആഗ്രഹിക്കുന്നത്.

പ്രഭുപട്ടം ഉപേക്ഷിച്ചുകൊണ്ട് രവീന്ദ്രനാഥ ടാഗോർ നടത്തിയ പ്രസ്താവനയിൽനിന്നും

പക്ഷേ, മദ്യ, വിദേശവസ്ത്ര പിക്കറ്റിങ്ങിൽ ഒരു സാഹസികതയും ആവേശവുമില്ലെന്ന് ചില സഹോദരിമാർ ആക്ഷേപം ഉന്നയിച്ചേക്കാം – അവരൊരുപക്ഷേ, തടവിലാക്കപ്പെടാം – അവരെ അപമാനിക്കുകയും ശാരീരികമായി ഉപദ്രവിക്കുകയും ചെയ്തേക്കാം. ഇത്തരത്തിൽ അപമാനവും ക്ഷതങ്ങളും ഏല്ക്കുന്നത് അവർക്ക് അഭിമാനം ആയിരിക്കും.

എം കെ ഗാന്ധി

വളരെക്കാലമായി സുബ്ബലക്ഷ്മി ടാഗോറിന്റെ രചനകളോട് വല്ലാതെ ആകർഷിക്കപ്പെട്ടിരുന്നു. സർ പദവി ഉപേക്ഷിച്ചു കൊണ്ട് ടാഗോർ നടത്തിയ മേൽ പരാമർശിച്ച പ്രസ്താവന സുബ്ബലക്ഷ്മിയെ ഏറെ സ്വാധീനിച്ചിട്ടുണ്ടെന്നതിനു സംശയമില്ല. ജാലിയൻവാലാബാഗ് കൂട്ടക്കൊലയ്ക്ക്

ഉത്തരവാദിയായി അഖിലേന്ത്യാ കോൺഗ്രസ് കണ്ടെത്തിയ ജനറൽ ഡയറിനെ കുറ്റവിമുക്തനാക്കിയതിന്റെ പ്രതിഷേധസൂചകമായി കൈസർ ഇ ഹിന്ദ് സുവർണ്ണപതക്കവും മറ്റ് നിരവധി ബഹുമതികളും ഉപേക്ഷിച്ചു കൊണ്ട് ടാഗോറിനെപ്പോലെ തന്നെ മഹാത്മാഗാന്ധിയും പ്രതികരിച്ചിരുന്നു.

1921 ൽ സുബ്ബലക്ഷ്മിയും പങ്കജവും മദിരാശിയിൽ എത്തിയപ്പോൾ നിസ്സഹകരണപ്രസ്ഥാനം അതിന്റെ മൂർദ്ധന്യാവസ്ഥയിൽ ആയിരുന്നു. 1919 ഏപ്രിൽ 13 ന്റെ ജാലിയൻവാലാബാഗ് കൂട്ടക്കൊലയ്ക്കുശേഷം ഉണർന്ന രോഷവും വിദ്വേഷവുംമൂലം നഗരവും രാജ്യമാകെയും ത്രസിക്കുകയായിരുന്നു. 1920 ഏപ്രിൽ 6 ന് മദിരാശിയിൽ സത്യഗ്രഹം നടന്നു.

> ആദ്യമായി എടുത്തുചാടിയത് മദിരാശിയാണ്. ഇതുവരെ കാണാൻ കഴിയാത്തവിധമുള്ള ശക്തിപ്രകടനമാണുണ്ടായത്. എല്ലാ ജാതിയിലും മതത്തിലും പെട്ട പണക്കാരും പാവങ്ങളും വിദ്യാസമ്പന്നരും വിദ്യാവിഹീനരും മറീന കടൽത്തീരത്തെ ഒരു ഭാഗത്ത് ഒത്തുകൂടി അവരുടെ എല്ലാ ദൈനംദിന ചുമതലകളും മാറ്റിവച്ച് ഉപവാസത്തിലും പ്രാർത്ഥനയിലും മുഴുകി. കാരണം സത്യഗ്രഹം ഒരു ആദ്ധ്യാത്മികമായ ശുദ്ധീകരണപ്രസ്ഥാനമാണ്.

ഏപ്രിൽ 10 ന് ഗാന്ധിയെ അറസ്റ്റ് ചെയ്തപ്പോൾ ദേശഭക്തർ എഴുതി – "ഇനി സംസാരം ഇല്ല. എല്ലാവരും സത്യഗ്രഹികൾ ആകണം. എല്ലാവരും അവരുടെ കുടുംബവും വീടും സ്വത്തും ബന്ധുക്കളെയും ദൈവത്തിൽ ഏല്പിച്ച് രാജ്യസേവനത്തിനായി തയ്യാറാകേണ്ട സമയമാണിത്." 1920 ൽ നിസ്സഹകരണത്തിനായുള്ള ഗാന്ധിയുടെ ആഹ്വാനം ഉണ്ടായി. ജാലിയൻവാലാബാഗിൽ നീതി ലഭിക്കുന്നതിനും മൊണ്ടേഗു – ചെംസ്ഫോർഡ് പരിഷ്കാരങ്ങൾ പിൻവലിക്കുന്നതിനും തുർക്കിയിൽ ഖാലിഫിന്റെ അധികാരം പുനഃസ്ഥാപിക്കുന്നതിന് – ഖിലാഫത്ത് പ്രസ്ഥാനം – ഹിന്ദുക്കളും മുസ്ലീങ്ങളും തമ്മിൽ ഐക്യം ഉറപ്പിക്കുന്നതിനുമായിരുന്നു ആഹ്വാനം. "ഒരു വർഷത്തിനകം സ്വരാജ് എന്ന ആഹ്വാനം ഉയർത്തിക്കൊണ്ട്, ദക്ഷിണാഫ്രിക്കയിൽ അതിശയകരമായ ഫലം ഉണ്ടാക്കിയ പരിപാടി അടിസ്ഥാനമാക്കിയ പ്രസ്ഥാനത്തിന് ഗാന്ധി തുടക്കം കുറിച്ചു. ഇതിൽ വിദേശമദ്യ, വസ്ത്രകടകളുടെ പിക്കറ്റിങ്ങും ഉൾപ്പെടുന്നു. 1920 ലെ നാഗ്പൂർ കോൺഗ്രസ് സമ്മേളനത്തിൽ നിസ്സഹകരണ പ്രമേയം ഔദ്യോഗികമായി അംഗീകരിക്കപ്പെട്ടു. *ദ ഹിന്ദു* എഴുതി:

> ആധുനിക ഇന്ത്യയുടെ ചരിത്രത്തിൽ ആദ്യമായാണ് നിയമലംഘനം രാജ്യത്തിന്റെ വിശ്വാസപ്രമാണമായി മാറുന്നത്. ഇതിനു മുൻപ് 1921 ഫെബ്രുവരി 28 ന് പത്രം ഇങ്ങനെ റിപ്പോർട്ടു ചെയ്തു – ഒരു പൊതുപ്രകടനത്തിനായി 50,000 – 70,000 പേർ വരെ തടിച്ചുകൂടിയ ഒരു ഭീമാകാരമായ സമ്മേളനം നടന്നു–

തമിഴ്നാട്ടിലെ പ്രമുഖ കോൺഗ്രസ് നേതാവായ സി ഗോപാലാചാരി പറയുന്നത് ഈ പുതിയ ആവേശം മിതവാദികളുടെ പരാജയവും 'വിപ്ല വകാരികളുടെ' കടന്നുകയറ്റവും ആണെന്നും ഇത് കോൺഗ്രസുകാർ അമിതാവേശത്തോടെ സ്വീകരിച്ചുവെന്നുമാണ്. കുറച്ചു ദിവസങ്ങൾക്കു ശേഷം ഇതേ പത്രം തന്നെ ബസാവാദ എ ഐ സി സി സമ്മേളനത്തെ കുറിച്ചെഴുതിയത് ഇന്നുവരെ കണ്ടിട്ടില്ലാത്ത ആവേശത്തോടെ തടിച്ചു കൂടിയ ജനക്കൂട്ടം ബസാവാദയിലെ ജനസംഖ്യ മൂന്നിരട്ടിയാക്കിയെന്നാണ്. നിസ്സഹകരണപ്രസ്ഥാനത്തിന്റെ ഭാഗമായി ഗാന്ധി കണക്കാക്കിയിട്ടുള്ള ഒട്ടനവധി പരിപാടികളെക്കുറിച്ച് മുതിർന്ന കമ്യൂണിസ്റ്റ് നേതാവ് ഇ എം എസ് നമ്പൂതിരിപ്പാട് പറഞ്ഞത്, "ഈ പ്രസ്ഥാനത്തിലെ ഏതെങ്കിലും ഒരു പരിപാടിയെങ്കിലും നടപ്പാക്കാനാകാത്ത ഒരു ഇന്ത്യാക്കാരൻപോലും ഉണ്ടാകില്ല" എന്നാണ്. സർക്കാർ നിയന്ത്രണത്തിലുള്ള സ്കൂളുകളിൽ നിന്നും കോളേജുകളിൽനിന്നും കുട്ടികളെ പിൻവലിക്കുന്നതിനോട് സുബ്ബ ലക്ഷ്മിക്കു യോജിപ്പുണ്ടായിരുന്നില്ലെങ്കിലും വിദേശവസ്തു, വിദേശമദ്യ ബഹിഷ്കരണത്തെ അംഗീകരിക്കാവുന്ന ഒന്നായി കരുതിയിരുന്നു. ഒരി ക്കൽ സുബ്ബലക്ഷ്മി അതിനിടയിൽപ്പെട്ടുപോവുകയും ചെയ്തു. കോൺഗ്രസ് പ്രവർത്തകർക്കു നേരെ പൊലീസ് ചീറ്റിയ വെള്ളം വീണ് നനഞ്ഞാണ് സുബ്ബലക്ഷ്മി വീട്ടിലെത്തിയത്.

കരിങ്കൊടി പ്രകടനം

> തങ്ങൾക്കു സ്വാഭിമാനം ഉണ്ടോ ഇല്ലയോ എന്നു കാണിച്ചു കൊടു ക്കുന്നതിന് നാട്ടുകാർക്കുള്ള ഒരു പരീക്ഷണ ദിവസമാണ് രാജ കുമാരൻ മദിരാശിയിലെത്തുന്ന 1922 ജനുവരി 13. പ്രമുഖരായ പലരും തടവറകളിൽ ബുദ്ധിമുട്ടുമ്പോൾ നിങ്ങൾ വെടിക്കെട്ടു കാണുവാനും ആരവം മുഴക്കുവാനും പോകുമോ?
>
> *സ്വദേശമിത്രൻ,* ജനുവരി 11, 1922.

രാജകുമാരൻ വന്നു, കണ്ടു, മടങ്ങിപ്പോയി.

ദ ഹിന്ദു, 17 ജനുവരി 1922

1922 ജനുവരി 11 ന് അന്നത്തെ ജോലിയെല്ലാം ഒതുക്കിയശേഷം കാമാക്ഷി വരാന്തയിൽ കാലു നീട്ടിയിരുന്ന് അന്നത്തെ തമിഴ് ദിനപത്രം ആയ *സ്വദേശ മിത്രൻ* വായിക്കുകയായിരുന്നു. എല്ലാ ദിവസവും അവർ പത്രം വായിക്കുന്നത് കാണാറുള്ളതുകൊണ്ട് മദിരാശിയിൽ രാജകുമാ രൻ എത്തുന്ന ആ സുപ്രധാന ദിനത്തിലെ മുഖപ്രസംഗം അവർ വായി ക്കുന്നത് നമുക്ക് മനസ്സിലാകും.

"ആത്മാഭിമാനം ഉള്ളവരാണോയെന്ന് കാണിച്ചു കൊടുക്കുവാൻ നാട്ടുകാർക്കുള്ള ഒരു പരീക്ഷണദിനമാണിതെന്നാണ്" പത്രം ആ ദിവ സത്തെ വിശേഷിപ്പിച്ചത്. പത്രം ഇങ്ങനെ തുടർന്നു,

പാവപ്പെട്ട ഗ്രാമീണരെക്കൂടി രാജകുമാരനെ കാണുന്നതിനായി ക്ഷണിക്കണമായിരുന്നു. എങ്കിൽ മാത്രമേ ജനങ്ങളുടെ യഥാർത്ഥ അവസ്ഥ മനസ്സിലാകൂ. ബഹുമതികൾക്കും പുരസ്കാരങ്ങൾക്കും പിന്നാലെ പായുന്നവരെ കാണിച്ച് രാജകുമാരന് ആവേശോജ്ജ്വല വരവേല്പാണ് നല്കുന്നതെന്ന് തോന്നിപ്പിക്കാൻ പാടില്ലായിരുന്നു.

റിപ്പോർട്ട് ആലങ്കാരികമായി ഒരു ചോദ്യം കൂടി ഉന്നയിച്ചു. "നിങ്ങൾ അത്തരം ഒരു കാപട്യത്തിന് നിന്നുകൊടുക്കുമോ? മാത്രമല്ല നിരവധി പേർ ജയിലറകളിൽ കിടന്ന് കഷ്ടപ്പെടുമ്പോൾ വെടിക്കെട്ടും ആരവങ്ങളും കാണുന്നതിന് നിങ്ങൾ പോകുമോ?" ഇതിനുള്ള സുബ്ബലക്ഷ്മിയുടെ പ്രതികരണം ശക്തമായ 'ഇല്ല' എന്നു തന്നെയായിരിക്കും. കാരണം അമ്മ അന്നൊരു കരിങ്കൊടിയുമായി പുറത്തേക്ക് പോകുന്നത് പങ്കജം ഓർക്കുന്നു. മദിരാശി പ്രവിശ്യയിൽ ഹർത്താലിന് ആഹ്വാനം നല്കിയിരുന്നു. അതു പൂർണ്ണമായിരുന്നു. ചില നശീകരണങ്ങളും ആക്രമണങ്ങളും ചിലയിടത്തുണ്ടായി. വെടിവയ്പിൽ രണ്ടു സമരക്കാർ മരിക്കുകയും രണ്ടുപേർക്ക് പരിക്കേല്ക്കുകയും ചെയ്തു. അക്രമത്തിൽ ഗാന്ധി തികച്ചും നിരാശനായിരുന്നു. "മദിരാശിയിൽ സ്വയംഭരണത്തിന് നിസ്സഹകരണക്കാർ യോഗ്യരല്ലെന്നതിനുള്ള പൂർണ്ണമായ തെളിവാണിതെന്നും നിസ്സഹകരണത്തിൽ ഏർപ്പെടുന്നവർ ചിന്തയിൽനിന്നും അക്രമവാസന പൂർണ്ണമായി ഇല്ലാതാക്കണമെന്നും" ഗാന്ധി പറഞ്ഞു.

വെയിൽസ് രാജകുമാരന്റെ പൊലിമയില്ലാത്ത മദിരാശി സന്ദർശനത്തെക്കുറിച്ച് *ദ ഹിന്ദു* (17/12/1922) ഇങ്ങനെ റിപ്പോർട്ട് ചെയ്യുന്നു. "വെയിൽസ് രാജകുമാരൻ ബുദ്ധിപൂർവ്വം മദിരാശി വിടുന്നു; ഒരുപക്ഷേ, ഇങ്ങോട്ടു വന്നതിനേക്കാൾ ക്ഷീണിതനായിരിക്കുന്നു. ഇന്ത്യയിലെ പോളോ മത്സരങ്ങളും കളികളും അദ്ദേഹം കണ്ടു. പക്ഷേ, തീർച്ചയായും അദ്ദേഹം കാര്യങ്ങൾ പഠിച്ചില്ല." സുബ്ബലക്ഷ്മിയും മറ്റു നിരവധി പേരും പ്രതിഷേധത്തിന്റ മാനസികാവസ്ഥയിൽ ആയിരുന്നപ്പോൾ പങ്കജം പഠിച്ച ഐസ് ഹൗസിലെ ലേഡി വെല്ലിങ്ടൺ സ്കൂളിലും രാജകുമാരനെ തമിഴ്നാടൻ നൃത്തങ്ങളായ കുമ്മിയും കോലാട്ടവും അവതരിപ്പിച്ച് വരവേല്ക്കാനുള്ള ഒരുക്കങ്ങൾ നടക്കുകയാണെന്ന് പത്രങ്ങളിൽനിന്നും മകൾ പറഞ്ഞതിൽനിന്നും സുബ്ബലക്ഷ്മി മനസ്സിലാക്കിയിട്ടുണ്ടാകണം. എന്നു മാത്രമല്ല ഗവർണർ നല്കിയ സ്വീകരണത്തിന്റെ ഭാഗമായി സിസ്റ്റർ സുബ്ബലക്ഷ്മിയെ രാജകുമാരനു പരിചയപ്പെടുത്തുക കൂടി ചെയ്തു.

ഭർത്താവും സഹോദരനും ബ്രിട്ടീഷ് ഗവൺമെന്റിലെ ഉദ്യോഗസ്ഥർ ആയിരുന്നതുകൊണ്ട് സുബ്ബലക്ഷ്മിക്ക് തന്റെ ദേശസ്നേഹവികാരങ്ങൾ നിയന്ത്രിക്കേണ്ടി വന്നിരുന്നുവെന്ന് പങ്കജം പറയുന്നു. നിസ്സഹകരണ പ്രസ്ഥാനത്തെ നേരിടുന്നതിനായി ഗവൺമെന്റ് കൈക്കൊണ്ട നടപടിയെക്കുറിച്ച് *ദ ഹിന്ദു* ഇങ്ങനെ എഴുതി.

> സർക്കാർ ഉദ്യോഗസ്ഥരുടെ ബന്ധുക്കൾ നിസ്സഹകരണ പ്രസ്ഥാനത്തിൽനിന്നും അകന്നുനില്ക്കുകയോ ജോലി രാജിവയ്ക്കുകയോ

വേണം. ഇതുകൊണ്ടും മതിയാകാതെ ഉദ്യോഗസ്ഥവൃന്ദം ഖദർ അന്വർത്ഥമായ ഒരു ചുവന്ന പഴന്തുണിയായി കണക്കാക്കുകയും അതുപയോഗിക്കുന്നവരുടെ മേൽ ശിക്ഷയായി പൊലീസ് നികുതി ചുമത്തുമെന്ന് ഭീഷണിപ്പെടുത്തുകയും ചെയ്തു. അവരാ ഭീഷണി നടപ്പിലാക്കുമെന്നു തന്നെ ഞങ്ങൾ കരുതുന്നു.

മാത്രമല്ല, *ദ ഹിന്ദു* നല്കിയ ഒരു റിപ്പോർട്ട് അനുസരിച്ച് ജില്ലാമജിസ്ട്രേറ്റ് ആയ കലക്ടർ ഗാന്ധിത്തൊപ്പിയിൽ 'വെറുപ്പിന്റെ മുദ്ര' ഗവൺമെന്റിനെ അപമാനിക്കാനാണതെന്ന് കണ്ടെത്തുകയും ചെയ്തു.

"ഈ കാലഘട്ടത്തിൽ സുബ്ബലക്ഷ്മി അമ്മാളിന് സ്വന്തം വീട്ടുകാരിൽനിന്നു തന്നെ കടുത്ത വിമർശനം നേരിടേണ്ടി വന്നു. സുബ്ബലക്ഷ്മിയുടെ അമ്മയ്ക്കും സഹോദരനും രാജ്യത്തുയർന്നുവന്ന പ്രതിഷേധങ്ങളോടും ശക്തമായ പിന്തുണയാണുണ്ടായിരുന്നതെങ്കിലും അവരുടെ യാഥാസ്ഥിതികത്വം സുബ്ബലക്ഷ്മി തെരുവിലിറങ്ങി പ്രകടനങ്ങളിലും റാലികളിലും പോകുന്നതിനോട് വിയോജിപ്പ് പ്രകടിപ്പിച്ചു. ദൂരെ താമസിക്കുന്ന ബ്രിട്ടീഷ് ഭരണത്തിലെ ഉദ്യോഗസ്ഥനായ സുബ്ബലക്ഷ്മിയുടെ ഭർത്താവിനെക്കുറിച്ചോർത്തവർ ഭയന്നു. ഇക്കാരണങ്ങളാൽ, സുബ്ബലക്ഷ്മിയുടെ ആഗ്രഹംപോലെ കോൺഗ്രസ് പ്രവർത്തനങ്ങളിൽ സജീവമാകാൻ അവരെ അനുവദിക്കുവാൻ അമ്മയും സഹോദരനും സന്നദ്ധരായില്ല –" പങ്കജം *സുബ്ബലക്ഷ്മിയുടെ ജീവിതകഥ*യിൽ എഴുതുന്നു. എന്തായാലും 1922 ൽ കോൺഗ്രസു തന്നെ നിസ്സഹകരണ പ്രസ്ഥാനം തല്ക്കാലം നിർത്തിവച്ചു. ഇതിനു കാരണം പൊലീസ് അതിക്രമങ്ങളോടുള്ള പ്രതിഷേധ സൂചകമായി ജനക്കൂട്ടം പൊലീസ് സ്റ്റേഷനു തീ വയ്ച്ച ചൗരിചൗരാ സംഭവമായിരുന്നു.

നിസ്സഹകരണ പ്രസ്ഥാനത്തിൽ സജീവമായിട്ടുള്ള ബന്ധുക്കളും സുഹൃത്തുക്കളുമായുള്ള എല്ലാ ബന്ധങ്ങളും വിച്ഛേദിക്കണമെന്ന് വെല്ലിങ്ടൺ പ്രഭു സർക്കാർ ഉദ്യോഗസ്ഥരോട് ഉത്തരവായതിനെ തുടർന്ന് നിരവധി പേർ അന്ന് ജോലി രാജിവച്ചു. 1922 ൽ തന്റെ "മകന്റെ പാപങ്ങൾ"മൂലം ഗവൺമെന്റ് പ്ലീഡറും പബ്ലിക് പ്രോസിക്യൂട്ടറുമായ വി വി ജോഗയ്യ പന്തുലു തന്റെ സ്ഥാനങ്ങൾ രാജിവെച്ചൊഴിഞ്ഞു. അദ്ദേഹത്തിന്റെ മകൻ വി വി ഗിരി അന്ന് നിസ്സഹകരണപ്രസ്ഥാനത്തിന്റെ മുൻനിരയിൽ ഉണ്ടായിരുന്നു. തന്റെ മകനെ ഉപേക്ഷിക്കാനോ വീട്ടിൽ നിന്നും പുറത്താക്കാനോ വി വി പന്തുലു തയ്യാറായിരുന്നില്ല. രാജിക്കത്തിൽ അദ്ദേഹം എഴുതി. "നിസ്സഹകരണ പ്രസ്ഥാനക്കാരുമായുള്ള സാമൂഹ്യബന്ധമോ വീട്ടിൽ നെയ്ത വസ്ത്രം അഥവാ ഖദർ ധരിക്കുന്നതോ രാജ്യത്തോടുള്ള ഒരാളുടെ ചുമതലകൾ നിർവ്വഹിക്കുന്നതിന് തടസ്സം ആകുമെന്ന് ഞാൻ കരുതുന്നില്ല." സുബ്ബലക്ഷ്മിയെ സംബന്ധിച്ചിടത്തോളം മകളുടെ വിദ്യാഭ്യാസമായിരുന്നു ഏറ്റവും മുഖ്യം. അതുകൊണ്ട് തന്റെ ഭർത്താവിനെ ഏതെങ്കിലും തരത്തിൽ ബാധിക്കുവാൻ ഇടയുള്ള പ്രവർത്തനങ്ങൾ അവർ നിയന്ത്രിച്ചു. കാരണം അങ്ങനെ സംഭവിച്ചാൽ

അദ്ദേഹം തന്നെ മദിരാശിയിൽനിന്നും മടക്കിക്കൊണ്ടുപോകുമെന്ന് സുബ്ബലക്ഷ്മി ഭയപ്പെട്ടു.

പിക്കറ്റിങ്ങിൽ പങ്കെടുക്കുന്നതും കരിങ്കൊടി കാണിക്കുന്നതും മറ്റും കുടുംബാംഗങ്ങൾ വിലക്കിയെങ്കിലും 1927 ൽ മദിരാശിയിൽ ചേർന്ന എ ഐ സി സി സമ്മേളനത്തിൽ പങ്കെടുക്കുവാൻ അവർ സുബ്ബലക്ഷ്മിയെ സഹായിച്ചുവെന്നുവേണം കരുതാൻ. സുബ്ബലക്ഷ്മിയുടെ അനന്തിരവൾ ചെല്ലകൈലാസം തന്റെ അമ്മ സുബ്ബമ്മ ഇതേ കുറിച്ച് പറഞ്ഞിട്ടുള്ളത് ഓർക്കുന്നുണ്ട്. എ ഐ സി സി സമ്മേളനത്തിനു പോകുന്നതിന് ഒരു റിക്ഷാ തയ്യാറാക്കണമെന്ന് സുബ്ബലക്ഷ്മി സഹോദരനോട് ആവശ്യപ്പെട്ടു. അദ്ദേഹം റിക്ഷ തയ്യാറാക്കുകയും അവർ സമ്മേളനത്തിനു പോകുകയും ചെയ്തു. സുബ്ബലക്ഷ്മി സമ്മേളനവേദിക്കകത്തായിരിക്കുമ്പോൾ സഹോദരനും മറ്റുള്ളവരും പുറത്ത് പ്രദർശനങ്ങൾ കണ്ടു നടക്കുകയായിരുന്നുവത്രെ! യൂറോപ്യൻവാസം കഴിഞ്ഞ് പണ്ഡിറ്റ് നെഹ്റു മടങ്ങിയെത്തിയശേഷം പൂർണ്ണസ്വരാജ് ആണ് ലക്ഷ്യം എന്ന് പ്രഖ്യാപിക്കുകയും ആ പ്രമേയം പെട്ടെന്നുതന്നെ അംഗീകരിക്കുകയും ചെയ്ത സമ്മേളനമായിരുന്നു അത്.

ഈ പരിതഃസ്ഥിതിയിലും എല്ലാ നിയന്ത്രണങ്ങൾക്കും ഇടയിൽ തന്റെ സാമ്രാജ്യത്വവിരുദ്ധപ്രവർത്തനങ്ങൾക്ക് സുബ്ബലക്ഷ്മി തന്റേതായ ചെറിയ ഇടം കണ്ടെത്തിയെന്നു വേണം കരുതാൻ. ഖാദിവസ്ത്രം നെയ്യുവാനും ഖദർ ധരിക്കുവാനും അവർ ശ്രദ്ധിച്ചു. രാഷ്ട്രീയ സമ്മേളനങ്ങളിൽ പങ്കെടുത്തും പിന്നീട് കോൺഗ്രസ് പാർട്ടിക്കു സംഭാവന നല്കിയും സുബ്ബലക്ഷ്മി സംതൃപ്തിയടഞ്ഞു.

മാപ്പിള ദുരിതാശ്വാസഫണ്ട്

“70,000 സ്ത്രീകളും കുട്ടികളും കടുത്ത ദുരിതത്തിലാണ്. അവർക്ക് അടിയന്തരമായ ആശ്വാസം എത്തിക്കേണ്ടതുണ്ട്. ...... സ്ത്രീകൾ കീറിപ്പറിഞ്ഞ വസ്ത്രമാണ് ധരിക്കുന്നത്. കുട്ടികൾ പൂർണ്ണമായും നഗ്നരും. പോഷകാഹാരമോ സമയത്തിനു ഭക്ഷണമോ ലഭിക്കാതെ കുട്ടികൾക്ക് എല്ലാത്തരം രോഗങ്ങളും പിടിപെട്ടിരിക്കുന്നു...... സ്ത്രീകൾ .... അവർക്ക് പുറത്തുള്ളവരുടെ സഹായമില്ലാതെ ഇനി പിടിച്ചു നില്ക്കാനാവില്ലെന്ന് കമ്മിറ്റിക്കു മനസ്സിലായിരിക്കുന്നു.”

മലബാറിലെ സ്പെഷ്യൽ കമ്മീഷണർ നിയോഗിച്ച കമ്മീഷൻ റിപ്പോർട്ട്

1924 ജൂണിലെ സുബ്ബലക്ഷ്മിയുടെ ഡയറിയിൽ “മാപ്പിള ദുരിതാശ്വാസത്തിനായി ഒരു രൂപ അയച്ചു” എന്നു കുറിച്ചിട്ടിരിക്കുന്നു. അക്കാലത്ത് മലബാർ പ്രദേശത്തുണ്ടായ സംഘട്ടനങ്ങൾക്കു നല്കിയിരുന്ന വർഗ്ഗീയനിറത്തിനും വ്യഖ്യാനങ്ങൾക്കും അപ്പുറത്തു സുബ്ബലക്ഷ്മി രാഷ്ട്രീയബോദ്ധ്യം കൈവരിച്ചു എന്നതിന്റെ ദൃഷ്ടാന്തമാണീ ചെറിയ

സംഭാവനതുക. അക്രമി സമുദായം എന്ന് പൊതുവായി കരുതപ്പെട്ടിരുന്ന മുസ്ലിം സ്ത്രീകൾക്ക് സഹായം നല്കാനുള്ള തീരുമാനം തീർച്ചയായും അഭിനന്ദനാർഹമാണ്. 1920–1921 ലെ മാപ്പിള കലാപത്തിന്റെ രാഷ്ട്രീയ പശ്ചാത്തലത്തിൽ ഡബ്ളിയു ഐ എ അതിന്റെ മുഖപത്രമായ *സ്ത്രീധർമ്മ*ത്തിലൂടെ മലബാർ ദുരിതാശ്വാസഫണ്ടിലേക്കു സംഭാവന നല്കണമെന്ന് ആവശ്യപ്പെട്ടിരുന്നിട്ടും സുബ്ബലക്ഷ്മി മാപ്പിള ദുരിതാശ്വാസഫണ്ടിലേക്കാണ് സംഭാവന നല്കിയതെന്നത് സവിശേഷ പരാമർശം അർഹിക്കുന്നു. അന്ന് മദിരാശി പ്രവിശ്യയിൽ ആയിരുന്ന മലബാറിൽ കുടിയാന്മാരായ കർഷകർ ഭൂപ്രഭുക്കളുടെ അടിച്ചമർത്തലിനെതിരെ നടത്തിയ സമരം ആണ് മാപ്പിള ലഹള എന്നറിയപ്പെടുന്നത്. ഹിന്ദുക്കളും മുസ്ലീങ്ങളും ഒരുമിച്ചു നിന്നാണ് ആദ്യഘട്ടത്തിൽ സമരം ചെയ്തത്. പക്ഷേ, അവസാനഘട്ടമായപ്പോഴാണ് ഈ ഐക്യം തകരുകയും അതിന് വർഗ്ഗീയസ്വഭാവം ഉണ്ടാവുകയും ചെയ്തത്.

തിരൂരങ്ങാടി പള്ളിയിൽ പട്ടാളം കയറിയതിനെ തുടർന്നാണ് 1921 ലെ കലാപം പൊട്ടിപ്പുറപ്പെട്ടത്. തുടർന്ന് സമരം ചെയ്ത കർഷകർക്കു നേരെ വെടിവയ്പ് ഉണ്ടാകുകയും നിരവധി പേർ കൊല്ലപ്പെടുകയും ചെയ്തു. കലാപത്തിന് അസംതൃപ്തിയുടെ നിരവധി നൂലിഴകൾ ഉണ്ടായിരുന്നു. വിവിധതരം കലാപപ്രവർത്തനങ്ങളിൽ പങ്കെടുത്തവരുടെ വൈജാത്യം ഇത് വ്യക്തമാക്കുന്നുണ്ട്. ഏതാണ്ട് 50,000 പേർ കലാപങ്ങളിൽ പങ്കെടുത്തു; കൂടുതലും ഖിലാഫത്ത് പ്രവർത്തകർ. കൂടാതെ കുടികിടപ്പുകാർ, മതനേതാക്കൾ, ചെറുകിട കൊള്ളക്കാർ എന്നിവരും ഉൾപ്പെടുന്നു. കോൺഗ്രസ് കലാപത്തിൽനിന്നും പൂർണ്ണമായി വിട്ടു നിന്നുവെന്നു മാത്രമല്ല ഇത് പൂർണ്ണമായും വർഗ്ഗീയമാണെന്നു വിലയിരുത്തുകയും ചെയ്തു. അതുകൊണ്ടു തന്നെ അലി മുസലിയാരെ പോലെയുള്ള പ്രമുഖരായ ഖിലാഫത്ത് നേതാക്കന്മാർ വർഗ്ഗീയസംഘർഷങ്ങൾ ഒഴിവാക്കുവാൻ പരമാവധി പരിശ്രമിച്ചു. അവർ ഹിന്ദുജന്മിമാരെ സംരക്ഷിക്കുകയും ഹിന്ദുക്കളെ നിർബ്ബന്ധിച്ച് മതപരിവർത്തനം ചെയ്യുന്നത് തടയുകയും ചെയ്തു. സാമ്രാജ്യത്വവിരുദ്ധ സമരത്തിന്റെ ഭാഗമായാണ് ആദ്യഘട്ടത്തിൽ ഖിലാഫത്ത് പ്രസ്ഥാനത്തെ കണ്ടിരുന്നതെങ്കിലും പിന്നീടത് പൂർണ്ണമായും ഒരു സാമുദായിക പ്രശ്നമായി മാറി. ഈ കലാപത്തിന്റെ ഏറ്റവും പ്രധാനപ്പെട്ട പ്രത്യാഘാതം മലബാർ സമൂഹത്തിന്റെ വർഗ്ഗീയവൽക്കരണമാണ്. കോൺഗ്രസും ഖിലാഫത്ത് കമ്മിറ്റിയും നടത്തിയ ദുരിതാശ്വാസ, പുനരധിവാസ പ്രവർത്തനങ്ങളുടെ രീതിയിൽനിന്നും ഇത് വ്യക്തമാകുന്നുണ്ട്.

പ്രസ്ഥാനത്തെ അടിച്ചമർത്തുന്ന നടപടികൾ കൂടുതൽ ശക്തമായി. ഖിലാഫത്ത് ഓഫീസുകളിൽ പരിശോധന നടക്കുകയും കൊടികൾ നശിപ്പിക്കുകയും പലവിധത്തിൽ അവരുടെ പ്രവർത്തനങ്ങൾ തടസ്സപ്പെടുത്തുകയും ചെയ്തു. ജന്മിമാർക്കു നേരെ അതിക്രമങ്ങൾ നടത്തുകയും പൊലീസ് സ്റ്റേഷനുകൾ ആക്രമിക്കുകയും ചെയ്തവരിൽ ഹിന്ദുക്കളും

ഉണ്ടായിരുന്നെങ്കിലും എണ്ണത്തിൽ അവർ വളരെ കുറവായിരുന്നു. ഈ കലാപങ്ങളുടെ ഭാഗമായി ഉണ്ടായ മരണങ്ങൾ ഔദ്യോഗികവും അനൗ ദ്യോഗികവുമായ കണക്കനുസരിച്ച് 3929–10,000 വരെയാണ്. കലാപ ത്തിന്റെ ഫലമായുണ്ടായ ദുഃഖകരമായ കാര്യം വർഗ്ഗീയ സ്വഭാവം അതിനു കൈവന്നുവെന്നതും തുടർന്നും വർഗ്ഗീയ സ്വത്വങ്ങൾ ശക്തമായി എന്നതുമാണ്. ഹിന്ദുക്കളെ നിർബ്ബന്ധിതമായി മതപരിവർത്തനം ചെയ്ത തിന്റേയും ഹിന്ദുക്കളുടെ സ്വത്തുക്കൾ കൊള്ള ചെയ്തതിന്റേയും റിപ്പോർട്ടുകൾ അന്നു പുറത്തുവന്നിരുന്നു. മറുഭാഗത്ത് മാപ്പിളമാരെ അതി നിഷ്ഠൂരമായി സർക്കാർ അടിച്ചൊതുക്കി. സംഭവം അന്വേഷിക്കാൻ സർക്കാർ നിയോഗിച്ച സ്പെഷ്യൽ കമ്മീഷണർ ഫോർ മലബാർ ഇങ്ങനെ റിപ്പോർട്ടു ചെയ്യുന്നു.

> കലാപം ഏറ്റവും ദുരന്തപൂർണ്ണമായ ഒന്നായിരുന്നു. കലാപകാരി കളിൽ നിന്നും ആക്രമണം നേരിടേണ്ടിവന്ന മലബാറിലെ ഹിന്ദു ക്കൾക്കുണ്ടായതിനേക്കാൾ കുറവല്ല മപ്പിളമാരും അനുഭവിച്ചത്. പട്ടാളവും പൊലീസും ഭീകരാന്തരീക്ഷം സൃഷ്ടിച്ചു. വീടുകൾ കത്തിച്ചു, സ്ത്രീകൾ അപമാനിക്കപ്പെട്ടു, പുരുഷന്മാരെ വിവേച നരഹിതമായി അറസ്റ്റുചെയ്യുകയും ശിക്ഷിക്കുകയും ചെയ്തു. ഒരു ലക്ഷംരൂപ വരെ പിഴവിധിച്ചു.

റിപ്പോർട്ടിൽ ഇങ്ങനെ തുടരുന്നു:

> 70000ത്തോളം സ്ത്രീകളും കുട്ടികളും കടുത്ത ദുരിതമനുഭവിക്കു കയാണ്. അവർക്ക് അടിയന്തരദുരിതാശ്വാസം ആവശ്യമാണ്.... സ്ത്രീകൾ കീറിപ്പറിഞ്ഞ വസ്ത്രമാണ് ധരിക്കുന്നത്. ആൺകുട്ടി കളും പെൺകുട്ടികളും യഥാർത്ഥത്തിൽ നഗ്നരും. പോഷകാഹാ രമോ സമയത്ത് ഭക്ഷണമോ ലഭിക്കാത്തതിനാൽ കുട്ടികൾക്ക് പല തരം രോഗങ്ങൾ പിടിപെട്ടിരിക്കുന്നു. കമ്മിറ്റിക്കു മനസ്സിലാകുന്നത് പുറത്തുനിന്നുള്ള സഹായം ലഭിക്കാതെ സ്ത്രീകൾക്കിനി പിടി ച്ചുനില്ക്കാനാവില്ലെന്നാണ്.

ദുരിതാശ്വാസം എത്തിക്കുന്നതിന് സർക്കാർ വിസമ്മതിച്ചത് പ്രതി ഷേധാത്മകമായിരുന്നു. ഒരു പത്രം പരിഹാസത്തോടെ എഴുതി.

> നികുതി നല്കുന്ന നാട്ടുകാർക്ക് നഷ്ടപരിഹാരം നല്കാത്തത് കഷ്ടമാണ്... വീടിനും സ്വത്തിനും സംരക്ഷണം കിട്ടാതെ രണ്ടോ മൂന്നോ താലൂക്കിലെ ജനങ്ങൾ മൂന്നോ നാലോ മാസം ചുറ്റിത്തി രിയേണ്ടി വന്നു. ജനങ്ങൾക്ക് ഒരു സർക്കാർ ഉള്ളതായി അനുഭവ പ്പെട്ടില്ല; ഒരു സുരക്ഷയും എവിടേയും കണ്ടില്ല. സർക്കാരിന്റെ സംരക്ഷണയിലുള്ള ജനങ്ങളുടെ സുരക്ഷിതത്വത്തിന് ആർക്കാണ് ഉത്തരവാദിത്വം? ജനങ്ങൾ ബുദ്ധിമുട്ടിലായിരിക്കുമ്പോൾ

സർക്കാർപോലും കൈ ഒഴിയുന്നതിനേക്കാൾ ഗതികേട് മറ്റെ ന്താണ്? നാടുവിടേണ്ടി വന്നവരുടെ നികുതി ഒടുക്കുവാൻപോലും സർക്കാർ തയ്യാറല്ല.

ഇത്തരം കലാപങ്ങളിൽ എല്ലായ്പ്പോഴും സംഭവിക്കുന്നതുപോലെ സ്ത്രീകളാണ് കൂടുതൽ ദുരിതം അനുഭവിച്ചത്. മാപ്പിള സ്ത്രീകൾക്കു ണ്ടായ മഹാദുരന്തങ്ങൾ വളരെ വൈകി മടിയോടെയാണ് സർക്കാർ അംഗീകരിച്ചത്. "അറസ്റ്റിലാകുകയോ കൊല്ലപ്പെടുകയോ ചെയ്തവരുടെ ബന്ധുക്കളായ മാപ്പിള സ്ത്രീകൾക്ക് ചില ബുദ്ധിമുട്ടുകൾ ഉണ്ടായതായി കണ്ടുവരുന്നുണ്ട്." 67 മാപ്പിള തടവുകാർ ശ്വാസംമുട്ടി മരിച്ച വാഗൺ "അപകടം" കൂടി സംഭവിച്ചതോടെ ദുരിതം കൂടുതൽ രൂക്ഷമായി. "സർക്കാർ മാപ്പിളമാരുടെ മനസ്സിൽ ഭയം കുത്തിവയ്ക്കുന്നതിനും ഭാവി യിൽ അവരെ അങ്ങനെ അടിച്ചമർത്തിവയ്ക്കുന്നതിനും" വേണ്ടി എത്ര മനുഷ്യത്വരഹിതനും ക്രൂരവുമായ മാർഗ്ഗങ്ങൾ ആണ് സ്വീകരിച്ചത് എന്ന തിന്റെ ഉത്തമം ദൃഷ്ടാന്തമായിരുന്നു വാഗൺ ട്രാജഡി.

മാപ്പിളമാർ ഹിന്ദുക്കൾക്കുനേരെ നടത്തിയ ആക്രമണങ്ങൾ കണ ക്കിലെടുക്കാതെ സുബ്ബലക്ഷ്മി ഇക്കാര്യത്തിൽ വളരെ സന്തുലിതമായ നിലപാട് സ്വീകരിക്കുകയും ആ സമുദായത്തിലെ സ്ത്രീകൾക്കുനേരെ പൊലീസ് അഴിച്ചുവിട്ട ഭീകരതയ്ക്കെതിരായ വികാരം പുലർത്തുകയും ചെയ്തു. ഈ പാവപ്പെട്ട സ്ത്രീകൾ അനുഭവിച്ച യാതനകളെ കുറിച്ച് തികച്ചും ബോധവതിയായ സുബ്ബലക്ഷ്മി സംഭാവന നല്കിയതിലൂടെ തനിക്കാവുംവിധം ഇവരെ സഹായിക്കുകയാണു ചെയ്തത്. ഇത്തര ത്തിൽ വർഗ്ഗീയ മുൻവിധികൾ ഇല്ലാത്തതിനാലാകാം പിന്നീട് ഞാൻ ഒരു മുസ്ലീമിനെ വിവാഹം കഴിക്കണമെന്ന നിർദ്ദേശം സുബ്ബലക്ഷ്മി മുന്നോ ട്ടുവച്ചത്.

പിന്നീടുണ്ടായ രാഷ്ട്രീയതാല്പര്യങ്ങൾ

മദിരാശി എന്ന വൻനഗരത്തിലെ അജ്ഞാതവാസത്തിനുശേഷം ഭർത്താവിന്റെയും കടലോരഗ്രാമങ്ങളുടെയും അരികിലേക്കു സ്ഥിരതാമ സത്തിനായി പോയിക്കഴിഞ്ഞപ്പോൾ സുബ്ബലക്ഷ്മിയുടെ രാഷ്ട്രീയ പ്രവർത്തനത്തിനെന്താണു സംഭവിച്ചത്? 1920 കളിൽ മദിരാശിയിൽ സുബ്ബ ലക്ഷ്മിക്കുണ്ടായിരുന്ന രാഷ്ട്രീയ ബന്ധങ്ങൾ തുടർന്നു എന്നതിന് രണ്ട് തെളിവുകൾ മാത്രമാണ് ഉള്ളത്. ഒന്ന് നിയമലംഘനപ്രസ്ഥാനത്തിന് 65 രൂപ സംഭാവന നല്കിയതിന്റെ രസീതാണ്. മദിരാശിയിലെ പ്രമുഖ കോൺഗ്രസ് നേതാവായിരുന്ന എം ഭക്തവത്സലത്തിനാണീ സംഭാവന അയച്ചുകൊടുത്തിരുന്നത്. സുബ്ബലക്ഷ്മിയുടെ അതേ പ്രായമായിരുന്ന ഭക്തവത്സലം ഒരു അഭിഭാഷകനും വളരെ ചെറുപ്പത്തിൽത്തന്നെ രാഷ്ട്രീ യത്തിൽ പൂർണ്ണമായി പ്രവേശിച്ചയാളും ആണ്. 1931 ൽ നിയമലംഘന പ്രസ്ഥാനത്തിൽ ഉൾപ്പെട്ടതിന് 6 മാസം തൃശ്ശിനാപ്പള്ളിയിലും പിന്നീട് ക്വിറ്റിന്ത്യാ കാലഘട്ടത്തിൽ അമരാവതിയിലും ഭക്തവത്സലം

ജയിൽവാസം അനുഷ്ഠിച്ചു. 1946 മുതൽ രാജാജിയും കാമരാജും മുഖ്യമന്ത്രിമാരായിരുന്നപ്പോൾ അദ്ദേഹം മദിരാശി സർക്കാരിൽ സേവനം അനുഷ്ഠിച്ചു. 1963–67 വരെ അദ്ദേഹം മുഖ്യമന്ത്രിയും ആയി.

അതേ വർഷംതന്നെ ഇതേ കാരണത്തിനായി സംഭാവന ആവശ്യപ്പെട്ടുകൊണ്ട് ശ്രീ.ഗജപതിയുടെ കത്തും സുബ്ബലക്ഷ്മിക്ക് വരികയുണ്ടായി. ഇവിടെ രണ്ട് ചോദ്യങ്ങൾ ഉയരുന്നുണ്ട്. എങ്ങനെയാണീ പണം അയച്ചത്? ഗജപതിയുടെ കത്തിൽ ഒരു ശ്രീനാരായണനെ പണം വാങ്ങാനായി അയക്കാം എന്നു പറയുന്നുണ്ട്. സുബ്ബലക്ഷ്മിയെ ഭർത്താവിന്റെ വീട്ടിൽ വന്നു കണ്ടു എന്നു കരുതാം. അപ്പോൾ വീണ്ടും ഉള്ള ചോദ്യം ഈ പണം ഭർത്താവു കാണാതെ എങ്ങനെ സുബ്ബലക്ഷ്മി ഒളിപ്പിച്ചു വച്ചു? അതോ ഭർത്താവിന്റെ ഔദ്യോഗിക യാത്രക്കാലത്താണോ നാരായണൻ വന്നിട്ടുണ്ടാകുക? എവിടെ നിന്നായിരിക്കും പണം ലഭിച്ചത്? വീട്ടുകാര്യങ്ങൾക്കായി ഭർത്താവ് നല്കിയ പണം ആയിരിക്കുമോ ഇത്? അമ്മയ്ക്കു പണം കൊടുക്കുന്ന കാര്യത്തിൽ അച്ഛൻ ഭയങ്കര പിശുക്കൻ ആയിരുന്നുവെന്നും ഇതേ ചൊല്ലി അച്ഛനും അമ്മയും തമ്മിൽ നടക്കുന്ന തർക്കം താൻ ഓർക്കുന്നുണ്ടെന്നും പങ്കജം പറയുന്നു. മാത്രമല്ല ഏതു തരത്തിലുള്ള സന്ന്യാസിമാർക്കു സംഭാവന കൊടുക്കുമ്പോഴും ജ്യേഷ്ഠന്റെ കുടുംബത്തിനു നല്കുമ്പോഴും അദ്ദേഹം ധാരാളിയായിരുന്നുവെന്നും പങ്കജം ഓർക്കുന്നു. ബ്രിട്ടീഷ് സർക്കാരിന്റെ ദൈവഭയമുള്ള ഒരു സേവകനായിരുന്ന പി ആർ ജി കോൺഗ്രസിനു സംഭാവന നല്കാനായി സുബ്ബലക്ഷ്മിക്ക് പണം നല്കുന്നത് അചിന്ത്യമാണ്. എന്നാൽ അദ്ദേഹത്തിന്റെ ഓർമ്മക്കുറിപ്പുകളും കവിതകളും വ്യക്തമാക്കുന്നത് ഉള്ളാലെ അദ്ദേഹം ഒരു ദേശസ്നേഹിയാണെന്നാണ്.

നേരിട്ടു രാഷ്ട്രീയ പ്രവർത്തനത്തിൽ പങ്കാളിയായില്ലെങ്കിലും തന്റെ പത്രവായനാശീലത്തിലൂടെ രാഷ്ട്രീയസംഭവങ്ങളുമായി നിരന്തരം ബന്ധം പുലർത്തി. സ്വാതന്ത്ര്യലബ്ധിക്കുശേഷമാണ് അവർ പത്രവായന നിർത്തിയത്. എന്തുകൊണ്ടാണ് പത്രവായന നിർത്തിയതെന്ന് ലളിത ചോദിച്ചപ്പോൾ പത്രം വായിക്കുവാനിപ്പോൾ രസം തോന്നുന്നില്ലെന്നാണ് സുബ്ബലക്ഷ്മി മറുപടി പറഞ്ഞത്. പക്ഷേ, പുസ്തകനിരൂപണങ്ങൾ കൃത്യമായി വായിച്ചിരുന്നു. കണ്ണിമേറ ലൈബ്രറിയിൽ പുതിയതായി വരുന്ന പുസ്തകങ്ങളെ കുറിച്ചുള്ള പത്രകട്ടിങ്ങുകൾ സുബ്ബലക്ഷ്മി സൂക്ഷിച്ചുവച്ചവ ഇപ്പോഴും അതേപോലെ തന്നെയിരിക്കുന്നുണ്ട്.

‘പൈശാചികസർക്കാരിന്റെ നേർത്ത വിരൽ’

‘ഉണരൂ! ഉണരൂ! കിഴക്കിന്റെ വെളിച്ചമേ! പറയൂ നാം അടിമകളോ
രാമന്റെ, സീതയുടെ മക്കൾ
അടിമകളും ബുദ്ധിഹീനരുമോ?

(1909 ൽ കോൺഗ്രസ് വാളന്റീയർ ആയ ശേഷം പി ആർ ജി എഴുതിയത്)

"പൈശാചിക സർക്കാരിന്റെ നേർത്ത വിരലായിരുന്നു അന്നു ഞാൻ. പക്ഷേ, എന്നെ ഏല്പിച്ച കർത്തവ്യത്തിനപ്പുറത്ത് പൈശാചികമായി ഞാനൊന്നും ചെയ്തിട്ടില്ല." പി ആർ ജി തന്റെ ഓർമ്മക്കുറിപ്പുകളിൽ എഴുതി.

പി ആർ ജി വിചിത്രമാംവിധം അരാഷ്ട്രീയവാദിയാണെന്ന് ധരിച്ചിരുന്ന എന്റെ ധാരണയ്ക്കു വിരുദ്ധമായി രാഷ്ട്രീയത്തിൽ അദ്ദേഹം വളരെയേറെ തല്പരനാണെന്ന അറിവ് തീർച്ചയായും എന്നെ അത്ഭുതപ്പെടുത്തി. 1909 ൽ അദ്ദേഹം എഴുതി,

> ആദരണീയനായ ശ്രീ. വി ശ്രീനിവാസശാസ്ത്രിയുടെ നേതൃത്വത്തിൻകീഴിൽ ഒരു കോൺഗ്രസ് വോളന്റിയർ ആകാനുള്ള അപൂർവ്വസൗഭാഗ്യം എനിക്കു ലഭിച്ചു. അക്കാലത്ത് കോൺഗ്രസ് മദിരാശിയിൽ എത്തിയിരുന്നു. സൂററ്റിലെ വിഭജനത്തിനുശേഷം മദിരാശിയിലെ കോൺഗ്രസ് വി കൃഷ്ണസ്വാമി അയ്യരുടെ കോൺഗ്രസെന്നാണറിയപ്പെട്ടിരുന്നത്. അന്നാണ് ഇന്ത്യയിലെ പ്രമുഖരായ വാഗ്മികളുടെ പ്രഭാഷണം കേട്ട് ആസ്വദിക്കുവാനും അഭിമാനിക്കുവാനും അവസരം ലഭിച്ചത്. സുരേന്ദ്രനാഥ ബാനർജി, ഭൂപേന്ദ്രനാഥ ബസു, ഗോഖലെ, ഫിറോസ്ഷാ മേത്ത, വി കൃഷ്ണസ്വാമി അയ്യർ, പണ്ഡിറ്റ് മാളവ്യ, സരോജിനി നായിഡു തുടങ്ങി നിരവധി പേർ. ഞാൻ അഭിമാനത്തോടെ ബാഡ്ജ് ധരിച്ച് എന്റെ കഴിവിനൊത്തവിധം സേവനം നടത്തി. സൂററ്റിലും മറ്റു ചിലയിടങ്ങളിലും ഉണ്ടായ അനിഷ്ടസംഭവങ്ങളെ തുടർന്ന് അഭിഭാഷകരെയോ അദ്ധ്യാപകരേയോ വ്യവസായികളേയോ മാത്രമേ വോളന്റിയർ ആക്കിയിരുന്നുള്ളൂ. കടൽത്തീരത്തെ യോഗങ്ങളിൽ ബിപിൻ പാൽ സംസാരിക്കുന്നതു ഞാൻ കേട്ടു. അദ്ദേഹം മദിരാശിയെ ആവേശഭരിതമാക്കുകയും 'ഇരുളിലാണ്ട പ്രവിശ്യ'ക്കു പുത്തൻ ജീവൻ പ്രദാനം ചെയ്യുകയും ചെയ്തു.

ഈ ബന്ധങ്ങളും ദേശീയനേതാക്കളുമായുള്ള പരിചയവുംമൂലം പി ആർ ജി എന്ന യുവകവി ഇരുപത്തിയഞ്ചാം വയസ്സിൽ കവിത എഴുതാനുള്ള തന്റെ കഴിവ് വികസിപ്പിക്കുവാൻ ശ്രമിച്ചു.

അദ്ദേഹം മദിരാശിയിൽ വച്ച് സുബ്രഹ്മണ്യ ഭാരതിയെ കാണുകയും കേൾക്കുകയും ചെയ്തു. തൂത്തുക്കുടിയിൽ വി ഒ ചിദംബരം പിള്ളയെയും ആനിബസന്റിനെയും സിസ്റ്റർ നിവേദിതയെയും പി ആർ ജി നേരിൽ കണ്ടു. ഗാന്ധിയെ കുറിച്ചുള്ള അദ്ദേഹത്തിന്റെ കവിതയിൽനിന്നും മനസ്സിലാകുന്നത് പി ആർ ജിക്കു ഗാന്ധിയോടുള്ള ആരാധന സുബ്ബലക്ഷ്മിക്കുള്ളതിനേക്കാൾ ഒട്ടും കുറവല്ല എന്നാണ്. അദ്ദേഹത്തിന്റെ വാക്കുകൾ ഉദ്ധരിക്കുന്നു.

ഖിലാഫത്ത് പ്രസ്ഥാനത്തിന്റെ ഭാഗമായുള്ള യാത്രയ്ക്കിടയിലാണ് ആദ്യമായി അദ്ദേഹത്തിന്റെ പ്രസംഗം കേൾക്കുന്നത്. അതൊരു ആവേശകരമായ സമയമായിരുന്നു. അദ്ദേഹത്തെ കാണുവാനും വാക്കുകൾ കേൾക്കുവാൻ ഗ്രാമങ്ങൾ മുഴുവനും എത്തിയിരുന്നു. മുതിർന്ന നേതാവായ ആന്ധ്രകോന മെങ്കടപ്പയ്യനും ഗാന്ധിജിയുടെ പ്രസംഗം തർജമ ചെയ്തു. ഇങ്ങനെ ഒരു കാഴ്ച ഇതിനുമുമ്പ് ഞങ്ങൾ കാണുകയോ കേൾക്കുകയോ ചെയ്തിട്ടില്ല. ഞാനന്ന് 'പൈശാചിക സർക്കാരി'ന്റെ ഒരു 'നേർത്ത വിരൽ' മാത്രമാണ്. എന്നെ ഏല്പിച്ച കർത്തവ്യത്തിനപ്പുറത്തൊരു പൈശാചിക കാര്യവും ഞാൻ ചെയ്തിട്ടില്ല. ദിവ്യമായ ഒരു വിളിയോ ദിവ്യമായ ഒരു പ്രചോദനമോ ഇല്ലാതെ ഒന്നും സംഭവിക്കുന്നില്ല.

പി ആർ ജി യെ നന്നായി അറിയുമായിരുന്ന അദ്ദേഹത്തിന്റെ ഒരു ശിഷ്യൻ ലളിതാനന്ദ ദാസൻ പറയുന്നത്

നിസ്സഹകരണ പ്രസ്ഥാനത്തിന്റെ ഘട്ടത്തിൽ അദ്ദേഹം ജോലി രാജിവയ്ക്കുന്നത് സംബന്ധിച്ച് ചിന്തിച്ചിരുന്നു. അന്നൊരു സന്ന്യാസി അദ്ദേഹത്തെ ഉപദേശിച്ചത് "നിങ്ങളുടെ സാമൂഹ്യസേവനം രാഷ്ട്രീയരംഗത്തു മാത്രമല്ല. നിങ്ങൾക്കായി തുറന്നിരിക്കുന്ന പാതയിലൂടെ തന്നെ താങ്കളുടെ മഹത്തായ ആശയങ്ങൾ സാക്ഷാൽക്കരിക്കാനാകും" എന്നാണ്. അങ്ങനെയാണ് പി ആർ ജി ജോലി രാജിവയ്ക്കാനുള്ള ശ്രമം ഉപേക്ഷിച്ചത്. എങ്കിലും പി ആർ ജി ഗാന്ധിയുടെ ആരാധകനായിരുന്നു. അദ്ദേഹത്തെ കുറിച്ച് നിരവധി കവിതകളും എഴുതിയിട്ടുണ്ട്.

ഭാര്യയുടെ രാഷ്ട്രീയ താല്പര്യത്തെപ്പറ്റി അദ്ദേഹത്തിന്റെ അഭിപ്രായം എന്തായിരുന്നു? ദേശീയപ്രസ്ഥാനത്തിന്റെ യോഗങ്ങളിൽ പങ്കെടുക്കുവാനുള്ള സുബ്ബലക്ഷ്മിയുടെ ആഗ്രഹത്തെ അദ്ദേഹം പ്രോത്സാഹിപ്പിച്ചോ? അവരുടെ ആദ്യകാല രാഷ്ട്രീയപ്രവർത്തനത്തെ കുറിച്ച് പി ആർ ജി ക്കറിയാമായിരുന്നോ? അതേ കുറിച്ചദ്ദേഹത്തിന് അഭിമാനം ഉണ്ടായിരുന്നോ? ഒരു സർക്കാർ ജീവനക്കാരനെ സംബന്ധിച്ചിടത്തോളം ഇത് അപകടകരമായിരുന്നിരിക്കാം. അവർ ജീവിച്ച സംഘർഷഭരിതമായ ദിവസങ്ങളെക്കുറിച്ചവർ എന്നെങ്കിലും ചർച്ചചെയ്തിട്ടുണ്ടോ? ഒരുപക്ഷേ മദിരാശിയിൽ ഉണ്ടായിരുന്നപ്പോൾ സുബ്ബലക്ഷ്മിക്കുണ്ടായിരുന്ന രാഷ്ട്രീയ പ്രവർത്തനങ്ങളെക്കുറിച്ച് പി ആർ ജിക്കറിയുമായിരുന്നില്ല. പക്ഷെ തീർച്ചയായും ഇന്ത്യ സ്വാതന്ത്ര്യം നേടിയ ദിവസം ഇരുവരും ഒരുപോലെ ആഹ്ലാദിച്ചിട്ടുണ്ടാകാം.

ടാഗോറിന്റെ ചിത്രമുള്ള ടാഗോറിന്റെ കവിതകൾ കുറിച്ച ഒരു കാർഡ് സ്വപ്നം സാക്ഷാൽക്കരിക്കപ്പെട്ടതിന്റെ ആഘോഷത്തിനായി രാമചന്ദ്രൻ അയച്ചുകൊടുത്തത് തന്നെ വളരെ സന്തോഷിപ്പിച്ചുവെന്ന് സുബ്ബലക്ഷ്മി

പിന്നീട് പറഞ്ഞിരുന്നു. പി ആർ ജി ആകട്ടെ തന്റെ സർഗ്ഗാത്മകത കെട്ട ഴിച്ചുവിടുകയും ജോലിയിൽനിന്നും വിരമിച്ചശേഷം താമസിച്ചിരുന്ന ദിണ്ഡിവനം എന്ന കൊച്ചുപട്ടണത്തിലെ ക്ലബ്ബിൽ നടന്ന ആഘോഷ പരിപാടികളിൽ പങ്കെടുക്കുകയും ചെയ്തിരിക്കാം.

സ്വാതന്ത്ര്യത്തിൻ കൊടി പാറൂ

പാറൂ പാറൂ പൊങ്കൊടിയേ,
സ്വാതന്ത്ര്യത്തിൻ തൻ കൊടിയേ,
സ്വതന്ത്രരെന്നാൽ ചുണ വേണം,
പറയാമിത് ഞാൻ പറ കൊട്ടീ-
ട്ടലറാം അലറാം ആനന്ദം.
രണമില്ലാതെ നിണം ചുമ്മാ-
തൊഴുകാതാണീ സ്വാതന്ത്ര്യം
സൽക്കർമ്മങ്ങൾ പെരുമാറ്റം
പാറുക മൂവർണ്ണക്കൊടിയേ,
വീണ്ടുമുയിർപ്പാണീ ദിവസം
സത്യം പറയാം പൊൻ കൊടിയേ
ആളുകളെല്ലാം തുല്യന്മാർ
ആണവരിന്നു സ്വതന്ത്രന്മാർ
കറ പറ്റാതെ, മടിക്കാതെ-
ക്കർമ്മപഥത്തിൽ മുന്നേറാം.
അവകാശങ്ങൾ നിസ്സംഗം
അടരാടീട്ടിനി നേടീടാം.
കാലിടറില്ലാ തോൽക്കില്ലാ
ഗാന്ധിയുമിന്ത്യയുമൊന്നായി-
ക്കാണിക്കുമ്പോൾ നവമാർഗ്ഗം.

നേരും നെറിയും ഗൗരവവും
നീതിയുമൊന്നായ് ചേരുമ്പോൾ
ഇതിലും പാവനമെന്താവാം?
വരണേ ശാന്തി അതേ ശാന്തി.

6
സുബ്ബലക്ഷ്മിയും ചർക്കയും

ഉഷ്ണകാലത്ത് തീരെ സുഖകരമല്ലാത്ത ഒരു വസ്ത്രമാണ് പട്ട്. മാത്രമല്ല, ഇന്ത്യപോലെയുള്ള ഒരു ദരിദ്രരാജ്യത്ത് ഒരു സാരിക്ക് 100 രൂപ കൊടുക്കുന്നത് കുറ്റകരമായ പാഴ് ചെലവാണ്.

(തമിഴ് സ്ത്രീകളോട് ഗാന്ധിജി)

കട്ടിയുള്ള ഖദർസാരി പുറത്തുണ്ടാക്കിയ വ്രണങ്ങളുമായി അക്ഷ രാർത്ഥത്തിൽ എല്ലും തോലുമായിട്ടും ഖാദി ഉപേക്ഷിക്കുവാൻ അവൾ തയ്യാറായില്ല. ഖാദിവസ്ത്രം ധരിച്ചുകൊണ്ട് ദഹിപ്പിക്കപ്പെ ടുന്നതിന് അവൾക്ക് ഭാഗ്യമുണ്ടായി. ഒരുപക്ഷേ പരലോകത്തേയും അത് പരിചയപ്പെടുത്തുവാൻ അവൾ തിടുക്കപ്പെട്ടിട്ടുണ്ടാകാം."

(1927 ഒക്ടോബർ 27 'യങ് ഇന്ത്യ'യിലെ ഒരു കത്ത്)

തന്റെ ഭാര്യ അന്നപൂർണ്ണ ദേവി മരിച്ച ശേഷം ഒരാൾ അല്പം വരണ്ട ഹാസ്യഭാവത്തിൽ ഗാന്ധിജിക്കയച്ച കത്തിലെ ഒരു ഭാഗമാണ് രണ്ടാമ ത്തേത്. "താങ്കളുടെ നിസ്സഹകരണ പ്രസ്ഥാനത്തിന്റെ തകർച്ചയുടെ ശരി യായ രൂപം നിങ്ങൾക്കവളിൽ കാണുവാൻ കഴിയും." ഖാദി സംബന്ധിച്ച ഗാന്ധിയുടെ ശാസനങ്ങൾ അവർ കർശനമായി നടപ്പാക്കുന്നതിൽ അയാൾക്കുണ്ടായിരുന്ന അസംതൃപ്തി പ്രകടമായിരുന്നു.

അവൾ അവൾക്കുണ്ടായിരുന്നതെല്ലാം രാജ്യത്തിന് നല്കി – ആഭര ണങ്ങൾ, വിവാഹമോതിരം പോലും. ആധുനിക രീതികൾ, സാഹി ത്യതാല്പര്യങ്ങൾ, അവളുടെ ആരോഗ്യം, ഇപ്പോൾ അവളുടെ ജീവനും. ഒരു കത്തിൽ അങ്ങ് ഇങ്ങനെ എഴുതി. എനിക്കറിയാം ഖാദിക്കു വേണ്ടി നീ അക്ഷീണം പ്രയത്നിക്കും എന്ന്. ഞാൻ

> അമേരിക്കയിൽനിന്നും മടങ്ങി വന്നപ്പോൾ എന്റെ കാൽക്കൽ വീണ് അവർ ആദ്യമായി അപേക്ഷിച്ചത് ഖാദി ധരിക്കുമെന്ന് വാക്കു തരണമെന്നാണ്. എനിക്ക് ഒരിക്കലും പിന്നീട് വിദേശവസ്ത്രങ്ങൾ എന്റേതാണെന്ന് അവകാശപ്പെടാനായില്ല.

അന്നപൂർണ്ണ ദേവിയെപ്പോലെ അത്ര ശക്തയായ വക്താവായിരുന്നില്ലെങ്കിലും ചർക്കയ്ക്കും കൈത്തറിക്കും ഗാന്ധി നല്കിയ പ്രാധാന്യം സുബ്ബലക്ഷ്മിക്ക് ബോദ്ധ്യപ്പെട്ടിരുന്നു. തന്റെ കൂട്ടുകാരികൾ ചിത്രപ്പണിയുള്ള പരുത്തി ഉടുപ്പുകൾ ധരിക്കുമ്പോൾ താൻ മാത്രം നിറമില്ലാത്ത ഖദർ വസ്ത്രങ്ങൾ ധരിക്കുന്നതിനെക്കുറിച്ച് അമ്മയോട് പരാതി പറഞ്ഞിരുന്നത് പങ്കജം ഓർക്കുന്നു. ഖാദിയുടെ കാര്യത്തിൽ അന്ന് യാതൊരുവിധ ഒത്തുതീർപ്പിനും തയ്യാറല്ലായിരുന്നെങ്കിലും അമ്മയുടെ വിദഗ്ദ്ധമായ കരവിരുതിൽ നിറം മങ്ങിയ പാവാടകളും ബ്ലൗസുകളും ചിത്രത്തുന്നലിൽ മനോഹരമായി മാറിയിരുന്നുവെന്ന് പങ്കജം മനസ്സിലാക്കി. ദേശീയ പ്രസ്ഥാനത്തിനൊപ്പം നില്ക്കുന്നതിനുള്ള ഉപാധിയായി സുബ്ബലക്ഷ്മി നൂൽ നൂൽക്കുന്നതും ഖാദി ധരിക്കുന്നതും കണക്കാക്കിയിരുന്നു. സുബ്ബലക്ഷ്മിയുടെ ആരോഗ്യവും മറ്റു പരിതഃസ്ഥിതികളും അനുവദിക്കുന്നിടത്തോളം അവരാ രീതികൾ കർശനമായി തുടരുകയും ചെയ്തു. മറ്റ് പലരേയും പോലെ സുബ്ബലക്ഷ്മിക്കും ഖാദിവസ്ത്രം ധരിക്കുന്നത് പ്രതിഷേധത്തിന്റെ പ്രകടനവും സ്വദേശീസ്വത്വത്തിന്റെ പ്രഖ്യാപനവും ആയിരുന്നു. നിറമില്ലാത്ത പരുപരുത്ത ഖാദിസാരികൾ അവർ രോഗത്തിനടിമയാകുന്നതു വരെ ധരിച്ചിരുന്നത് ഞാൻ ഓർക്കുന്നു. പിന്നീട് ഖാദിസാരികൾക്കു പകരം കൈത്തറിസാരിയായെന്നു മാത്രം. അവർ എല്ലായ്പ്പോഴും ലളിതമായിട്ടാണ് വസ്ത്രം ധരിച്ചിരുന്നത്. ഗാന്ധിയൻ ആശയങ്ങളോടുള്ള സമർപ്പണം. 'സ്വയം അലങ്കരിക്കുന്നതിനെതിരെ' എന്നും ഗാന്ധിജി സ്ത്രീകളെ ഉദ്ബോധിപ്പിച്ചിരുന്നു – മാത്രമല്ല, മക്കളുടെ മരണവും ആഭരണങ്ങളിലും പട്ടുസാരികളിലുമുള്ള അവരുടെ താല്പര്യം ഇല്ലാതാക്കിയിട്ടുണ്ടാകാം. അവരുടെ കഴുത്തിൽ ഒരു താലിമാല മാത്രമേ ഉണ്ടായിരുന്നുള്ളൂ. വളരെ ചെറുപ്പത്തിലുള്ള സുബ്ബലക്ഷ്മിയുടെ ഫോട്ടോയിലും സമ്പന്നകുടുംബത്തിലെ സ്ത്രീകൾക്കു യോജിക്കാത്തവിധം വളരെ കുറച്ച് ആഭരണങ്ങളേ ധരിച്ചിട്ടുള്ളൂ. തന്റെ വിവാഹത്തിനുപോലും അമ്മ പട്ടുസാരിയോ ആഭരണങ്ങളോ ധരിച്ചതായി പങ്കജം കണ്ടിട്ടില്ല. അല്പം സ്വർണ്ണമെങ്കിലും അണിയുന്നതിന് പങ്കജം അമ്മയെ നിർബ്ബന്ധിച്ചിരുന്നുവെന്ന് ലളിത ഓർക്കുന്നു. പി ആർ ജിയുടെ 60-ാം പിറന്നാളിനുപോലും പങ്കജം അമ്മയ്ക്ക് സമ്മാനമായി നല്കിയത് ഒരു ഖാദി സാരിയാണ്.

'അയൽപക്കത്തെ നെയ്ത്തുകാരൻ നെയ്യുന്ന വസ്ത്രം വാങ്ങിയാൽ അവർക്ക് ഭക്ഷണവും വസ്ത്രവും ലഭിക്കുമെന്നറിഞ്ഞുകൊണ്ട് റീജന്റ് തെരുവിലെ മേൽത്തരം തുണി വാങ്ങുന്നത് പാപമാണെന്നാണ്' ഗാന്ധിജി വിശ്വസിച്ചിരുന്നത്. ആഗോളവല്ക്കരണത്തെ വിമർശിക്കുന്ന വർത്തമാനകാല വാഗ്വിലാസവുമായി ഇതിന് വളരെ അടുത്ത സാമ്യമുണ്ട്.

ഗാന്ധി ഇത് വളരെ ലളിതമായി ആർജ്ജവത്തോടെ ഇങ്ങനെ വ്യക്തമാക്കിയിട്ടുണ്ട്. 'ഒരു ചരക്കിന്റെ മൂല്യം നിർണ്ണയിക്കുന്നത് ഉന്നതരുന്ന ഓഹരിപങ്കാളികൾക്ക് ലഭിക്കുന്ന ലാഭവിഹിതം കണക്കാക്കിയല്ല. മറിച്ച് അവിടെ തൊഴിലെടുക്കുന്ന ജനങ്ങളുടെ ശരീരത്തിലും ആത്മാവിലും സ്വത്വത്തിലും ഉണ്ടാകുന്ന മാറ്റങ്ങൾ കണക്കാക്കിയാണ്.' ഈ വാദങ്ങളെക്കുറിച്ച് പ്രമുഖ സാമ്പത്തികശാസ്ത്രജ്ഞരുടെ അഭിപ്രായം എന്തായിരുന്നാലും രാഷ്ട്രീയ സാമ്പത്തികശാസ്ത്രത്തെക്കുറിച്ച് അവഗാഹം ഇല്ലെങ്കിലും മൂല്യബോധവും ധാർമ്മികശക്തിയും നീതിബോധവും ഉള്ള സുബ്ബലക്ഷ്മിയെപോലെയുള്ളവരിൽ അത് കാര്യമായ സ്വാധീനം ചെലുത്തി.

ഖാദിഫണ്ടിൽ ഒരുലക്ഷത്തിലേറെ സ്ത്രീകൾ അംഗങ്ങളാണെന്ന് ഗാന്ധിജി അഭിമാനത്തോടെ പ്രഖ്യാപിച്ചിരുന്നു. പുരുഷന്മാർ പതിനായിരത്തിൽ താഴെ മാത്രമാണുണ്ടായിരുന്നത്. അതു കൊണ്ടുതന്നെ 'രാജ്യത്തിന്റെ സ്വാതന്ത്ര്യത്തിനായി പുരുഷന്മാരേക്കാൾ സംഭാവന സ്ത്രീകൾക്കു ചെയ്യാനാകുമെന്നും' അദ്ദേഹം പ്രതീക്ഷ പ്രകടിപ്പിച്ചു.

സ്ത്രീകൾക്ക് തൊഴിലെടുക്കാനുള്ള അവകാശം വേണമെന്നും അവർക്ക് വരുമാനം ഉണ്ടാകണമെന്നും ഗാന്ധി കരുതിയിട്ടില്ലെങ്കിലും നൂൽ നൂൽക്കുന്നതിൽനിന്നും ദിവസവും ലഭിക്കുന്ന തുച്ഛമായ വരുമാനം "ഇതുവരെ അവർക്ക് അപരിചിതമായ അധികാരവും ആത്മവിശ്വാസവും ലഭ്യമാക്കുമെന്ന്" അദ്ദേഹം വിശ്വസിച്ചു. ഓൾ ഇന്ത്യാ വിമൻസ് കോൺഫറൻസ്, വിമൻസ് ഇന്ത്യൻ അസോസിയേഷൻ തുടങ്ങിയ വനിതാപ്രസ്ഥാനങ്ങളും സംഘടനകളും പ്രചരിപ്പിച്ചിരുന്ന കാരണങ്ങളേക്കാൾ സ്ത്രീകൾക്ക് സ്വരാജ്യത്തിന്റെ താല്പര്യസംരക്ഷണത്തിന്റെയൊപ്പം തുച്ഛമായ കാശുകൂടി കിട്ടുന്നത് കൂടുതൽ ന്യായയുക്തവും സുരക്ഷിതവുമെന്ന് ഗാന്ധിജി കരുതിയിട്ടുണ്ടാകും. എന്തായാലും ഗാന്ധിജിയുടെ ആഹ്വാനത്തിനൊപ്പം നില്ക്കാൻ അനേകം സ്ത്രീകൾ തയ്യാറായി. ചിലർ ജീവൻപോലും നല്കി.

എന്തായിരുന്നു ഖാദിഫണ്ട്? പാവങ്ങൾക്ക് ഭിക്ഷ നല്കാനല്ല, മറിച്ച് സ്വന്തം വീടുകളിലെ സുരക്ഷിത സാഹചര്യങ്ങളിൽ സത്രീകൾക്ക് നെയ്ത്തു ജോലിനല്കുന്നതിനാണ്. അദ്ദേഹം വികാരപരമായി പറഞ്ഞിരുന്നത് ഖാദി നെയ്യുന്നതിലൂടെ ഒരു പാവപ്പെട്ട സ്ത്രീക്ക് ലഭിക്കുന്ന ഒരണ 'കൂടുതൽ വളരുന്നു' എന്നും ഒരു പാവപ്പെട്ട സ്ത്രീ നെയ്തുണ്ടാക്കുന്നതുകൊണ്ട് ആ വസ്ത്രത്തിന്റെ മൂല്യം വർദ്ധിക്കുകയും അത് രാജകുമാരന്മാർക്കും പ്രഭുക്കന്മാർക്കും ധരിക്കാവുന്ന വിധത്തിൽ ശ്രേഷ്ഠകരമാവുകയും ചെയ്യുന്നുവെന്നാണ്. ഒരു നെയ്ത്തുകാരിയെ നേരിട്ട് അഭിസംബോധന ചെയ്യാതെ ഗാന്ധിജി ഒരിക്കലും ഒരു ഖാദി പ്രസംഗം നടത്തിയിരുന്നില്ല. അതുകൊണ്ടുതന്നെ ഓരോ പാവപ്പെട്ട സ്ത്രീയും താൻ സ്വാതന്ത്ര്യപ്രസ്ഥാനത്തിന്റെ ഭാഗമാണെന്നു കരുതി. എന്നാൽ തന്ത്രപരമായ കാരണങ്ങളാൽ ഗാന്ധിജി എല്ലായ്പ്പോഴും പറഞ്ഞിരുന്നത് ഇതൊരു രാഷ്ട്രീയപ്രചരണ ഉപാധിയല്ലെന്നാണ്.

ഖാദിഫണ്ടിലേക്ക് പണം സംഭാവന ചെയ്തതു കൊണ്ടുമാത്രം താൻ
രാജ്യസ്വാതന്ത്ര്യത്തിനായി എന്തെങ്കിലും ചെയ്തുവെന്ന് കരുതുവാൻ
സുബ്ബലക്ഷ്മിക്ക് കഴിഞ്ഞിരുന്നില്ല. കാരണം ഗാന്ധിജി ഒരു വ്യവസ്ഥ
കൂടി മുന്നോട്ടുവച്ചിരുന്നു. ഫണ്ടിലേക്കു സംഭാവന ചെയ്യുന്നവർ ഖാദി
മാത്രമേ ധരിക്കാവൂ എന്നായിരുന്നു ആ വ്യവസ്ഥ. ഫണ്ടിലേക്കു പണം
നല്കുന്നത് ഉദാരമനസ്കത മാത്രമാണ്. എന്നാൽ ഗാന്ധിജി മുന്നോട്ടു
വച്ച വ്യവസ്ഥ സാമ്പത്തിക സംഭാവനയ്ക്ക് ഒരു മൂല്യം കൂടി നല്കി
അത് ജീവിതാന്ത്യം വരെയുള്ള പ്രതിബദ്ധത കൂടി ഉറപ്പുനല്കുന്നു. കുടും
ബത്തിന്റെ വ്യത്യാസങ്ങളോ ഭർത്താവ് ഒരു സർക്കാർ ഉദ്യോഗസ്ഥനാ
ണെന്നതോ കണക്കിലെടുക്കാതെ സുബ്ബലക്ഷ്മി ആ പ്രതിബദ്ധത ഏറ്റെ
ടുത്തു. ഭാവിയിലേക്കു നോക്കിക്കൊണ്ട് തന്റെ ഉറപ്പ് ദുർബ്ബലമാകുന്ന
തായി തോന്നിയിരുന്നെങ്കിൽ സുബ്ബലക്ഷ്മിയുടെ ഹൃദയം തകർന്നു
പോകുമായിരുന്നു.

നാടിന്റെ സ്വാതന്ത്ര്യത്തിനായി ആഭരണങ്ങൾ സംഭാവന ചെയ്യാ
നുള്ള ഗാന്ധിജിയുടെ ആഹ്വാനത്തിനും സ്ത്രീകളുടെ മേൽ അത്തര
ത്തിലുള്ള സ്വാധീനം ചെലുത്താനായിട്ടുണ്ടാകാം. ആഭരണങ്ങൾ ഉപേ
ക്ഷിക്കുന്ന പ്രവൃത്തി ആത്മശുദ്ധീകരണമായും വിമോചനം ആയും
സ്ത്രീകൾ കണക്കാക്കിയിട്ടുണ്ടാകാം. കാരണം ഒരു കാരണവശാലും
ഉപേക്ഷിച്ച ആഭരണങ്ങൾക്കു പകരം വീണ്ടും ആഭരണങ്ങൾ ഉപയോ
ഗിക്കരുതെന്ന് ഗാന്ധി നിർദ്ദേശിച്ചിരുന്നു. കാരണം ആഭരണങ്ങൾ നല്കൽ
എന്നത് ഉദാരമനസ്കത മാത്രമല്ല, അവളെ 'അടിമപ്പെടുത്തിയിരുന്ന'തിൽ
നിന്നുള്ള മോചനത്തിന്റെ പ്രതീകം കൂടിയാണ്. സുബ്ബലക്ഷ്മിയെപ്പോ
ലെയുള്ള സ്ത്രീകൾക്ക് ആഭരണങ്ങളും പട്ടുവസ്ത്രങ്ങളും മില്ലിൽ ഉണ്ടാ
ക്കിയ സാരികളും ഉപേക്ഷിക്കുവാൻ ഉള്ള പ്രചോദനം അതുമാത്രം ആയി
രുന്നു. എല്ലാറ്റിനും പുറമെ സ്വരാജ്യം തങ്ങൾക്കു കൂടി ഉള്ളതായിരിക്കു
മെന്ന മഹാത്മാവിന്റെ ഉറപ്പും!

വീണ്ടും ആ ചോദ്യം എന്റെ മുന്നിൽ ഉയരുന്നു. സുബ്ബലക്ഷ്മി
ഏറ്റവും അധികം ആദരിച്ചിരുന്ന രണ്ടുപേരുടെ (ഗാന്ധിയും ടാഗോറും)
നിലപാടുകൾ തമ്മിലുള്ള വിടവിനെക്കുറിച്ച് സുബ്ബലക്ഷ്മി ബോധവതി
യായിരുന്നോ? ദാരിദ്ര്യം ഇല്ലാതാക്കുന്നതിനുള്ള ഫലപ്രദമായ തന്ത്രമായി
നെയ്ത്തിനെ കാണുന്നതു സംബന്ധിച്ചാണിത്. എനിക്കു തോന്നുന്നത്
സുബ്ബലക്ഷ്മി ബോധവതിയായിരുന്നു എന്നാണ്.

എന്നാൽ മറ്റു പല ഗ്രാമീണ കൈവേലകളിൽ ഒന്നുമാത്രമായിട്ട
ല്ലാതെ ചർക്കയ്ക്ക് കൂടുതൽ ഉയർന്ന സ്ഥാനം നല്കാൻ ടാഗോർ തയ്യാ
റായിരുന്നില്ല. ടാഗോർ *മോഡേൺ റിവ്യൂവിൽ* 'ചർക്കയുടെ ഉപാസന'
എന്ന ലേഖനത്തിൽ 'ഇന്ത്യയുടെ ദാരിദ്ര്യത്തിന് കൂടുതൽ യുക്തിഭദ്ര
മായ രോഗനിർണ്ണയം ആവശ്യമാണെന്ന് ചൂണ്ടിക്കാട്ടി. "ദാരിദ്ര്യം അക
റ്റുന്നതിന്, വിവേചനബുദ്ധിയോടെ ശാസ്ത്രവിദ്യ ഉപയോഗപ്പെടുത്തുക
യാണ് വേണ്ടത്. അല്ലാതെ പൗരാണികമായ ഒരു ചക്രത്തെ യാന്ത്രി

കവും ആചാരപരവുമായ രീതിയിൽ കറക്കുകയല്ല വേണ്ടത്" എന്ന് ടാഗോർ അഭിപ്രായപ്പെട്ടു. അദ്ദേഹം ചോദിച്ചു "ഓരോ കർഷകനും ഒരു പിടി കറ്റകൂടി ഓരോ സെന്റ് ഭൂമിയിലും വച്ചു പിടിപ്പിക്കണമെന്ന് ഗാന്ധി ആവശ്യപ്പെട്ടാൽ എന്തുചെയ്യുമായിരുന്നു? "ദേശസ്നേഹികൾ കരയേ ണ്ടത് "ചിന്തകളും വിജ്ഞാനവും ക്ഷമയും ശാസ്ത്രീയ മാർഗ്ഗങ്ങളിൽ വിശ്വാസവും ഉണ്ടാകാൻ വേണ്ടിയാണെന്ന്" പരിഹസിക്കുകയും ചെയ്തു. കർക്കശമായ ഭാഷയിൽ ഇരുവരും നടത്തിയ പരസ്യ പ്രസ്താ വനകൾക്കപ്പുറത്ത് ഇവർ തമ്മിൽ ഉണ്ടായിരുന്ന പരസ്പരസ്നേഹവും കരുതലും എന്നും മങ്ങാതെ നിലനിന്നിരുന്നു.

ജനങ്ങളുടെ ആശങ്കകൾ ഗാന്ധി തണുപ്പിച്ചത് നെയ്ത്തിനെ രാഷ്ട്രീ യത്തിൽനിന്നും അടർത്തിനിർത്തിക്കൊണ്ടാണ്. "ഖാദിപ്രസ്ഥാനം സാമ്പ ത്തികം മാത്രമാണെന്നും സർക്കാരും ജീവനക്കാരും അതിൽ പങ്കെടു ക്കുവാൻ ബാദ്ധ്യസ്ഥരാണെന്നും" അദ്ദേഹം അഭിപ്രായപ്പെട്ടു. സുബ്ബല ക്ഷ്മിയെപ്പോലെ ബുദ്ധിമതിയായ ഒരു സ്ത്രീ ഗാന്ധിജിയുടെ വ്യക്തി പ്രഭാവത്തിലും "ആത്മീയത"യിലും ആകർഷിക്കപ്പെട്ടതിനപ്പുറത്ത് ഇന്ത്യ യുടെ പരിതാപകരമായ സാമൂഹ്യസാമ്പത്തിക പശ്ചാത്തലത്തിൽ ബ്രിട്ടീഷ് സാമ്രാജ്യത്തിനെതിരെ ജനങ്ങളുടെ സാമ്രാജ്യത്വ വിരുദ്ധ ബോധം ഉണർത്തുന്നതിന് ആവശ്യമായ പദ്ധതിക്കു വേണ്ടിയുള്ള സന്തു ലിതമായ ഒരു വീക്ഷണമായി കൂടി ഖാദിപ്രസ്ഥാനത്തെ കണ്ടിട്ടുണ്ടാ കാം. നൂൽനൂൽക്കുന്നതും ഖാദിധരിക്കുന്നതും സുബ്ബലക്ഷ്മിയെ സംബ ന്ധിച്ചിടത്തോളം ദേശീയപ്രസ്ഥാനത്തിലെ തന്റെ പങ്കാളിത്തത്തിന്റെ പ്രതീകമായിരുന്നു. ഭർത്താവുമായി സ്ഥിരമായി വീണ്ടും ജീവിതം ആരം ഭിച്ചശേഷവും ഈ പ്രതിബദ്ധത അതേ ഗൗരവത്തോടെ സുബ്ബലക്ഷ്മി നിലനിർത്തുകയും ചെയ്തു. ഇത് സുബ്ബലക്ഷ്മിക്കു വളരെ സൗകര്യ പ്രദവും ആയിരുന്നു. കാരണം നേരിട്ടുള്ള രാഷ്ട്രീയപ്രവർത്തന ത്തിനു കഴിയാത്ത കുടുംബപശ്ചാത്തലം ആണ് അവർക്കുണ്ടായിരു ന്നത്. വെറും രണ്ടുവർഷത്തെ ഡയറിക്കുറിപ്പിൽ ഏഴിടത്ത് തനിക്കും പങ്കജത്തിനും വസ്ത്രം തുന്നുകയും നെയ്യുകയും ചെയ്തതിനെക്കുറിച്ച് പരാമർശിച്ചിട്ടുണ്ട്.

7

1920 കളിലെ സ്ത്രീകളുടെ പ്രശ്നങ്ങൾ

രാഷ്ട്രങ്ങൾ വീടുകളാൽ നിർമ്മിക്കപ്പെട്ടിരിക്കുന്നു. വീട്ടിനുള്ളിൽ
നീതിയും സമത്വവും പൂർണ്ണമായി നടപ്പാക്കിയില്ലെങ്കിൽ പൊതു
ജീവിതത്തിലും അവ കാണാൻ കഴിയുമെന്ന് പ്രതീക്ഷിക്കാനാ
വില്ല. കാരണം പൊതുജീവിതത്തിന്റെ അടിത്തറ വീട്ടിലെ ജീവി
തമാണ്. വീട്ടിൽ വില്ലനായ ഒരാൾ ജനകീയസഭകളിലോ നീതി
ന്യായകോടതിയിലോ എത്തുമ്പോൾ പൊടുന്നനെ ഒരു പരിശു
ദ്ധനായി മാറാൻ കഴിയില്ലല്ലോ.

സുബ്രഹ്മണ്യഭാരതി

സ്വത്തവകാശം

സ്ത്രീകളുടെ സഹജമായ ശക്തിയും കരുത്തും അടിച്ചമർത്തുന്ന
എല്ലാറ്റിനോടും നാം യുദ്ധം പ്രഖ്യാപിക്കേണ്ടതായുണ്ട്. സ്ത്രീ
സൗമ്യയും ശാന്തയും ആണെന്നതുകൊണ്ട് അവളെ ദുർബ്ബലയും
നിസ്സഹായയും ആക്കി നിലനിർത്തുന്നതിൽ അഭിമാനിക്കുന്ന വ്യവ
സ്ഥിതിക്കെതിരെ നാം പോരാടണം.... സ്ത്രീയുടെ യഥാർത്ഥരൂപം
മറയ്ക്കുന്ന ആ കറുത്ത മൂടുപടം വലിച്ചുകീറിക്കൊണ്ട് അവളുടെ
ഉജ്ജ്വല സൗന്ദര്യം ലോകത്തിനു മുന്നിൽ തുറന്നു കാണിക്കട്ടെ!
തിന്മയെ നശിപ്പിക്കുന്ന ദുർഗ്ഗയായും മനുഷ്യവംശത്തെ ശുദ്ധീക
രിക്കുന്ന ശക്തിയായും ദിവ്യമാതാവായും അവളെ ഒരിക്കൽക്കൂടി
ലോകം പൂജിക്കട്ടെ!

സുബ്ബലക്ഷ്മിയുടെ പ്രിയകവി മഹാകവി സുബ്രഹ്മണ്യ ഭാരതി
സ്ത്രീകളുടെ വിമോചനത്തെ കുറിച്ചെഴുതിയ കവിതയും ഗദ്യവും ഇന്നും
ആവേശദായകമാണ്. അദ്ദേഹത്തിന്റെ ദർശനം വിപ്ലവകരമാണ്,

പരിഷ്കാരപരമല്ല. അതുകൊണ്ടുതന്നെ കാലത്തെ അവ അതിജീവിക്കുന്നു. അദ്ദേഹം സ്ത്രീവിമോചനത്തെ ദേശീയസ്വാതന്ത്ര്യത്തിന്റെ മുൻ ഉപാധിയായാണ് കണ്ടത്. സാമ്രാജ്യത്വത്തിനെതിരായ രാഷ്ട്രീയസമരം സ്ത്രീവിമോചനപോരാട്ടങ്ങൾക്കൊപ്പം കൊണ്ടുപോകേണ്ട ഒന്നാണെന്ന ദ്ദേഹം വിശ്വസിച്ചു.

> 20–ാം നൂറ്റാണ്ടിന്റെ ആദ്യഘട്ടങ്ങളിൽ വേദശാസ്ത്രങ്ങളെ പരാമർശിക്കുന്ന സാമൂഹ്യപരിഷ്കരണ പ്രവർത്തനങ്ങൾക്ക് പുരോഗമനപരമായ പ്രവണതകൾ നല്കുന്നതിൽ ഭാരതി വിജയിച്ചു. സ്ത്രീകളുടെ അവകാശങ്ങൾ അടിച്ചമർത്തുന്നതിനായി സ്വാർത്ഥതല്പരരായ പുരുഷന്മാർ എഴുതിയ വേദശാസ്ത്രങ്ങൾ അദ്ദേഹം തള്ളിക്കളയുകയും അവയെ തകർക്കുന്നതിനായി പ്രചരണം നടത്തുകയും ചെയ്തു. പൊതുജീവിതത്തിൽ സ്ത്രീകളുടെ പങ്കാളിത്തത്തിനായി ആദ്യമായി ശ്രമം നടത്തിയത് ഭാരതിയായിരുന്നുവെന്ന് കണക്കാക്കപ്പെടുന്നു. അതുവരെ സ്ത്രീകളുടെ പങ്ക് സ്വകാര്യമണ്ഡലത്തിൽ ഒതുങ്ങിനിന്നു.

സ്ത്രീവിമോചനത്തെ കുറിച്ചദ്ദേഹം എഴുതിയ കവിതകൾ ഇന്നും കാലികപ്രാധാന്യമുള്ളവയാണ്.

ഓരോ സ്ത്രീയുടെയും വ്യക്തിപരമായ മൂല്യത്തിന് പ്രധാന്യം നല്കിക്കൊണ്ട് അദ്ദേഹം സ്ത്രീകളെ ഉദ്ബോധിപ്പിച്ചിരുന്നത് നിങ്ങൾ ഒരിക്കലും ഭർത്താവിന്റെ അടിമയല്ല സുഹൃത്താണെന്ന് എല്ലായ്പ്പോഴും ഓർക്കണമെന്നാണ്. ആർക്കും ആദരവോടെയല്ലാതെ പെരുമാറാൻ ആകാത്തവിധം തന്റെ ബുദ്ധിയും സ്വഭാവവും ശ്രദ്ധാപൂർവ്വം പരിപോഷിപ്പിക്കുവാൻ സ്ത്രീകൾ ശ്രമിക്കണം. ഇന്ത്യയിലേക്കു വന്ന് സ്വാമി വിവേകാനന്ദന്റെ ശിഷ്യയായി തീർന്ന യൂറോപ്പുകാരിയായ സിസ്റ്റർ നിവേദിതയാണ് ഭാരതിക്കു സ്ത്രീബോധവല്ക്കരണം നല്കിയതെന്ന് കരുതപ്പെടുന്നു. "സ്ത്രീകളെ അന്ധകാരത്തിലേക്കു തള്ളിവിട്ടുകൊണ്ട് നിങ്ങളുടെ പദവിമാത്രം ഉയർത്താനാകുമെന്ന് കരുതുന്നത് വെറുതെയാണ്. അതൊരിക്കലും നടക്കില്ല" എന്ന് സിസ്റ്റർ പറഞ്ഞിട്ടുണ്ട്. അവരുടെ ഉപദേശം ഭാരതി വളരെ ഗൗരവത്തോടെ സ്വീകരിച്ചുവെന്ന് വ്യക്തം.

1917 ൽ ആനിബസന്റ്, ജിന്നരാജദാസ, മാർഗരറ്റ് കസിൻസ് തുടങ്ങിയവർ ചേർന്നാണ് മദ്രാസിൽ വിമൻസ് ഇന്ത്യാ അസോസിയേഷൻ സ്ഥാപിച്ചത്. മാസംതോറും ഇറങ്ങിയിരുന്ന അവരുടെ വാർത്താപത്രികയായ *സ്ത്രീധർമ്മം* സ്ത്രീകൾക്ക് എഴുതുവാൻ അവസരം ഒരുക്കുകയും ഒട്ടനവധി വിഷയങ്ങളെ കുറിച്ച് വിവരങ്ങൾ നല്കുകയും ചെയ്തു. ഇന്ത്യയുടെ ആഭ്യന്തര സെക്രട്ടറിയായ മൊണ്ടേഗു ഇന്ത്യാക്കാരുടെ ആവശ്യങ്ങൾ ചർച്ച ചെയ്യാൻ വന്നപ്പോൾ സ്ത്രീകളുടെ വോട്ടവകാശപ്രശ്നം ആദ്യമായി ഉയർത്തിയത് ഡബ്ലിയു ഐ എ ആയിരുന്നു. 1921 ൽ മദ്രാസ് ലെജിസ്ലേറ്റീവ് കൗൺസിൽ ആണ് ഇന്ത്യയിൽ ആദ്യമായി സ്ത്രീകൾക്ക് വോട്ടവകാശം അനുവദിച്ചത്. സുബ്ബലക്ഷ്മി മദ്രാ

സിൽ സഹോദരന്റെ വീട്ടിൽ താമസം ആരംഭിച്ചത് ഈ കാലത്തായിരുന്നു. 1922 ൽ ബോംബെയുടെ ഊഴമായിരുന്നു. അവിടെയും സ്ത്രീകളുടെ അക്കാദമിക മികവിനെ അടിസ്ഥാനമാക്കി വോട്ടവകാശവും സ്വത്തവകാശവും നല്കി. സ്ത്രീക്ക് സ്വത്തവകാശം ഇല്ലെങ്കിൽ വോട്ടവകാശം കടലാസിൽ ഒതുങ്ങുകയേയുള്ളൂ എന്ന് വാദിക്കുന്ന നിരവധി ലേഖനങ്ങൾ *സ്ത്രീധർമ്മം* പ്രസിദ്ധീകരിച്ചു. സ്ത്രീവിദ്യാഭ്യാസം, അതിന്റെ ഉള്ളടക്കം, സ്ത്രീകളുടെ രാഷ്ട്രീയപങ്കാളിത്തം, വിവാഹസമ്മതത്തിന്റെ പ്രായം, സ്ത്രീകളുടെ സേവനവ്യവസ്ഥകൾ, തൊഴിൽ തുടങ്ങി നിരവധി പ്രശ്നങ്ങൾ *സ്ത്രീധർമ്മ*ത്തിലൂടെ ചർച്ച ചെയ്തു. *സ്ത്രീധർമ്മ*ത്തിന്റെ പഴയ ലക്കങ്ങൾ പരിശോധിക്കുമ്പോൾ കാണാൻ കഴിയുന്നത് ഇംഗ്ലീഷ് ലേഖനങ്ങൾ കൂടുതൽ പുരോഗമനപരവും തമിഴിലുള്ളവ പരമ്പരാഗത രീതിയിലും ആണെന്നാണ്. ഇംഗ്ലീഷ് വിദ്യാഭ്യാസം ലഭിച്ചവർ തമിഴ്സാഹിത്യം മാത്രം വായിക്കുന്നവരേക്കാൾ, പുരോഗമനപരവും പക്വതയാർന്നതുമായ ആശയങ്ങളും ചിന്തകളും കൂടുതൽ പരിചയപ്പെടാനിടയായതാകാം ഇതിനു കാരണം.

ശൈശവവിവാഹത്തിനെതിരെ

ശൈശവവിവാഹം എന്ന സമ്പ്രദായത്തിനെതിരെയായിരുന്നു ഏറ്റവും രൂക്ഷമായ വിമർശനം. 1922 ഡിസംബറിലെ *സ്ത്രീധർമ്മ*ത്തിലെ ഒരു ലേഖനത്തിൽ ഇങ്ങനെ പറയുന്നു. "പത്തിൽ നൂറ് പെൺകുട്ടികളെ അവരുടെ ഇളം പ്രായത്തിൽ ബാലവൈധവ്യത്തിലേക്കു തള്ളിയിടുന്ന വിധം ഏറ്റവും നീതിരഹിതമായി കുടുംബം ഭരിക്കുന്നവർക്ക് "സ്വരാജ്യം" അനുവദിക്കുവാൻ നീതിയുടെ ദേവത എങ്ങനെ തയ്യാറാകും?" 1899 ൽ തീരുമാനിച്ച വിവാഹപ്രായവും സമ്മതത്തിനുള്ള പ്രായവും ഉയർത്തുന്നതിന് വേണ്ട പ്രചരണങ്ങളിൽ *സ്ത്രീധർമ്മം* സജീവമായി ഇടപെട്ടു. 1929 വരെ 30 വർഷത്തോളം സമ്മതത്തിനുള്ള പ്രായത്തിൽ മാറ്റം വന്നില്ല. ഇതു വ്യക്തമാക്കുന്നത് 20–ാം നൂറ്റാണ്ടിന്റെ ആദ്യദശകങ്ങളിൽ സ്വാതന്ത്ര്യലബ്ധിക്ക് ദേശീയ പ്രസ്ഥാനം ഊന്നൽ കൊടുത്തപ്പോൾ സാമൂഹ്യ പരിഷ്കരണം പാർശ്വവല്ക്കരിക്കപ്പെട്ടു എന്നതാണ്. ഈ വസ്തുതയെക്കുറിച്ച് പല ചരിത്രകാരന്മാരും സാമൂഹ്യചിന്തകരും പരാമർശിച്ചിട്ടുണ്ട്. കോൺഗ്രസുകാരനായ സത്യമൂർത്തിയുടെ നേതൃത്വത്തിൽ ബ്രാഹ്മണപാരമ്പര്യവാദികൾ, വിവാഹപ്രായം ഉയർത്തുന്നതിനുള്ള ശാരദ ബില്ലിനെ പല്ലും നഖവും ഉപയോഗിച്ച് എതിർത്തു. പെരിയാറിന്റെ സ്വാഭിമാനപ്രസ്ഥാനത്തിന്റെ പ്രവർത്തകയായ ഒരു എഴുത്തുകാരി ഇതിനെതിരെ *കുമരൻ* എന്ന പ്രസിദ്ധീകരണത്തിൽ ശക്തമായ ഭാഷയിൽ എഴുതിയിരുന്നു.

ആ ലേഖനത്തിൽ അവർ ഗരുഡസേവ എന്ന ആചാരത്തെക്കുറിച്ച് പരാമർശിക്കുന്നുണ്ട്. വധുവിന്റെയും വരന്റെയും അമ്മാവന്മാർ ആൺകുട്ടിയേയും പെൺകുട്ടിയേയും തോളിലെടുത്തു നൃത്തം ചെയ്യുന്നതാണീ ആചാരം. വധൂവരന്മാർ മുതിർന്നവരാണെങ്കിൽ തീർച്ചയായും ആ ആചാരം സാദ്ധ്യമാവില്ല! "ഒരു പുരുഷൻ ഒരു സ്ത്രീയെ തോളിലെടു

ക്കുക! അത് ലജ്ജാകരവും അശ്ലീലവുമല്ലേ? ഈ ആചാരം കൊണ്ടുമാത്രമാണ് ബ്രാഹ്മണർ ശാരദാനിയമത്തെ എതിർക്കുന്നതെന്ന് ജനം മനസ്സിലാക്കണം. എന്തുകൊണ്ട് ഈ ആചാരം അവർക്കു വേണ്ടെന്നു വച്ചുകൂടാ? സാവധാനം എല്ലാ വിവാഹച്ചടങ്ങുകളും അപ്രത്യക്ഷമാകും. അത് ബ്രാഹ്മണരുടെ തൊഴിലിൽ മണ്ണ് വാരിയിടുന്നതിനിടയാക്കും!"

ലിംഗസമത്വപരമായ സദാചാരം

പൊതുജീവിതത്തിലും സ്വകാര്യജീവിതത്തിലും സദാചാര മാനദണ്ഡങ്ങൾക്കുണ്ടാകേണ്ട ലിംഗസമത്വത്തിനു വേണ്ടിയും *സ്ത്രീധർമ്മം* പ്രചരണം നടത്തി. ഉത്തർപ്രദേശ് മുനിസിപ്പാലിറ്റി അംഗീകരിച്ച ഒരു പ്രമേയം 'അനഭിമതരായ' സ്ത്രീകളെ തെരഞ്ഞെടുപ്പിൽനിന്നു മാറ്റി നിർത്തുക എന്നതായിരുന്നു. ഇതിനെതിരെ 1922 ജനുവരിയിലെ *സ്ത്രീധർമ്മം* രോഷാകുലമായി പ്രതികരിച്ചു. "സദാചാര ലംഘനം വോട്ടു ചെയ്യുന്നതിനുള്ള അയോഗ്യതയാണെങ്കിൽ അത് പക്ഷപാതരഹിതമായി സ്ത്രീക്കും പുരുഷനും ഒരുപോലെ ബാധകമാകണം." എഴുത്തുകാരി വ്യക്തമാക്കുന്നു. മദിരാശി നിയമസഭയിലെ ആദ്യ വനിതയായ ഡോ. മുത്തുലക്ഷ്മി റെഡ്ഡി ദേവദാസി സമ്പ്രദായം നിരോധിക്കുന്നതിനും സ്ത്രീവിദ്യാഭ്യാസത്തിനുവേണ്ടിയും ഉള്ള പ്രചരണങ്ങൾക്ക് നേതൃത്വം നല്കി. ഈ രണ്ട് പ്രശ്നങ്ങൾക്കും *സ്ത്രീധർമ്മം* പൂർണ്ണ പിന്തുണ നല്കി. ദേവദാസി സമ്പ്രദായത്തിന്റെ ശക്തനായ വക്താവായിരുന്ന സത്യമൂർത്തിയുടെ നാണംകെട്ട വാദം ഇതില്ലാതായാൽ നാളെ "അബ്രാഹ്മണർ ക്ഷേത്രപൂജാരികളെയും നിരോധിക്കണം എന്ന് ആവശ്യപ്പെടു" മെന്നായിരുന്നു.

സ്ത്രീധർമ്മം മദ്ധ്യ, ഉയർന്ന വർഗ്ഗ സ്ത്രീകളുടെ മാത്രമല്ല തൊഴിലാളിവർഗ്ഗത്തിന്റെ താല്പര്യങ്ങളും കണക്കിലെടുത്തിരുന്നു. ഖനികൾക്കുള്ളിൽ സ്ത്രീകളും കുട്ടികളും പണിയെടുക്കുന്നത് *സ്ത്രീധർമ്മം* വിമർശിച്ചു. സ്ത്രീകളെയും കുട്ടികളെയും ഖനികളിൽ പണിയെടുപ്പിക്കുന്നത് നിരോധിച്ചാൽ "രാജ്യത്തിന്റെ മുഖ്യ വ്യവസായങ്ങൾ തകരും" എന്ന ഖനി ഫെഡറേഷന്റെ വാദത്തെ *സ്ത്രീധർമ്മ*ത്തിന്റെ 1922 ഡിസംബർ ലക്കത്തിൽ ശക്തമായി ഖണ്ഡിച്ചു. "സ്ത്രീകളെയും കുട്ടികളെയും ചൂഷണം ചെയ്തും അവരുടെ ആരോഗ്യവും മാനസികനിലയും താല്പര്യങ്ങളും നശിപ്പിച്ചുകൊണ്ടും മാത്രം നിലനില്ക്കുന്നതാണെങ്കിൽ ആ വ്യവസായം തകരുന്നതാണ് നല്ലത്." സ്ത്രീത്തൊഴിലാളികളെ ബാധിക്കുന്ന പ്രശ്നങ്ങളോടുള്ള *സ്ത്രീധർമ്മ*ത്തിന്റെ കാലികമായ നിലപാടുകൾ കൂടുതൽ പുരോഗമനപരവും ഇടതുപക്ഷവിമർശന സ്വഭാവം ഉൾച്ചേർന്നതുമായിരുന്നു. ഒരു സമൂഹത്തിലെ സ്ത്രീകളുടെ പുരോഗതിയുടെ മാനദണ്ഡം എന്താണ്? *സ്ത്രീധർമ്മം* ചോദിക്കുന്നു. "പുറംമോടി മാത്രമുള്ള നിസ്സാരമായ ഒരു മുനിസിപ്പൽ കൗൺസിലർ പദവിയോ മുന്നോക്കക്കാരായ ചില സ്ത്രീകൾക്ക് വല്ലപ്പോഴും നല്കുന്ന ആലങ്കാരികമായ ഒരു മജിസ്ട്രേറ്റ് പദവിയോ ആണോ? അതോ മറിച്ച് എല്ലാ പുരോഗമന രാഷ്ട്രങ്ങൾക്കും തുല്യമായ തൊഴിൽ വ്യവസ്ഥകൾ തൊഴി

ലാളി സ്ത്രീകൾക്ക് ലഭ്യമാക്കുന്നതാണോ?" സുബ്ബലക്ഷ്മി *സ്ത്രീധർമ്മ*ത്തിന്റെ സ്ഥിരം വായനക്കാരിയായിരുന്നില്ലെങ്കിലും ഈ ആൾക്കാരുമായി അവർ നിരന്തരം സമ്പർക്കം പുലർത്തുകയും അന്നത്തെ വരേണ്യവിഭാഗങ്ങൾ നടത്തിവന്ന ചർച്ചകളിൽനിന്നും സ്ത്രീസമത്വത്തെക്കുറിച്ച് കാഴ്ചപ്പാട് രൂപീകരിക്കുകയും ചെയ്തിരുന്നു. 1928 ൽ അഖിലേന്ത്യാ വിമൻസ് കോൺഫറൻസ് എന്ന സംഘടന രൂപീകരിക്കുന്നതിന് മുൻകൈ എടുത്ത കമലാദേവി ചതോപാധ്യയുമായി സുബ്ബലക്ഷ്മി മദ്രാസ് ജീവിതകാലത്ത് അടുത്ത സൗഹൃദം പുലർത്തിയിരുന്നു. കമലാദേവി സംഘടനയുടെ ഓർഗനൈസിങ് സെക്രട്ടറിയും ട്രഷററും ആയി പ്രവർത്തിച്ചുവന്നു. സുബ്ബലക്ഷ്മി തീരപ്രദേശത്തെ തന്റെ വീട്ടിൽ കഴിയുമ്പോഴും സംഘടനയുടെ പ്രവർത്തനങ്ങൾ സൂക്ഷ്മമായി നിരീക്ഷിച്ചുവരികയും ആവേശംകൊള്ളുകയും ചെയ്തിട്ടുണ്ടാകാം. എ ഐ ഡബ്ല്യൂ സിയുടെ പ്രസിദ്ധീകരണത്തിന്റെ ഒരു ആദ്യകാല ലക്കം സുബ്ബലക്ഷ്മിയുടെ പുസ്തകങ്ങൾക്കിടയിൽനിന്നും ലഭിച്ചിരുന്നു.

മദ്രാസ് സർവ്വകലാശാലാ ലൈബ്രേറിയിൽനിന്നും സുബ്ബലക്ഷ്മി എടുത്ത പുസ്തകങ്ങളുടെ പട്ടികയിൽനിന്നും സ്ത്രീ വിദ്യാഭ്യാസത്തിൽ വളരെ ഏറെ തല്പരയായിരുന്നുവെന്നു വ്യക്തമാണ്. ഈ മേഖലയിലെ ഒരു പ്രധാന വക്താവായിരുന്ന ലൈബ്രേറിയൻ പുസ്തകങ്ങൾ സുബ്ബലക്ഷ്മിക്ക് അയച്ചുകൊടുക്കുകയായിരുന്നു പതിവ്. 1926 ഏപ്രിൽ 12 ലെ ഡയറിക്കുറിപ്പിൽ ഇങ്ങനെ കാണുന്നു. "ദേശീയ വിദ്യാഭ്യാസത്തെക്കുറിച്ചുള്ള തിലക്ഘട്ട് സമ്മേളനത്തിനു പോയി. ശ്രീശർമ്മയുടെ ശുദ്ധമായ തമിഴു പ്രസംഗം നന്നായിരുന്നു." 1927 ജനുവരിയിൽ ദേശീയ വിദ്യാഭ്യാസ പരിഷ്കരണത്തെ സംബന്ധിച്ച് മാർഗരറ്റ് കസിൻസ് പങ്കെടുത്തുകൊണ്ട് പൂനയിൽ വനിതാസമ്മേളനം നടന്നപ്പോൾ സുബ്ബലക്ഷ്മി മദ്രാസിൽ തന്നെയായിരുന്നു.

1948 ൽ മദ്രാസിൽ ഒരു വനിതാസമ്മേളനത്തിൽ പങ്കെടുത്തതിനെ കുറിച്ച് പങ്കജം എഴുതിയ കത്തിനുള്ള മറുപടിയിൽനിന്നും സ്ത്രീപ്രസ്ഥാനങ്ങളോടും അവരുയർത്തിയ പ്രശ്നങ്ങളോടും സുബ്ബലക്ഷ്മിക്കുണ്ടായിരുന്ന ആഴത്തിലുള്ള താല്പര്യം വിലയിരുത്താനാകും.

> വിമൻസ് കോൺഫറൻസിന്റെ പ്രവർത്തനങ്ങളിൽ നിനക്ക് താല്പര്യം ഉണ്ടെന്നറിഞ്ഞതിൽ വളരെ സന്തോഷം. സാധാരണ സ്ഥിരം മുഷിയൻ വാചകങ്ങളുടെ ആവർത്തനം മാത്രമായ പുരുഷന്മാരുടെ സമ്മേളനങ്ങളേക്കാൾ അവ വളരെ വ്യത്യസ്തമാണ്. കൂട്ടത്തിൽ ഏറ്റവും രസകരം ഇന്തോനേഷ്യൻ പ്രതിനിധികൾ ആണ്. ദ്വിഭാഷിയുടെ സഹായത്തോടെ മാത്രമേ അവർക്കു സംസാരിക്കാനാകൂ എന്നതുമാത്രമണ് സങ്കടകരം. നിങ്ങളുടെ ചർച്ചകളുടെ വിഷയം എന്തൊക്കെയായിരുന്നു? അതെല്ലാം നീ നന്നായി ഓർത്തിരിക്കണം. എന്നിട്ട് നമ്മൾ നേരിൽ കാണുമ്പോൾ പറഞ്ഞു തരണം. നിനക്ക് സ്വതന്ത്രമായ ഒരു മനസ്സുണ്ട്. ഞാൻ സംസാരിക്കുവാൻ തീരുമാനിച്ചിട്ടുണ്ട്.
>
> (*1948 ജനുവരി 8 ന്റെ കത്ത്*)

8
ഗാന്ധി-ടാഗോർ ആശയവിനിമയം

സാംസ്കാരിക അഭിരുചിയെ തൃപ്തിപ്പെടുത്തുക മാത്രമല്ല സൗന്ദര്യശാസ്ത്ര സംസ്കാരത്തിന്റെ ലക്ഷ്യം. അത് മനുഷ്യവി മോചനത്തിനുവേണ്ടി കൂടിയാണ്. നമ്മുടെ ഓരോരുത്തരുടെയും ഉള്ളിൽ തടസ്സപ്പെട്ടുകിടക്കുന്ന യഥാർത്ഥ മനുഷ്യത്വത്തിന്റെ ആവി ഷ്കാരത്തിലൂടെ സ്വാതന്ത്ര്യത്തിലേക്ക് നയിക്കുന്നതാകണം സംസ്കാരമെന്നാണ് ഗെയ്ഥേയും അഭിപ്രായപ്പെട്ടിട്ടുള്ളത്.

ജയിംസ് എച്ച് കസിൻസ്, ഐറിഷ് കവി, വിദ്യാഭ്യാസ വിചക്ഷ ണൻ, ദൈവജ്ഞാനവാദി

മനുഷ്യമനസ്സ് എത്ര സാധാരണമാണെങ്കിലും വെറും സുഖത്തി നപ്പുറത്ത് സൗന്ദര്യത്തിനായുള്ള ഒരു ത്വര ഉണ്ടാകും.

ടാഗോർ

ശക്തമായി രാഷ്ട്രീയവല്ക്കരിക്കപ്പെട്ട ആ കാലഘട്ടം കണക്കിലെ ടുക്കുമ്പോൾ മദ്രാസിൽ സുബ്ബലക്ഷ്മി നടത്തിയ എളിയ രാഷ്ട്രീയപ്ര വർത്തനവും ഇന്ത്യൻ സ്വാതന്ത്ര്യത്തിനായി സാമ്പത്തികസഹായം നല്കിയതും സ്വാഭാവികമാണ്. പക്ഷേ, കലയിൽ, പ്രത്യേകിച്ചും, ചിത്ര രചനയിൽ സുബ്ബലക്ഷ്മിക്കുണ്ടായിരുന്ന താല്പര്യം അതിശയകരമാണ്. അവരുടെ ഡയറിക്കുറിപ്പുകളിൽനിന്നും വ്യക്തമാകുന്നത് സ്വയം പരി ശീലിപ്പിക്കപ്പെട്ട ഒരു കലാനിപുണയായിരുന്ന സുബ്ബലക്ഷ്മി മദിരാശി യിലെ നിരവധി ചിത്രപ്രദർശനങ്ങൾ സന്ദർശിച്ചിരുന്നുവെന്നാണ്. നഗര ത്തിലെ കുറച്ചുകാലത്തെ ജീവിതത്തിൽ സുബ്ബലക്ഷ്മി അനുഭവിച്ച അപൂർവ്വ സന്തോഷങ്ങളിൽ ഒന്നായിരുന്നു ഇത്. എന്നത്തേയും പ്രചോ ദനവും ഗുരുസ്ഥാനീയനുമായ ടാഗോറിൽനിന്നും സുബ്ബലക്ഷ്മി ജീവി തത്തിൽ പൂർണ്ണമായും മുഴുകുവാനും അതിന്റെ ഭാഗമായി വ്യക്തിയുടെ

സൂക്ഷ്മമായ കലാഭിരുചികളെ പരമാവധി വികസിപ്പിക്കുവാനും പഠിച്ചിട്ടുണ്ടാകാം. ഉപജീവനപ്രശ്നങ്ങൾക്കാണ് സാംസ്കാരികതാല്പര്യങ്ങളെക്കാൾ പ്രാമുഖ്യം എന്നത് സംബന്ധിച്ച് ഗാന്ധിയും ടാഗോറും തമ്മിൽ നടന്ന ആശയസംവാദങ്ങളെ കുറിച്ച് സുബ്ബലക്ഷ്മിക്കും അറിവുണ്ടായിരിക്കണം. ആകാശത്തിലേക്ക് പറന്നുയരുകയും പാടുകയും ചെയ്യുന്ന പറവകളെക്കുറിച്ച് ടാഗോർ കവിത എഴുതിയപ്പോൾ "ശക്തി ഇല്ലാത്തതിനാൽ ഒരു ചിറകനക്കംപോലും സാദ്ധ്യമല്ലാത്ത പക്ഷികളെയാണ് താൻ കണ്ടെതെന്നും ദുരിതം അനുഭവിക്കുന്ന രോഗികൾക്ക് കബീറിന്റെ ഗീതങ്ങൾ ആശ്വാസം നല്കില്ലെന്നും (കൃപലാനി) ആണ് ഗാന്ധിജി അഭിപ്രായപ്പെട്ടത്. എന്നാൽ ഇതിനെ ഖണ്ഡിച്ചുകൊണ്ട് ടാഗോർ എഴുതി, "മനുഷ്യമനസ്സ് എത്ര സാധാരണമാണെങ്കിലും വെറും സുഖത്തിനപ്പുറത്ത് സൗന്ദര്യത്തിനായുള്ള ത്വര ഉണ്ടാകും."

സ്വാതന്ത്ര്യത്തിനായുള്ള പോരാട്ടങ്ങളും രൂക്ഷമാകുന്ന പട്ടിണിയും കടുത്ത വെല്ലുവിളികൾ നേരിടുന്ന കാലഘട്ടത്തിൽ സുന്ദരകലകൾക്ക് ഇത്രയേറെ പ്രാധാന്യം നല്കുന്നതിനെ ശാന്തിനികേതനിലെ പ്രശസ്തനായ ചിത്രകാരൻ നന്ദലാൽ ബോസും വിമർശിച്ചിരുന്നു. "കല നമുക്ക് ഭക്ഷണം തരുമോ" എന്ന ചോദ്യത്തിന് സുന്ദരകലകൾ ആഹ്ലാദവും ജ്ഞാനവും നല്കുമെന്നും കൈത്തൊഴിൽ വരുമാനം നല്കുന്നതുപോലെ തന്നെയാണതെന്നും ഓരോന്നിനും സവിശേഷമായ ധർമ്മങ്ങൾ ഉണ്ടെന്നുമാണ് അദ്ദേഹം വാദിച്ചത്. "കല നമ്മുടെ മനസ്സിനെ സ്വതന്ത്രമാക്കുന്നു... ആഹ്ലാദത്തിന്റെ ലോകത്തെത്തിക്കുന്നു. സാമ്പത്തികതകർച്ച കലയുടെ തകർച്ചയുമായി ബന്ധപ്പെട്ടിരിക്കുന്നുവെന്നും അദ്ദേഹം പറഞ്ഞു. അദ്ദേഹം വീണ്ടും ഇങ്ങനെ വിശദീകരിച്ചു

> കലാസാഹിത്യ പ്രവർത്തനങ്ങൾ ആഡംബരം അല്ല ജീവിതവുമായി ബന്ധപ്പെടാത്ത കാർമേഘവും കുരുവികളും ഉള്ള ഒരു ലോകത്തേക്ക് ഒളിച്ചോടുന്ന അവസ്ഥയുമല്ല... ദുരഭിമാനത്തിന്റെയും അവജ്ഞയുടെയും വൃത്തത്തിനിടയിലൂടെ കടന്നുവരുന്ന പ്രകാശത്തിന്റെ കിരണങ്ങൾ ആണ് കലയും സാഹിത്യവും.

കവിയും മഹാത്മാവും തമ്മിലുള്ള വിവാദം അവസാനിപ്പിക്കുന്നതിനുള്ള ആശങ്കാകുലമായ ശ്രമത്തിന്റെ ഭാഗമായിരിക്കും ടാഗോറിന്റെ "പാവങ്ങളോടുള്ള ആർദ്രമായ സഹതാപത്തെയും മനുഷ്യവംശത്തിലെ ഏറ്റവും താഴെക്കിടയിലുള്ളവരോടുള്ള താല്പര്യത്തെയും" കുറിച്ച് സി എഫ് ആൻഡ്രൂസ് *സ്വരാജ്യ*ത്തിലെഴുതിയത്. അദ്ദേഹം ഗായകകവിയെ ഉദ്ധരിച്ചുകൊണ്ടെഴുതി:

> പാവപ്പെട്ടവരുടെ ജീവിതത്തിൽ ആനന്ദത്തിന്റെ പ്രകാശം ചെറുതായെങ്കിലും ചൊരിയാൻ കഴിഞ്ഞാൽ ഈ ഭൂമിയിൽ ഞാൻ ചെയ്യാൻ ആഗ്രഹിക്കുന്നതെല്ലാം സഫലമായതായി ഞാൻ കരുതും. പാവപ്പെട്ടവർക്ക് കഴിക്കാൻ ഭക്ഷണം മാത്രംപോരാ, കഠിനാദ്ധ്വാനത്തിന്റെയും ദുരിതത്തിന്റെയും ആയ ദൈനംദിന ജീവി

തത്തിൽ ആഹ്ലാദവും ചിരിയും അവർക്ക് ആവശ്യമാണ്. ഒരു കവി എന്ന നിലയിൽ അവരുടെ ജീവിതത്തിലേക്ക് സംഗീതം കൊണ്ടു വരുവാൻ ഞാൻ ആഗ്രഹിക്കുന്നു...

പാടുമ്പോഴും എഴുതുമ്പോഴും ദിവസവും ദുരിതം അനുഭവിക്കുകയും വേദനയും കഷ്ടപ്പാടും നിറഞ്ഞ ജീവിതം നയിക്കുകയും ചെയ്യുന്ന ലക്ഷക്കണക്കിന് പാവപ്പെട്ടവർക്ക് ആനന്ദം നല്കണമെന്നത് അദ്ദേഹത്തിന്റെ (ടാഗോർ) എന്നത്തേയും ആഗ്രഹമായിരുന്നു. ടാഗോറിനെ ഗാന്ധിയുമായി അടുപ്പിച്ചത് ഈ കാരണം കൊണ്ടുതന്നെയാണെന്ന് ഊന്നിപ്പറഞ്ഞുകൊണ്ടാണ് ആൻഡ്രൂസ് തന്റെ ലേഖനം അവസാനിപ്പിക്കുന്നത്. "ഏറ്റവും അടിസ്ഥാനപരമായ കാര്യങ്ങളിൽ, പാവപ്പെട്ടവരോടും ആരുമില്ലാത്തവരോടും കഷ്ടപ്പെടുന്നുവരോടും ഉള്ള അഗാധമായ താല്പര്യത്തിൽ അവർ ഇരുവരും ഏകമനസ്കരാണെന്ന് എനിക്കെപ്പോഴും ഉത്തമ ബോദ്ധ്യം ഉണ്ടായിരുന്നു."

'രവീന്ദ്രനാഥ ടാഗോർ – ചില സ്വഭാവ സവിശേഷതകൾ' എന്ന പേരിൽ *സ്വരാജ്യ*ത്തിൽ പ്രസിദ്ധീകരിച്ച ലേഖനം സുബ്ബലക്ഷ്മിയുടെ പെട്ടിയിൽ സൂക്ഷിച്ചു വച്ചിരുന്നതിൽനിന്നും മനസ്സിലാകുന്നത് ഗാന്ധിയും ടാഗോറും തമ്മിലുള്ള സംവാദം അവരും സൂക്ഷ്മമായി നിരീക്ഷിക്കുന്നുണ്ടായിരുന്നു എന്നാണ്.

ഈ കാലത്ത് കലയിൽ ഉള്ള താല്പര്യം വളർത്തിക്കൊണ്ടു വരുവാനും അത് നിലനിർത്തുവാനും സുബ്ബലക്ഷ്മിയെ പുറത്തുനിന്നും സ്വാധീനിച്ച മറ്റൊരു വ്യക്തി സരോജിനി നായിഡുവിന്റെയും ഹരീന്ദ്രനാഥ് ചതോപാധ്യായയുടെയും സഹോദരിയായ മൃണാളിനി ചതോപാധ്യായയാണ്. മദ്രാസിൽ നടന്ന ഒരു ചിത്രപ്രദർശനത്തിൽ വച്ച് യാദൃച്ഛികമായി മൃണാളിനിയെ പരിചയപ്പെട്ടതിനെ കുറിച്ചും തുടർന്ന് ഹരീന്ദ്രനാഥിന്റെ ഭാര്യ കമലാദേവിയുമായി സുബ്ബലക്ഷ്മിക്ക് വളരെ അടുത്ത സൗഹൃദം ഉണ്ടായതിനെക്കുറിച്ചും പങ്കജം എഴുതിയ സുബ്ബലക്ഷ്മിയുടെ ജീവിതകഥയിലുണ്ട്. ഇത്തരം പരിചയങ്ങളും ആനിബസന്റ് 1917 ൽ സ്ഥാപിച്ച അഡയാറിലെ തിയോസഫിക്കൽ സൊസൈറ്റിയിലേക്കുള്ള സന്ദർശനങ്ങളും–ഡയറിക്കുറിപ്പിൽ പറയുന്നുണ്ട്. – സുബ്ബലക്ഷ്മിയുടെ വ്യക്തിത്വത്തെ ദൃഢപ്പെടുത്തിയിട്ടുണ്ടാകാം.

തിയോസഫിക്കൽ സൊസൈറ്റി

1917 ൽ അയർലൻഡുകാരിയായ പ്രശസ്ത ദൈവശാസ്ത്ര പണ്ഡിത ആനിബസന്റിന്റെ കടുത്ത സ്വാധീനത്തിൽ ആയിരുന്നു മദ്രാസ്. 'ആര്യൻ' ആത്മീയ മൂല്യങ്ങൾ ഇന്ത്യ നഷ്ടപ്പെടുത്തിയതിൽ നിരാശപൂണ്ട ആനിബസന്റ് ഇന്ത്യയെ ഉണർത്തെഴുന്നേല്പിക്കുന്നതിനായി പ്രഭാഷണപരമ്പരകൾ നടത്തിവന്നു. അവർ നടത്തി വന്ന *ന്യൂ ഇന്ത്യ* എന്ന പത്രം ഹോംറൂൾ എന്ന ആശയത്തിന്റെയും സാമൂഹ്യ പരിഷ്കർത്താക്കളുടെയും ശക്തമായ പ്രചാരണോപാധിയായി മാറി.

സുബ്ബലക്ഷ്മി നിത്യവും സന്ദർശിക്കുന്ന ഒരു സ്ഥലമായിരുന്നു അഡയാറിലെ തിയോസഫിക്കൽ സൊസൈറ്റി, പ്രത്യേകിച്ചും അവി ടുത്തെ വായനശാലയും ചിത്രപ്രദർശനങ്ങളും. അഡയാർ വായനശാ ലയെക്കുറിച്ച് ചെക്കോസ്ലോവാക്യയിൽനിന്നും വന്ന ഒരു സന്ദർശകൻ ഇങ്ങനെ എഴുതുന്നു.

എല്ലാ ഘട്ടത്തിലെയും മനുഷ്യന്റെ ചിന്തകൾ അഡയാറിൽ കാണാ നാകും. അഡയാർ മറ്റൊന്നുമല്ല വായനശാല മാത്രമാണെങ്കിൽ കൂടി ഇന്ത്യയിലേക്കുള്ള തീർത്ഥയാത്ര അർത്ഥവത്താകും. ആനിബസന്റിന്റെയും അങ്ങനെയുള്ള ഡസൻ കണക്കിന് വ്യക്തി കളുടെയും മാനസിക ഘടനയ്ക്കു യോജിച്ച സംവിധാനം! ഒരു സർവ്വകലാശാലയ്ക്ക് ഏറ്റവും ചേർന്ന സംവിധാനം! സുബ്ബല ക്ഷ്മിക്ക് അഡയാറിനോടിത്രയേറെ ആകർഷണം തോന്നിയതിൽ യാതൊരു അത്ഭുതവുമില്ല.

ലൈബ്രറിയിലെ പൗരസ്ത്യ വിഭാഗത്തെക്കുറിച്ചൊരു സന്ദർശകൻ ഇങ്ങനെ എഴുതുന്നു.

ഇവിടെയാണ് ഏഷ്യയുടെ ആ പുരാതനകാലത്തിന്റെ സ്ഥൈര്യ ത്തിന്റെ യഥാർത്ഥ അന്തരീക്ഷമുള്ളത്. ലൈബ്രറിക്ക് സുന്ദരവും വ്യത്യസ്തവുമായ ഭാവമാണുള്ളത്. പുസ്തകങ്ങൾക്കു പുറമേ, തിയോസഫിക്കൽ സൊസൈറ്റി ചരിത്രപരമായ നിരവധി വസ്തു തകൾകൊണ്ട് നിറഞ്ഞിരിക്കുന്നു. പക്ഷേ, ഇവ അനുപമവും അത്യപൂർവ്വവും ഒരുപക്ഷേ പവിത്രവും ആയ അന്തരീക്ഷം സൃഷ്ടി ക്കാൻ സഹായിക്കുന്നു. അതുതന്നെയാണ് അഡയാർ ലൈബ്ര റിയുടെ സവിശേഷതയും. പുസ്തകങ്ങൾ, കയ്യെഴുത്തു പ്രതികൾ, രേഖകൾ തുടങ്ങി നൂറ്റാണ്ടുകൾക്കു മുമ്പുള്ള പലതും ഏഷ്യ യിലെ ഇന്നത്തെയും കഴിഞ്ഞ കാലത്തെയും എല്ലാ ഭാഷകളിലും ഉള്ള രചനകൾ ഇവിടെയുണ്ട്."

സുബ്ബലക്ഷ്മിയുടെ പുസ്തകശേഖരത്തിൽ പലതും ആനിബ സന്റിന്റെ രചനകൾ ആണ്. 1875 നവംബർ 17 ന് മാഡം ബ്ലവറ്റ്സ്കിയും എച്ച് എസ് ഓൽകോട്ടും ചേർന്ന് ന്യൂയോർക്കിലാണ് തിയോസഫിക്കൽ സൊസൈറ്റി രൂപീകരിച്ചത്.

അതിന്റെ മൂന്നു പ്രധാന ലക്ഷ്യങ്ങൾ ഇവയാണ്. മതം, വംശം, ലിംഗം, ജാതി, നിറം തുടങ്ങിയ യാതൊന്നിന്റെയും പേരിലുള്ള വിവേചനമില്ലാതെ മനുഷ്യരാശിയുടെ സാർവ്വലൗകികസാഹോദ ര്യത്തിന്റെ ഒരു കേന്ദ്രം രൂപീകരിക്കുക. മതം, തത്ത്വചിന്ത, ശാസ്ത്രം എന്നിവയുടെ താരതമ്യപഠനം പ്രോത്സാഹിപ്പിക്കുക, മനുഷ്യനിൽ ഉറങ്ങിക്കിടക്കുന്ന വിശദീകരിക്കപ്പെട്ടിട്ടില്ലാത്ത പ്രകൃ തിയുടെ നിയമങ്ങളെയും ശക്തിയെയും കണ്ടെത്തുക. ജീവി

> തത്തെ സുഗ്രാഹ്യമാക്കുവാൻ ഇടനല്കുന്ന ഒരു ദർശനം ആണതു മുന്നോട്ടുവയ്ക്കുന്നത്. ജീവിതത്തിന്റെ പരിണാമത്തിന് മാർഗ്ഗദർശനം നല്കുന്ന സ്നേഹത്തെയും നീതിബോധത്തെയും ആണതു സ്പഷ്ടമാക്കുന്നത്. അതു മനുഷ്യനെ പഠിപ്പിക്കുന്നത് സ്വത്വമാണ് താനെന്നും ആത്മാവും ശരീരവും തന്റെ സേവകന്മാർ ആണെന്നും മനസ്സിലാക്കുവാനാണ്. തിയോസഫി അഥവാ ദൈവ വാദത്തിൽ ഇന്ത്യയിലെ വിദ്യാസമ്പന്നരായ ഉയർന്ന വിഭാഗം ആകർഷിക്കപ്പെടുവാനുള്ള കാരണം അത് ഇന്ത്യ മഹത്തായ ആര്യവംശത്തിന്റെ അമ്മയാണെന്നും ലോകത്തിന്റെ ഹൃദയമാണെന്നും അവരുടെ മക്കൾ പലയിടങ്ങളിലായി ചിതറിക്കിടക്കുകയാണെന്നും.

പറയുമ്പോൾ ഉണ്ടാകുന്ന ആത്മാഭിമാനബോധം മൂലമായിരുന്നു. ഇന്ത്യാക്കാരന് "മൂലവംശജർ" എന്നു പറയുമ്പോൾ ഭൗതികവാദത്തെ തകർക്കുവാൻ പ്രാപ്തിയുള്ള ലോകത്തെ ഏകരാജ്യമാണ് ഇന്ത്യ എന്നാണ് കണക്കാക്കപ്പെടുന്നത്.

തന്റെ പെട്ടിയിൽ സൂക്ഷിച്ചിരുന്ന ജെ എച്ച് കസിൻസിന്റെ *തൊഴിലും ആരാധന*യും എന്ന പുസ്തകത്തിൽ പറയുന്നതുപോലെ "സംസ്കാരം എന്നത് സംഗ്രഹിക്കൽ അല്ല നവീകരിക്കൽ" ആണെന്ന് സുബ്ബലക്ഷ്മി ഇപ്പോൾ മനസ്സിലാക്കി തുടങ്ങിയിരുന്നു. ഇന്ത്യയിൽ വളരെക്കാലം ജോലി ചെയ്യുകയും താമസിക്കുകയും ചെയ്തിരുന്ന കസിൻസിനെ കാണുവാൻ സുബ്ബലക്ഷ്മി തന്നെ ഒപ്പം കൂട്ടിയത് പങ്കജം ഓർക്കുന്നു. പക്ഷേ, ജയിംസിന്റെ കലയെയും സംസ്കാരത്തെയും കുറിച്ചുള്ള രചനകൾ ആണ് സുബ്ബലക്ഷ്മിയെ മുഖ്യമായി ആകർഷിച്ചത്. കൂടാതെ ഇന്ത്യൻ സ്ത്രീകളുടെ വിദ്യാഭ്യാസ, രാഷ്ട്രീയപദവി ഉയർത്തുന്നതിനായി മാർഗരറ്റ് കസിൻസ് നടത്തിവന്ന നിരന്തരമായ ശ്രമങ്ങളും സുബ്ബലക്ഷ്മിയെ സ്വാധീനിച്ചിരുന്നു.

കസിൻസ് പറയുന്നു,

> അറിവ് ശേഖരിക്കൽ സംസ്കാരമാണ്, ബിരുദധാരിയോടുള്ള പൊതുആദരത്തെ തള്ളിക്കളയുന്നില്ല. മറ്റുള്ളവരുടെ വിത്തും വളവും ഉപയോഗിച്ച് ബിരുദധാരി തന്റെ തലച്ചോറിൽ കുത്തിനിറയ്ക്കുന്നതിനപ്പുറം അവയെ സ്വന്തം ചിന്തയുടെയും വികാരത്തിന്റെയും അനുഭവത്തിന്റെയും ഭൂമിയിൽ മുളപ്പിക്കുകയും തന്റേതായ സാരവത്തായതെന്തെങ്കിലും ഉൾക്കൊള്ളുന്ന ഒരു വംശത്തെ സൃഷ്ടിക്കുകയും വേണം. തൊഴിലിന്റെ ലാഭത്തിന്റെയോ ആരാധനയുടെ ആനന്ദത്തിന്റെയോ അരികിലേക്ക് അയാൾ എത്തിയിട്ടില്ല. അയാൾ സംസ്കാരമുള്ളവനാണെന്ന് നമുക്കറിയാം, തന്റെ കൈത്തണ്ടയിൽ ഒരു വായനശാലയുമായി ഏതെങ്കിലും ഒരു ആധികാരിക സ്രോതസ്സിനെ പരാമർശിച്ചുകൊണ്ട് സ്വന്തം മനസ്സിലെ തുറന്ന പുസ്തകത്തിൽനിന്നും അയാൾ സംസാരിക്കുന്നു. പല വൃക്ഷങ്ങളിലെ ഫലങ്ങൾ അയാൾ ശേഖരിച്ചിരിക്കുന്നു. ഇവ

യിൽ നിന്നുണ്ടാക്കിയ പാനീയം പക്ഷേ, അയാൾ നമുക്കു നല്കു
ന്നത് അയാളുടെ സ്വന്തം പാത്രത്തിൽനിന്നാണ്.

അഡയാറിലെ ചിത്രപ്രദർശനം

ദൈവത്തിന്റെ രൂപങ്ങളിൽ മാത്രമാണ് ഞാൻ മുൻപ് ദിവ്യത്വം
അന്വേഷിച്ചിരുന്നത്. എന്നാൽ ഇന്ന് ആകാശത്തും വെള്ളത്തിലും
മലനിരകളിലും ഞാനതു കാണുന്നു.

നന്ദലാൽ ബോസ്

ഒരു ചൈനീസ് ചിത്രകാരൻ എഴുതി: 'യഥാർത്ഥ ചിത്രകാരന്
ദൈവത്തിന്റെ മുഖത്തിനും ഒരു പുൽനാമ്പിനും ഒരേ മൂല്യം ആയി
രിക്കും. ഒരേ തരത്തിലുള്ള സൗന്ദര്യാത്മകത ഉണർത്താനുള്ള
ശക്തി അവർക്കുണ്ട്.' ഇതിന്റെയർത്ഥം ദൈവത്തെ ബഹുമാനി
ക്കാതിരിക്കുക എന്നല്ല. പുൽക്കൊടിക്കും അതേ ബഹുമാനം നല്ക
ണമെന്നു മാത്രം.

നന്ദലാൽ ബോസ്

1924 ജൂൺ 6 ന് അഡയാർ സന്ദർശിച്ചതിനെ കുറിച്ച് സുബ്ബലക്ഷ്മി
ഡയറിയിൽ എഴുതി,

ശ്രീമതി അദേർ സംഘടിപ്പിച്ച ചിത്രപ്രദർശനം കാണുവാൻ
പോയി. അവയിൽ പകുതിയും എനിക്കു പണ്ടേ ഇഷ്ടമുള്ളവയാ
ണ്. പക്ഷേ, ബാക്കിയുള്ളവയും വളരെ നന്നായിരുന്നു. പ്രത്യേ
കിച്ചും "ഇരുണ്ട രാത്രിയിൽ" 'ജാപ്പനീസ് വനിത', പിന്നെ 'രണ്ട്
സുന്ദരമായ വെളുത്ത താമരമൊട്ടുകളുടെ സുന്ദരമായ പഠനം'
എന്നിവ. യൂറോപ്യൻ, ചൈനീസ് ശൈലികളിലുള്ള ചിത്രങ്ങൾ
സ്വാഗതാർഹമായ വ്യതിയാനങ്ങൾ സൂചിപ്പിക്കുന്നു. ആകർഷക
മായ വാൻഡിക്ക് ചിത്രമായ "ബാൽബി കുടുംബത്തിലെ കുട്ടി
കൾ" യൂറോപ്യൻ രീതിയുടെ ഏറ്റവും നല്ല ഉദാഹരണമാണ്. ഒരു
ഇംഗ്ലീഷ് വീടും പൂന്തോട്ടവും ഒരു ചൈനക്കാരനായ ചിത്രകാരൻ
വരച്ചത് ദേശീയവികാരത്തിന്റെയും ശൈലിയുടെയും പ്രതിഫല
നമായിരുന്നു, പ്രത്യേകിച്ചും ആ ചിത്രത്തിലെ ആപ്പിൾ മരം.

1926 ഡിസംബർ 28 ന് സുബ്ബലക്ഷ്മി അഡയാറിൽ ഒരു അന്താ
രാഷ്ട്ര ചിത്രപ്രദർശനം സന്ദർശിച്ചു. അതേക്കുറിച്ചുള്ള അവരുടെ അഭി
പ്രായങ്ങൾ ഇങ്ങനെ കുറിച്ചിരിക്കുന്നു:

ചിത്രങ്ങളിൽ ഏറ്റവും മികച്ചത് ജി ടാഗോറിന്റെ (സുബ്ബലക്ഷ്മി
യുടെ ഡയറിക്കുറിപ്പുകളിൽ ജി ടാഗോർ എന്നാണ് കാണുന്നത്)
ഹിമാലയൻ പഠനങ്ങളാണ്. പി കെ ചാറ്റർജിയും എ പി ബാ
നർജിയും നിരവധി നല്ല ചിത്രങ്ങൾ സംഭാവന ചെയ്തിട്ടുണ്ട്. പി
കെ ചാറ്റർജിയുടെ 'കൊയ്ത്തുകാർ' എ പി ബാനർജിയുടെ 'വന

> ദേവനും ദേവിയും' എന്നിവ ഭാവത്തിലും ശൈലിയിലും വളരെ നന്നായിരിക്കുന്നു. യൂറോപ്യൻ വിഭാഗത്തിൽ ഹോളണ്ടിൽനിന്നുള്ള ഡെൽഫ്ട്‌വേറാണ് ഏറ്റവും ആകർഷകം. ചെറിയ സാമ്പ്രാണിത്തിരികൾ ജ്വലിപ്പിക്കുന്ന ജാപ്പനീസ് വിഭാഗവും രസകരമാണ്.

പക്ഷേ, സുബ്ബലക്ഷ്മിയെ ഏറ്റവും അധികം ആകർഷിച്ചത് അവരുടെ പ്രിയപ്പെട്ട ചിത്രകാരനായ നന്ദലാൽ ബോസിന്റെ ചിത്രങ്ങൾ തന്നെയാണ്. അവരുടെ ചെറുമക്കൾക്കെല്ലാം സുപരിചിതമായ പേരാണത്. *വിശ്വഭാരതി ത്രൈമാസികം* സ്ഥിരമായി സുബ്ബലക്ഷ്മി വായിച്ചിരുന്നുവെന്നത് ചിത്രകാരന്മാരുടെ ലോകവുമായുള്ള അവരുടെ അടുത്ത ബന്ധം വ്യക്തമാക്കുന്നു. സുബ്ബലക്ഷ്മിയുടെ ആഴത്തിലുള്ള ബന്ധവും അറിവും കാണിക്കുന്നത് താൻ ബന്ധപ്പെടുന്ന ഏതൊരു വിഷയവും എത്രഗൗരവത്തോടെയാണ് സുബ്ബലക്ഷ്മി കണക്കിലെടുക്കുന്നതെന്നാണ്. 1925 ഏപ്രിൽ 3 ന്റെ ഡയറിക്കുറിപ്പിൽ ഇങ്ങനെ കാണാം–

> ചിത്രങ്ങളുടെ ശേഖരത്തിലെ രത്നമായ "ഫ്ലൈറ്റ്" വശ്യസുന്ദരമാണ്. മറ്റ് നിരവധി ചിത്രങ്ങൾ സ്വന്തമാക്കുന്നതിനെക്കാൾ നന്ദലാൽ ബോസിന്റെ മഹത്തായ ഈയൊരൊറ്റ ചിത്രം മാത്രം മതി. മറ്റു ചിത്രങ്ങളിൽ ഡി ഭട്ടാചാര്യയുടെയും എ പി ബാനർജിയുടെതുമാണ് മികച്ചവ. പ്രത്യേകിച്ചും ബാനർജിയുടെ 'കൃഷ്ണൻ', 'രാസലീല' എന്നിവ. പക്ഷേ, ചാറ്റർജിയുടെ 'ശാരദ'യുടെ ശൈലി അത്ര മനോഹരമല്ല. അദ്ദേഹത്തിന്റെ 'ദുർഗ്ഗയാണ്' ഭേദം.

അവസാന കാലങ്ങളിൽ ചിത്രകലയിൽ തല്പരനായ ടാഗോറിന്റെ ചിത്രങ്ങൾ യൂറോപ്പിൽ ഏറെ പ്രശംസിക്കപ്പെട്ടു. ടാഗോർ നന്ദലാൽ ബോസിന് എഴുതിയ കത്തുകളിൽ ഈ പ്രശംസയുടെ പ്രധാന പങ്കും ബോസിന് അവകാശപ്പെട്ടതാണെന്ന് പറഞ്ഞിരിക്കുന്നു. കാരണം ശാന്തിനികേതനിൽ ആകെ നന്ദലാലിന്റെ കല വ്യാപിച്ചിരിക്കുന്നു.

അബനീന്ദ്രനാഥ് ടാഗോറിന്റെ ശിഷ്യനാണ് നന്ദലാൽ. പിന്നീട് അദ്ദേഹം ടാഗോറിന്റെ ക്ഷണപ്രകാരം ശാന്തിനികേതനിലെ കലാഭവനിൽ അദ്ധ്യാപകനായി. നന്ദലാൽ ബോസ് വരച്ച ശാന്തിനികേതനിലെ ഒരു ചുവർച്ചിത്രം ടാഗോർ രണ്ട് കാളകൾക്കു പിന്നിൽ കലപ്പയുമായി നില്ക്കുന്നതാണ്. സുബ്ബലക്ഷ്മിയുടെ ശേഖരത്തിൽ മഹാത്മാഗാന്ധി ഊന്നുവടിയുമായി ദണ്ഡിമാർച്ചു നടത്തുന്ന ഒരു ചിത്രത്തിന്റെ പകർപ്പ് കണ്ടതായി ഞാൻ ഓർക്കുന്നു. കോൺഗ്രസ് സമ്മേളനവേദികളിലെ കലാപരമായ അലങ്കാരങ്ങളുടെ ആവശ്യകതയെക്കുറിച്ച് ആദ്യകാലങ്ങളിൽ സംശയാലുവായിരുന്ന ഗാന്ധി പിന്നീട് ടാഗോറിന്റെ സ്വാധീനത്തിൽ ലക്നൗ, ഫൈസ്പൂർ, ഹരിപുര എന്നിവിടങ്ങളിൽ നടന്ന സമ്മേളനങ്ങളിൽ നന്ദലാൽബോസിനെ അലങ്കാരപ്പണികൾക്കായി ക്ഷണിച്ചിരുന്നു. 1938 ൽ ലഖ്നൗവിൽ നടന്ന സമ്മേളനത്തിനു വേണ്ടി പ്രാദേശികമായി ലഭിക്കുന്ന സാധനങ്ങൾ ഉപയോഗിച്ച് പ്രാദേശിക ജനതയുടെ ജീവിതത്തിന്റെ വിവിധ ഭാവങ്ങൾ വ്യക്തമാക്കുന്ന നൂറുകണക്കിന് പോസ്റ്ററു

കൾ നന്ദലാൽ ബോസ് തയ്യാറാക്കിയിരുന്നു. ഇത് ഗാന്ധിജിയെ അതിയായി സന്തോഷിപ്പിച്ചു. കലയുടെ സ്വാധീനത്തെയും അതിന്റെ ദൃശ്യപരമായ ആകർഷണീയതയെയും തിരിച്ചറിയുവാൻ ഇത് ഗാന്ധിജിയെ സഹായിച്ചു. ഫൈസ്പൂർ കോൺഗ്രസ് സമ്മേളനത്തിൽ ഗാന്ധിജി ആമുഖപ്രസംഗത്തിൽ ബോസിനെ അഭിനന്ദിക്കുകയും ചെയ്തു. അന്നത്തെ ഒരു പ്രതിനിധി അതേക്കുറിച്ചിങ്ങനെ പറയുന്നു, "ഗാന്ധിജി ഗ്രാമങ്ങളുടെ ഉദ്ധാരകനും, രവീന്ദ്രനാഥ് കവിയും ആയിരിക്കാം... എന്നാൽ നന്ദബാബുവിനെപോലെ ഗ്രാമീണരുടെ ആത്മാവ് വെളിപ്പെടുത്തിയ മറ്റൊരു ചിത്രകാരൻ ഇന്ത്യയിൽ ഇല്ല."

നന്ദലാൽ ബോസ് അനുസ്മരണ പ്രഭാഷണത്തിൽ കൃഷ്ണ കൃപാലിനി പറയുന്നു,

> ആദ്യം നന്ദലാലിനെ പ്രശസ്തനാക്കിയ ഹിന്ദു ദൈവങ്ങളുടെയും ദേവിമാരുടെയും, പുരാണങ്ങളിലെ സംഭവങ്ങളുടെയും ചിത്രീകരണത്തിലൂടെയല്ല, മറിച്ച് ഗ്രാമങ്ങളിലെ സാധാരണക്കാരുടെ ജീവിതം ഏറ്റവും ലളിതമായ രീതിയിൽ ആഡംബരങ്ങളില്ലാതെ വരച്ചുകാട്ടിയതിലൂടെയാണ് തന്റെ യഥാർത്ഥ കർത്തവ്യം നിർവ്വഹിച്ചതും പ്രാധാന്യം നേടിയതും.

ഞങ്ങളുടെ കുടുംബത്തിലെ എല്ലാവർക്കും നന്നായി അറിയാവുന്ന ബംഗാളി കലാകാരൻ നന്ദലാൽ ബോസാണ്. അതിന്, അദ്ദേഹത്തിന്റെ കടുത്ത ആരാധികയായ സുബ്ബലക്ഷ്മിക്കു നന്ദി.

അസീത്കുമാർ ഹൽദാർ

> കലാകാരന്മാർ ഒരു വസ്തുവിന്റെ ആന്തരികസ്വത്വം അഥവാ രസത്തെ എന്നപോലെ സൗന്ദര്യത്തെ ആരാധിക്കുന്നവർ അല്ല. ഉണർവ്വ് ജീവന്റെ ലക്ഷണമാണ്, എന്നാൽ മൗഢ്യം മരണത്തെ സൂചിപ്പിക്കുന്നു. കവിയും കലാകാരനും ആണ് ഈ ലോകത്തെ ഉണർവ്വിന്റെ ഏറ്റവും നല്ല തെളിവ്. ഋതുക്കളുടെ കളി, വസന്തം, വേനൽ, വർഷം– ഒന്നും അവർക്കു വെറുതെയാകുന്നില്ല.
>
> എ കെ ഹൽദാർ

സുബ്ബലക്ഷമിയുടെ ഡയറിയിൽ സൂചനയില്ലെങ്കിലും അസീത്കുമാർ ഹൽദാറിന്റെ ചിത്രപ്രദർശനത്തിന് അമ്മയുടെയൊപ്പം പോയതിന്റെ വ്യക്തമായ ഓർമ്മകൾ പങ്കജത്തിനുണ്ട്. 1916 ൽ ആദ്യകാല മദിരാശി യാത്രകൾക്കിടയിലാകാം അമ്മയും മകളും ചിത്രപ്രദർശനത്തിന് പോയിരിക്കുക. ജയിംസ് കസിൻസിന്റെ *മാർച്ച് ഓഫ് ഇന്ത്യ*യിൽ ഈ പ്രദർശനത്തെക്കുറിച്ച് പരാമർശിക്കുന്നുണ്ട്.

അജന്താഗുഹാചിത്രങ്ങൾ പകർത്തുന്നതിന് ലേഡി ഹെറിങ്ഹാമിന്റെ ഒപ്പം സഹായികളിൽ ഒരാളായി ഇന്ത്യൻ സൊസൈറ്റി ഓഫ് ഓറിയന്റൽ ആർട്ടും പിന്നീട് രാംഗഡ് ഹില്ലിലെ ജോഗിമാരാ ഗുഹാചി

ത്രങ്ങൾ പകർത്തുന്നതിന് കേന്ദ്രസർക്കാരിന്റെ പുരാവസ്തു വകുപ്പും ഹൽദാറെ ചുമതലപ്പെടുത്തി.

തന്റെ ലേഖനത്തിൽ കസിൻസ് ഹൽദാറെ വിശേഷിപ്പിക്കുന്നത് "ചിത്രം വരയ്ക്കുന്ന കവി" എന്നാണ്. അദ്ദേഹം ആന്തരികഭാവങ്ങൾ പകർത്തുമ്പോൾ "നിഗൂഢമായ ഭാവഗാനം ഉണ്ടാകുന്നു, അദ്ദേഹത്തിന്റെ ചിത്രങ്ങൾ അനുഭവവേദ്യമാണ്. അവ പാട്ടു പാടുന്നു." ചിത്രത്തിന്റെ വലിപ്പത്തെ കുറിച്ച് പറയുന്ന ടാഗോറിന്റെ ഒരു കത്തിനെപ്പറ്റി കസിൻസ് അറിയാനിടയായി. അതിൽ അദ്ദേഹം പറയുന്നത്, "നിങ്ങൾ ഒരു ചിത്രകാരൻ മാത്രമല്ല, നിങ്ങൾ ഒരു കവികൂടിയാണ്–അതുകൊണ്ടാണ് താങ്കളുടെ ബ്രഷിൽനിന്നും രണ്ടു രസങ്ങളും ഊറി വീഴുന്നത്."

രണ്ട് പതിറ്റാണ്ടുകൾക്കു ശേഷം *മാർച്ച് ഓഫ് ഇന്ത്യ*യിൽ "ഒരു ചിത്രംപോലും വാങ്ങാത്ത" ഹൽദാറിന്റെ മദിരാശിയിലെ ചിത്രപ്രദർശനത്തെക്കുറിച്ച് കസിൻസ് ഇങ്ങനെ എഴുതി,"ഇത്രയേറെ പ്രൗഢമായ വ്യക്തിത്വവും പാരമ്പര്യവും പ്രതിഭയും ഒത്തുചേർന്ന വ്യക്തിയായ അസീത്കുമാർ ഹൽദാറിന്റെ മദിരാശി സന്ദർശനം ഒരു തലമുറയ്ക്കു മുൻപായിരുന്നെങ്കിലും ജീവിച്ചിരിക്കുന്നവരുടെ ഓർമ്മകളിൽ ദിവ്യപ്രഭയോടെ തിളങ്ങി നില്ക്കുന്നു." എത്ര ശരിയായി പറഞ്ഞുവച്ചിരിക്കുന്നു. അമ്മയുടെയൊപ്പം സംഗീതക്കച്ചേരികൾക്കും രാഷ്ട്രീയസമ്മേളനങ്ങൾക്കും കവിയരങ്ങുകൾക്കും ചിത്രപ്രദർശനങ്ങൾക്കും പോകുമായിരുന്ന എട്ട് പതിറ്റാണ്ടുകൾക്കു ശേഷം "അക്കാലഘട്ടത്തിലെ അവശേഷിക്കുന്ന" ഒരാളായ പങ്കജം ഈ പേര് എന്നോട് എത്രതന്നെ ആവർത്തിച്ചിരിക്കുന്നു! കൊച്ചുമക്കളുടെ ഉൾപ്പെടെ പേരുകൾ തപ്പിത്തടയുകയും മറക്കുകയും ചെയ്യുന്ന പങ്കജം ഒരു ബംഗാളി പേര് ഇത്ര വ്യക്തമായും ശരിയായും പറയുന്നത് കേട്ട് ഞാൻ അത്ഭുതപ്പെട്ടിട്ടുണ്ട്. പിന്നീട് അവരുടെ നിരവധി ഓർമ്മക്കുറിപ്പുകളുടെ ശേഖരത്തിലൂടെ കടന്നുപോയപ്പോൾ ഈ പ്രത്യേക ചിത്രപ്രദർശനത്തിന് അമ്മയോടൊപ്പം പോയതിനെ കുറിച്ചെഴുതിവച്ചത് വായിക്കാനിടയായി. "അവർ അമ്മയ്ക്ക് ചിത്രങ്ങളോടുള്ള താല്പര്യം ശ്രദ്ധിക്കുകയും പലരും ചിത്രങ്ങൾ അമ്മയ്ക്ക് സമ്മാനിക്കുകയും ചെയ്തു. ഒരു പേര് ഞാൻ ഓർക്കുന്നു– അസീത് കുമാർ ഹൽദാർ." സുബ്ബലക്ഷ്മിയുടെ ശേഖരത്തിൽ യഥാർത്ഥ ചിത്രങ്ങൾ ഒന്നും ഞങ്ങൾ കണ്ടിട്ടില്ല. ഒരുപക്ഷേ പകർപ്പ് യഥാർത്ഥമാണെന്ന് പങ്കജം തെറ്റിദ്ധരിച്ചിരിക്കാം.

വളരെ നേരത്തെ നിർബ്ബന്ധത്തിനു ശേഷം പങ്കജം ആ സംഭവം മുഴുവനും വിശദീകരിച്ചു. "അമ്മ ചിത്രങ്ങൾ കാണുന്ന സമയത്ത് ഞാനവിടെ ഓടിനടന്ന് കളിക്കുകയായിരുന്നു. ഞങ്ങൾ അവിടെ നിന്നിറങ്ങുമ്പോൾ അമ്മ എന്നോടു ചോദിച്ചു, ഹൽദാറിനെ നീ വിവാഹം കഴിക്കുമോ? അദ്ദേഹം എത്ര സുന്ദരനാണ്" "വിവാഹം കഴിക്കാം" എന്ന് ഞാൻ പറഞ്ഞു.

ഞാൻ അത്ഭുതപരതന്ത്രയായി. അത് മറ്റൊരു കാര്യം ഓർമ്മിപ്പിച്ചു. സുബ്ബലക്ഷ്മി ഉൾപ്പെട്ട മറ്റൊരു സംഭവം ഞാൻ താഴെ വിശദീകരിക്കാം.

എന്റെ അമ്മയും സുബ്ബലക്ഷ്മിയും തമ്മിൽ നടന്ന ഈ സംഭാഷ

ണത്തെക്കുറിച്ച് അമ്മ എന്നോട് പറഞ്ഞതിനു ശേഷം ഒരുവർഷം കഴിഞ്ഞപ്പോൾ, അതായത് സംഭവം നടന്ന് 80 വർഷത്തിന് ശേഷം ഹൽദാറുടെ മകളെ കൽക്കത്തയിൽ വച്ച് കാണുവാനുള്ള ഭാഗ്യം എനിക്കുണ്ടായി. അവരും ചിത്രകാരിയാണ്. പങ്കജത്തേക്കാൾ ഏതാനും വർഷം ഇളയതാണ്. അവരാണ് ഞാൻ നേരത്തെ പരാമർശിച്ച കസിൻസ് എഴുതിയ ലേഖനം എനിക്കു തന്നത്. സുബ്ബലക്ഷ്മി അവരുടെ മകളോട് പറഞ്ഞ കാര്യം പറഞ്ഞ് ഞങ്ങൾ കുറേ ചിരിച്ചു. അത് തീർച്ചയായും വ്യാജപ്രസ്താവനയാണെന്നു മാത്രമല്ല ഒരു സുന്ദരനായ പുരുഷനെ വിവാഹം കഴിക്കുന്നതിനെക്കുറിച്ച് പറയുന്നത് ഇതാദ്യവുമല്ല. എന്റെ കൗമാര പ്രായത്തിൽ ഒട്ടും അമ്മൂമ്മത്തം ഇല്ലാത്ത ചോദ്യവുമായി അവർ എന്നെ അമ്പരപ്പിച്ചത് ഞാൻ ഓർക്കുന്നു. "നീ വിവാഹത്തെക്കുറിച്ചാലോചിക്കുന്നുണ്ടോ? എങ്കിൽ എന്ത് കൊണ്ട് ഒരു മുസ്ലീമിനെ വിവാഹം കഴിച്ചു കൂടാ?" ഞാൻ അന്തംവിട്ടു പോയി. ഒട്ടു പഴഞ്ചൻ രീതിയിലുള്ള അമ്മൂമ്മയായിരുന്നില്ല സുബ്ബലക്ഷ്മി എന്നെനിക്ക് അറിയാമായിരുന്നെങ്കിലും ഈ ചോദ്യം നേരിടാൻ ഞാൻ തയ്യാറായിരുന്നില്ല. സാധാരണയായി അവർ ഞങ്ങളുടെ വ്യക്തിജീവിതത്തെക്കുറിച്ച് താല്പര്യം ഉള്ളതായി ഭാവിച്ചിരുന്നില്ല. എങ്കിലും ഒരിക്കൽ അവർ എന്റെ അനുജത്തിയുടെ നൃത്തത്തെ കുറിച്ച് വളരെ നല്ല അഭിപ്രായം പറഞ്ഞിരുന്നു.

ഈ രണ്ടു കഥകളും എന്റെ മനസ്സിൽ ഒരുമിച്ചു കടന്നുവന്നു. സുന്ദരനായ ഹൽദാറിനെ വിവാഹം കഴിക്കാൻ തന്റെ മകളോട് നിർദ്ദേശിച്ചപ്പോൾ എട്ടുവയസ്സുകാരിക്ക് കവിതയോ ചിത്രമോ ശില്പകലയോ ആസ്വദിക്കുവാൻ കഴിയില്ലെങ്കിലും രൂപസൗന്ദര്യത്തെ ചെറിയ പ്രായത്തിലും ആസ്വദിക്കാനാകുമെന്ന് ഒരുപക്ഷേ സുബ്ബലക്ഷ്മി കരുതിയിരിക്കാം.എനിക്കെല്ലായ്പ്പോഴും തോന്നിയിരുന്നു, ടാഗോറിനോടുള്ള അവരുടെ അതീവതാല്പര്യം ഗംഭീരമായ രചനാവൈഭവംകൊണ്ടു മാത്രമല്ലെന്നും അദ്ദേഹത്തിന്റെ പ്രൗഢമായ വ്യക്തിത്വവും സാത്വികവും പണ്ഡിതോചിതവുമായ മുഖഭാവവും കൊണ്ടുകൂടിയാണെന്നും. ഞങ്ങൾ എന്നും കളിയാക്കിയിരുന്നു താൻ പിന്നിലായിപോകാതിരിക്കുവാൻ പി ആർ ജിയും ഗുരുദേവനെപ്പോലെ താടി വളർത്തുവാൻ തുടങ്ങിയെന്ന്! സുബ്ബലക്ഷ്മിക്കെന്നും സൗന്ദര്യത്തോട് താല്പര്യമായിരുന്നു– അത് മനുഷ്യനോ മറ്റ് ജീവജാലങ്ങളോ ആയേക്കാം. ചിത്രത്തിൽനിന്നും എനിക്കൊരു കാര്യം ഉറപ്പായി പറയാനാകും ഹൽദാർ അതീവ സുന്ദരനായിരുന്നു!

കലാപ്രസിദ്ധീകരണങ്ങൾ

> നിങ്ങളുടെ ത്രൈമാസികം അതിന്റെ ഉള്ളടക്കം കൊണ്ടും മറ്റെല്ലാം കൊണ്ടും ഗംഭീരമായിരിക്കുന്നു. അത് മെച്ചപ്പെടുത്തുവാൻ ഒരു നിർദ്ദേശവും എനിക്കു നല്കാനില്ല.

അരവിന്ദ്ഘോഷ് ഷാമയെക്കുറിച്ച്

> പ്രകൃതിയുടെ പ്രാപഞ്ചിക ഊർജ്ജത്തിന്റെ പ്രതീകമാണ് നൃത്തം ചെയ്യുന്ന ശിവൻ. നിരന്തരമായി സൃഷ്ടിക്കുകയും നിരന്തരമായി

> ഇല്ലാതാക്കുകയും ചെയ്യുന്നു. ഒരു തമിഴ് പുരാണപ്രകാരം: "ഈശ്വരൻ നർത്തകനാണ്. വിറകിൽ ഉറങ്ങിക്കിടക്കുന്ന താപംപോലെ അവന്റെ ശക്തി ആത്മാവിലും ഭൗതികത്തിലും പ്രസരിപ്പിച്ചുകൊണ്ട് അവയേയും നൃത്തം ചെയ്യിപ്പിക്കുന്നു.
>
> *രൂപം* 1921 ജനുവരി

കുറച്ചുകാലം മാത്രം നിലനിന്ന, കലയേയും കവിതയേയും സംബന്ധിച്ച രണ്ട് പ്രസിദ്ധീകരണങ്ങളെ കുറിച്ച് സുബ്ബലക്ഷ്മിയുടെ ഡയറിയിൽ ഉണ്ടായിരുന്ന കുറിപ്പുകൾ ആണ് ചുവടെ ചേർത്തിരിക്കുന്നത്. *ഷാമ*യ്ക്കു വേണ്ടി 12 രൂപ വരിസംഖ്യയായി അടച്ചു. പ്രസിദ്ധീകരിച്ച രണ്ടു ലക്കവും കിട്ടി" (1924 മാർച്ച് 17) *രൂപ*ത്തിന്റെ ആൾക്കാർക്കു വീണ്ടും എഴുതി" (1926 മാർച്ച് 24). കലാപ്രസിദ്ധീകരണമായ *ഷാമ മൃണാളിനി* ചതോപാധ്യായയുടെ പത്രാധിപത്യത്തിൽ ആണിറങ്ങിയിരുന്നത്. മദ്രാസിലെ സാന്തോമിൽ ചതോപാധ്യായ കുടുംബത്തിന്റെ അഗോർ മന്ദിറിൽ നിന്നാണത് പ്രസിദ്ധീകരിച്ചത്. 1920 ഏപ്രിൽ മുതൽ 5 വർഷം മൃണാളിനി ചതോപാധ്യായ അത് പ്രസിദ്ധീകരിച്ചു വന്നു. 1925 ജൂലൈ ലക്കത്തിൽ പ്രസിദ്ധീകരണത്തെ വളരെയേറെ പ്രശംസിക്കുന്ന ഒരു ആസ്വാദനം വന്നു.

> ഇത്തരത്തിലുള്ള ഒരു സാഹസം ഇന്ത്യയിൽ തുടങ്ങുക എന്നത് മഹത്തായ ദർശനവും ധൈര്യവും ആവശ്യമായ ഒരു പ്രയത്നമാണ്. മാത്രമല്ല മറ്റൊരു വിഭവങ്ങളുമില്ലാത്ത, സംസ്കാരത്തോടുള്ള അദമ്യമായ താല്പര്യവും ധാർമ്മികശക്തിയും മാത്രം കൈമുതലുള്ള ഒരു വനിതയാണിതിന്റെ സ്ഥാപക എന്നു പറയുമ്പോൾ നമ്മുടെ സാഹിത്യനേട്ടങ്ങളിൽ ഏറ്റവും പ്രമുഖമായത് ഈ പ്രസിദ്ധീകരണം തന്നെയാണെന്ന് ഉറപ്പാണ്. സംസ്കാരസമ്പന്നമെന്ന് അവകാശപ്പെടുന്ന ഏതൊരു ഗ്രന്ഥശാലയും വീടും *ഷാമ* ഇല്ലാതെ പൂർണ്ണമാകുന്നില്ല.

സുബ്ബലക്ഷ്മിക്ക് ഈ പ്രസിദ്ധീകരണത്തെ കുറിച്ച് അറിയാമായിരുന്നു. അതവർക്ക് ലഭിക്കുകയും ചെയ്തിരുന്നു. കാരണം ആ കുടുംബത്തിൽനിന്നും ആദ്യം സുബ്ബലക്ഷ്മിയുടെ സുഹൃത്തായത് മൃണാളിനിയായിരുന്നു.

*ഷാമ*യുടെ ആദ്യ ലക്കത്തിൽ (1920 ഏപ്രിൽ) അതൊരു പേർഷ്യൻ പദമാണെന്നും വെളിച്ചത്തേയും വെളിച്ചം ചൊരിയുന്ന വിളക്കിനെയും ആണ് 'ഷാമ' എന്നതുകൊണ്ട് അർത്ഥമാക്കുന്നതെന്നും വിശദീകരിക്കുന്നു. "പ്രകാശവും പ്രകാശം നല്കുന്നതും നമ്മെ സംബന്ധിച്ചിടത്തോളം ഒന്നു തന്നെയാണ്." ഈ വിശദീകരണം പ്രസിദ്ധീകരണത്തിന്റെ ലക്ഷ്യത്തെയും വ്യക്തമാക്കുന്നുണ്ട്.

> രാജ്യത്ത് വ്യാപിക്കുന്ന പുതിയ നവോത്ഥാനതരംഗം ദേശീയജീവിതത്തിന്റെ ഓരോ ഘട്ടത്തെയും ഉന്മിഷിത്താക്കുകയും നമ്മുടെ

> നാട്ടുകാരെ പുത്തൻ ദർശനങ്ങളിലേക്കും മൂല്യങ്ങളിലേക്കും ഉയർത്തുകയും ചെയ്യുന്നു........ കലയിലും തത്ത്വശാസ്ത്രത്തിലും സാഹിത്യത്തിലും ഉള്ള പലതും ഇന്ത്യയിൽനിന്നും സ്വീകരിക്കുവാൻ ലോകം കാത്തുനില്ക്കുന്നു. അത്തരം വിജ്ഞാനത്തിന്റെ സംപ്രേക്ഷണത്തിനായുള്ള വിനീതമായ ഒരു മാർഗ്ഗം ആകാൻ ഞങ്ങൾ തയ്യാറായിരിക്കുന്നു......

അതിന്റെ മുഖ്യ ഉദ്ദേശ്യം എന്താണെന്ന് ഇങ്ങനെ പ്രഖ്യാപിച്ചിരിക്കുന്നു....

> ആധുനികചിന്തയുമായി ബന്ധപ്പെടുക, ഭൂതകാലത്തോട് ബഹുമാനം ഇല്ലാത്തതുകൊണ്ടല്ല, ഭൂതകാലം വിലപ്പെട്ടതാകുന്നത്, അത് വർത്തമാനകാലത്തിൽ ജീവിക്കുകയും ഭാവിയിൽ നിലനില്ക്കുകയും ചെയ്യുന്നതുകൊണ്ടാണ്. ഞങ്ങൾ പുതിയകാലത്തിന്റേതാണ്. ഞങ്ങളുടെ താല്പര്യങ്ങൾ പുത്തൻചിന്താരീതികളിലാണ്.

സുബ്ബലക്ഷ്മിയുടെ ശേഖരത്തിൽനിന്നും ലഭിച്ച നൃത്തം ചെയ്യുന്ന പരമശിവന്റെ ചിത്രത്തെപ്പറ്റി *രൂപ*ത്തിൽ (1921) താഴെ കൊടുത്തിരിക്കുന്ന ഭാഗം വായിച്ചപ്പോൾ ഞാൻ ഓർത്തു. നൃത്തം ചെയ്യുന്ന ശിവൻ പ്രാപഞ്ചിക ഊർജ്ജത്തിന്റെ പ്രതീകമാണ്, നിരന്തരം സൃഷ്ടിക്കുകയും നശിപ്പിക്കുകയും ചെയ്യുന്നു. ഒരു തമിഴ് പുരാണപ്രകാരം "നമ്മുടെ ഈശ്വരൻ വിറകിൽ ഒളിഞ്ഞിരിക്കുന്ന താപംപോലെ ആത്മാവിലും ഭൗതികത്തിലും വ്യാപിക്കുകയും അവയെ നൃത്തം ചെയ്യിക്കുകയും ചെയ്യുന്നു." *ഷാമ*യുടെ 1920 ഏപ്രിൽ ലക്കത്തിൽ *രൂപ*ത്തെ പരിചയപ്പെടുത്തിയിട്ടുണ്ട്.

> പൗരസ്ത്യകല (പ്രത്യേകിച്ചും ഭാരതീയ കലകൾ) യെ പഠിക്കുന്നതിനും പ്രചരിപ്പിക്കുന്നതിനുമായി ആധുനികഇന്ത്യൻകലയുടെ ഉപജ്ഞാതാവായ ഒ സി ഗംഗോലിയുടെ സമർത്ഥമായ പത്രാധിപത്യത്തിൽ ഇന്ത്യൻ സൊസൈറ്റി ഓഫ് ഓറിയന്റൽ ആർട്സ് ആരംഭിച്ചതാണ്."

നന്ദലാൽ ബോസ്, ഹൽദാർ, അബനീന്ദ്രനാഥ ടാഗോർ എന്നിവർ ഉൾപ്പെടുന്ന ബംഗാളിചിത്രകലാധാരയെ ഇങ്ങനെ വിശദീകരിച്ചിരിക്കുന്നു.

> പുത്തൻ ബംഗാളി ചിത്രകാരന്മാർ സൗന്ദര്യാത്മകതയെ ധാർമ്മികതയിൽനിന്നും വേർതിരിച്ചു കാണുന്നില്ല. ചിത്രത്തിന്റെ ഗാംഭീര്യത്തിനും സൗന്ദര്യത്തിനുമാണത് ലക്ഷ്യമിടുന്നത്, അല്ലാതെ വരയുടെ പരിപൂർണ്ണതയല്ല. ചിത്രകാരന്റെ മനസ്സിലെന്താണെന്ന് മനസ്സിലാക്കാൻ ബുദ്ധിമുട്ടാണ് – പക്ഷേ, എന്തോ ചില സൂചനകളുണ്ട്... ഈ സൂചനകളാണ് ഒരു കലാസൃഷ്ടിയെ രസകരമാക്കുന്നത്. (*ഷാമ* 1920 ഏപ്രിൽ)

*രൂപ*ത്തിൽ ഹൽദാറിന്റെ അഭിപ്രായങ്ങൾ ധാരാളമായി വരാറുണ്ട്.

"ബാഹ്യ ആകൃതിയും രൂപവും" മാത്രം സൗന്ദര്യമായി കണക്കാ
ക്കുന്നവരാണ് ചിത്രകാരന്മാരെന്ന അഭിപ്രായത്തെ ഖണ്ഡിച്ചുകൊണ്ട്
കലാകാരന്മാർ സൗന്ദര്യത്തെ അവരുടെ ആന്തരിക ദർശനത്തിന്റെ വെളി
ച്ചത്തിൽ മാത്രമല്ല കാണുന്നതെന്നും ഇത് സമൂഹത്തിന് സാധാരണ
ആകർഷകമായി തോന്നണമെന്നില്ലെന്നും ഹൽദാർ പറയുന്നു.

അരവിന്ദഘോഷ്, ടി എസ് ഏലിയറ്റ്, ഇ ബി ഹാവേൽ, ജയിംസ്
എച്ച് കസിൻസ്, ബി പി വാഡിയ തുടങ്ങിയ പ്രമുഖ പേരുകൾ *ഷാമയിൽ*
എഴുതാറുള്ള പ്രഗത്ഭരുടെ പട്ടികയിൽനിന്നും തെരഞ്ഞെടുത്ത ചിലവ
മാത്രമാണ്. വ്യത്യസ്ത വിഷയങ്ങളെ കുറിച്ച് ഗദ്യവും കവിതയും
ഷാമയിൽ സ്ഥിരമായി എഴുതാറുള്ള വ്യക്തിയാണ് ഹരീന്ദ്രനാഥ ചതോ
പാധ്യായ. ജൂലൈ 25 ന്റെ ലക്കത്തിൽ നിരവധി രണ്ടുവരി കവിതകൾ
കാണാം. ചിലവ ബുദ്ധിപരമായവയാണെങ്കിൽ പലതും ഹൃദയസ്പർശി
കളാണ്.

"മനുഷ്യൻ മഞ്ഞുതുള്ളിയെന്ന് വിളിക്കുന്നത്, എനിക്കുറപ്പാണ്
താൻ സൃഷ്ടിച്ച ലോകത്തിന്റെ തകർച്ച കണ്ട് ദൈവം ഇരുട്ടിലിരുന്ന്
ഒറ്റയ്ക്ക് കരയുന്നതിന്റെ കൃത്യമായ സൂചനയാണെന്ന്."

"നിങ്ങൾക്കറിയാമോ ഒരു വസ്തു പൂർണ്ണമായും നിശ്ശബ്ദമായിരി
ക്കുന്നതിനാൽ അത് പൂർണ്ണമായും സംഗീതം നിറഞ്ഞതാണെന്ന്?"

അദ്ദേഹത്തിന്റെ *ജയദേവൻ, രായിദാസ്, കോബ്ലർ സെയിന്റ്* തുട
ങ്ങിയ ഗദ്യനാടകങ്ങളും അതിൽ പ്രസിദ്ധീകരിച്ചിരുന്നു.

അദ്ദേഹത്തിന്റെ *ദൈവത്തിന്റെ പൂവ്* എന്ന കവിത വായിച്ചുകഴി
ഞ്ഞപ്പോൾ അതുപോലെ ശക്തമായ വാക്കുകളിൽ ജാതിവിവേചനത്തെ
കുറിച്ചുള്ള കവിതകളോട് സുബ്ബലക്ഷ്മിയുടെ പ്രതികരണം എങ്ങനെ
യായിരുന്നിരിക്കാമെന്ന് ഞാൻ അന്വേഷിക്കുവാൻ തുടങ്ങി.

ധാരാളം പ്രസിദ്ധിയും പ്രശംസയും പിന്തുണയും കിട്ടിയിരുന്നെ
ങ്കിലും എട്ടുവർഷം കഴിഞ്ഞപ്പോൾ *ഷാമ*യുടെ പ്രസിദ്ധീകരണം നില
ച്ചു. *ഹിന്ദു* വളരെ പ്രശംസിച്ച് ഇങ്ങനെ എഴുതി, "ആകർഷകമായ ഉള്ള
ടക്കം, ഗംഭീരമായശൈലി, മനോഹരമായ അവതരണരീതി എന്നീ കാര
ണങ്ങളാൽ മാസികയ്ക്ക് നല്ല പ്രചാരം ലഭിക്കാനിടയുണ്ട്." എന്നാൽ
ഈ പ്രവചനം തെറ്റായിരുന്നുവെന്ന് ദുഃഖത്തോടെ പറയേണ്ടിവരും.
സുബ്ബലക്ഷ്മിയുടെ ശേഖരത്തിൽനിന്നും ഒരു ലക്കംപോലും ലഭിച്ചിട്ടി
ല്ലെങ്കിലും കൽക്കട്ടയിലെ നാഷണൽ ലൈബ്രറിയിൽ നടത്തിയ തെര
ച്ചിൽ പ്രയോജനപ്പെട്ടു. അപൂർവ്വവും അത്യപൂർവ്വവുമായ പുസ്തകങ്ങ
ളുടെ വിഭാഗത്തിൽനിന്നും ചില ലക്കങ്ങൾ കണ്ടുകിട്ടിയെങ്കിലും അവ
വല്ലാതെ ദ്രവിച്ചിരിക്കുന്നതിനാൽ തൊട്ടാൽ പൊടിഞ്ഞുപോകുന്ന സ്ഥിതി
യിലായിരുന്നു. രൂപത്തിലെ ചിത്രങ്ങളും ഗദ്യഭാഗങ്ങളും വളരെ ഉയർന്ന
നിലവാരം പുലർത്തുന്നവയും കലാവിമർശനത്തിൽ ഏറ്റവും മികച്ചവയും
ആയിരുന്നു.

9

സുബ്ബലക്ഷ്മിയുടെ ചില പ്രിയപ്പെട്ട വസ്തുക്കൾ

പുസ്തകങ്ങൾ

"**ലൈ**ബ്രറിയിൽ അംഗമാകുന്നതിനുള്ള നിങ്ങളുടെ അപേക്ഷ ലൈബ്രറി കമ്മിറ്റി അംഗീകരിച്ചു എന്നറിയിക്കുന്നതിൽ സന്തോഷമുണ്ട്."

> മദ്രാസ് സർവ്വകലാശാല ലൈബ്രറിയൻ എസ് ആർ രങ്കനാഥൻ സുബ്ബലക്ഷ്മിക്കയച്ച കത്തിൽ, 16 ഒക്ടോബർ 1927.

'ലൈബ്രറിയിൽ നിന്നെടുക്കുന്ന പുസ്തകങ്ങൾ' എന്ന പട്ടികയിൽ സുബ്ബലക്ഷ്മി രണ്ട് രീതിയിലാണ് കുറിച്ചിരിക്കുന്നത്; ഒന്ന്, പെൻസിൽ കൊണ്ട് "4-2-25, 47/130 ബി എസ്," മഷികൊണ്ട് "28 പുസ്തകങ്ങൾ വായിച്ചു. 18.7.26."

സുബ്ബലക്ഷ്മിയുടെ ഏക ഉറ്റസുഹൃത്തായ ഗ്രേസ് പങ്കജത്തിനെ ഴുതിയ കത്തിൽ (30-1-1930) ഇങ്ങനെ പരാമർശിക്കുന്നു.

> നമ്മുടെ കത്തിൽ എല്ലാതരത്തിലുമുള്ള വിജ്ഞാനത്തിനുള്ള ദാഹം സൃഷ്ടിക്കുവാൻ കഴിയുമെന്നതിനാൽ വിദ്യാഭ്യാസം നല്ല താണ്. നമ്മൾ 100 വയസ്സുവരെ ജീവിച്ചാലും പഠനം അവസാനി ക്കുന്നില്ല. എന്നെ സംബന്ധിച്ചിടത്തോളം വായന ഒരു താല്പര്യം മാത്രമാണ്. എന്റെ മറ്റ് ഗാർഹികകടമകൾ നിർവ്വഹിക്കുവാൻ തടസ്സം വരുമ്പോൾ നിർത്തിവയ്ക്കേണ്ടിവരുന്ന ഒന്നാണത്. എല്ലാ ത്തരം അറിവും നേടാൻ എനിക്കിഷ്ടമാണ്. ഒരു വിദ്യാസമ്പന്ന യായ സ്ത്രീക്ക് ... വിവരം സമ്പാദിക്കുവാൻ കഴിയുന്ന തരത്തിൽ രാഷ്ട്രീയം, ചരിത്രം, ശാസ്ത്രം, പ്രകൃതി തുടങ്ങിയവയെ സംബ ന്ധിച്ച് എല്ലാ വിവരങ്ങളും ഞാൻ ശേഖരിക്കാറുണ്ട്.

പങ്കജം സ്കൂളിൽ ചേരുന്നതുവരെ ഒരു ക്ലാസ് മുറിക്കുള്ളിൽ പോലും കയറാത്ത സുബ്ബലക്ഷ്മിയെ സാധാരണ അർത്ഥത്തിൽ വിദ്യാസമ്പന്നയാണെന്ന് പറയാനാവില്ല. പക്ഷേ, കുടുംബകാര്യങ്ങൾ തടസ്സപ്പെടുത്താത്ത സുബ്ബലക്ഷ്മിക്കായിരിക്കും ഗ്രേസിനേക്കാൾ അറിവുണ്ടാവുക.

പുസ്തകങ്ങളാണ് സുബ്ബലക്ഷ്മിയുടെ സ്ഥിരം ചങ്ങാതിമാർ. വിജ്ഞാനത്തിലേക്കും കണ്ടെത്തലുകളിലേക്കും ഉള്ള വാതായനങ്ങൾ ആണ് പുസ്തകങ്ങൾ. എല്ലാം സുബ്ബലക്ഷ്മിയുടെ ജിജ്ഞാസയെ ഉണർത്തി. പ്രപഞ്ചത്തെയും അതിന്റെ അത്ഭുതങ്ങളെയും ആഘോഷിക്കുവാൻ സുബ്ബലക്ഷ്മി പഠിച്ചു. അവരുടെ വായന വ്യത്യസ്ത വിഷയങ്ങളിൽ പരന്നുകിടന്നു. കഥയും സാഹിത്യവും ഇംഗ്ലീഷിലും തമിഴിലും അവർ വായിച്ചു. താല്പര്യമുള്ള മറ്റ് വിഷയങ്ങളാണ് തത്ത്വശാസ്ത്രം, മനഃശാസ്ത്രം, ശാസ്ത്രം, ചരിത്രം, ദൃശ്യകലകൾ, മതഗ്രന്ഥങ്ങൾ, ആരോഗ്യവിജ്ഞാനം എന്നിവ. നിറഞ്ഞ യൗവനകാലത്ത് മദിരാശിയിൽ ജീവിച്ച ആറുവർഷം പുസ്തകങ്ങൾക്കായുള്ള തീവ്രമായ അന്വേഷണവും വായനയും ആയിരുന്നു.

1924–26 ഡയറിയിൽ മദിരാശിയിലെ കുടുംബാംഗങ്ങൾക്ക് ഉപഹാരമായി സുബ്ബലക്ഷ്മി കൊണ്ടുവന്ന പുസ്തകങ്ങളുടെ പേരുകൾ ഉണ്ട്. അരവിന്ദഘോഷിന്റെ *ഗീതയെക്കുറിച്ചുള്ള ഉപന്യാസങ്ങൾ*, യോഗസാധന, ടോൾസ്റ്റോയിയുടെ നാടകം, ടാഗോറിന്റെ വിദേശത്തുനിന്നുള്ള കത്ത്, ഗാന്ധിജിയുടെ *ആരോഗ്യമാർഗ്ഗദർശനം*, കൂടാതെ ജെ എച്ച് കസിൻസ്, ആനിബസെന്റ്, ഹരീന്ദ്രനാഥ ചതോപാധ്യായ എന്നിവരുടെ പുസ്തകങ്ങളും അവർ കൊണ്ടുവന്നവയിൽ ഉൾപ്പെടുന്നു. 'ലൈബ്രറിയിൽ നിന്നുള്ള പുസ്തകങ്ങൾ' എന്ന തലക്കെട്ടിനു താഴെ സുബ്ബലക്ഷ്മി എഴുതിയിരിക്കുന്ന പുസ്തകങ്ങളുടെ പേരുകളിൽനിന്നും പാഠ്യപദ്ധതിയുടെ സങ്കുചിതമായ ചട്ടക്കൂടിന്റെ നിയന്ത്രണങ്ങൾക്ക് അതീതമായ അവരുടെ വായനയുടെ പരപ്പ് വ്യക്തമാകുന്നു.

നോട്ടുബുക്കിലോ ലൈബ്രറിയിൽനിന്നും നല്കുന്ന രസീതിയുടെ പിന്നിലോ വളരെ ബുദ്ധിമുട്ടി താൻ വായിക്കുന്ന പുസ്തകങ്ങളുടെ പേരുകൾ സുബ്ബലക്ഷ്മി എഴുതി സൂക്ഷിച്ചിരുന്നു. അവയിൽ ശതപത *ബ്രാഹ്മണ, മാക്സ് മുള്ളർ, ചൈനയിലെ കലയും വാസ്തുവിദ്യയും ആഫ്രിക്കമാറ്റത്തിന്റെ വഴിയിൽ* എന്നിവ ഉൾപ്പെടുന്നു. വളരെ പിന്നോക്കം നില്ക്കുന്ന വിദൂരതീരദേശ ഗ്രാമങ്ങളിൽ, പരിഷ്കൃത സമൂഹവുമായി ബന്ധമില്ലാതെ ജീവിതത്തിന്റെ ഏറക്കാലവും ചെലവഴിച്ച ഒരാൾ ഇത്രയേറെ യാത്രാവിവരണ ഗ്രന്ഥങ്ങൾ വായിച്ചു എന്നത് വിരോധാഭാസമാണ്. *ഓൺ അലക്സാണ്ടേഴ്സ് ട്രാക്ക് ടു ദ ഇന്റസ് എക്രോസ് ദ ഗോബി ഡസർട്ട്, സെൻട്രൽ ഏഷ്യ ആന്റ് ടിബറ്റ് ടു വേർഡ്സ് ദ ഹോളിസിറ്റി ഓഫ് ലാസ, മാർക്കോ പോളോ,* പേഴ്സിബ്രൗണിന്റെ *പിക്ചറസ്ക്നേപ്പാൾ,* സാബാറ്റോണിന്റെ *ജാവ ആന്റ് സുമാത്ര:* ഡച്ച് ഈസ്റ്റ് ഇന്റീസ്. എന്നിവ സുബ്ബലക്ഷ്മി വായിച്ച യാത്രാവിവരണങ്ങളിൽ പെടുന്നു. ബുദ്ധ

മതഗ്രന്ഥങ്ങളുടെ ഒരു നീണ്ടനിരയും സുബ്ബലക്ഷ്മി സൂക്ഷിച്ചിരുന്നു. ബുദ്ധമതത്തോടുള്ള അമ്മയുടെ താല്പര്യത്തെക്കുറിച്ചും അവർ വായിച്ച പുസ്തകങ്ങളായ സോണ്ടേഴ്സിന്റെ *ഹാർട്ട് ഓഫ് ബുദ്ധിസം*, ചാൽമേഴ്സിന്റെ *ബുദ്ധാസ് ടീച്ചിങ്സ്*, ബെനറ്റിന്റെ *ബുദ്ധിസം ലോങ് ഡിസ്കോഴ്സ് ഓഫ് ബുദ്ധ* എന്നിവയെക്കുറിച്ചും പങ്കജം എന്നോട് പറഞ്ഞിട്ടുണ്ട്.

ജീവിതത്തിൽ ഒരിക്കൽപ്പോലും സ്കൂളിൽ പോകാത്ത ഒരാളുടെ പക്കൽ ഇത്രയേറെ സർവ്വകലാശാല ലൈബ്രറി രസീതുകൾ എങ്ങനെ ഉണ്ടായി? മദിരാശിയിൽ ആയിരുന്നപ്പോൾ സർവ്വകലാശാലാ ലൈബ്രറിയിലെയും കണ്ണിമേറാ ലൈബ്രറിയിലെയും വൻപുസ്തകശേഖരത്തിൽ ആകർഷിക്കപ്പെടുകയും അവ ലഭിക്കണമെന്ന് ആഗ്രഹിക്കുകയും ചെയ്തു. 1927 ഒക്ടോബർ 16 ന് ലൈബ്രേറിയൻ എസ് ആർ രങ്കനാഥനെഴുതിയ ഒരു കത്ത് അമൂല്യനിധിയായി സുബ്ബലക്ഷ്മിയുടെ പെട്ടിയിൽ സൂക്ഷിച്ചു വച്ചിട്ടുണ്ടായിരുന്നു. “അംഗത്വത്തിനായി നല്കിയ അപേക്ഷ ലൈബ്രറിക്കമ്മിറ്റി അംഗീകരിച്ചു എന്നറിയിക്കുന്നതിൽ സന്തോഷമുണ്ട്.” ഇത് അവർ സാധിച്ചെടുത്തത് ആരുടെയെങ്കിലും സഹായത്താലോ സ്വാധീനത്താലോ അല്ല. പാരമ്പര്യഹിന്ദുസമൂഹം തനിക്ക് അനുവദിക്കാത്ത, വിദ്യാഭ്യാസം എന്ന പ്രത്യേക അവകാശത്തോടുള്ള തന്റെ അദമ്യമായ താല്പര്യം ലൈബ്രേറിയനെ ബോദ്ധ്യപ്പെടുത്തിക്കൊണ്ടുമാത്രമാണ്. സുബ്ബലക്ഷ്മി എവിടെയാണെങ്കിലും ലൈബ്രേറിയനുമായുള്ള കത്തിടപാട് തുടരുകയും അവർക്കു താല്പര്യമുള്ള വിഷയങ്ങളെ കുറിച്ചുള്ള പുസ്തകങ്ങളുടെ വിവരങ്ങൾ തിരക്കുകയും ചെയ്തിരുന്നു. ഉദാഹരണത്തിന് ലൈബ്രേറിയൻ 1940 ജൂലൈ 12 ന് അയച്ച ഒരു കത്തിൽ ഇങ്ങനെ പറയുന്നു, “മനഃശാസ്ത്രത്തിൽ ആയിരത്തിലേറെ പുസ്തകങ്ങൾ ഉണ്ട്. ആരെയെങ്കിലും ഇങ്ങോട്ട് അയക്കാൻ കഴിഞ്ഞാൽ ആ പുസ്തകങ്ങളുടെ പട്ടിക എഴുതി എടുക്കാനുള്ള അവസരം ഞാൻ ഉണ്ടാക്കാം.”

കർശനമായി തന്റെ ചുമതലകളിൽപ്പെടുന്നില്ലെങ്കിൽ കൂടി അവരെ സഹായിക്കേണ്ടത് തന്റെ കടമയായി ലൈബ്രേറിയനെ തോന്നിപ്പിക്കുന്നവിധം ഉള്ള സുബ്ബലക്ഷ്മിയുടെ വിജ്ഞാനദാഹം എന്നെ അത്ഭുതപ്പെടുത്തി.

സുബ്ബലക്ഷ്മി ഇടയ്ക്കിടെ പുസ്തകങ്ങൾ വാങ്ങാറും ഉണ്ട്. പണം ലഭിക്കുവാനുള്ള വഴികൾ സുബ്ബലക്ഷ്മിക്ക് വളരെ കുറവായിരുന്നെങ്കിലും അമ്മയോ സഹോദരിയോ വല്ലപ്പോഴും നല്കുന്നതായിരിക്കും പുസ്തകം വാങ്ങുവാൻ സുബ്ബലക്ഷ്മി ഉപയോഗിച്ചിരുന്നത്. അയവില്ലാത്ത സ്കൂൾ പാഠ്യപദ്ധതിക്കുള്ളിൽ നിന്നുകൊണ്ടല്ലാതെയുള്ള സ്വയം വിദ്യാഭ്യാസത്തിലൂടെ ജീവിതത്തെ സമ്പുഷ്ടമാക്കുവാനാണ് സുബ്ബലക്ഷ്മി ശ്രമിച്ചത്. വളരെ ചെറുപ്പത്തിലേ നോവലുകൾ വായിച്ച് മുഷിഞ്ഞതിനാൽ കൂടുതൽ ഉത്തേജനം നല്കുന്നതും വെല്ലുവിളികൾ ഉയർത്തുന്നതുമായ തികച്ചും അപരിചിതമായ ശാസ്ത്രവിഷയങ്ങളി

ലേക്ക് അവർ ശ്രദ്ധ തിരിച്ചു. അങ്ങനെയാണ് സിഗ്മണ്ട് ഫ്രോയിഡിന്റെ *ആൻ ഔട്ട് ലൈൻ ഓഫ് സൈക്കോ അനാലിസിസ്* ട്രിഡോണിന്റെ *സൈക്കോ അനാലിസിസ്,* ഡബ്ല്യൂ ഗെയിംസിന്റെ *ടെക്സ്റ്റ് ബുക്ക് ഓഫ് സൈക്കോളജി വിത്ത് ഗെയിംസ്,* ഹക്സ്ലിയുടെ *ഡിസ്കോഴ്സസ്, ബയോളജിക്കൽ ആന്റ് ജിയോളജിക്കൽ* എന്നിവ സുബ്ബലക്ഷ്മി കൈകാര്യം ചെയ്തത്.

സുബ്ബലക്ഷ്മിയുടെ പെട്ടിയിൽ ഉണ്ടായിരുന്ന മറ്റൊരു പുസ്തകം എഡ്ഗാർസ്റ്റോയുടെ *ചൈനയ്ക്കു മുകളിൽ രക്തനക്ഷത്രം* ആണ്. ഈ പുസ്തകത്തിനോടുള്ള അവരുടെ പ്രതികരണം ഇപ്പോഴും ദുരൂഹമായി തുടരുന്നു. അവരുടെ പുസ്തകപ്പട്ടികയിൽ കാൾ മാർക്സിന്റെ *മൂലധ നവും* ഉണ്ടായിരുന്നു. ഒരു പുസ്തകം കണ്ടതുകൊണ്ടും പട്ടികയിൽ ഒരു പേരുകണ്ടതു കൊണ്ടും സുബ്ബലക്ഷ്മിക്ക് മാർക്സിയൻ ദർശന ത്തിനോടോ വിപ്ലവരാഷ്ട്രീയത്തോടോ എന്തെങ്കിലും തരത്തിലുള്ള താല്പര്യമോ അറിവോ ഉണ്ടായിരുന്നതായി കരുതാനാവില്ല. എന്നാൽ കമലാദേവി ചതോപാധ്യായുമായുള്ള സൗഹൃദം സുബ്ബലക്ഷ്മിയിൽ ജിജ്ഞാസ ഉണർത്തിയെന്ന് ന്യായമായും സംശയിക്കാനാകും. ഈ കാലമായപ്പോഴേക്കും ബർലിനിൽ പൊലീസ് അന്വേഷിക്കുന്ന വിപ്ലവ കാരിയായി മാറിയ ഭർതൃസഹോദരൻ വീരേന്ദ്രനാഥ് ഉൾപ്പെടെ നിരവധി മാർക്സിസ്റ്റ് വിപ്ലവകാരികളുമായി കമലാദേവി പരിചയപ്പെട്ടിരുന്നു. കമ ലാദേവി ബർലിനിൽ പോയപ്പോൾ വീരേന്ദ്രനാഥിന്റെ വീട്ടിൽ താമസി ക്കുകയും ചൈനയിൽ ചെമ്പടയുടെ നേതൃത്വത്തിൽ നടന്ന ലോങ് മാർച്ചിൽ പങ്കെടുക്കുകയും ചെയ്ത അമേരിക്കക്കാരിയായ ആഗ്നസ് സ്മെഡ്ലെയിൽനിന്നും ചൈനീസ് കമ്യൂണിസ്റ്റ് പാർട്ടിയെ കുറിച്ച് മന സ്സിലാക്കിയിരുന്നു.

വിശ്വഭാരതി, മോഡേൺ റിവ്യൂ തുടങ്ങിയ ആനുകാലികങ്ങൾ സ്ഥിര മായി വായിക്കുന്ന സുബ്ബലക്ഷ്മി മനുഷ്യബന്ധങ്ങളെക്കുറിച്ചും പൊതു നന്മയ്ക്കുവേണ്ടിയുള്ള അന്വേഷണങ്ങളും ചൈനയിലും റഷ്യയിലും വർഗ്ഗചൂഷണത്തിനെതിരായി ഉയർന്നുവന്ന പ്രസ്ഥാനങ്ങളും 1920 കളിലെ ചൈനയെ കുറിച്ചുള്ള ആഗ്നസ് സ്മെഡ്ലെയുടെ നിരീക്ഷണങ്ങളും മറ്റും അറിയാതിരിക്കുവാൻ തരമില്ല. "ചിയാങ് കൈഷെക്കിന്റെ കീഴിലുള്ള കുമിന്താങ് രഹസ്യപ്പൊലീസും കമ്യൂണിസ്റ്റുകാരും തമ്മിലുള്ള സംഘർഷങ്ങളും, കുമിന്താങ് രഹസ്യപ്പൊലീസ് അഴിച്ചുവിടുന്ന കൊടിയ പീഡനങ്ങളും, കിയാങ്സിയിൽ ഉയർന്നുവന്ന കമ്യൂണിസ്റ്റ് ഭരണകൂട ത്തെക്കുറിച്ചും." മറ്റും റിപ്പോർട്ടു ചെയ്യാനാണ് സ്മെഡ്ലെ ചൈനയിൽ പോയത്. കമ്യൂണിസ്റ്റ് ഹെഡ് ക്വാർട്ടേഴ്സായ യെന്നനിൽ പോയ സ്മെഡ്ലെ നിരവധി കമ്യൂണിസ്റ്റ് നേതാക്കന്മാരെ നേരിൽ കാണുകയും ചെയ്തു. അങ്ങനെയാണ് *റെഡ് ആർമി മാർച്ചസ്* എന്ന ഐതിഹാസിക ഗ്രന്ഥത്തിൽ ചെമ്പടയുടെ ലോങ് മാർച്ചിനെക്കുറിച്ച് എഴുതാൻ ആഗ്നസ് സ്മെഡ്ലേക്കു കഴിഞ്ഞത്.

സോവിയറ്റ് യൂണിയനിലെ രാഷ്ട്രീയത്തെക്കുറിച്ചാകട്ടെ, സുബ്ബല

ക്ഷ്മിയുടെ പ്രിയപ്പെട്ട തമിഴുകവി ഭാരതി ഇങ്ങനെ എഴുതിയിട്ടുണ്ട് "ഈ യുഗത്തിൽ ഭൂമിയെ പിടിച്ചുക്കുലുക്കിയ വിപ്ലവം." ചിറകുമുളച്ചു പറന്നു തുടങ്ങിയ സോവിയറ്റ് രാജ്യത്ത് വിവാഹ ആചാരങ്ങളിലും ചടങ്ങുക ളിലും കൊണ്ടുവരുന്ന വിപ്ലവകരമായ മാറ്റങ്ങളെ കുറിച്ച് *സ്ത്രീധർമ്മ*ത്തിൽ പരാമർശങ്ങൾ ഉണ്ടാകാറുണ്ടായിരുന്നു. പുത്തൻ റഷ്യൻ വിവാഹ നിയമങ്ങളുടെ ലക്ഷ്യം യഥാർത്ഥസമത്വത്തിൽ അധി ഷ്ഠിതമായ വിവാഹമാണെന്ന് പ്രഖ്യാപിക്കപ്പെട്ടു. "ആചാരങ്ങളില്ലാതെ നടക്കുന്ന സ്ഥായിയായ വിവാഹ ബന്ധങ്ങളും സാധുവായി കണക്കാ ക്കാമെന്നും" പുരുഷന്മാർക്ക് കുടുംബത്തിന്റെ ഉത്തരവാദിത്വങ്ങൾ അതി നാൽ ഒഴിവാക്കാനാവില്ലെന്നും "വീട്ടിനുള്ളിൽ ഭാര്യ ചെയ്യുന്ന ജോലി കുടുംബത്തിലേക്കുള്ള സംഭാവനയായി കണക്കാക്കണമെന്നും" *സ്ത്രീധർമ്മം* എഴുതി. മാത്രമല്ല, 'ഭാര്യക്കും ഭർത്താവിനും ഇതേ കാര ണങ്ങളാൽ വിവാഹമോചനത്തിനനുവാദം ഉണ്ടാകണ'മെന്നും *സ്ത്രീധർമ്മം* അഭിപ്രായപ്പെട്ടു (1925 ഡിസംബർ).

മദിരാശിയിൽ താമസിക്കുമ്പോഴാണ് സുബ്ബലക്ഷ്മി ഇത് വായിച്ച തെങ്കിൽ വളരെയേറെ ആത്മാഭിമാനം തോന്നുമായിരുന്നു. കാരണം റഷ്യ യിൽ വിപ്ലവത്തിനുശേഷം സ്ത്രീകൾക്ക് വിവാഹശേഷവും സ്വന്തം പേര് അതേപടി നിലനിർത്താൻ അനുവദിക്കുന്നതിനു മുൻപുതന്നെ സുബ്ബ ലക്ഷ്മി 'എസ് സുബ്ബലക്ഷ്മി' എന്നു മാത്രമേ ഒപ്പിടുമായിരുന്നുള്ളൂ. അച്ഛന്റെ പേര് ഇൻഷ്യൽ ആയി മാത്രമാണ് എഴുതിയിരുന്നത്.

സുബ്ബലക്ഷ്മിയുടെ പുസ്തകങ്ങളെ കുറിച്ച് പറയുമ്പോൾ ലളിത ഒരു പുസ്തകത്തിന്റെ കാര്യം കൂടി പറയുന്നുണ്ട്. അത് ഇന്ത്യൻ സ്ത്രീക ളുടെ വിദ്യാഭ്യാസത്തിനു വേണ്ടിയും വിധവാക്ഷേമത്തിനുവേണ്ടിയും പ്രവർത്തിച്ച പ്രശസ്ത പണ്ഡിതയും സാമൂഹ്യപ്രവർത്തകയുമായ പണ്ഡിത രമാബായി എഴുതിയതോ അവരെ കുറിച്ചുള്ളതോ ആയ പുസ്തകമാണ്. കമലാദേവിയിൽ നിന്നായിരിക്കണം പണ്ഡിത രമാബാ യിയെ കുറിച്ച് സുബ്ബലക്ഷ്മി ആദ്യം അറിഞ്ഞത്.

> ഈ കാലഘട്ടത്തിലെ ഏറ്റവും ഉന്നതയായ ഇന്ത്യൻ സ്ത്രീയാ ണവർ. അവരുടെയത്ര പാണ്ഡിത്യവും ബുദ്ധിവൈഭവവും തെളിഞ്ഞ ദാർശനവും മനുഷ്യരാശിയോടുള്ള കാരുണ്യവും നിറ ഞ്ഞൊഴുകുന്ന സ്നേഹവും സേവനത്തോടുള്ള പ്രതിബദ്ധതയും ഉള്ള മറ്റൊരു സ്ത്രീ ഇതിനു മുൻപോ പിൻപോ ഉണ്ടായിട്ടില്ല.

എന്നാണ് കമലാദേവി എഴുതിയിട്ടുള്ളത്. 1889 ൽ പൂനെയിൽ ശാരദാസദൻ എന്ന പേരിൽ വിധവകൾക്കും അനാഥപെൺകുട്ടികൾക്കും വേണ്ടി പണ്ഡിത രമാബായി ഒരു സ്ഥാപനം ആരംഭിച്ചിരുന്നു.

സുബ്ബലക്ഷ്മിയുടെ തമിഴ്പുസ്തകങ്ങളുടെ ശേഖരവും വളരെ ഗംഭീരമായിരുന്നു. പക്ഷേ, അവർക്കു താല്പര്യമുള്ള വിഷയങ്ങളിൽ ലഭിച്ച പുസ്തകങ്ങൾ കൂടുതലും ഇംഗ്ലീഷിലായിരുന്നതുകൊണ്ട് കൂടു തൽ സമഗ്രം അതു തന്നെയായിരുന്നു. ലൈബ്രറിയിൽ നിന്നെടുത്ത

പുസ്തകങ്ങളെ കുറിച്ച് വളരെ ചിട്ടയായും കൃത്യമായും ആണവർ എഴുതിവെച്ചിരുന്നത്. തമിഴു സാഹിത്യത്തിലെ അവരുടെ താല്പര്യം മനസ്സിലാകുന്നത് ചില നോട്ടു പുസ്തകങ്ങൾ, പ്രസിദ്ധീകരണശാലകളുടെ കാറ്റലോഗുകൾ, എഴുത്തുകാരുടെ വിവരണങ്ങൾ കുറിച്ചുവച്ചിരിക്കുന്ന കടലാസുകൾ, പുസ്കങ്ങളെക്കുറിച്ചുള്ള പരസ്യങ്ങൾ എന്നിവയിൽ നിന്നുമായിരുന്നു.

നോട്ടുപുസ്തകങ്ങളിൽ കവിതകളും പാട്ടുകളും സുബ്ബലക്ഷ്മി പകർത്തി വച്ചിരുന്നു. അതിപ്രശസ്തമായ നാടൻ പാട്ടുകൾ അവർ പകർത്തിവെച്ചതിൽപ്പെടുന്നു.

ഒന്ന് അടിച്ചമർത്തുന്ന വ്യവസ്ഥിതിക്കെതിരെ ശബ്ദം ഉയർത്തുന്ന ഒരു സ്ത്രീയെ കുറിച്ചുള്ള 'മുത്തുവിരായി' എന്ന പാട്ടും മറ്റൊന്ന് 'ഓരാൻ ഓരാൻ തോട്ടത്തിലെ' എന്ന, കൊളോണിയൽ ഭരണാധികാരികളുടെ സാമ്പത്തിക ചൂഷണത്തിനെതിരായ പാട്ടും ആണ്. (ഇപ്പോഴും രണ്ടാമത്തെ പാട്ട് ചൂഷണത്തിനിരയായ – അത് ആഗോളവല്ക്കരണം ആയാലും – ജന്മിത്തം ആയാലും പ്രതിപാദ്യങ്ങളിൽ കടന്നുവരാറുണ്ട്.

സുബ്ബലക്ഷ്മിയുടെ നോട്ടുപുസ്തകത്തിൽ കണ്ട മറ്റ് പാട്ടുകൾ ആണ്ടാളുടെ 'തിരുപാവൈ' യും നാത്രിണൈ, അയിംഗുരുനൂറു എന്നിവയിലെ സംഘം കവിതകളും ആണ്. സംഘം കവിതകൾ തമിഴ് സംസ്കാരത്തിൽ ചെലുത്തിയ സ്വാധീനത്തെ കുറിച്ചറിയുന്നത് ഉചിതമായിരിക്കും. പത്തൊമ്പതാം നൂറ്റാണ്ടിന്റെ അവസാനത്തെ രണ്ടു പതിറ്റാണ്ടിലും ഇരുപതാം നൂറ്റാണ്ടിന്റെ ആദ്യ പതിറ്റാണ്ടിലും മാത്രമാണ് സംഘം കവിതകൾ കണ്ടെത്തിയത്. ചില പണ്ഡിതന്മാരോട് അതിന് നന്ദി പറയേണ്ടിയിരിക്കുന്നു. പനയോലയിൽ കുറിച്ചിട്ട ഈ കവിതകൾ കണ്ടെത്തുകയും അങ്ങനെ സംസ്കൃതം ആണ് ഇന്ത്യയിലെ ഏറ്റവും പുരാതന ഭാഷ എന്ന നിലവിലുള്ള ധാരണയ്ക്ക് വെല്ലുവിളി ഉയർത്തുകയും ചെയ്തു. പണ്ഡിതന്മാരുടെ ഇടയിൽ വിവാദം കത്തിക്കയറി. രണ്ട് രീതിയിലായിരുന്നു വിവാദം. ഒന്ന് കോളനിവാഴ്ചയ്ക്കു മുൻപ് നിലനിന്ന സാംസ്കാരിക മേല്ക്കോയ്മ ചൂണ്ടിക്കാണിക്കുന്ന ബ്രിട്ടീഷ് വിരുദ്ധ തന്ത്രമെന്ന നിലയിൽ; രണ്ടാമത്തേത്, ആര്യ–ദ്രാവിഡ വിഭജനത്തിന് ഒരു ഞൊട്ടുകൊടുക്കുക എന്നതും. ഈ പദ്യഭാഗങ്ങൾ സുബ്ബലക്ഷ്മി പകർത്തിവച്ചത് തുടർച്ചയായ വാചകങ്ങൾ ആയാണ്. വരികൾ തീരുമ്പോൾ കുത്തിട്ടിരുന്നു. മറ്റൊരു പുരാതന ഗ്രന്ഥമായ *അകനാനൂറി* ലെ കവിതകളും അവർ കുറിച്ചെടുത്തിരുന്നു.

രണ്ടു പുസ്തകങ്ങളുടെ പരസ്യങ്ങളും സുബ്ബലക്ഷ്മി പകർത്തി സൂക്ഷിച്ചിരുന്നു. ഒന്ന് 6–ാം നൂറ്റാണ്ടിലെ ബുദ്ധമതഗ്രന്ഥത്തിന്റെ തമിഴ് വ്യാഖ്യാനമായ ജി കൃഷ്ണസ്വാമി അയ്യങ്കാരുടെ *മണിമേഖല*. അന്ന് മദ്രാസ് സർവ്വകലാശാല ലൈബ്രറിയിൽ ലഭ്യമായിരുന്ന ബുദ്ധമതഗ്രന്ഥങ്ങളോടുള്ള സുബ്ബലക്ഷ്മിയുടെ താല്പര്യം ചേർത്തുവച്ച് വായിക്കാവുന്നതാണ്. മയൂരം വേദനായകംപിള്ളയുടെ *പെൺ മതിമാലൈ*യുടെ പരസ്യവും സുബ്ബലക്ഷ്മി പകർത്തി സൂക്ഷിച്ചിരുന്നു. സ്ത്രീകളുടെ

ജീവിതം സംബന്ധിച്ച പ്രബോധനകവിതകളുടെ സമാഹാരമാണത്. എന്നാൽ ഈ രണ്ടു പുസ്തകങ്ങളും സുബ്ബലക്ഷ്മി വായിച്ചിട്ടുണ്ടോയെന്ന് മനസ്സിലാക്കുവാൻ കഴിയുന്ന യാതൊരു തെളിവും ഇല്ല.

മറ്റ് ചില എഴുത്തുകാരുടെയും പുസ്തകങ്ങളുടെയും പേരുകൾ എഴുതിയ മറ്റൊരു കഷ്ണം കടലാസും ഞങ്ങൾക്കു കിട്ടി. ഇതിൽ ഭാരതി, മുത്തു താണ്ടവർ (തമിഴ്പദ്യങ്ങൾ എഴുതിയിരുന്ന 19-ാം നൂറ്റാണ്ടിലെ കവി), *വാത്മീകിരാമായണം,* അരുണാചല കവിരായർ(*രാമനാടക കീർത്തനൈ* എഴുതിയ 19-ാം നൂറ്റാണ്ടിലെ പ്രശസ്ത എഴുത്തുകാരൻ) ഗാന്ധി, മാധവയ്യ, രാജം അയ്യർ(ആദ്യകാല തമിഴ് നോവലിസ്റ്റുകൾ) പ്രേമകല വൈദ്യം (ഗുരുസ്വാമി ശർമ്മയുടെ നോവൽ) *നാലായിര ദിവ്യപ്രബന്ധം* (7-ാം നൂറ്റാണ്ടിലെ വൈഷ്ണവ ഭക്തി കവിത) *നന്ദനാർ* (ഗോപാല കൃഷ്ണ ഭാരതീയരുടെ കീർത്തനം) എന്നിവ ഉൾപ്പെടുന്നു.

ഈ പട്ടികയിൽനിന്നും വ്യക്തമാകുന്നത് സുബ്ബലക്ഷ്മിക്ക് തമിഴ് കീർത്തനപാരമ്പര്യത്തോടും പുത്തൻ തമിഴുസർഗ്ഗസാഹിത്യത്തോടുമുള്ള താല്പര്യത്തെയാണ്. തമിഴ് സാഹിത്യചരിത്രം സ്ത്രീവായനക്കാരെ മുൻവിധിയോടെയാണ് സമീപിച്ചിരിക്കുന്നത്. വടുവോർ ദുരൈസ്വാമി അയ്യങ്കാരുടെ ജനപ്രിയ നോവലുകൾ ഓരോ മാസത്തേയും 'ആ മൂന്നു ദിവസങ്ങളിൽ' സ്ത്രീകൾക്കു വായിക്കുവാൻ വേണ്ടിയുള്ളവയാണത്രെ! എന്തായാലും സുബ്ബലക്ഷ്മിയുടെ വായനാരീതി സ്ത്രീവായനക്കാരുടേതിനു വിരുദ്ധമായിരുന്നു.

സുബ്ബലക്ഷ്മി തിരഞ്ഞെടുത്ത പുസ്തകങ്ങളിൽനിന്നും കാണാനാകുന്നത് നിയന്ത്രണങ്ങൾ ചെറുക്കുകയും ആരു കാണാതെ, ശ്രദ്ധിക്കാതെ ചിറകുകൾ ഉണ്ടാകുകയും ലോകത്തെ ഉയർന്നുവരുന്ന മാറ്റങ്ങളിൽ ജാഗരൂകയാകുകയും എന്നാൽ സജീവ പങ്കാളിത്തത്തിലൂടെ ശ്രദ്ധാകേന്ദ്രമായിത്തീരുകയും ചെയ്യുന്ന ഒരു ലോകവീക്ഷണമാണ്. വിജ്ഞാനം ശക്തിയാണെങ്കിൽ അറിവു നേടുന്ന പ്രക്രിയ ഒരു സമരമാണ്. സുബ്ബലക്ഷ്മി അക്ഷീണമായ പോരാട്ടത്തിലായിരുന്നു.

വായന എന്നും സുബ്ബലക്ഷ്മിക്ക് ഏറ്റവും പ്രിയപ്പെട്ടതായിരുന്നു. മാത്രമല്ല 1927 ൽ മദിരാശി വിട്ടശേഷം മനോരോഗം പിടികൂടിയ 60 കൾവരെ സുബ്ബലക്ഷ്മിയുടെ ഏകപ്രവർത്തനം വായനയായിരുന്നു എന്നു പറയാം. സുബ്ബലക്ഷ്മിയുടെ കാലത്തെ ഏറ്റവും പ്രശസ്ത പുസ്തകശാലയായ ഹിഗ്ഗിൻ ബോതംസിലെ പുസ്തകങ്ങളെക്കുറിച്ചുള്ള അനേകം കുറിപ്പുകൾ അവരുടെ തകരപ്പെട്ടിയിൽ ഉണ്ടായിരുന്നു. എല്ലാ കൊച്ചുമക്കളും പുസ്തകവുമായി അവരെ ബന്ധപ്പെടുത്തുന്നു. ലളിത ഓർക്കുന്നു. ഏറ്റവും പ്രിയപ്പെട്ട പുസ്തകങ്ങൾ സൂക്ഷിക്കുന്ന വലിയ തടിഅലമാര തുറക്കുന്നതും ശാന്തിനികേതനിൽ നിന്നോ മദ്രാസിൽ നിന്നോ വരുത്തിയ പുസ്തകങ്ങൾ അവർ കൈകാര്യം ചെയ്യുന്നതും പൊടിതട്ടിയ ശേഷം ആവശ്യമുള്ളവ എടുക്കുന്നതും ബാക്കി തിരികെ വയ്ക്കുന്നതുമെല്ലാം പുസ്തകങ്ങളുടെ മൂല്യത്തെ കുറിച്ച് ഞങ്ങൾക്ക് മനസ്സിലാക്കി തന്നിരുന്നു. ഇന്ത്യൻക്ഷേത്രകലയെക്കുറിച്ചുള്ള പുസ്തകവും തടിയിലെ കൊത്തുപണിയുടെ ചിത്രങ്ങളുള്ള ഒരു പുസ്തകവും

എടുക്കാൻ അവർ അമ്മയെ ഇടയ്ക്ക് അനുവദിച്ചിരുന്നു. അമ്മ അതു ഞങ്ങൾക്ക് കാട്ടിത്തന്നിരുന്നു. അതിലെ ചിത്രങ്ങൾ പകർത്താൻ അമ്മ ശ്രമിച്ചിരുന്നു. പുസ്തകങ്ങളും പെയിന്റിങ്ങുകളും ജീവിതത്തിന്റെ ആസ്വാദ്യകരമായ അനുഭവങ്ങൾക്കിട നല്കുന്നുവെന്ന് ഞങ്ങൾക്ക് തിരിച്ചറിയാൻ കഴിഞ്ഞു.

പ്രകൃതി

"ഇന്നലെ രാത്രി അന്ധകാരം കൊടുങ്കാറ്റിനാൽ ഉന്മത്തമാക്കപ്പെട്ടപ്പോൾ രാത്രിയുടെ മൂടുപടം പോലെയുള്ള മഴ കാറ്റിൽ പിന്നിക്കീറിപോയപ്പോൾ........."

സുബ്ബലക്ഷ്മിയുടെ ഡയറിയിൽ ടാഗോറിന്റെ വരികൾ
'ഭാരതിയുടെ 'വെണ്ണിലാ' പാടുന്നതിന് യോജിച്ച രാത്രി'.

ഡയറികുറിപ്പ്

സുബ്ബലക്ഷ്മിയെ ആഴത്തിൽ സ്പർശിച്ച നിലാവുള്ളരാത്രികളെ കുറിച്ച് അനേകം വ്യത്യസ്തരീതികളിൽ അവർ കുറിക്കുന്നു, "മനോഹരമായ നിലാവുള്ള രാത്രി, വെളുത്തമേഘപാളികൾക്കിടയിൽ അമ്പിളി, കടൽ വശ്യമായി തിളങ്ങുന്നു", "തിളങ്ങുന്ന പൂർണ്ണ ചന്ദ്രൻ, ഒരു സുവർണ്ണത്തകിടുപോലെ, ഉദിച്ച് അല്പനേരം കഴിഞ്ഞപ്പോൾ! പിന്നീട് അത് മാന്തളിരുകളെ വെള്ളിസ്വപ്നങ്ങൾ പോലെയാക്കി തീർത്തു. മദിരാശിയിൽ മനോഹരമായ നിലാവുള്ള രാത്രികളിൽ തിരുവാൺമിയൂരിലെ ക്രൗഞ്ച പക്ഷികളുടെ ശബ്ദത്തിനു പകരം തവളകളുടെ സംഘഗാനം". സുബ്ബലക്ഷ്മിയുടെ സൂക്ഷ്മമായ പ്രകൃതിനിരീക്ഷണം അവരുടെ എഴുത്തിൽ കാണാം. "അത്ഭുതകരമാം വിധം മനോഹരമായ രാത്രി. പത്തുമണിക്കു ശേഷം വടക്കുനിന്നുള്ള മേഘങ്ങൾ കിഴക്കേ ആകാശ ചരിവിനുമേലെ നീലത്തിൽ പ്രവഹിക്കുമ്പോൾ പുതിയതായ ചന്ദ്രൻ ഉദിച്ചുയരുന്നു. പക്ഷേ, പെട്ടെന്ന് കിഴക്കുനിന്നുള്ള ഇരുണ്ട മേഘങ്ങൾ ഉയർന്നുവരികയും പടിഞ്ഞാറേയ്ക്കു നീങ്ങുകയും അങ്ങനെ ആദ്യത്തെ കാഴ്ചയെ മായ്ക്കുകയും ചെയ്യുന്നു". ഋതുക്കളുടെ മാറുന്ന ഭാവങ്ങളും ചുറ്റിനുമുള്ള നിറങ്ങളും ശബ്ദങ്ങളും ആണ് അവരുടെ ലോകത്തു നിറഞ്ഞുനിന്നിരുന്നത്. അവയ്ക്കെല്ലാം ഡയറിയിൽ ഇടം ലഭിക്കുകയും ചെയ്തു. "സായാഹ്നത്തിൽ ഗംഭീരമായ കാഴ്ച.. ഇരുണ്ട സ്വർഗ്ഗത്തിന്റെ പശ്ചാത്തലത്തിൽ, വടക്കുനിന്നും തെക്കോട്ടു നീണ്ടുകിടക്കുന്ന വെണ്മയേറിയ മേഘക്കൂട്ടം... നീങ്ങുന്നു... ഭയാനകമായ ഇടിയോടു കൂടി പിന്നീട് അലറിപ്പെയ്യുന്ന മഴയായി അലിഞ്ഞു". ഇത് ഗുരുദേവന്റെ കവിതയെ ഓർമ്മിപ്പിക്കുന്നു. ജൂലൈയിലെ മഴകൂടിയ രാത്രികളിൽ ഗർജ്ജിക്കുന്ന മേഘങ്ങളുടെ രഥത്തിലേറി അവൻ വരുന്നു, അവൻ എല്ലായ്പ്പോഴും വരുന്നു." വീണ്ടും ഒരു വിശദമായ കുറിപ്പ്, "അപൂർവ്വ സുന്ദരമായ ഒരു സായാഹ്നം, സൂര്യാസ്തമയത്തോടെ നിലച്ച ആദ്യമഴ, പടിഞ്ഞാറെ ചരുവിൽ സൂര്യന്റെ സാന്നിദ്ധ്യം അറിയിക്കുന്ന വിവരണാതീതമായ സുവർണ്ണ ഛായ-മങ്ങിയ മഴവില്ലിനിടയാക്കുന്നു"

മരങ്ങൾ, പക്ഷികൾ, ചെടികൾ, ആകാശം, മേഘങ്ങളുടെ കൂട്ടങ്ങൾ, മഴ, ഇടിമിന്നൽ തുടങ്ങിയവയെക്കുറിച്ചുള്ള സൂക്ഷ്മനിരീക്ഷണങ്ങളിലെല്ലാം സുബ്ബലക്ഷ്മിയുടെ പ്രകൃതിയോടുള്ള സ്നേഹം കാണാനാകും. സുബ്ബലക്ഷ്മിയെക്കുറിച്ച് അവരുടെ അനന്തിരവൻ ഭൂപാൽ സംസാരിക്കുമ്പോൾ പറഞ്ഞത് തങ്ങളെ കാണുന്നതിനായി വരുമ്പോഴെല്ലാം ഏതെങ്കിലും കുറ്റിക്കാട്ടിൽ അവർ കുനിഞ്ഞുനിന്ന് ഏതെങ്കിലും ഒരു കുഞ്ഞിക്കിളിയെ കാണുവാൻ ശ്രമിക്കുന്നതിനെക്കുറിച്ചാണ്. പക്ഷിനിരീക്ഷണം സുബ്ബലക്ഷ്മി ഏറെ ഇഷ്ടപ്പെട്ടിരുന്നു. പല കിളികളുടേയും പേരുകൾ അവർ പഠിച്ചു വച്ചിരുന്നു. അവരുടെ ഡയറിയിൽ പക്ഷികളെക്കുറിച്ചും പ്രകൃതിയെക്കുറിച്ചും ഉള്ള അനേകം കുറിപ്പുകൾ ഉണ്ടായിരുന്നു. ഗ്രേസിൽനിന്നും പക്ഷിശാസ്ത്രം സുബ്ബലക്ഷ്മി കുറച്ച് പഠിച്ചിരുന്നു. ധാരാളം മരങ്ങളുള്ള ഒറ്റപ്പെട്ട സ്ഥലങ്ങളിൽ താമസിക്കുകയും പല പക്ഷിസംബന്ധമായ പുസ്തകങ്ങൾ വായിക്കുകയും ചെയ്തതിനാൽ പക്ഷിനിരീക്ഷണം സജീവമായി നിലനിർത്താൻ അവർക്കായി. ഓരോ ചെറിയ ചലനവും നിരീക്ഷിക്കുകയും വിശദമായി അതേക്കുറിച്ചവർ എഴുതുകയും ചെയ്തു. "കൊറ്റികൾ തീറ്റയ്ക്കായി തെക്കോട്ടു പറക്കുന്നു; അതിരാവിലെ'', ''സൂചീമുഖി പക്ഷി മാമ്പൂവിൽ കൊത്തുന്നു", "തൂക്കണാം കുരുവിക്കൂട്ടിൽനിന്നും ഒരു പെൺകിളി എത്തിനോക്കുന്നു". "കുരുവി അടയിരിക്കുന്നു" ഒടുവിൽ "രണ്ട് കുരുവിക്കുഞ്ഞുങ്ങൾ കൂടിനു പുറത്തേക്ക് നോക്കുന്നു. അമ്മക്കിളി തീറ്റ കൊടുക്കുന്നു". "രാവിലെ മനോഹരമായ ഒരു പുതിയ പക്ഷിയെ കണ്ടു. കുരുവിയെക്കാളും രണ്ടിരട്ടി വലുപ്പമുണ്ട്. പിൻഭാഗം പച്ച. അടിഭാഗത്ത് വെളുത്ത വരകൾ. കൊക്കിന്റെയടുത്ത് കടും ചുവപ്പ്നിറം". വീടിനെതിർവശത്തെ മരപ്പൊത്തിൽ കണ്ട ഒരു പക്ഷിയെ കുറിച്ചും ഡയറിയിൽ പരാമർശം ഉണ്ട്.

പക്ഷികളെ കുറിച്ചും ഓരോ കാലത്തേയും അവയുടെ സ്വഭാവരീതികളെക്കുറിച്ചും നല്ല ധാരണയുണ്ടായിരുന്ന സുബ്ബലക്ഷ്മി ഏപ്രിൽ മാസത്തിൽ ഇങ്ങനെ എഴുതി, "ഒരു കുയിൽ പാടുന്നതു കേട്ടു. ഇത്തവണത്തെ ആദ്യത്തെ കുയിൽ ശബ്ദം". കുരുവിക്കൂട്ടിലെ നേർത്ത കുറുകൽപോലും സുബ്ബലക്ഷ്മി കേൾക്കാതെ പോകുന്നില്ല. ബ്ലൂജേയെക്കുറിച്ചും ഇന്ത്യൻ റോളറെകുറിച്ചും ഉള്ള ചില പഴകിപ്പറിഞ്ഞ പത്രത്തുണ്ടുകളും അവരുടെ വിലയേറിയ ശേഖരത്തിൽനിന്നും കണ്ടെടുത്തു. പോകാനിടയായ സ്ഥലങ്ങളിൽ കണ്ട ചെടികളെയും മരങ്ങളെയും കുറിച്ച് തന്റെവൃത്തിയുള്ള കൈയക്ഷരത്തിൽ സുബ്ബലക്ഷ്മി കുറിച്ചു വച്ച പഴകിയ മഞ്ഞനിറം വന്ന കടലാസു തുണ്ടുകളും ഉണ്ടായിരുന്നു.

പക്ഷിനിരീക്ഷണത്തിനുള്ള സുബ്ബലക്ഷ്മിയുടെ താല്പര്യം പങ്കജത്തിനും പകർന്നുകിട്ടിയിരുന്നു. അവിടെനിന്നും മറ്റ് ചെറുമക്കളിലേക്കും ആ താല്പര്യം എത്തിയിരുന്നു– എനിക്ക് ഒഴിച്ച്. മരണശേഷം ഓരോ കിളിയുടെയും കുറുകലിൽ താനുണ്ടാകുമെന്ന് പങ്കജം ഞങ്ങൾക്കെഴുതിവച്ചിരുന്ന സന്ദേശത്തിൽ പറഞ്ഞിരുന്നു. "ഏതോ സാമൂഹ്യദ്രോഹി" ഒരു മനോഹരമായ മാവ് മുറിച്ചതിനെക്കുറിച്ച് സുബ്ബലക്ഷ്മി

ഇങ്ങനെയാണ് പ്രതികരിച്ചത്. "നിരവധി അണ്ണാറക്കണ്ണന്മാരുടെയും കിളി
കളുടെയും അഭയമായിരുന്ന ഒരു വലിയ വൃക്ഷത്തെ ഇങ്ങനെ കൊത്തി
മുറിക്കുന്നത് ഏറ്റവും സങ്കടകരമായ കാഴ്ചയാണ്. അടുത്ത ദിവസമാണ്
ഇതിന്റെ പുതിയ ചുവന്ന ഇലകൾക്കിടയിൽ രണ്ട് വെളുത്ത കണ്ണുകൾ
പാറി നടന്നത്. പിറ്റേ ദിവസം വൈകുന്നേരം ആണ് ജൂലൈയിൽ കണ്ട
ആ വിചിത്രപക്ഷിയെ ഞാൻ തിരിച്ചറിഞ്ഞത്".

1920 കളിൽ മദിരാശിയിൽ ആയിരുന്നപ്പോൾ സുബ്ബലക്ഷ്മി
പൂന്തോട്ടം ഉണ്ടാക്കുന്നതിലും താല്പര്യം കാണിച്ചിരുന്നു. സൂര്യകാന്തി,
മുല്ല, മെറിഗോൾഡ് തുടങ്ങിയ ചെടികൾ മൺചട്ടികളിൽ വളർത്തിയിരു
ന്നു. ചെടികളും വിത്തുകളും വാങ്ങുന്നതിനായി ബൊട്ടാണിക്കൽ ഗാർഡ
നിൽ പോകുന്നതിനെക്കുറിച്ച് ഡയറിയിൽ കുറിപ്പുകൾ കാണാം. എന്നും
രാവിലെ ചെടികളിൽ പുതിയ നാമ്പുകൾ വന്നിട്ടുണ്ടോയെന്ന് അവർ
പരിശോധിക്കും. അതീവസൂക്ഷ്മതയോടെ അവർ ഡയറിയിൽ രേഖപ്പെ
ടുത്തുന്നു, "രണ്ടാമത്തെ ചെടിയിൽ ഇന്നു പൂ വിരിഞ്ഞു. ആദ്യം നാലി
തളുകൾ ഉള്ള മങ്ങിയ നീലനിറത്തിലുള്ള കുഞ്ഞുപൂവാണ് വിരിഞ്ഞത്
(കൂർത്തതും ഇതളുകളുടെ അടിയിൽ കടും നീലയും). ആദ്യത്തെ
കനത്ത മഴയോടെ വെളുത്ത മുല്ല(സ്പാനിഷ്)പൂക്കളും വിരിഞ്ഞു".

പ്രകൃതിയോടുള്ള ഗ്രേസിന്റെ സ്നേഹം സുബ്ബലക്ഷ്മിയെ മാത്ര
മല്ല അവരുടെ മകൾ പങ്കജത്തേയും സ്വാധീനിച്ചിട്ടുണ്ട്. 1930 ജനുവരി
30 ന് പങ്കജത്തിനെഴുതിയ കത്തിൽ ഗ്രേസ് പറയുന്നത് സൗന്ദര്യം തിരി
ച്ചറിയുന്നതിന് കണ്ണുണ്ടെങ്കിൽ 'മടുപ്പ്' അനുഭവപ്പെടില്ലെന്നാണ്. അങ്ങ
നെയാകുമ്പോൾ "സാധാരണക്കാർക്ക് മുഷിപ്പിക്കുന്നതും മടുപ്പിക്കു
ന്നതും ആയി തോന്നുന്നവ സൗന്ദര്യം കാണാൻ ശ്രമിക്കുന്നവർക്ക്
മുഗ്ദ്ധവും മനോഹരവും ആയി തോന്നാം". ഗ്രേസ് സുബ്ബലക്ഷ്മിയെ
ഉദാഹരണമായി ചൂണ്ടിക്കാണിച്ചുകൊണ്ട് പറഞ്ഞത് "ഒരു തുണ്ട് ഭൂമി
യിൽപോലും സുബ്ബലക്ഷ്മിക്ക് താല്പര്യമാണ്. അതിലിഴയുന്ന ചെറു
കീടങ്ങളെ നോക്കി എത്ര മണിക്കൂർ വേണമെങ്കിലും അവർക്കിരിക്കാ
നാകും". ഗ്രേസ് സ്വന്തം താല്പര്യത്തെക്കുറിച്ചും പറഞ്ഞു. "ഈ ബൃ
ഹത്തായ അവനിയുടെയും പ്രകൃതിയുടെയും ഭാഗമായ ഒരു കഷ്ണം
പാറക്കല്ലും" രസകരമായി തോന്നാറുണ്ടെന്നാണ്.

സുബ്ബലക്ഷ്മി എങ്ങനെയാണ് ഒരു പ്രകൃതി നിരീക്ഷകയായതെന്ന്
അവരുടെ ചെറുമകൻ രാമചന്ദ്രൻ എഴുതുന്നു:

കോറോമാണ്ടൽ തീരദേശത്തെ ഒറ്റപ്പെട്ട ഗ്രാമങ്ങളിലാണ് പല
പ്പോഴും പി ആർ ജിക്ക് ഉദ്യോഗസംബന്ധമായി താമസിക്കേണ്ടി
വന്നിരുന്നത്. മറ്റ് ജനവാസ പ്രദേശങ്ങളിൽനിന്നും വളരെ ദൂര
ത്താണ് ഉദ്യോഗസ്ഥരും കുടുംബങ്ങളും കഴിഞ്ഞിരുന്നത്.
എപ്പോഴും ചലനാത്മകമായ തിരമാലകളുടെ ശബ്ദവും അന്ന
ത്തെ തീറ്റ തേടി പറക്കുന്ന കടൽക്കാക്കകളുടെ സ്ഥിരം കലഹ
വുമെല്ലാം അവിശ്വസനീയമാം വിധം സുന്ദരമായിരുന്നു. പ്രകൃതി

യുടെ ആദിമശക്തികൾ ആടിയുലഞ്ഞുകൊണ്ടിരുന്നു, അനന്തമായി. സമ്പന്നമായ പക്ഷിജീവിതവും നാനാവിധത്തിലുള്ള ജീവജാലങ്ങളും അനുഗ്രഹിച്ച പ്രദേശങ്ങളിൽ പ്രകൃതി അല്ലാതെ മറ്റെന്താണ് നിരീക്ഷണവിധേയമാക്കുവാൻ ഉത്തമം?

പ്രത്യേകിച്ചും ആദിരാമപട്ടണത്തിലെ നീണ്ട തണൽമരങ്ങളുള്ള ഉപ്പുബംഗ്ലാവ് പക്ഷിനിരീക്ഷണത്തിന് ഏറ്റവും യോജിച്ച ഇടമായിരുന്നു. 1933 ൽ അവിടെ താമസിക്കുമ്പോൾ കേണൽ ബേക്കർ എഴുതിയ പക്ഷികളെക്കുറിച്ചുള്ള വിജ്ഞാനഗ്രന്ഥങ്ങൾ സംഘടിപ്പിക്കുകയും വാനജീവിതങ്ങളെ കുറിച്ച് സുബ്ബലക്ഷ്മി പഠിക്കുകയും ചെയ്തു. പോയിന്റ് കാലിമെറെ (ഇപ്പോൾ കൊടിക്കാരൈ) ലെ ചതുപ്പും ചെളിയും നിറഞ്ഞ സ്ഥലങ്ങളോട് അടുത്തുകിടക്കുന്നതുകൊണ്ട് അവിടെ ധാരാളം ദേശാടനപ്പക്ഷികളേയും കാണാനാകുമായിരുന്നു.

പ്രകൃതിസൗന്ദര്യത്തോടുള്ള ഗ്രേസിന്റെ താല്പര്യത്താൽ സ്വാധീനിക്കപ്പെട്ട സുബ്ബലക്ഷ്മിക്ക് ടാഗോർ പ്രകൃതിയെ കൈകാര്യം ചെയ്ത രീതിയോടും കടുത്ത ആരാധാനയായിരുന്നുവെന്ന് പങ്കജം അഭിപ്രായപ്പെട്ടു. സുബ്ബലക്ഷ്മി വളരെ ശ്രദ്ധയോടെ സൂക്ഷിച്ചുവച്ചിരുന്ന, ടാഗോറിന്റെ *സുഹൃത്തിനുള്ള കത്തുകൾ* എന്ന പുസ്തകത്തിലെ വാക്കുകൾ ഇങ്ങനെയാണ്.

> എനിക്കേറ്റവും ഓർമ്മയുള്ള എന്റെ കാലം തൊട്ടു തന്നെ പ്രകൃതിയെ ഞാൻ ഗാഢമായി സ്നേഹിച്ചിരുന്നു. ഹോ! ആകാശത്ത് മേഘങ്ങൾ ഏറ്റവും ഗാഢവും തീക്ഷ്ണവുമായ ഒരു സൗഹൃദത്താൽ വലയം ചെയ്യപ്പെടുന്നതു കാണുമ്പോൾ എങ്ങനെ അതിനെ വിശേഷിപ്പിക്കണമെന്നറിയില്ലെങ്കിലും ഞാൻ ആനന്ദത്താൽ ഉന്മത്തനാകുമായിരുന്നു. പ്രകൃതിയോട് വല്ലാത്ത ഒരു അഭിനിവേശമാണെനിക്ക്. അതെങ്ങനെ വിശദീകരിക്കണമെന്നറിയില്ല. പക്ഷേ, അവൾ സ്നേഹാർദ്രയായ ഒരു സുഹൃത്താണ്. എല്ലായ്പ്പോഴും എന്റെ ഒപ്പം ഉണ്ടാകും, എപ്പോഴും ഒരു നവ്യമായ സൗന്ദര്യം അവൾ പ്രദാനം ചെയ്യുന്നു.

വേർഡ്സ്വർത്തിനെ ഉദ്ധരിച്ചുകൊണ്ട് നിരാശയുടെ സ്പർശത്തോടെ ഉറ്റ സുഹൃത്തായ സി എഫ് ആൻഡ്രൂസിന് ടാഗോർ എഴുതിയ വരികളാണവ.

പക്ഷേ, എന്തായാലും സുബ്ബലക്ഷ്മി പ്രകൃതിയുമായി പൂർണ്ണമായി ഐക്യപ്പെട്ടിരുന്നു, വിഷാദഭാവം തീരെ ഇല്ലാതെ. യഥാർത്ഥത്തിൽ അന്ന് സുബ്ബലക്ഷ്മിയെ അറിഞ്ഞിരുന്നവർ-ചുരുക്കം ചിലർ ഒഴിച്ച്- കരുതിയിട്ടുണ്ടാകാം അനാവശ്യമായി സുബ്ബലക്ഷ്മി പ്രകൃതിയെ ആത്മീയതലംവരെയും ഉയർത്തിക്കൊണ്ടു വരുന്നതിലൂടെ ഊർജ്ജം പാഴാക്കുകയാണെന്ന്.

10

സൗഹൃദങ്ങൾ രൂപംകൊള്ളുന്നു

രാജ്യത്തിന്റെ സ്വാതന്ത്ര്യപോരാട്ടത്തിനായി സ്വയം സമർപ്പിക്കുന്നതായി എന്റെ പേരുകൂടി ചേർത്തപ്പോൾ വികാരവിക്ഷോഭത്താൽ എന്റെ കൈ ചെറുതായി വിറച്ചു. ജീവിതത്തിലെ ഏറ്റവും അത്ഭുതകരമായ ഒരു നിമിഷമായിരുന്നു അത്...എനിക്ക് തോന്നിയത് ഞാനെന്റെ പേരല്ല എഴുതുന്നത്, ചരിത്ര സംഭവം രേഖപ്പെടുത്തുകയാണെന്നാണ്.

കമലാദേവി ചതോപാധ്യായ

എന്റെ വീടിനു പിന്നിലെ സമുദ്രത്തിൽ ഒരു നിമിഷംപോലും വിശ്രമമില്ലാതെ ആഞ്ഞടിച്ചുകൊണ്ടിരുന്ന തിരമാലകൾ എനിക്ക് കൂടുതൽ കൂടുതൽ പ്രിയങ്കരങ്ങളായി തീർന്നു. ഞാനാ തിരകളോട് യഥാർത്ഥത്തിൽ സംസാരിക്കുകയും അവയിൽ നിന്നും പ്രതിബിംബങ്ങൾ രൂപപ്പെടുത്തുകവരെ ചെയ്തു.

ഹരീന്ദ്രനാഥ് ചതോപാധ്യായ

സുബ്ബലക്ഷ്മിയുടെ മദിരാശി ജീവിതകാലത്തെ എടുത്തുപറയത്തക്ക സംഗതി ചതോപാധ്യായ ദമ്പതികളുമായുണ്ടായിരുന്ന സൗഹൃദമാണ്. അമ്മയുടെ ജീവിതകഥയിൽ പങ്കജം എഴുതിയിരിക്കുന്നത് അന്ന് മദിരാശിയിൽ താമസിച്ചിരുന്ന മൃണാളിനി ചതോപാധ്യായ ഒരു ചിത്രപ്രദർശനത്തിൽ വച്ചായിരിക്കും സുബ്ബലക്ഷ്മിയെ ആദ്യം കാണുന്നതെന്നാണ്. ഈ ആദ്യകാഴ്ചയെക്കുറിച്ച് പങ്കജം ഇങ്ങനെ എഴുതുന്നു, ".... ചിത്രപ്രദർശനത്തിന് പരമ്പരാഗത ബ്രാഹ്മണരീതിയിൽ സാരിയുടുത്തു വന്ന ഒരു സ്ത്രീയെ കണ്ടത് അത്ഭുതമായിരുന്നു. ഒറ്റയ്ക്കൊരു സ്ത്രീ ഒരു കുട്ടിയുമായാണ് വന്നിരിക്കുന്നത്. ആദ്യം സുബ്ബലക്ഷ്മിയെ കണ്ട മൃണാളിനി

പരിചയപ്പെടുകയും സരോജിനിനായിഡുവിനും അവരുടെ നാത്തൂൻ കമലാദേവിക്കും മദിരാശിയിൽ അന്നുണ്ടായിരുന്ന ഹരീന്ദ്രനാഥ ചതോപാധ്യക്കും പരിചയപ്പെടുത്തുകയും ചെയ്തു."

ഈ സൗഹൃദത്തെക്കുറിച്ച് സുബ്ബലക്ഷ്മിയുടെ ഡയറിക്കുറിപ്പിൽ ഉണ്ടായിരുന്നില്ല. പക്ഷേ, അതിൽ അത്ഭുതമില്ല. കാരണം വ്യക്തിബന്ധങ്ങൾക്കും അത്തരം സംഭവങ്ങൾക്കും ഏറെ പ്രധാന്യം കൊടുത്തിരുന്നെങ്കിലും ഡയറിയിൽ അവ സുബ്ബലക്ഷ്മി എല്ലായ്പ്പോഴും ഒഴിവാക്കിയിരുന്നു. എന്നാൽ മൃണാളിനിയുടെ പത്രാധിപത്യത്തിൽ പ്രസിദ്ധീകരിച്ചിരുന്ന *ഷാമ* എന്ന ആനുകാലികം സുബ്ബലക്ഷ്മി വാങ്ങിയിരുന്നത് മൃണാളിനിയുടെ നിർദ്ദേശപ്രകാരം തന്നെ ആയിരുന്നിരിക്കണം. പങ്കജം പലപ്പോഴും അമ്മയുടെ പ്രശസ്തരായ സുഹൃത്തുക്കളെക്കുറിച്ച് പറയുമായിരുന്നു. ജീവിതകഥയിൽ പങ്കജം എഴുതുന്നു:

> ചില സമയങ്ങളിൽ അമ്മ സാന്തോം കടൽത്തീരത്തെ 'ബ്ലൂവേവ്' എന്ന കമലാദേവിയുടെ വീട്ടിൽ എന്നെ കൊണ്ടുപോകുമായിരുന്നു. അമ്മയും അവരും സംസാരിച്ചിരിക്കുമ്പോൾ ഞാൻ ഹരീന്ദ്രനാഥ് ചതോപാധ്യായ ഓർഗൻ വായിക്കുന്നത് കേട്ടിരിക്കും. ഓർഗന്റെ മുഴങ്ങുന്ന ശബ്ദം ഞാൻ വളരെ ഇഷ്ടപ്പെട്ടിരുന്നു. 'സി' എനിക്ക് ഐസ്ക്രീം വാങ്ങിതന്നിരുന്നു. അന്നെനിക്ക് 11 വയസ്സ് ആയിട്ടുണ്ടാകും. പക്ഷേ, ആ വീടും ചുറ്റുപാടും ഞാൻ നന്നായി ഓർക്കുന്നു.

ഈ രണ്ടു സ്ത്രീകളും എന്തായിരിക്കും ചർച്ച ചെയ്തിരിക്കുക എന്ന് ഊഹിക്കാനാകും. അവർ കണ്ടുമുട്ടിയപ്പോൾ 21 വയസ്സായ കമലാദേവി ആ പ്രായത്തിനിടയിൽ നേടിയ അനുഭവസമ്പത്തും, എല്ലാത്തരം വിജ്ഞാനത്തിനോടുമുള്ള സുബ്ബലക്ഷ്മിയുടെ ഒടുങ്ങാത്ത അഭിവാഞ്ഛ, പങ്കജത്തിന്റെ ഭാവിയെക്കുറിച്ചുള്ള സ്വപ്നം! തന്റെ സ്വപ്നങ്ങൾ സാക്ഷാൽക്കരിക്കുന്നതിന് ഏറ്റവും ആവശ്യം പങ്കജത്തിന് വിദ്യാഭ്യാസം ഉറപ്പുനല്കുക എന്നതും തന്റെ സ്വപ്നങ്ങൾ സാക്ഷാൽക്കരിക്കുന്നതിനായി കഠിന ശ്രമം നടത്തുക എന്നതുമായിരുന്നു.

1920 കളിൽ ഇരുവരും കണ്ടുമുട്ടുമ്പോൾ കമലാദേവി ഹരീന്ദ്രനാഥിനെ വിവാഹം കഴിച്ചിട്ട് 2 വർഷം ആയിരുന്നു. സുബ്ബലക്ഷ്മിയേക്കാൾ 6 വയസ്സിനിളയതായ മംഗലാപുരത്തെ സ്വാരസ്വതബ്രാഹ്മണസമുദായത്തിൽപ്പെട്ട കമലാദേവി പതിനൊന്നുവയസ്സിൽ ആദ്യം വിവാഹിതയായി. എങ്കിലും ഇരുസ്ത്രീകളും തമ്മിലുള്ള സാദൃശ്യം ഇത്രയേയുള്ളൂ. ഒരു വർഷത്തിനുശേഷം കമലാദേവി, വിധവയായപ്പോൾ നല്ല വിദ്യാഭ്യാസത്തിന്റെ പ്രാധാന്യം മനസ്സിലാക്കിയ അമ്മ കമലാദേവിയെ മദ്രാസ് സർവ്വകലാശാലയിൽ അയച്ച് മെട്രിക്കുലേഷൻ ബിരുദം എടുപ്പിച്ചു. ക്വീൻമേരീസ് കോളേജിൽ ഒരു സമ്മേളനത്തിൽ വച്ചാണ് കമലാദേവി ചതോപാധ്യായ സഹോദരിമാരെ പരിചയപ്പെടുന്നത്. അവരിലൂടെ സഹോ

ദരൻ ഹരീന്ദ്രനാഥിനെയും പരിചയപ്പെട്ടു. ഒരു വിധത്തിലുള്ള മതാചാരങ്ങളിലും വിശ്വാസമില്ലാത്ത കമലാദേവിയും ഹരീന്ദ്രനാഥും 1919 ൽ ജനകീയരീതിയിൽ വിവാഹിതരായി.

നവദമ്പതികൾ അവരുടെ വിവാഹത്തെ വിലയിരുത്തിയ രീതിയിൽ നിന്നും അവരുടെ കാഴ്ചപ്പാടുകളുടെ വ്യത്യാസം വ്യക്തമാണ്. കമലാദേവി എഴുതി,

> കവിയും സംഗീതജ്ഞനുമായ ഹരീന്ദ്രനാഥും ഞാനും ഒത്തുചേർന്നത് ഇന്ത്യയിൽ ഒരു പുതിയ നാടകവേദി സൃഷ്ടിക്കുക എന്ന ഞങ്ങളുടെ സ്വപ്നങ്ങളും ആഗ്രഹങ്ങളും പങ്കുവയ്ക്കുവാനായിരുന്നു. എന്റെ കുട്ടിക്കാലത്തുതന്നെ ഇന്ത്യൻ നാടകവേദി തകർന്നിരുന്നു. ഈ കലാരൂപത്തെ പുനരുജ്ജീവിപ്പിക്കുവാൻ ഞങ്ങൾ ആഗ്രഹിച്ചു. കാരണം ഉന്നതമായ സർഗ്ഗപ്രകടനം സാദ്ധ്യമായതും ആശയവിനിമയത്തിന് ഏറ്റവും ഫലപ്രദമായ മാദ്ധ്യമവും ആണിത്.

കമലാദേവിയെ സംബന്ധിച്ചിടത്തോളം, "ഒരു യഥാർത്ഥ വേദിയിൽ അഭിനയിക്കുക എന്ന തന്റെ ദീർഘകാലത്തെ ആഗ്രഹത്തിന്റെ സഫലീകരണമായിരുന്നു. ഈ പുതിയ അഭിനിവേശത്തിൽ ഞാനാകെ ഉലഞ്ഞുപോയി." ഹരീന്ദ്രനാഥുമായുള്ള വിവാഹബന്ധം വേർപെടുത്തി അഞ്ചു പതിറ്റാണ്ടുകൾക്കുശേഷം കമലാദേവി എഴുതിയതാണിതെന്ന് കണക്കാക്കുമ്പോൾ ഈ വ്യാഖ്യാനങ്ങളിൽ അത്ഭുതപ്പെടേണ്ടതില്ല. ഇതിന് വിരുദ്ധമായി മദിരാശിയിൽ തന്റെ കുടുംബം *അബ്ദുൾ ഹസ്സൻ* എന്ന നാടകം അവതരിപ്പിക്കുകയും അത് തനിക്ക് പ്രശസ്തി നേടിത്തരികയും ഏതൊരു കലാകാരനും അസൂയ തോന്നാവുന്ന അംഗീകാരം സംശയരഹിതമായി ലഭ്യമാകുകയും ചെയ്തതിനെക്കുറിച്ച് ഹരീന്ദ്രനാഥ് എഴുതി – "അത് എനിക്കെന്റെ ഭാര്യ കമലയേയും നേടിത്തന്നു....ആകർഷകത്വമുള്ള യുവതി. വലിയ മിഴികൾക്ക് അതിന്റെ സ്വച്ഛന്ദസൗന്ദര്യത്തെക്കുറിച്ച് ബോധമുള്ളതുപോലെ തോന്നിച്ചിരുന്നു. അവളുടെ മുഖം സവിശേഷതയാർന്നതായിരുന്നു. ഈ മുഖത്തിന് എന്റെ ജീവിതത്തിൽ പ്രധാനപ്പെട്ട സ്ഥാനമുണ്ടാകുമെന്ന് എന്തുകൊണ്ടോ എനിക്കു തോന്നിയിരുന്നു."

കമലാദേവിയുടെ *നന്ദ എഴുതിയ ജീവിതകഥ* വിശ്വസിക്കാമെങ്കിൽ മനസ്സിലാകുന്നത് ഹരീന്ദ്രനാഥ് ഒരിക്കലും കമലാദേവിക്ക് തന്റെ ജീവിതത്തിൽ പ്രധാനസ്ഥാനം നല്കിയിരുന്നില്ലെന്നാണ്. അദ്ദേഹം അദ്ദേഹത്തിനിഷ്ടപ്പെട്ട രീതിയിൽ ജീവിച്ചു. കമലാദേവിയുടെ സൗന്ദര്യത്തോട് ഹരീന്ദ്രനാഥിന് ആകർഷണം തോന്നിയിരിക്കാം. എന്നാൽ പിന്നീടും അദ്ദേഹം സൗന്ദര്യത്തെ അന്വേഷിച്ചുകൊണ്ടിരുന്നു. എവിടെനിന്നും ഏതു രൂപത്തിലുമുള്ള സൗന്ദര്യത്തെ കണ്ടെത്തിക്കൊണ്ടിരുന്നു.

ഇംഗ്ലണ്ടിൽനിന്നും സുവോളജിയും സോഷ്യൽവർക്കും പഠിച്ച് കമലാ

ദേവി മടങ്ങിയെത്തിയതേയുണ്ടായിരുന്നുള്ളൂ. യൂറോപ്പിൽ ഭർത്തൃ സഹോദരൻ വീരേന്ദ്രനാഥ് എന്ന വിപ്ലവകാരിയേയും അയാളുടെ സുഹൃത്ത് ആഗ്നസ് സ്മെഡ്‌ലെയും കമലാദേവി പരിചയപ്പെട്ടു. മാത്ര മല്ല സമകാലീന നാടകവേദിയേയും കലയേയും അടുത്തറിയാൻ കഴി ഞ്ഞത് കമലാദേവിക്ക് വലിയ തോതിൽ പ്രചോദനമേകി. സുബ്ബലക്ഷ്മി സാന്തോമിൽ വരുമ്പോൾ ഈ സുഹൃത്തുക്കൾ ഈ വിഷയങ്ങൾ ആകാം സംസാരിച്ചിട്ടുണ്ടാകുക. സുബ്ബലക്ഷ്മിയെപ്പോലെ ഭൗതികലോകം വളരെ പരിമിതവും നിയന്ത്രണവിധേയവും ആയിരിക്കുമ്പോൾ ഭാവനയ്ക്കപ്പു റത്തുള്ള അറിയപ്പെടാത്ത പ്രദേശങ്ങളെക്കുറിച്ചുള്ള സ്വപ്നങ്ങൾ ചല നാത്മകതമാക്കുന്ന ഇത്തരം അറിവുകൾ ആഹ്ലാദകരമായിട്ടുണ്ടാകാം. ചതോപാധ്യായ കുടുംബം മദിരാശിയിൽനിന്നും പോയെങ്കിലും കമലാ ദേവി മടങ്ങിവന്നിരുന്നു. സുബ്ബലക്ഷ്മി ഭർത്താവിന്റെയൊപ്പം താമസി ക്കുവാൻ പോകുന്നതിനു മുൻപത്തെ രണ്ടുവർഷങ്ങളിലും ഇരുവരും തമ്മിൽ ബന്ധപ്പെട്ടിരുന്നു എന്നനുമാനിക്കാനാകും.

1926 ൽ മാർഗരറ്റ് കസിൻസിന്റെ സഹായത്തോടെ കമലാദേവി മംഗ ലാപുരത്തുനിന്നും മദിരാശി നിയമസഭയിലേക്ക് സ്വതന്ത്രയായി മത്സരി ച്ചെങ്കിലും പരാജയപ്പെട്ടു. 1927 ൽ പൂനെയിൽ ചേർന്ന അഖിലേന്ത്യാ വനിതാ വിദ്യാഭ്യാസസമ്മേളനം കമലാദേവിയെ ഓർഗനൈസിങ് സെക്ര ട്ടറിയായി തെരഞ്ഞെടുത്തു. ഇക്കാലത്തു തന്നെയാണ് ജനനനിയന്ത്രണം സ്വതന്ത്രമായി ഉപയോഗിച്ചുകൊണ്ട് അമ്മയാകണമോ ആകണമെങ്കിൽ എപ്പോൾ എന്ന് തീരുമാനിക്കാനുള്ള സ്ത്രീയുടെ പ്രത്യുല്പാദനഅവ കാശപ്രവർത്തനങ്ങളിലും കമലാദേവി പങ്കെടുത്തത്.

1930 ൽ സുബ്ബലക്ഷ്മി ഭർത്താവിന്റെയൊപ്പം ഏതെങ്കിലും വിദൂര തീരദേശഗ്രാമത്തിൽ ജീവിക്കുമ്പോൾ വീട്ടിൽ വരുത്തുന്ന, വൈകിയെ ത്തുന്ന *ഹിന്ദുപത്ര*ത്തിൽനിന്നും കമലാദേവി ഉപ്പുസത്യഗ്രഹത്തിന്റെയും പ്രശസ്തമായ ബോംബെ കലാപത്തിന്റെയും വീരനായികയായ വാർത്ത വായിച്ചറിഞ്ഞിട്ടുണ്ടാകാം. 1943 ൽ ഇന്ത്യൻ നാഷണൽ കോൺഗ്രസിന കത്ത് രൂപംകൊണ്ട കോൺഗ്രസ് സോഷ്യലിസ്റ്റ് പാർട്ടിയുടെ സ്ഥാപക രിൽ ഒരാളും പ്രസ്ഥാനത്തെ നയിക്കുന്നവരിൽ പ്രമുഖയുമായി കമലാ ദേവി മാറി. കമലാദേവി അംഗീകരിച്ച ഇടതുപക്ഷ വിപ്ലവാശയങ്ങൾ പല പ്പോഴും അവരുടെ ഗാന്ധിയൻ രാഷ്ട്രീയ നിലപാടുകളുമായി ഏറ്റുമുട്ടി. ദേശീയ നാടകവേദിയായി കമലാദേവി ഇന്ത്യൻ നാഷണൽ തിയേറ്റർ സ്ഥാപിച്ചത് പ്രാദേശികഭാഷാനാടകങ്ങളും നാടോടിനാടകങ്ങളും പ്രോത്സാഹിപ്പിക്കുവാൻ വേണ്ടി ആയിരുന്നു. ഹാന്റിക്രാഫ്റ്റ് ബോർഡിന്റെ മേധാവിയായും അവർ പ്രവർത്തിച്ചു.

സുബ്ബലക്ഷ്മിയുടെ വിവാഹത്തെക്കുറിച്ച് കുടുംബാംഗങ്ങളുമായി സംസാരിച്ചപ്പോൾ മനസ്സിലാക്കാൻ കഴിഞ്ഞത് സുബ്ബലക്ഷ്മി വൈവാ ഹിക ജീവിതത്തിന്റെ വ്യാകുലതകളെയും പൊരുത്തക്കേടുക ളെയുംകുറിച്ച് ചതോപാധ്യായ ദമ്പതികളോട് സംസാരിച്ചപ്പോൾ അത്തരം

വിവാഹബന്ധങ്ങൾ സമ്മർദ്ദത്തോടെ തുടരുന്നതിൽ കാര്യമില്ലെന്ന നിർദ്ദേശമാണ് ലഭിച്ചതെന്നാണ്. അസാദ്ധ്യമോ ബുദ്ധിമുട്ടുള്ളതോ ആയ ഒരു സാഹചര്യത്തിൽ നിന്നെന്നപോലെ ഇത്തരം വിവാഹബന്ധങ്ങളിൽ നിന്നും പുറത്തേക്കുവരണമെന്നായിരുന്നു ചതോപാധ്യായമാർ ഉപദേശിച്ചത്. ഇത് പങ്കജം മകൻ രാമചന്ദ്രനോട് പറഞ്ഞതാണ്. സുബ്ബലക്ഷ്മി ഈ അഭിപ്രായം 12 വയസ്സുള്ള മകളുമായി പങ്കുവച്ചു എന്നത് കുറച്ച് അസംഭവ്യമായി ഇപ്പോൾ നമുക്ക് തോന്നാം. എന്നാൽ അന്ന് സുബ്ബലക്ഷ്മിക്കു മനസ്സുതുറക്കുവാൻ പങ്കജം മാത്രമേ ഉണ്ടായിരുന്നുള്ളൂ. തീർച്ചയായും ഭർത്താവിനെ ഉപേക്ഷിക്കുക എന്ന ചിന്ത തന്നെ സുബ്ബലക്ഷ്മിക്ക് അംഗീകരിക്കാനാകാത്തതായിരിക്കാം. അഥവാ സുബ്ബലക്ഷ്മി അങ്ങനെ ചെയ്താൽ തന്നെ അവരുടെ അമ്മയും സഹോദരനും ഒട്ടും താമസമില്ലാതെ യാതൊരുവിധ തർക്കത്തിനും മുതിരാതെ തൂത്തുക്കുടിയിൽ ഭർത്താവിന്റെയടുത്തേക്കവരെ പറഞ്ഞ് അയക്കുമെന്നുറപ്പാണ്. സുബ്ബലക്ഷ്മിക്ക് എന്തായാലും എന്ത് തീരുമാനം എടുക്കണമെന്നറിയാതെ കഷ്ടപ്പെടേണ്ടിവന്നില്ല. കാരണം അക്കാലത്ത് ഹിന്ദുദമ്പതിമാർക്ക് വിവാഹമോചനം അനുവദനീയമായിരുന്നില്ല.

ഈ സംഭാഷണം കഴിഞ്ഞ് 10 വർഷം ആകുന്നതിനകം ചതോപാധ്യായ ദമ്പതിമാരുടെ വിവാഹജീവിതം അവസാനിച്ചു. അവർക്കത് സാധിച്ചത് ഒരുപക്ഷേ അവരുടേത് മതപരമായ ചടങ്ങിന് പകരം ജനകീയ വിവാഹമായിരുന്നതുകൊണ്ടാകാം. സുബ്ബലക്ഷ്മി തന്റെ സുഹൃത്തിന്റെ വിവാഹമോചനത്തെക്കുറിച്ചെന്തായിരിക്കും കരുതിയിട്ടുണ്ടാവുക! ഹരീന്ദ്രനാഥോ കമലാദേവിയോ വിവാഹമോചനത്തെ കുറിച്ചൊന്നും എഴുതിയിട്ടില്ല. ഹരീന്ദ്രനാഥ് പക്ഷേ, തന്റെ ആത്മകഥയിൽ വിവാഹം കഴിഞ്ഞ് 2 വർഷം മാത്രം ആയപ്പോൾ ഒരുവർഷത്തെ വേർപാടിനുശേഷം കമലാദേവി ഇംഗ്ലണ്ടിൽനിന്ന് എത്തിയപ്പോൾ തനിക്ക് അവരോടുള്ള അഭിനിവേശം കുറഞ്ഞതിനെ കുറിച്ചിങ്ങനെ എഴുതുന്നു,

> പ്രണയത്തിന്റെ ആദ്യകാല ഉന്മാദത്തിൽനിന്നും ഞാൻ പുറത്തുചാടി. എനിക്കവളോട് പലതരം വികാരങ്ങൾ കൂടിക്കുഴഞ്ഞാണുണ്ടായിരുന്നത്. അവളെ ഇത്ര ചെറുപ്പമായും സുന്ദരിയായും ഉന്മേഷവതിയായും കണ്ടതിലുള്ള സന്തോഷവും നഷ്ടപ്പെട്ട ആശ്രയം മടക്കിക്കിട്ടിയെന്ന തോന്നലുമാണെനിക്കുണ്ടായിരുന്നത്. എല്ലാ യഥാർത്ഥ കലാകാരന്മാർക്കും ഏകാന്തത ആവശ്യമാണ്, തനിക്കേറ്റവും ദിവ്യമായിരിക്കുന്ന ആ അഭയം ആവശ്യമാണ്.

പല സ്ത്രീകളോടുമുള്ള തന്റെ അഭിനിവേശത്തെ ഒരു കവിയുടെ ചാപല്യങ്ങളായി അദ്ദേഹം സ്വയം ന്യായീകരിച്ചിട്ടുണ്ടാകാം. ഹരീന്ദ്രനാഥ് പ്രണയലേഖനം അയച്ച ഒരു പെൺകുട്ടിയുടെ അസ്വസ്ഥനായ അച്ഛനെ ആശ്വസിപ്പിക്കുന്നതിനായി സഹോദരി മൃണാളിനിയെ ഉദ്ധരിക്കാം. "എന്റെ സഹോദരൻ ഒരു കവിയാണ്. അവൻ എല്ലായ്പ്പോഴും പ്രണയത്തിലാ

കുന്നു. ഇന്ന് നിങ്ങളുടെ മകളുമായിട്ടാകാം പ്രേമം. എന്നാൽ ഒരുപക്ഷേ, നാളെ അത് ഒരു പനിനീർപ്പൂവിനോടൊ മഴവില്ലിനോടോ ആകാം. നിങ്ങൾ അത്ര ഗൗരവമായിട്ടെടുക്കേണ്ടതില്ല". എന്നാൽ അദ്ദേഹത്തെ "ഗൗരവമായി" തന്നെ എടുത്ത കമലാദേവി അതിനു നല്ല വിലകൊടുക്കേണ്ടി വന്നു. വിവാഹമോചനം നേടിയതിന് കടുത്ത വിമർശനത്തിനും ഇരയായി. സാധാരണ വിവാഹമോചനത്തെ അംഗീകരിക്കാത്ത ഗാന്ധിപോലും കമലാദേവിയോട് യോജിച്ചു. അവർക്ക് മറ്റ് ഉപാധികളില്ലെന്ന് ഗാന്ധി സമ്മതിച്ചു. മഥുരാദാസ് ത്രികംജിക്ക് 1933 ഒക്ടോബർ 20 ന് അയച്ച കത്തിൽ ഗാന്ധി ഇങ്ങനെ എഴുതി,

> കമലാദേവിയെ സഹായിക്കുകയല്ലാതെ മറ്റ് മാർഗ്ഗങ്ങളില്ല. കിംവദന്തികൾ നമുക്ക് കണക്കിലെടുക്കാനാവില്ല... ഞാൻ പല കാര്യങ്ങളും അവളോട് തുറന്ന് ചോദിച്ചു. പക്ഷേ, അവൾ തന്റെ നിഷ്കളങ്കതയാണ് വ്യക്തമാക്കിയത്. ഞാൻ വിവാഹമോചനത്തെ തടയുന്നില്ല. അതാവശ്യമായി തീർന്നിരിക്കുന്നു.

കമലാദേവിയെ ഇത് ആശ്വസിപ്പിച്ചിട്ടുണ്ടാകാം. 1940 ൽ ഗാന്ധി നടത്തിയ പ്രസ്താവന "വിവാഹമോചനമാണ് ഏക പോംവഴിയെങ്കിൽ അത് അംഗീകരിക്കുകയാണ് എന്റെ ധാർമ്മിക പുരോഗതിയെ തടസ്സപ്പെടുത്തുന്നതിനേക്കാൾ ഞാൻ മുൻഗണന നല്കുക" എന്നതും കമലാദേവിയെ സാന്ത്വനിപ്പിച്ചിട്ടുണ്ടാകാം.

തന്റെ 'മാതൃകാ ദമ്പതികൾ' നിരാശപ്പെടുത്തിയതായി സുബ്ബലക്ഷ്മിക്ക് തോന്നിയിട്ടുണ്ടോ? ഇതിനുശേഷം പ്രണയവിവാഹങ്ങളിൽ സുബ്ബലക്ഷ്മിക്ക് വിശ്വാസം നഷ്ടപ്പെട്ടോ? ഗ്രേസിന്റെ വിവാഹം കെട്ടുറപ്പോടെ നീണ്ടുനിന്ന അനുഗൃഹീതമായ ബന്ധമായത് ശക്തമായ മതാചാരങ്ങൾ ഉള്ളതിനാലാണെന്ന് അവർ കരുതിയിട്ടുണ്ടോ? സുബ്ബലക്ഷ്മിയുടെ ചിന്തകൾ എന്തായിരുന്നാലും അത് മകളുമായോ ഡയറിയുമായോ പങ്കുവച്ചിട്ടില്ല.

11

ഗുരുദേവൻ

സുബ്ബലക്ഷ്മിയുടെ ജീവിതത്തിലെ ഈ ഘട്ടത്തിൽ ടാഗോറിനോടുള്ള അദമ്യമായ ആരാധന നാം മനസ്സിലാക്കുന്നു. ഗുരുദേവൻ എന്നാണ് ടാഗോറിനെ പരാമർശിച്ചിട്ടുള്ളത്. അദ്ദേഹത്തിന്റെ പേര് ഞങ്ങളുടെ കുടുംബത്തിൽ വളരെ പരിചിതമായിരുന്നു. 50 കളുടെ ആദ്യം സുബ്ബലക്ഷ്മിയുടെ അനന്തിരവൾ ചെല്ലം കൈലാസം, തന്റെ ഭർത്താവിനടുത്തേക്ക് പോകുന്നതിനു മുൻപ് യാത്ര ചോദിക്കുവാൻ വന്നു. കൽക്കത്ത വഴി ആസാമിലേക്കു പോകുന്ന വിവരം അറിഞ്ഞപ്പോൾ സുബ്ബലക്ഷ്മിയുടെ മുഖം ആവേശത്താൽ തിളങ്ങി. അവർ ആവേശഭരിതമായ ശബ്ദത്തിൽ ഇങ്ങനെ ചോദിച്ചത് ചെല്ലം ഓർക്കുന്നു– “നിനക്ക് ബംഗാളി ഭാഷ അറിയാമോ? ഇല്ലെങ്കിൽ ഒരു ഭാഷാസഹായി വാങ്ങിക്കൂ. ഒരെണ്ണം എനിക്കും തരൂ.” ഇതിനർത്ഥം ഇതിനു മുമ്പ് അവർ ബംഗാളി പഠിക്കാൻ ശ്രമിച്ചിട്ടില്ല എന്നല്ല. കക്കിനടയിൽ സ്കൂളിൽ പഠിക്കുമ്പോൾ ഒരു ചാരുകസേരയിൽ കിടന്നുകൊണ്ട് സുബ്ബലക്ഷ്മി ഒരു ബംഗാളി ഭാഷാസഹായി വായിക്കുന്നത് രാമചന്ദ്രൻ ഓർക്കുന്നുണ്ട്. ചെല്ലത്തിന്റെ സഹോദരി ധർമ്മാംബാളിന്റെ അവ്യക്തമായഓർമ്മയിൽ സുബ്ബലക്ഷ്മിയും കമലാദേവിയും തപാൽമാർഗ്ഗം ബംഗാളി പഠിച്ചിരുന്നു. സുബ്ബലക്ഷ്മി ചെല്ലത്തോട് രണ്ടാമത് ചോദിച്ചത് “നീ ഗുരുദേവനെ കാണുന്നുണ്ടാകുമോ?” എന്നാണ്. അദ്ദേഹം വർഷങ്ങൾക്കു മുമ്പ് മരിച്ചുപോയിയെന്ന് ചെല്ലം മറുപടി പറഞ്ഞു. ഒരുപക്ഷേ ഇത് സുബ്ബലക്ഷ്മിയുടെ ബുദ്ധിയിൽ കൃത്യമായി പതിഞ്ഞിട്ടുണ്ടാവില്ല. കാരണം അവരുടെ മുഖം ഭാവരഹിതമായിരുന്നു. ഒരു വർഷം കഴിഞ്ഞ് ചെല്ലം മടങ്ങിവന്നപ്പോൾ സുബ്ബലക്ഷ്മി വീണ്ടും ചോദിച്ചു: “നീ ശാന്തിനികേതനിൽ പോയിരുന്നോ?”

വിവാഹശേഷം ആദ്യമായി ഒരു വർഷം ഭർത്താവിനൊപ്പം ആസാമിൽ താമസിച്ചു മടങ്ങിവന്ന, യുവതിയായ അനന്തിരവളോട് സുബ്ബല

ക്ഷ്മിക്കു ചോദിക്കാൻ ഈ ഒരൊറ്റ ചോദ്യമേ ഉണ്ടായിരുന്നുള്ളൂവെന്നത് വിചിത്രമാണ്. ശാന്തിനികേതനിൽ പോകുവാനും ടാഗോറിനെ കാണുവാനുമുള്ള ആവേശവും ആഗ്രഹവും എത്രമാത്രമാണെന്നും വർഷങ്ങൾ കടന്നുപോയിട്ടും അണയാതെ കത്തുന്ന അഗ്നിപോലെയത് ജ്വലിച്ചിരുന്നുവെന്നും വ്യക്തം.

സുബ്ബലക്ഷ്മിയുടെ എല്ലാ ചെറുമക്കളും ഗുരുദേവനുമായി അവരെ ബന്ധപ്പെടുത്തിയിരുന്നു. എന്നാൽ കവിതയെ സ്നേഹിച്ചിരുന്ന പി ആർ ജി ഈ ഒരു കവിയുടെ രചനകൾ വായിക്കാതെ എങ്ങനെ മാറിനിന്നു എന്നത് എന്നെ പലപ്പോഴും അത്ഭുതപ്പെടുത്തിയിട്ടുണ്ട്. അദ്ദേഹത്തിന്റെ രചനകളെ കുറിച്ച് പി ആർ ജി പരാമർശിക്കാത്തത് അദ്ദേഹത്തിന് ടാഗോറിനെ അറിയാത്തതുകൊണ്ടാണെന്ന് ഞങ്ങൾ കരുതി.

ഒരുപക്ഷേ അദ്ദേഹവും ടാഗോറിനെ തന്റെ ഭാര്യയുമായി ബന്ധപ്പെടുത്തിയാകാം കണ്ടിരുന്നത്. ടാഗോറുമായി മത്സരിക്കാനാണ് പി ആർ ജി താടിവളർത്തിയതെന്നത് ഞങ്ങളുടെ കുടുംബത്തിലെ ഒരു തമാശയായിരുന്നു. ഒരു പുസ്തകം എഴുതുമ്പോൾ സുബ്ബലക്ഷ്മിയുടെയും അവരുടെ ഗുരുദേവന്റെയും ജീവിതങ്ങളുടെ ചില സാദൃശ്യങ്ങൾ എന്റെ ശ്രദ്ധയിൽപ്പെട്ടു. ടാഗോറിന്റെ ഭാര്യ മൃണാളിനിദേവി 13 വയസ്സിൽ അമ്മയായി. അവർക്ക് 5 മക്കൾ ഉണ്ടായിരുന്നു. സുബ്ബലക്ഷ്മി 14 വയസ്സിൽ അമ്മയായി. മൂന്നുമക്കളും ഉണ്ടായിരുന്നു. രണ്ടുപേരും ഉന്നത ഹിന്ദു സമുദായത്തിൽപ്പെട്ടവർ. പക്ഷേ, ഇവിടെ ഈ സാദൃശ്യങ്ങൾ അവസാനിക്കുന്നു. ഏതൊരു യഥാർത്ഥ ഹിന്ദു ഭാര്യയേയും പോലെ മൃണാളിനിയും ടാഗോറിന്റെ ഇഷ്ടാനിഷ്ടങ്ങൾക്കൊത്തു ജീവിച്ചു. ഭർത്താവിന്റെ 'ആർഭാടരഹിത ദർശനങ്ങൾ' ക്കനുസരിച്ച് ലളിതമായി വസ്ത്രം ധരിച്ചു, ആഭരണങ്ങൾ അണിഞ്ഞില്ല, ഭർത്താവിന്റെ 'ചാപല്യങ്ങളെയും ചാഞ്ചല്യങ്ങളെയും' കുറിച്ച് പരാതിപറഞ്ഞില്ല, സംസ്കൃതവും ഇംഗ്ലീഷും പഠിച്ചു, അദ്ദേഹത്തിന്റെ *രാജാറാണി* എന്ന നാടകത്തിൽ അഭിനയിച്ചു. ചുരുക്കത്തിൽ മൃണാളിനിയായിരുന്നു യഥാർത്ഥ ഹിന്ദുഭാര്യ. ഇതു സുബ്ബലക്ഷ്മിയുടേതിന്റെ നേരെ വിപരീതമാണ്, അവർ ഒരു നിഷേധിയായ ഭാര്യായിരുന്നു. തന്റെ മകളെ പഠിപ്പിക്കുക എന്ന വെല്ലുവിളി സുബ്ബലക്ഷ്മി ഏറ്റെടുത്തു. ഭർത്താവു കൊണ്ടുവരുന്ന നാനാതരത്തിലുള്ള പുരോഹിതന്മാരുടെ കോമാളിസംഘത്തെ തീരെ കണക്കിലെടുക്കാതെയാണ് സുബ്ബലക്ഷ്മി ജീവിച്ചത്. അതിനുപകരം വിജ്ഞാനത്തിന്റെ വാതായനങ്ങൾ തുറന്നുതരുന്ന പുസ്തകങ്ങൾ നിറഞ്ഞ ഒരു ഇടം സ്വയം സൃഷ്ടിച്ചെടുക്കുന്നതിൽ സുബ്ബലക്ഷ്മി വിജയിച്ചു.

ശാന്തിനികേതൻ

നമ്മുടെ ഹൃദയങ്ങളിലെ ഓമനയായ ശാന്തിനികേതൻ,
നമുക്കു സ്വന്തം.
നമ്മുടെ കിനാവുകൾ അവളുടെ കരങ്ങളിൽ ആലോലമാടുന്നു.
നാം ഓരോ തവണയും കാണുമ്പോൾ
അവളുടെ മുഖം പുത്തൻസ്നേഹത്താൽ തരളമാകുന്നു.

കാരണം അവൾ നമ്മുടെയാണ്,
നമ്മുടെ ഹൃദയങ്ങളിലെ ഓമന.
അവളുടെ മരങ്ങളുടെ തണലിൽ നാം കണ്ടുമുട്ടുന്നു,
അവളുടെ തുറന്ന ആകാശത്തിന്റെ സ്വാതന്ത്ര്യത്തിൽ
അവളുടെ പ്രഭാതങ്ങളും സായാഹ്നങ്ങളും
സ്വർഗ്ഗീയചുംബനങ്ങൾ ഏകുന്നു.
നമ്മെ ഊർജ്ജസ്വലരാക്കുന്നു.
അവൾ നമ്മുടെയാണ്. നമ്മുടെ ഹൃദയങ്ങളിലെ ഓമന.
അവളുടെ തണലുകളുടെ നിശ്ചലത വനമർമ്മരങ്ങളാൽ ചലിക്കുന്നു.
അവളുടെ നെല്ലിമരകൂട്ടങ്ങൾ ദലമർമ്മരങ്ങളാൽ ഇളകുന്നു.
നാം എത്ര അകലെയാണെങ്കിലും അവർ നമ്മിൽ നിറയുന്നു.
വലയം ചെയ്യുന്നു.
നമ്മുടെ ഹൃദയങ്ങൾ ഒരു പാട്ടിനാൽ കോർത്തെടുക്കുന്നു.
സംഗീതത്താൽ നമ്മെ ഒന്നാക്കുന്നു,
അവളുടെ വിരലുകളാൽ നമ്മുടെ സ്നേഹക്കമ്പികൾ മീട്ടുന്നു.
നാം എന്നും ഓർക്കുന്നു.
അവൾ നമ്മുടേതാണ്, നമ്മുടെ ഹൃദയങ്ങളുടെ ഓമന.

ടാഗോർ

(ഡബ്ലിയു ഡബ്ലിയു പിയേഴ്സൺ ബംഗാളിയിൽനിന്നും ഇംഗ്ലീഷിലേക്കു തർജ്ജമ ചെയ്തു)

> പുരാതന ഗ്രീസിലെ സംസ്കാരം നഗരത്തിന്റെ മതിൽക്കെട്ടുകൾക്കകത്താണ് പരിപോഷിപ്പിക്കപ്പെട്ടത്. ഇന്ത്യയിൽ വനങ്ങളിലാണ് സംസ്കാരം രൂപംകൊണ്ടത്. ഈ തുടക്കവും പരിസ്ഥിതിയും അതിനൊരു സവിശേഷ സ്വഭാവം പ്രദാനം ചെയ്തിരിക്കുന്നു. മനുഷ്യന്റെയും ഈ പ്രകൃതിയുടെയും ആത്മാവുകൾ തമ്മിലുള്ള ഈ താളലയം പുരാതന ഇന്ത്യയിലെ വനാന്തരങ്ങളിൽ വിഹരിച്ച സന്ന്യാസിവര്യന്മാരുടെ അന്വേഷണമായിരുന്നു.
>
> ടാഗോർ

ഞാൻ ശാന്തിനികേതൻ എന്നു കേട്ടനാൾ മുതൽ സുബ്ബലക്ഷ്മിയുമായി അതിനെ ബന്ധപ്പെടുത്തിയിരുന്നു. ഗുരുദേവൻ അവർക്കായി മാത്രം രൂപകല്പനചെയ്ത ഒരു കുഞ്ഞുസ്വപ്നലോകം പോലെയാണ് എനിക്കു തോന്നിയിരുന്നത്. സുബ്ബലക്ഷ്മിക്ക് ശാന്തിനികേതൻ വിദ്യാഭ്യാസത്തിന്റെയും സംസ്കാരത്തിന്റെയും കലയുടെയും ആത്മീയതയുടെയും അവസാനവാക്കായിരുന്നു. ചതോപാധ്യായ ദമ്പതികൾ ശാന്തിനികേതനെക്കുറിച്ച് ധാരാളമായി തന്റെ അമ്മയോട് പറഞ്ഞിരുന്നുവെന്ന് പങ്കജം ഓർക്കുന്നു. മാത്രമല്ല, പങ്കജത്തിനുവേണ്ടി സുബ്ബലക്ഷ്മി അസംഭവ്യമായ ഒരു സ്വപ്നവും കണ്ടിരുന്നു. അത് മദിരാശിയിലെ ലേഡിവെല്ലിങ്ടണ് പകരം ശാന്തിനികേതനിൽ പങ്കജം പഠിക്കുക എന്നതായിരുന്നു.

ടാഗോറിനെപ്പോലെ ഔപചാരിക വിദ്യാഭ്യാസം ലഭിച്ചിട്ടില്ലാത്ത ഒരാൾ ഇത്രയും പ്രശംസനീയമായ ഒരു വിദ്യാലയം ആരംഭിക്കുക

എന്നതുതന്നെ ഒരു വൈരുദ്ധ്യമാണ്. അതിനെക്കുറിച്ച് ടാഗോർ തന്നെ ഇങ്ങനെ പറഞ്ഞിട്ടുണ്ട്, "40 വയസ്സിനോടടുത്ത സമയത്താണ് ബംഗാളിൽ ഞാൻ ഒരു സ്കൂൾ ആരംഭിച്ചത്. ഈ സ്കൂളിന്റെ ഉത്ഭവത്തിന്റെ കാരണമെന്താണെന്നും എനിക്കറിയാം. അത് വിദ്യാഭ്യാസത്തിന്റെ പുതിയ സിദ്ധാന്തമൊന്നുമല്ല, പക്ഷേ, എന്റെ സ്കൂൾദിനങ്ങളുടെ ഓർമ്മയ്ക്കു വേണ്ടിയാണ്.

ഔപചാരികമായ വിദ്യാഭ്യാസരീതികളോട് അദ്ദേഹത്തിന് ബാല്യത്തിൽ ഉണ്ടായിരുന്ന ഇഷ്ടക്കേടാണ് യഥാർത്ഥത്തിൽ ശാന്തിനികേതന് പ്രേരണയായത്. തന്റെ അപൂർണ്ണമായ സ്കൂൾജീവിതത്തെ ഓർത്തുകൊണ്ട് ടാഗോർ പറയുന്നു.

> പെട്ടെന്നൊരു ദിവസം എനിക്കു ചുറ്റുമുള്ള ലോകം അപ്രത്യക്ഷമായതുപോലെയാണ് തോന്നിയത്. പകരം അന്ധരുടെ ശൂന്യമായ നോട്ടംപോലെ തടി ബഞ്ചുകളും കുത്തനെയുള്ള ചുമരുകളും എന്നെ തുറിച്ചുനോക്കി.

ടാഗോർ, ഔപചാരിക വിദ്യാഭ്യാസത്തിന്റെ കാഠിന്യത്തെക്കുറിച്ചിങ്ങനെ എഴുതി,

> പാവപ്പെട്ട ബംഗാളി കുട്ടി ...സ്കൂൾ ബഞ്ചിൽ തന്റെ മുണ്ടിന്റെ ഞൊറികൾക്കിടയിലൂടെ തൂങ്ങിയാടുന്ന നേർത്ത കാലുകളുമായി ഇരിക്കുന്നു. സ്വാദിഷ്ഠമായതൊന്നും ഒപ്പമില്ലാതെ, അദ്ധ്യാപകന്റെ ശകാരവും കേട്ട് ചൂരൽപ്രയോഗത്തിനിരയാകുന്നു. നാം ബി എ യും എം എ യും പരീക്ഷ ജയിക്കുന്നു. നാം ഒരുപാട് പഠിച്ച് നിറയ്ക്കുന്നു, പക്ഷേ, ബുദ്ധിക്ക് ഊർജ്ജമോ പക്വതയോ ലഭിക്കുന്നില്ല.

ടാഗോറിനെ സംബന്ധിച്ചിടത്തോളം യഥാർത്ഥ വിദ്യാഭ്യാസത്തിന്റെ ആധാരം "യുവമനസ്സുകൾ മനുഷ്യലോകവും നമുക്കു ചുറ്റുമുള്ള ലോകവും തമ്മിലുള്ള ഏകതാനത എന്ന ആശയത്താൽ നിറഞ്ഞിരിക്കണം" എന്നതാണ്. അങ്ങനെയല്ലെങ്കിൽ "ദൈവത്തിന്റെ സ്വന്തം കൈവേലകളുടെ അത്ഭുതങ്ങൾ നിറഞ്ഞ, വ്യക്തിത്വത്തിന്റെ സൂചനകൾ നിറഞ്ഞ ആ ലോകത്തുനിന്നും കുട്ടികൾ തട്ടിമാറ്റപ്പെടും" എന്നാണ്. അദ്ദേഹത്തിന്റെ സ്വപ്നത്തിന് പണം സ്വരൂപിക്കൽ അത്ര അനായാസമായ ഒരു പണി ആയിരുന്നില്ല. അദ്ദേഹം തന്നെ സി എഫ് ആൻഡ്രൂസിനോടിങ്ങനെ പറയുന്നു.

> ഞാനെന്റെ എല്ലാ പുസ്തകങ്ങളും പകർപ്പവകാശങ്ങളും എനിക്കുള്ളതെല്ലാം സ്കൂൾ മുന്നോട്ടു കൊണ്ടുപോകാനായി വിറ്റു. അതെന്തൊരു സംഘർഷഭരിതമായ ഘട്ടമായിരുന്നുവെന്നോ ഞാൻ എന്തൊക്കെ കഷ്ടപ്പാടുകൾ അനുഭവിച്ചുവെന്നോ എനിക്ക് നിങ്ങളോട് പറയാനാവില്ല. തുടക്കത്തിൽ എന്റെ ലക്ഷ്യം രാജ്യസ്നേഹപരം മാത്രമായിരുന്നു, പക്ഷേ, പിന്നീടത് കൂടുതൽ ആത്മീയമായി മാറി.

ടാഗോർ വിശ്വസിച്ചത് ആധുനിക വിദ്യാഭ്യാസത്തിന്റെ ലക്ഷ്യം "വിജ്ഞാനത്തിന്റെ ഭിക്ഷാപാത്രങ്ങൾ" ആയി സ്കൂളുകളെ ചുരുക്കുക എന്നതല്ല, നമുക്കും നമ്മുടേതായ ആത്മാവുണ്ടെന്ന് ലോകത്തെ ബോദ്ധ്യപ്പെടുത്തുകയാണു വേണ്ടത്. "നമുക്കും ഈ മഹാലോകത്തിന്റെ ഹൃദയത്തിൽ ഇടമുണ്ടെന്ന് തെളിയിക്കേണ്ടത് വിശ്വഭാരതിയാണ്. ഇതിനായി നാം കാലത്തിന്റെ പിന്നിലേക്ക് കുറെയേറെ സഞ്ചരിക്കണം. "ചുറ്റുമുള്ള ലോകം ഉണർന്നിട്ടില്ലാത്തപ്പോൾ ഇന്ത്യയുടെ ആന്തരികമനുഷ്യൻ വനാന്തരങ്ങളുടെ ഏകാന്തതയിൽ പരിപൂർണ്ണത നേടിയ ആ കാലത്തേക്കു നാം പോകണം."

അദ്ദേഹം വിശദീകരിച്ചിരുന്നത് ശാന്തിനികേതൻ പുരാതന നളന്ദയുടെ മാതൃകയിലാണെന്നാണ്. പുരാതന നളന്ദയുടെ മാതൃകയിൽ ശാന്തിനികേതൻ സ്ഥാപിക്കാൻ താൻ ശ്രമിച്ചുവെന്ന് ടാഗോർ വിശദീകരിച്ചു. "രാജ്യത്തിന്റെയാകമാനം സാംസ്കാരികവും ധാർമ്മികവുമായ വിഭവങ്ങളെ ഉപയോഗപ്പെടുത്തി വിദ്യാർത്ഥികൾക്ക് ഇന്ത്യൻ മണ്ണിലാണ് വേരെന്ന" ബോദ്ധ്യത്തോടെയാണത് സ്ഥാപിച്ചത്. അങ്ങനെയാകുമ്പോൾ അവർക്ക് ഒരു വിദേശസംസ്കാരത്തെ ഉൾക്കൊള്ളാൻ ബുദ്ധിമുട്ടുണ്ടാവില്ല. കാരണം കിഴക്ക് അതിന്റെ ആത്മാവിനെ അറിഞ്ഞിരിക്കണം; പടിഞ്ഞാറിന്റേതുപോലെ തന്നെ. പിന്നീട് രണ്ടിനും തുല്യഭാവത്തിൽ കൂടിച്ചേരാനാകും. അങ്ങനെയാണ് വിശ്വഭാരതി ജന്മംകൊണ്ടത്. വിദ്യാഭ്യാസത്തിന്റെ ഭാഗമായി "ആത്മീയബന്ധത്തിന്' ഊന്നൽ നല്കുകയും "ദൈവം എന്ന യാഥാർത്ഥ്യത്തെ" അനുഭവിക്കുകയും ചെയ്തുകൊണ്ട് അദ്ദേഹം ഓർമ്മിപ്പിച്ചത് ഇത് അവർക്കു മേൽ കെട്ടി ഏല്പിക്കുന്ന ഒരു വിശ്വാസപ്രമാണമോ അമൂർത്തമായ ഊഹാപോഹമോ അല്ല എന്നാണ്.

വിശ്വഭാരതിയിലെ പ്രഭാതപ്രാർത്ഥന മറ്റു സ്കൂളുകളിൽ തുടർന്നുവന്ന രീതികളിൽനിന്നും വ്യത്യസ്തമായിരുന്നു. ദിവസത്തിൽ രണ്ടു നേരം 15 മിനിട്ട് മാറ്റിവച്ചിരുന്നത് കുട്ടികൾക്ക് "പ്രാർത്ഥനയ്ക്കു വേണ്ടി അവരുടെ മനസ്സുകളെ തയ്യാറാക്കുന്നതിനു" വേണ്ടിയാണ്. ഒരുതരത്തിലുമുള്ള മന്ത്രങ്ങളോ ജപങ്ങളോ അപ്പോൾ ചൊല്ലിയിരുന്നില്ല. ആ സമയത്ത് കുട്ടികൾ എന്ത് ചിന്തിച്ചുവെന്നോ എന്ത് ചിന്തിക്കണമെന്നോ പറഞ്ഞിരുന്നുമില്ല. "ബോധപൂർവ്വമുള്ള അദ്ധ്യയനത്തേക്കാളേറെ പ്രകൃതിയുടെ ഉപബോധ സ്വാധീനത്തെയും നാം ജീവിക്കുന്ന ദൈനംദിന പ്രാർത്ഥനാ ജീവിതവും ആ പ്രദേശവും തമ്മിലുള്ള ബന്ധത്തിലും ആണ് ടാഗോർ വിശ്വസിച്ചത്."

ടാഗോർ വിശ്വസിച്ചിരുന്നത് "ഇന്ത്യയിലെ മഹാഗുരുക്കന്മാർ എല്ലാവരും വനങ്ങളിൽ അധിവസിക്കുന്നവരായിരുന്നു" എന്നാണ്. അതുകൊണ്ടാണ്, "പട്ടണത്തിന്റെ ഒരുവിധ ശല്യങ്ങളും ഇല്ലാത്ത, ഈശ്വരനുമായുള്ള ബന്ധത്തിലൂടെ ദിവ്യമായ ഒരു ജീവിതം നയിക്കപ്പെട്ടതിന്റെ സ്മരണകളാൽ വലയം ചെയ്യപ്പെട്ട" അകലെയുള്ള ഒരു സ്ഥലം തന്റെ സ്കൂളിനായി–ശാന്തിനികേതൻ–അദ്ദേഹം കണ്ടെത്തിയത്. എനിക്ക് തോന്നുന്നത് സുബ്ബലക്ഷ്മിയുടെ ലോകവീക്ഷണം, അവരുടെ ആത്മീയതയെ കുറിച്ചുള്ള അവഗാഹം, അവരുടെ ആഗ്രഹങ്ങൾ ഇതെല്ലാം ടാഗോറിന്റെ ദാർശനികനിലപാടുകളാൽ സ്വാധീനപ്പെട്ടിട്ടുണ്ടെന്നാണ്. അവരുടെ പുസ്ത

കങ്ങളിലൂടെ കടന്നുപോയപ്പോൾ, അവർ വായിച്ചതെല്ലാം ഞാനും വായിച്ചപ്പോൾ, ടാഗോറിന്റെ *ക്രിയാത്മക ഐക്യം (Creative Unity)* എന്ന ഗ്രന്ഥത്തിൽനിന്നും ആത്മീയ ഏകതാനത എങ്ങനെ സുബ്ബലക്ഷ്മി ആന്തരികവല്ക്കരിച്ചിരിക്കുന്നു എന്നെനിക്കു ബോദ്ധ്യപ്പെട്ടു. ആ പുസ്തകത്തിൽ പറഞ്ഞിരിക്കുന്നത്,

> ആത്മീയഏകതാനത എന്ന മതം ഒരു ആദ്ധ്യാത്മികപാഠംപോലെ പഠിപ്പിക്കേണ്ടതല്ല, ഒരു ക്ലാസ്മുറിയിലെ വിഷയവും അല്ല....അതു നമുക്കു ചുറ്റുപാടുമുള്ള ലോകത്തോടുള്ള നമ്മുടെ കാഴ്ചപ്പാടിന്റെ ആത്മീയ സത്യവും സൗന്ദര്യവുമാണ്...നമ്മുടെ ജീവിതത്തിലൂടെ കടന്നുപോകുന്ന നിമിഷങ്ങളിൽ നിലനില്ക്കുന്ന ഈശ്വരന്റെ ചൈതന്യമാണ്. ഇത്തരം ഒരു ആത്മീയത സൃഷ്ടിക്കണമെങ്കിൽ പ്രകൃതിയുമായി അടുത്തുബന്ധപ്പെട്ട് ജീവിക്കുവാൻ വിദ്യാർത്ഥികൾക്ക് അവസരം ഉണ്ടാകണം, എല്ലാ ജീവജാലങ്ങളേയും സേവിക്കുവാൻ കഴിയുന്ന അന്തരീക്ഷത്തിലാകണം എന്നും വളരേണ്ടത്. മണ്ണിന്റെയും ജലത്തിന്റേയും വായുവിന്റേയും അനന്തമായ അത്ഭുതങ്ങൾ അനുഭവിക്കുവാൻ പഠിക്കണം. ഗ്രാമങ്ങളിൽ മണ്ണിൽ അദ്ധ്വാനിക്കുന്നവരും തൊഴിലാളികളുമായ പാവങ്ങളുമായി കുറേ കാര്യങ്ങളിൽ സഹകരണം ഉണ്ടാകണം....ഇത്തരമൊരു അന്തരീക്ഷത്തിൽ വിദ്യാർത്ഥികൾക്കു മനസ്സിലാകും മനുഷ്യരാശി എന്നത് ഒരു മഹാസംഗീതത്തിനായി കാത്തിരിക്കുന്ന നിരവധി കമ്പികളുള്ള ഒരു ദിവ്യമായ സംഗീതഉപകരണം ആണെന്ന്... ജീവിതം അവിടെ ലളിതവും ശുദ്ധവും ആയിരിക്കും. ലാളിത്യമെന്നത് നമ്മുടെ കാലത്തെ സമൂഹത്തിന്റെ ആവശ്യങ്ങൾക്ക് യോജിച്ചതല്ലെന്ന് നാം ഒരിക്കലും കരുതരുത്.

ശാന്തിനികേതനിലെ വിദ്യാർത്ഥികൾക്കുവേണ്ടി ടാഗോറിനുണ്ടായിരുന്ന സമഗ്രമായ വിദ്യാഭ്യാസവീക്ഷണം ഇതായിരുന്നു. സുബ്ബലക്ഷ്മിയെ സംബന്ധിച്ചിടത്തോളം ഇത്തരം ഒരു സ്ഥാപനത്തിലേക്ക് പങ്കജത്തെ അയക്കുക എന്നത് ഏറ്റവും വലിയ സ്വപ്നം ആയിരുന്നിരിക്കാം. മകൾക്കൊപ്പം അവിടെ പോകാൻ സാധിക്കുക എന്നത് ഏറ്റവും വലിയ അനുഗ്രഹമായും അവർ കരുതിയിട്ടുണ്ടാകാം. മാത്രമല്ല, സുബ്ബലക്ഷ്മി ആരാധിച്ചിരുന്ന ചിത്രകാരന്മാരായ നന്ദലാൽ ബോസും ഹാൽദറും പഠിപ്പിക്കുകയും താമസിക്കുകയും ചെയ്യുന്ന ശാന്തിനികേതൻ കലയുടെയും സംസ്കാരത്തിന്റെയും കേന്ദ്രമായും കരുതിയിട്ടുണ്ടാകാം.

> അകലെയുള്ളതിനായി ഞാൻ ദാഹിക്കുന്നു
> ഞാൻ മറക്കുന്നു, എല്ലായ്പ്പോഴും മറക്കുന്നു.
> എനിക്കു ചിറകുകൾ ഉള്ള കുതിരയില്ലെന്ന്
> ഞാൻ ഒറ്റയ്ക്കു കഴിയുന്ന വീടിന്റെ
> എല്ലാ വാതിലുകളും അടഞ്ഞു കിടക്കുകയാണെന്ന്

1924 ആഗസ്ത് 30 ന്റെ സുബ്ബലക്ഷ്മിയുടെ ഡയറിക്കുറിപ്പിലെ ടാഗോ റിന്റെ കവിത.

സുബ്ബലക്ഷ്മിക്ക് ശാന്തിനികേതൻ എല്ലാ അർത്ഥത്തിലും വിദ്യാ ഭ്യാസത്തിന്റെയും കലയുടെയും സൗന്ദര്യശാസ്ത്രത്തിന്റെയും അവസാന വാക്കായിരുന്നു. തന്റെ അമ്മയുടെ ആവേശവും തുടർന്നുണ്ടായ നിരാ ശയും *പങ്കജം സുബ്ബലക്ഷ്മിയുടെ ജീവിതകഥയിൽ* വിവരിക്കുന്നു. "ഹാ! കഷ്ടം! നിർഭാഗ്യം അമ്മയുടെ ജീവിതകാലം മുഴുവനും അവരെ പിന്തു ടർന്നു. യാഥാസ്ഥിതികത്വത്തിന്റെ പേരിൽ അമ്മയുടെ അടുത്ത ബന്ധു ക്കൾപോലും അവർക്കെതിരെ തിരിഞ്ഞു." പങ്കജത്തിന്റെ ഓർമ്മകൾ തുടർന്നു.

ഒരിക്കൽ മൃണാളിനി ചതോപാധ്യായ, കമലാദേവി, സരോജിനി നായിഡു, പിന്നെ ശാന്തിനികേതനിലെ മറ്റു ചിലരും കൂടി ട്രിപ്ലി ക്കേനിലെ വീട്ടിൽ വന്ന് അമ്മയുമായി ചില ഗൗരവമുള്ള കാര്യ ങ്ങൾ ചർച്ച ചെയ്തു. ഈ പ്രമുഖഅതിഥികൾ സുബ്ബലക്ഷ്മിയെ വളരെ ഏറെ ഇഷ്ടപ്പെട്ടിരുന്നു. പലപ്പോഴും രാഷ്ട്രീയജാഥകളിലും യോഗങ്ങളിലും പങ്കെടുത്തിരുന്ന, യുവതിയായ ആരോരും ശ്രദ്ധി ച്ചിട്ടില്ലാത്ത, സ്കൂൾ വിദ്യാഭ്യാസം ലഭിച്ചിട്ടില്ലാത്ത, അമ്മയെ ഈ അതിഥികൾ അന്വേഷിച്ച് എത്തിയതാണ്. പങ്കജത്തെ ശാന്തിനി കേതനിൽ പഠിപ്പിക്കാമെന്ന് ഉറപ്പു നല്കുവാനാണ് ട്രിപ്ലിക്കേനിലെ തിരക്കുപിടിച്ച, വീതികുറഞ്ഞ തെരുവിലെ, സഹോദരന്റെ വീട്ടിൽ അവർ സുബ്ബലക്ഷ്മിയെ അന്വേഷിച്ചു വന്നത്.

പങ്കജം ഇതേ കുറിച്ച് വിശദീകരിക്കുന്നത് ഇങ്ങനെ:

സുബ്ബലക്ഷ്മിയുടെ വിശാലവും ചിട്ടയില്ലാത്തതുമായ വായനയും അവരുടെ സൗന്ദര്യബോധവും അവരുടെ സാമൂഹ്യരാഷ്ട്രീയവീക്ഷ ണവും ഇതിനെല്ലാം ഉപരിയായി ടാഗോറിനോടും വിശ്വഭാരതിയോ ടുമുള്ള കറകളഞ്ഞ ആരാധനയുമാകാം അവർക്ക് സുബ്ബലക്ഷ്മി യോട് ആകർഷണം ഉണ്ടാകാൻ കാരണം. അവർ പോയ ഉടൻ അമ്മ ഓടി വന്ന് ഞങ്ങളോട് പറഞ്ഞു. "ഓ! നമ്മൾ ശാന്തിനികേ തനിലേക്കു പോവുകയാണ്. നിനക്കവിടെ പഠിക്കാം." വളരെയേറെ വികാരാവേശത്തോടെയാണമ്മ അതു പറഞ്ഞത്. അമ്മൂമ്മയ്ക്കും അമ്മാവനും ഒക്കെ കുറച്ചു നിമിഷങ്ങൾ കഴിഞ്ഞേ കാര്യം മന സ്സിലായുള്ളൂ. അവരുടെ വാഗ്ദാനം ഇതായിരുന്നു. അമ്മ എന്റെ കൂടെ ശാന്തിനികേതനിലേക്കു വന്നാൽ ബിരുദമെടുക്കുന്നതുവരെ എനിക്കവിടെ പഠിക്കാം. എന്റെ അമ്മയ്ക്കും അവിടെ ചെയ്യാൻ പറ്റിയ എന്തെങ്കിലും കണ്ടെത്താം. പക്ഷേ, തന്റെ മകളെ ശാന്തി നികേതനിലേക്കയക്കാൻ സമൂഹത്തെ ഭയമുള്ള തികച്ചും യാഥാ സ്ഥിതികയായ എന്റെ അമ്മൂമ്മ തയ്യാറായിരുന്നില്ല. ഈ സംഭ വവും തുടർന്നുണ്ടായ വഴക്കുകളും കടുത്ത നൈരാശ്യവും അമ്മയെ പല രീതിയിലാണ് ബാധിച്ചത്. ആൺമക്കളെ നഷ്ടപ്പെട്ട

> പ്പോഴത്തെ ദിവസങ്ങളിലേതുപോലെ അമ്മ മൂകയും വിഷാദമഗ്നയും ആയി മാറി. സുബ്ബലക്ഷ്മി മറികടന്നതോ അല്ലെങ്കിൽ ഉപബോധമനസ്സിലേക്ക് താല്ക്കാലികമായി തള്ളി മാറ്റിയതോ ആയ ആ കഠിനവ്യഥ ഉള്ളിൽനിന്നും പുറത്തേക്കു മുരണ്ടു തുടങ്ങി.

ശാന്തിനികേതനിൽ കലാപരിശീലനം ലഭിക്കുവാനുള്ള ആ മഹത്തായ അവസരം പങ്കജത്തിനു നഷ്ടപ്പെട്ടു. അവളത് വളരെയേറെ ഇഷ്ടപ്പെട്ടിരുന്നതായിരുന്നു. അതു നടന്നത് 1924 ൽ ആകാൻ ആണ് സാദ്ധ്യത. കാരണം ചതോപാധ്യായ ദമ്പതികൾ പങ്കജത്തിന്റെ സ്കൂൾപ്രവേശനത്തെക്കുറിച്ച് കൽക്കത്തയിലെ ഒരു സുഹൃത്തിനയച്ച കത്തിൽ 1924 എന്നാണു കാണുന്നത്. (ഈ പുസ്തകം എഴുതുമ്പോഴേക്കും ഈ കത്തു നഷ്ടപ്പെട്ടു) ചതോപാധ്യായ കുടുംബം മദിരാശിയിൽ താമസം തുടങ്ങിയതും ഇതേ വർഷമാണ്.

13 വയസ്സുണ്ടായിരുന്ന പങ്കജത്തിന് തനിക്കു നഷ്ടപ്പെട്ട വിലപിടിച്ച അവസരത്തെക്കുറിച്ചധികമൊന്നും മനസ്സിലായിരുന്നില്ല. കാരണം അവൾ അന്ന് മദിരാശിയിലെ സ്കൂൾ ജീവിതത്തിന്റെ സംഘർഷങ്ങളിലും പ്രശ്നങ്ങളിലും അത്രയേറെ കുരുങ്ങിക്കിടക്കുകയായിരുന്നു. ശാന്തിനികേതനിൽ കുട്ടികൾക്ക് എന്തെങ്കിലും പ്രശ്നം ഉണ്ടായാൽ സ്വയം അവരുടെ നീതിന്യായ കോടതിയെ തെരഞ്ഞെടുക്കുകയാണെന്നും ആ വിധി ന്യായം എല്ലാവരും അനുസരിക്കുകയാണെന്നും അറിഞ്ഞിരുന്നെങ്കിൽ പങ്കജം കൂടുതൽ നിരാശയായേനെ. കാരണം പങ്കജത്തിന് മദിരാശിയിലെ സ്കൂളിൽ ചില പ്രശ്നങ്ങൾ ഉണ്ടായിരുന്നു. സ്കൂളിലെ ഒരു അദ്ധ്യാപിക പങ്കജത്തിനും മറ്റ് രണ്ട് കുട്ടികൾക്കും ബ്ലാക്ക് മാർക്ക് നല്കിയത് അനീതിയാണെന്നവൾ കരുതി. അതുകൊണ്ട് പ്രിൻസിപ്പൽ മിസ് ബാരിയോട് സ്കൂൾ സമയം കഴിഞ്ഞ് കാത്തുനിന്ന് അവൾ സംസാരിച്ചു. ബ്ലാക്ക് മാർക്കു കൊടുക്കുന്നത് സ്കൂൾ നിയമപ്രകാരം "മോഷ്ടിക്കുകയോ കള്ളം പറയുകയോ ചതിക്കുകയോ" ചെയ്യുന്നവർക്കാണെന്ന് അവൾ പ്രിൻസിപ്പാളിനോട് പറഞ്ഞു. ക്ലാസിലെ ഒരു കുട്ടി അദ്ധ്യാപികയുടെ പടം വരച്ചതു കണ്ട് ചിരിക്കുക മാത്രമാണ് പങ്കജവും മറ്റു രണ്ടു പേരും ചെയ്തത്. സ്കൂൾദിനങ്ങളെ കുറിച്ച് പങ്കജം ഇങ്ങനെ ഓർക്കുന്നു.

> അടുത്ത ദിവസം എന്നെയും മറ്റു രണ്ടുപേരെയും പ്രിൻസിപ്പൽ മുറിയിലേക്കു വിളിപ്പിച്ചു. ഞങ്ങളെ സ്കൂളിൽനിന്നും പുറത്താക്കുമെന്ന് തന്നെ എല്ലാവരും ഉറപ്പിച്ചു. ഓഫീസ് മുറിയിൽ ചെന്നപ്പോൾ ബ്ലാക് മാർക്കു നല്കിയ അദ്ധ്യാപികയും അവിടെ ഇരിക്കുന്നതു കണ്ട് ഞങ്ങൾ അത്ഭുതപ്പെട്ടു. മിസ് ബാരി, അദ്ധ്യാപികയോട് മാപ്പു ചോദിക്കുവാൻ ഞങ്ങളോട് ആവശ്യപ്പെട്ടു. അവരതു ചെയ്യുകയും ചെയ്തു! ഒരു യൂറോപ്പുകാരിയായ അവർക്ക് കാര്യം മനസ്സിലാകുകയും എന്നോട് സഹതാപം തോന്നുകയും ചെയ്തു.

സുബ്ബലക്ഷ്മിക്കാവട്ടെ തന്റെ ഗുരുദേവന്റെ കാല്പാദങ്ങളിലേക്ക് തന്റെ മകളെ പഠിക്കുവാൻ അയക്കുവാൻ കഴിയുക എന്നതുതന്നെ അവി

ശ്വസനീയമായ അവസരം ആയും മകളെ അദ്ദേഹത്തിന്റെ ശിഷ്യയാക്കുന്നത് അത്ഭുതകരമായ കാര്യമായും തോന്നിയിട്ടുണ്ടാകും. ശാന്തിനികേതനിലേക്ക് അയയ്ക്കാൻ കഴിയാത്തതോടെ സുബ്ബലക്ഷ്മിക്ക് പങ്കജത്തെ ഒന്നോ രണ്ടോ വർഷത്തിനകം വിവാഹം കഴിപ്പിക്കണമെന്ന ഭർത്താവിന്റെ നിർബ്ബന്ധത്തെ കൈകാര്യം ചെയ്യേണ്ടി വരുന്ന അവസ്ഥയുണ്ടാകും. ഭർത്താവുമൊത്തുള്ള ഏറ്റവും ചുരുങ്ങിയ ആ ജീവിതത്തിലേക്കുള്ള സുബ്ബലക്ഷ്മിയുടെ മടങ്ങിപ്പോക്ക് ഇതിനു പുറമെയാണ്. അക്കാലത്തെ താരതമ്യേന സ്വതന്ത്രയായ സ്ത്രീയായ കാമാക്ഷിക്കറിയാമായിരുന്നു അമ്മയും മകളും പി ആർ ജിയുടെ അറിവോടെയല്ലാതെ കൽക്കത്തയ്ക്കു പോയാൽ തനിക്കും തന്റെ മകനും അതിനു വലിയ വില കൊടുക്കേണ്ടി വരുമെന്നും അതിന്റെ ഉത്തരവാദിത്വം തങ്ങൾക്കായിരിക്കുമെന്നും. അതുകൊണ്ട് സുബ്ബലക്ഷ്മിയുടെ മുന്നിൽ ആ വാതിൽ ശാന്തമായി അടഞ്ഞു. ഇടയ്ക്കു കടന്നുവന്ന കൊതിപ്പിക്കുന്ന ആ ശുദ്ധവായു പെട്ടെന്ന് അവസാനിച്ചു. തനിക്കും മകൾക്കും യഥാർത്ഥത്തിൽ ‘സംസ്കാരചിത്ത’രാകാൻ അവസരം ലഭിക്കുമായിരുന്ന യുക്തിയുടെ വ്യക്തമായ ഒഴുക്ക് “മൃതശീലങ്ങളുടെ നിർജ്ജീവമായ മണൽ ഇത്ര വേഗം ഇല്ലാതാക്കിയത് സുബ്ബലക്ഷ്മിക്ക് ഭീകരമായ ഞെട്ടൽ ഉണ്ടാക്കിയിട്ടുണ്ടാകാം. അവർക്കത് മരണമണി പോലെയാകാം തോന്നിയിട്ടുണ്ടാവുക.

ദിവസങ്ങളോളം കണ്ണുനീരിൽ മുങ്ങി സുബ്ബലക്ഷ്മി ഒരു ഇരുട്ടുമുറിയിൽ കഴിഞ്ഞു. 1924 ആഗസ്ത് 30 ന് സുബ്ബലക്ഷ്മിയുടെ ഡയറിയിൽ ടാഗോറിന്റെ ചുവടെ കൊടുത്തിട്ടുള്ള കവിതയിലെ രണ്ടുവരി കുറിച്ചുകൊണ്ട് തന്റെ ദുഃഖത്തിന് ശമനം വരുത്തി.

ഈ വരികൾ ടാഗോറിന്റെ *തോട്ടക്കാരൻ* എന്ന കവിതയിൽനിന്നാണ്. മൂന്നാം ഖണ്ഡികയിലെ ‘തനിയെ’ എന്ന വാക്ക് തന്റെ ഡയറിക്കുറിപ്പിൽ സുബ്ബലക്ഷ്മി മനഃപൂർവ്വമോ അറിയാതെയോ ഒഴിവാക്കിയിരുന്നു.

1919 ൽ പ്രസിദ്ധീകരിച്ച *തോട്ടക്കാരൻ* എന്ന പുസ്തകമാണ് സുബ്ബലക്ഷ്മിയുടെ ശേഖരത്തിലുണ്ടായിരുന്നത്.

മുപ്പതുവയസ്സിനു മുൻപുതന്നെ സുബ്ബലക്ഷ്മി പ്രതീക്ഷകൾ നഷ്ടപ്പെട്ട ഒരു സ്ത്രീയായി മാറിയിരുന്നു. ഒത്തുതീർപ്പുകൾക്കു നിർബ്ബന്ധിക്കപ്പെട്ട സുബ്ബലക്ഷ്മിക്ക് പങ്കജത്തെ സ്കൂളിൽനിന്നും മാറ്റേണ്ടിവന്നു. മാത്രമല്ല, ഇടയ്ക്കിടെ ഉണ്ടാകുന്ന അപസ്മാര ലക്ഷണങ്ങൾ അവരുടെ സഞ്ചാരസ്വാതന്ത്ര്യത്തെ ബാധിച്ചതിനാൽ മറ്റുള്ളവരെ കൂടുതലായി ആശ്രയിക്കേണ്ടതായും വന്നു. മുൻപ് ജീവിതത്തിൽ ഉണ്ടായ ദുരന്തങ്ങൾ, രണ്ടാൺമക്കളുടെ നഷ്ടം, എല്ലാം ധീരമായി നേരിട്ടുകൊണ്ട് കൂടുതൽ കരുത്തോടെ മടങ്ങിവന്നിരുന്നു. മദിരാശിയിൽ പോകുകയും അറിവിനായുള്ള അന്വേഷണം ശക്തമാക്കുകയും പങ്കജത്തിന് വിദ്യാഭ്യാസം നല്കാൻ ശ്രമിക്കുകയും സ്വന്തം ചക്രവാളം കൂടുതൽ വിസ്തൃതമാക്കുകയും ചെയ്തിരുന്നു. എന്നാൽ, ഇപ്പോൾ ഉണ്ടായ ഈ നിരാശ സുബ്ബലക്ഷ്മിക്കു താങ്ങാനാകുന്നതിനപ്പുറം ആയിരുന്നു.

12
വീണ്ടും കായൽവാരങ്ങൾ

"**നി**ന്റെ അമ്മയെ നോക്കൂ. ഏതു സ്കൂളിലാണവർ പോയിട്ടുള്ളത്? അവർക്കറിയാവുന്ന അത്രയും കാര്യങ്ങളെങ്കിലും നീ അറിഞ്ഞിരുന്നെ ങ്കിൽ."

പി ആർ ജി പങ്കജത്തോട് പറഞ്ഞത്.

"സ്കൂൾ വിട്ടതിനുശേഷം മൂന്നു മാസക്കാലം ഞാൻ മൂകയും വിഷാ ദമഗ്നയും ആയിരുന്നു. എന്നും കരഞ്ഞാണുറങ്ങുന്നത്. ഞാൻ ചിരിക്കാൻ ശ്രമിക്കുമ്പോഴെല്ലാം ഹൃദയത്തിൽ ഒരു വിങ്ങലുണ്ടാകും. പിന്നെ എനിക്കു ചിരിക്കാനാവില്ല" പങ്കജം

സുബ്ബലക്ഷ്മിയുടെ ഡയറി 1926 ൽ അവസാനിച്ചു. 1927 വരെ സുബ്ബ ലക്ഷ്മിയും പങ്കജവും മദിരാശിയിൽ താമസിച്ചു. പെട്ടെന്നൊരു ദിവസം പി ആർ ജി തന്റെ പുതിയ കാറുമായി വന്ന് ഭാര്യയെയും മകളെയും വീട്ടിലേക്കു കൊണ്ടുപോകുവാൻ ആഗ്രഹം പ്രകടിപ്പിച്ചു. അദ്ദേഹത്തി നിപ്പോൾ ബ്രിട്ടീഷുകാർ മെർക്കാനമെന്നു വിളിക്കുന്ന മരക്കാനമെന്ന തീര ദേശപട്ടണത്താണ് ജോലി.

സുബ്ബലക്ഷ്മിയുടെ ആരോഗ്യം കൂടുതൽ മോശമായിക്കൊണ്ടിരു ന്നു. ശാന്തിനികേതനും അമൂല്യമായ അവസരം നഷ്ടമായതുമെല്ലാം കഴി ഞ്ഞകാല സംഭവങ്ങളായി മാറി. അതാണോ ഡയറി എഴുതുന്നത് നിർത്താനുള്ള കാരണം? സഹോദരന്റെ ആതിഥേയത്വം മതിയാക്കേണ്ട സമയമായതിനെക്കുറിച്ച് സുബ്ബലക്ഷ്മി ബോധവതിയായിരുന്നു. പക്ഷേ, സഹോദരനും ഭാര്യയും എന്നും സുബ്ബലക്ഷ്മിയുടെ ഒപ്പം നില്ക്കുകയും പങ്കജത്തെ പഠിപ്പിക്കുവാൻ സഹായിക്കുകയും ചെയ്തിരുന്നു. അതിനു പുറമേ പങ്കജത്തിന് 16 വയസ്സായിരുന്നു. വനിതാ പ്രസ്ഥാനങ്ങളും ചില പരിഷ്കരണവാദികളും വിവാഹപ്രായമായി ആവശ്യപ്പെട്ടിരുന്നത് 16

ആണ്. ഭർത്താവിൽനിന്നും അകന്നു ജീവിക്കുന്നത് പങ്കജത്തിന്റെ ഭാവിയെ ബാധിക്കുമെന്നും സുബ്ബലക്ഷ്മിക്ക് അറിയാമായിരുന്നു. ഒരുപ ക്ഷേ, ഈ കാലമായപ്പോഴേക്കും പങ്കജത്തെ പഠിപ്പിക്കണമെന്ന കഠിന മായ ആഗ്രഹവും കുറഞ്ഞു തുടങ്ങിയിട്ടുണ്ടാകാം. ഈ സന്ദർഭങ്ങൾ എല്ലാം, ചിലത് പ്രകടം, മറ്റ് ചിലത് അത്രതന്നെ പ്രകടമല്ലാത്തവ സുബ്ബ ലക്ഷ്മി അനുഭവിച്ചു. മടങ്ങിപ്പോകാൻ തീരുമാനിച്ച മറ്റൊരു കാരണം ഭർത്തൃസഹോദരനായ ശേഷൻ മരിച്ചു എന്ന വാർത്തയായിരിക്കാം. കാരണം അദ്ദേഹത്തിന്റെ ആധിപത്യപരവും യാഥാസ്ഥിതികവുമായ സാന്നിദ്ധ്യം ഇനി സഹിക്കേണ്ടതില്ലല്ലോ! അങ്ങനെ സുബ്ബലക്ഷ്മി വഴ ങ്ങി, മനസ്സും ശരീരവും തകർന്ന് മടങ്ങിപ്പോയി.

പങ്കജവും അത്രതന്നെ ദുഃഖിതയായിരുന്നു. വിവാഹത്തിനു മുൻപ് ഒരുവർഷം മരക്കാനത്തു ജീവിച്ചതിനെ കുറിച്ച് പങ്കജം എഴുതിയിട്ടുണ്ട്.

എന്റെ ജീവിതത്തിലെ ഏറ്റവും ദുരന്തപൂർണ്ണമായ ദിനം എന്ന ന്നേക്കുമായി സ്കൂൾ ഉപേക്ഷിക്കേണ്ടി വന്നപ്പോഴാണ്. 1927 ൽ ഞാൻ മദിരാശി വിട്ടു. എന്റെ വീട്ടുകാരുമായി വലിയ സംഘട്ടനം നടത്തിയശേഷമേ ഞാൻ സ്കൂൾ ഉപേക്ഷിച്ചുള്ളൂ. എന്റെ അച്ഛനും അമ്മൂമ്മയും അമ്മായിയും ആയിരുന്നു ഞാൻ സ്കൂൾ വിടണ മെന്നും രോഗിയായ അമ്മയെ സഹായിക്കണമെന്നും നിർദ്ദേശിച്ച പ്രധാനപ്പെട്ടവർ. എന്റെ പാവപ്പെട്ട അമ്മ എന്റെ ഭാഗത്തായിരു ന്നു. അമ്മയ്ക്ക് എന്നെ ഡോക്ടർ ആക്കണമെന്നായിരുന്നു ആഗ്ര ഹം. ഒടുവിൽ ഞാൻ സ്കൂൾ വിടണമെന്നു തന്നെയായിരുന്നു തീരുമാനം. ഞാനെന്റെ അദ്ധ്യാപകരോടും പ്രിൻസിപ്പലിനോടും എല്ലാം പറഞ്ഞിരുന്നു. മിസ് ജയിംസ് എന്ന ബ്രിട്ടീഷ് വനിതയാ യിരുന്നു പ്രിൻസിപ്പൽ. പഠിക്കുവാൻ സമർത്ഥയായ എന്നെ എസ് എസ് എൽ സി വരെയെങ്കിലും പഠിപ്പിക്കുവാൻ അനുവദിക്കണ മെന്നാവശ്യപ്പെട്ടവർ അച്ഛന് ഒരു കത്തും അയച്ചു. ഇന്ത്യാക്കാർ പെൺമക്കളെ വിദ്യാഭ്യാസം ചെയ്യിക്കുന്നതിൽ തല്പരർ അല്ലെന്നും കല്യാണം കഴിപ്പിക്കുവാൻ മാത്രമാണ് താല്പര്യം കാണിക്കുന്നതെന്നും ഉള്ളതിൽ അവർ വല്ലാതെ അസ്വസ്ഥയാ യിരുന്നു.

ഒരു രാജകുമാരിയെപ്പോലെയാണ് വളർന്നതെങ്കിലും ഒട്ടും സന്തോഷം ഉണ്ടായിരുന്നില്ലെന്നാണ് പങ്കജം എഴുതിയിരിക്കുന്നത്.

"സ്കൂൾ വിട്ടശേഷം മൂന്നു മാസം ഞാൻ മൂകയും വിഷാദമഗ്നയും ആയിരുന്നു. എന്നും രാത്രി കരഞ്ഞാണുറങ്ങിയിരുന്നത്. ഞാൻ ചിരി ക്കാൻ ശ്രമിക്കുമ്പോഴെല്ലാം ഹൃദയത്തിലൊരു വിങ്ങൽ ഉണ്ടാകും. പിന്നെ ചിരിക്കാനാവില്ല. പകലെല്ലാം എന്റെ മനസ്സു നിറയെ എല്ലാ സ്കൂൾക്കു ട്ടികളെയും പോലെ പാഠങ്ങളും അദ്ധ്യാപകരും സുഹൃത്തുക്കളും അവി ടുത്തെ രസങ്ങളുമായിരിക്കും." എന്നാൽ തൊട്ടടുത്ത ഖണ്ഡികയിൽ

തന്നെ, പാഠങ്ങളിൽനിന്നും മോചനം നേടിയത് ശീലമായി മാറിയെന്നും ലാളിക്കപ്പെടുന്നത് ഇഷ്ടപ്പെട്ടു തുടങ്ങിയെന്നും പങ്കജം എഴുതിയിരിക്കുന്നു.

പങ്കജത്തിന്റെ ഓർമ്മകളിൽ എല്ലായ്പ്പോഴും സംതൃപ്തി നല്കിയിരുന്ന ഒരു കാര്യം അമ്മാവനായ ശേഷൻ മരിക്കുന്നതിനു മുൻപു അങ്ങേരോട് 'രണ്ട്' പറയാനായി എന്നതാണ്. ശേഷൻ മദിരാശിയിൽ തന്നെ കാണാൻ വന്നപ്പോൾ സ്ത്രീവിദ്യാഭ്യാസത്തെക്കുറിച്ച് അദ്ദേഹത്തിനുണ്ടായിരുന്ന പിന്തിരിപ്പൻ അഭിപ്രായങ്ങൾക്കെതിരെ ശക്തമായ ഭാഷയിൽ പങ്കജം സംസാരിച്ചു.

> ഞാൻ അദ്ദേഹത്തോടുപറഞ്ഞു, എന്നെ പഠിപ്പിക്കണമെന്നുണ്ടായിരുന്നില്ല. താങ്കളെ സംബന്ധിച്ചിടത്തോളം സ്ത്രീകൾ നോട്ടെണ്ണാൻ മാത്രം പഠിച്ചാൽ മതി. അല്ലെങ്കിൽ കച്ചവടക്കാർ പറ്റിക്കും. ഞാൻ പാട്ടു പഠിക്കേണ്ട കാര്യമില്ല. കാരണം സ്ത്രീകൾ താരാട്ടു മാത്രമേ പാടേണ്ടതായുള്ളൂ. പക്ഷേ, ഇന്നു ഞാൻ മദിരാശിയിലെ ഏറ്റവും നല്ല സ്കൂളിൽ പഠിക്കുന്നു. മാത്രമല്ല പാട്ടും വയലിനും പഠിക്കുന്നു.

ഇത്രയും വിജയസ്വരത്തിൽ പറയുമ്പോൾ തന്നെ പങ്കജത്തിനറിയാമായിരുന്നു തനിക്ക് ഇത്ര വളരെ സന്തോഷം തരുന്നത് എന്തെങ്കിലുമൊക്കെ ഉപേക്ഷിക്കേണ്ടിവരുമെന്ന്.

പ്രിയപ്പെട്ട സഹോദരന്റെ മരണം പങ്കജത്തിന്റെ അച്ഛനെ വല്ലാതെ ദുഃഖിപ്പിച്ചു. അദ്ദേഹത്തിന്റെ ഓർമ്മയ്ക്കായി ഹൃദയസ്പർശിയും ഊഷ്മളവും സ്നേഹമസൃണവുമായ ഒരു കവിത പി ആർ ജി എഴുതി. കവിതയിൽ ശേഷൻ മാതൃകജ്യേഷ്ഠസഹോദരനാണ്. നന്നായി വസ്ത്രധാരണം ചെയ്യുന്ന, ഉപദ്രവകാരിയായ സഹപാഠിയിൽനിന്നും രക്ഷിക്കുന്ന, വിരക്തമായ ഭക്ഷണവും ജീവിതശൈലിയും പി ആർ ജി സ്വീകരിച്ചപ്പോൾ സഹിക്കാനാകാതിരുന്ന, അസുഖം വന്നപ്പോൾ പരിചരിച്ച, പുരാണങ്ങൾ വായിച്ചു കേൾപ്പിച്ച ജ്യേഷ്ഠസഹോദരൻ.

ഭാര്യയെയും മൂന്നുമക്കളെയും പി ആർ ജിയുടെ സംരക്ഷണയിൽ വിട്ടാണ് ശേഷൻ മരിച്ചത്.

മരക്കാനത്തു താമസിക്കുമ്പോഴാണ്, അച്ഛൻ ഒരിക്കലും പറഞ്ഞിട്ടില്ലെങ്കിലും അമ്മയുടെ കഴിവുകളെ അംഗീകരിച്ചിരുന്നുവെന്ന് പങ്കജം മനസ്സിലാക്കിയത്. പങ്കജം എഴുതുന്നു. "ഒരിക്കൽ ഞാൻ അമ്മയോട് എന്റെ സ്കൂൾ വിദ്യാഭ്യാസം അവസാനിപ്പിച്ചതിനെക്കുറിച്ച് പരാതി പറഞ്ഞു. ഊർജ്ജതന്ത്രവും രസതന്ത്രവും ഒന്നും അറിയാത്ത സാധാരണ ഒരു ഗ്രാമീണപെൺകുട്ടിയായി ഞാനും മാറുമെന്ന് ഞാൻ പരിഭവിച്ചു." (എന്നെപ്പോലെ അവരുടെ മക്കളേക്കാൾ കൂടുതൽ ശാസ്ത്രവിഷയങ്ങളിൽ അവഗാഹം അവർക്കുണ്ടായിരുന്നുവെന്നത് മറ്റൊരു കാര്യം. എഴുപതാം വയസ്സിൽ സ്റ്റീഫൻ ഹോക്കിങ്സുമായി പടവെട്ടുക എന്ന വെല്ലു

വിളി അവർ ഏറ്റെടുത്തു) ശാസ്ത്രവിഷയങ്ങൾ അറിയാതെയാകുമെന്ന് പങ്കജം പരാതി പറഞ്ഞപ്പോൾ അച്ഛൻ നിശ്ശബ്ദനായിരുന്നതേയുള്ളൂവെങ്കിലും ഒരുമാസം കഴിഞ്ഞപ്പോൾ പങ്കജത്തിന് ഒരു പാഴ്സൽ ലഭിച്ചു. അതിൽ *ബുക്ക് ഓഫ് നോളഡ്ജിന്റെ* 12 വാല്യവും *വേൾഡ്സ് ബെസ്റ്റ് ബുക്സിന്റെ* (ലോകത്തെ മികച്ച പുസ്തകങ്ങൾ) 6 വാല്യവും ആണുണ്ടായിരുന്നത്. "ഞാൻ 4 വയസ്സുള്ള ഒരു കുട്ടിയെപ്പോലെ നൃത്തം ചെയ്യുകയും വട്ടം കറങ്ങുകയും എന്റെ അച്ഛനെയും അമ്മയെയും കെട്ടിപ്പിടിച്ച് ഉമ്മ വയ്ക്കുകയും ചെയ്തു. അമ്മയുടെ ആനന്ദാശ്രുക്കൾ എന്റെ സന്തോഷം എത്രമാത്രം അവരെ ആഹ്ലാദിപ്പിച്ചുവെന്ന് വ്യക്തമാക്കി."

കൂടുതൽ പ്രായം ആവുകയും വിവേചനബുദ്ധി ഉണ്ടാകുകയും ചെയ്തപ്പോൾ അച്ഛനമ്മമാർ തമ്മിലുള്ള അഭിപ്രായവ്യത്യാസങ്ങളും അകൽച്ചയും പങ്കജത്തിന് മനസ്സിലാക്കാൻ കഴിഞ്ഞു. ഈ അഭിപ്രായവ്യത്യാസങ്ങൾ വളരെ ചെറിയ കാര്യങ്ങളിൽപ്പോലും പ്രകടമായിരുന്നു. മരക്കാനത്ത് പങ്കജവും അമ്മയും ഇഷ്ടപ്പെട്ടിരുന്ന ഒരു കുളം ഉണ്ടായിരുന്നു. എന്നാൽ അച്ഛൻ കരുതിയത് അതൊരു "മലമ്പനിയുണ്ടാക്കുന്ന വൃത്തികെട്ട കുളം" ആണെന്നാണ്.

> ആ ചെളി നിറഞ്ഞ കുളത്തിന് ആഴമില്ലാത്തതുകൊണ്ട് ആമ്പലുകൾ വളർന്നിരുന്നില്ല; പക്ഷേ, പലതരം ജീവികളും തവളകളും ചുവന്ന തുമ്പികളും ആ കുളം നിറയെയുണ്ടായിരുന്നു. എനിക്കാ ശാന്തമായ, തണലുള്ള, കാവ്യാത്മകമായ സ്ഥലം ഇഷ്ടമായിരുന്നു. മണലിൽ ഇരുന്ന് കുളത്തിലെ ജീവികളെ ഞാൻ നോക്കിക്കൊണ്ടിരിക്കും. കുളത്തിൽ വീണുകിടക്കുന്ന ഇലകളിൽ തവളയുടെ മുട്ടകൾ ഒഴുകും. വാൽമാക്രികളും ചെറിയ കറുത്ത മീനുകളും വെള്ളത്തിൽ നീന്തി നടക്കും. വെള്ളത്തിൽ ജീവിക്കുന്ന തേളുകളും ചിലന്തികളും വെള്ളത്തിന്റെ മുകൾ പരപ്പിലിരിക്കുന്നുണ്ടാകും. തേനീച്ചകളുടെ മുരളലും തുമ്പികളുടെ ചിലമ്പലും പ്രത്യേകതരം അന്തരീക്ഷം സൃഷ്ടിച്ചു. ആദ്യമൊക്കെ ജീവികളുടെ ജീവിതം കണ്ടാസ്വദിക്കുകമാത്രമാണ് ഞാൻ ചെയ്തിരുന്നത്. എന്നാൽ പിന്നീട് അച്ഛൻ ജീവികളെ തിരിച്ചറിയാൻ സഹായിക്കുന്ന പുസ്തകം വാങ്ങിത്തന്നതോടെ ഈ പ്രകൃതിദത്തമായ കാവും കുളവും എനിക്കേറെ പ്രിയപ്പെട്ടതായി തീർന്നു. ഞാനതിനെ മാലാഖക്കാവ് എന്നു വിളിച്ചു. ചിലപ്പോൾ അമ്മയും വരും. അമ്മയ്ക്കും ഇഷ്ടമായിരുന്നു ആ കാവ്. ചെളിയുണ്ടായിരിക്കാം. പക്ഷേ, എല്ലാ നിധിയും ചെളിക്കുണ്ടിനകത്താണല്ലോ ഉണ്ടാവുക. താമരയും രത്നങ്ങളും ചെളിയിലും പൊടിയിലും ചേറിലും അല്ലേ കാണുന്നത്.

ബംഗ്ലാവിൽ ഒരു ടെന്നീസ് കോർട്ട് ഉണ്ടായിരുന്നു. ബ്രിട്ടീഷ് ഉദ്യോഗസ്ഥന്മാരെപ്പോലെ പി ആർ ജിയും അവിടെ കളിച്ചിരുന്നു. പങ്കജം അച്ഛനോട് തന്നേയും ടെന്നീസ് പഠിപ്പിക്കുവാൻ ആവശ്യപ്പെട്ടു.

അദ്ദേഹം സമ്മതിച്ചു. എന്നെ ടെന്നീസ് പഠിപ്പിച്ചു. അദ്ദേഹം ദൂര യാത്രയിലായിരിക്കുമ്പോൾ മാർക്കറിനോട് എന്നെ പഠിപ്പിക്കുവാൻ പറയും. ഒരിക്കൽ മാർക്കറുമായി ഞാൻ കളിച്ചുകൊണ്ടിരിക്കു മ്പോൾ അച്ഛന്റെ കീഴുദ്യോഗസ്ഥനായ, തൊട്ടടുത്ത ബംഗ്ലാവിൽ താമസിക്കുന്ന ഒരു ആംഗ്ലോ ഇന്ത്യാക്കാരൻ വന്ന് എന്നെ ടെന്നീസ് പഠിപ്പിക്കാമെന്ന് പറഞ്ഞു. എനിക്കു സന്തോഷമായി. കൂടുതൽ നന്നായി പെട്ടെന്നു പഠിക്കുവാൻ കഴിയുമെന്ന് ഞാൻ കരുതി. എന്നാൽ അച്ഛൻ മടങ്ങിവന്നപ്പോൾ അച്ഛന്റെയും മാർക്കറുടെയും കൂടെ മാത്രം കളിച്ചാൽ മതിയെന്ന് കർശനമായി പറഞ്ഞു.

കുറേക്കൂടി ആധുനിക കാഴ്ചപ്പാടുകളെ വിശാലമനസ്കയായ എന്റെ അമ്മ ഇടപെട്ടു. "നിങ്ങളുടെ കൂടെ മാസത്തിലൊരിക്കൽ കളിച്ചാൽ അവൾ എങ്ങനെ പഠിക്കും?" എന്നിട്ടും എനിക്ക് അനു വാദം കിട്ടിയില്ല. അങ്ങനെ ടെന്നീസ് പഠിക്കുവാനുള്ള ആഗ്രഹം മുടങ്ങി. എന്റെ അച്ഛനമ്മമാർ എന്നെ വളരെയധികം സ്നേഹി ക്കുകയും ലാളിക്കുകയും ചെയ്തിരുന്നെങ്കിലും അമ്മയാണ് കൂടു തൽ സ്വാതന്ത്ര്യം നല്കിയിരുന്നത്. അച്ഛനും വളരെയേറെ സ്നേഹിച്ചിരുന്നെങ്കിലും പല കാര്യങ്ങളും അനുവദിച്ചിരുന്നില്ല. അദ്ദേഹം കൂടുതൽ യാഥാസ്ഥിതികനായിരുന്നു. അദ്ദേഹം എന്നെ കാറോടിക്കുവാൻ സമ്മതിച്ചിരുന്നില്ല സ്കൂളിലോ കോളേജിലോ പോകാനോ ഹോസ്റ്റലിൽ താമസിക്കുവാനോ അച്ഛൻ അനുവദി ച്ചില്ല. എന്റെ ഭാവിയെക്കുറിച്ച് വിവാഹം മാത്രമാണ് അദ്ദേഹ ത്തിന്റെ മനസ്സിലുണ്ടായിരുന്നത്.

13

പങ്കജത്തിന്റെ വിവാഹം

ബ്രാഹ്മണസമുദായത്തിലെ പെൺകുട്ടികൾക്ക് കൗമാരം ഇല്ല.
സിസ്റ്റർ സുബ്ബലക്ഷ്മി

നിയമവ്യവസ്ഥ വിവാഹത്തിൽ കൈകടത്തരുത്. അതൊരു മതപരമായ വിശുദ്ധകർമ്മം ആണ്.

കാഞ്ചി ശങ്കരമഠാധിപതി

ക്രൂരമായ ആചാരത്തിന് (ശൈശവ വിവാഹം) മതപരമായ അനുവാദം നല്കുന്നത് മതമല്ല മതവിരുദ്ധതയാണ്.

ഗാന്ധി, *യങ് ഇന്ത്യ* 26 ആഗസ്ത് 1927

ഒരു കുഞ്ഞിന് വൈവാഹിക പദവി നല്കുവാൻ ആവശ്യപ്പെടുന്നത് ദൈവത്തോടും മനുഷ്യനോടും ചെയ്യുന്ന കുറ്റകൃത്യമാണ്.

ഗാന്ധി, യങ് ഇന്ത്യ ആഗസ്ത് 1925

വധുവിന്റെ വിവാഹപ്രായം 14 ഉം വരന്റേത് 18 ഉം ആക്കി നിശ്ചയിക്കുന്ന ശൈശവിവാഹ (നിയന്ത്രണ) നിയമം 1930 ഏപ്രിൽ 1 ന് നിലവിൽ വന്നു. ഇന്ത്യൻ വരേണ്യവർഗ്ഗത്തിലെ യാഥാസ്ഥിതികപാരമ്പര്യവാദികളെ തൃപ്തിപ്പെടുത്തുന്ന തരത്തിൽ പ്രാരംഭബില്ലിൽ കാതലായ പല മാറ്റങ്ങളും വരുത്തിയിരുന്നു. ഇന്ത്യൻസമൂഹത്തിൽ നിലനിന്നിരുന്ന പല സാമൂഹ്യതിന്മകളും, പ്രത്യേകിച്ചും സ്ത്രീകളെ സംബന്ധിക്കുന്നവയെ വെല്ലുവിളിക്കേണ്ടതില്ലെന്ന ബ്രിട്ടീഷ് സർക്കാരിന്റെ നയത്തിനനുസൃതമായിട്ടായിരുന്നു ഈ മാറ്റങ്ങൾ. കാരണം ഇന്ത്യയിലെ ഭൂരിപക്ഷം ജനങ്ങളും ആചാരങ്ങളുടെ കാര്യത്തിൽ ഒരു മാറ്റം കൊണ്ടുവരുന്നതിനോട് യോജിക്കുന്നുണ്ടായിരുന്നില്ല. പരിഷ്കരണവാദികൾക്കിത് കഠിന

മായ പോരാട്ടം തന്നെയായിരുന്നു. ഭാഗികമായി അവർ ശൈശവവിവാഹം സംബന്ധിച്ച സമരത്തിൽ വിജയിച്ചു. ശാരദാആക്ടിനെതിരെ ഉയർന്ന ചില വിമർശനങ്ങൾ ആലോചിച്ചുറപ്പിക്കുന്ന ശൈശവവിവാഹങ്ങൾ കൈകാര്യം ചെയ്യാൻ വകുപ്പില്ലെന്നതും നിയമം ലംഘിക്കുന്നവർക്കുള്ള പിഴ വളരെ തുച്ഛമാണെന്നതും ആയിരുന്നു.

പങ്കജം ഏകദേശം പതിനെട്ടാമത്തെ വയസ്സിൽ 1929 ലാണ് വിവാ ഹിതയായത്. അവർക്കത്രയും വിദ്യാഭ്യാസം ലഭിച്ചത് സുബ്ബലക്ഷ്മിയുടെ ശ്രമഫലമായാണ്. 16 വയസ്സു കഴിഞ്ഞപ്പോഴും പങ്കജം 9-ാം ക്ലാസ്സിൽ ആകാൻ കാരണം പി ആർ ജി പങ്കജത്തെ സ്കൂളിൽ അയക്കുന്നതിന് എതിരായതാണ് സുബ്ബലക്ഷ്മി വളരെയേറെ ബുദ്ധിമുട്ടിയാണ് 9-ാം ക്ലാസിൽ പങ്കജത്തെ സ്കൂളിലയച്ചു തുടങ്ങിയത്. രണ്ട് ഇരട്ട ക്ലാസുക യറ്റത്തിലൂടെ 9-ാം ക്ലാസിൽ എത്തിയെങ്കിലും വീണ്ടും തികച്ചും മര്യാദ കെട്ട രീതിയിൽ പഠനം അവസാനിപ്പിച്ച് അച്ഛന്റെ വീട്ടിലേക്ക് പങ്കജത്തിന് പോകേണ്ടിവന്നു. ആ പ്രായം വരെയും മകൾ വിവാഹിതയാകാത്തതി നാൽ പി ആർ ജി വല്ലാതെ വിഷമിച്ചിരിക്കാനാണ് സാദ്ധ്യത. *സ്ത്രീ ധർമ്മത്തിന്റെ* 1929 ഡിസംബർ ലക്കത്തിൽ ടി ആർ വെങ്കിട്ട രാമശാസ്ത്രി ഇത്തരത്തിലുള്ള ചില വികാരപ്രകടനങ്ങൾ നടത്തിയത് പി ആർ ജിക്കല്പം ആശ്വാസം നല്കിയിരിക്കാം.

> നമ്മുടെ ഓരോരുത്തരുടെയും വീട്ടിൽ, അല്ലെങ്കിൽ നമ്മുടെ ബന്ധു ക്കളുടെ വീടുകളിൽ അടുത്തകാലത്തായി പതിന്നാല്, പതിനഞ്ച്, ചിലപ്പോൾ പതിനാറ് വയസ്സിലും വിവാഹം നടക്കുന്നുണ്ട്. ഈ കൗമാരാനന്തര വിവാഹങ്ങൾ നടത്തുന്നവർ മാന്യമായ സമൂഹ ത്തിനു പുറത്തുള്ളവരും അല്ല. നമുക്കവരെ ബഹിഷ്കരിക്കു വാനോ അവർക്ക് ഭ്രഷ്ട് കല്പിക്കുവാനോ ആവില്ലല്ലോ.

18-ാം വയസ്സിൽ പങ്കജം വിവാഹം കഴിക്കുമ്പോൾ 'ഭ്രഷ്ട് കല്പി ക്കപ്പെടാൻ' അർഹതയുള്ളവരുടെ പട്ടികയിലെ ഒന്നാമത്തെ വധു ആയേനെ!

പി ആർ ജിയുടെ കുടുംബത്തിന് വളരെയേറെ ബഹുമാന്യനും അടുത്ത ബന്ധുവും ആയ കാഞ്ചിമഠം ശാരദാആക്ടിനെ വിശേഷിപ്പി ച്ചത് 'കുറ്റാർഹമായ നിയമനിർമ്മാണം' എന്നാണ്. അനുയായികൾ കാഞ്ചി ജഗദ്ഗുരു എന്ന് വിളിക്കുന്ന മഠാധിപതി ചന്ദ്രശേഖര സ്വാമി ഈ നിയമത്തെ വിമർശിച്ചത്, "ഇത് അപ്രതീക്ഷിതവും അന്യായപൂർണ്ണവും ആണെന്നും ഈ നിമിഷം വരെ ഒരുതരത്തിലുള്ള ഇടപെടലും ഇല്ലാതെ അനാദികാലം മുതൽ യാഥാസ്ഥിതികബ്രാഹ്മണ സമുദായം തുടർന്നുവ രുന്ന ആദർശ തത്ത്വങ്ങളുടെ ലംഘനം" ആണെന്നുമായിരുന്നു. നിയമ വ്യവസ്ഥയ്ക്ക് വിവാഹത്തിൽ ഇടപെടാനാവില്ലെന്നാണ് അദ്ദേഹം പറ ഞ്ഞത്. കാരണം അദ്ദേഹം വിവാഹത്തെ 'മതപരമായ വിശുദ്ധ കർമ്മം.' ആയാണ് കണക്കാക്കിയിരുന്നത്.

സ്ത്രീകളുടെ വിവാഹപ്രായം ഉയർത്തണമെന്നാവശ്യപ്പെട്ട് വനിതാ പ്രസ്ഥാനങ്ങൾ നടത്തിവന്ന സമരത്തെക്കുറിച്ച് സുബ്ബലക്ഷ്മിക്കറിയാ മായിരുന്നു. ഇക്കാര്യത്തിലെങ്കിലും പാരമ്പര്യത്തിന് എതിരായി തന്റെ മകൾക്ക് നില്ക്കാൻ കഴിഞ്ഞതിൽ സുബ്ബലക്ഷ്മി സംതൃപ്തയായിരു ന്നു. പുരുഷാധിപത്യബ്രാഹ്മണ വിഭാഗങ്ങൾ ശാരദാആക്ടിനെതിരെ നട ത്തുന്ന ആക്രമണങ്ങൾ കണക്കിലെടുത്തുകൊണ്ട് നിയമസഭയിലെ ബില്ലിന്റെ ചർച്ചയിൽ പങ്കെടുക്കുവാൻ രണ്ട് സ്ത്രീകളെയെങ്കിലും അനു വദിക്കണമെന്ന് അഭ്യർത്ഥിച്ചുകൊണ്ട് മദിരാശിയിലെ ശ്രീശാരദാ ലേഡീസ് യൂണിയൻ പ്രമേയം പാസാക്കി. വളരെയധികം വികാരതീവ്ര മായ ഭാഷയിൽ ചിന്നമ്മാളുഅമ്മ ഒരു ലേഖനത്തിൽ ശൈശവവിവാ ഹത്തെ എതിർത്തുകൊണ്ട് എഴുതിയത് ഇന്ത്യയിലെ സ്ത്രീകൾ പിഴ നല്കേണ്ടി വരുന്ന എല്ലാ വർഷവും ആവർത്തിക്കുന്ന വധശിക്ഷയാണെ ന്നായിരുന്നു.

പ്രായംകുറഞ്ഞ നിരവധി പെൺകുട്ടികൾ പ്രസവസമയത്തു മരി ക്കുന്നതിന് സാക്ഷ്യം വഹിച്ച മുത്തുലക്ഷ്മി റെഡ്ഡി ചോദിച്ചു: "പ്രസവ മുറിയുടെ വിശദാംശങ്ങൾ ഭൂരിപക്ഷം വരുന്ന എത്ര സഹോദരന്മാർക്ക റിയാം? വേദന അനുഭവിക്കുന്ന അമ്മയുടെ ബുദ്ധിമുട്ടുകൾ, ആശുപത്രി യിലെ ആരോഗ്യപാലകരുടെ ഉൽക്കണ്ഠ, നിരന്തരം കരയുന്ന ഒരു കുഞ്ഞ് ബാലികയായ അമ്മയ്ക്കുണ്ടാക്കുന്ന ആകാംക്ഷകൾ?" പരിഹാസ ത്തോടെ അവർ ചോദിക്കുന്നു, "ബഹുഭാര്യാത്വം അംഗീകരിക്കപ്പെട്ടിരി ക്കുന്ന നമ്മുടെ സമൂഹത്തിൽ വിവാഹസമ്മതത്തിനുള്ള പ്രായം സംബ ന്ധിച്ച നിയമം എങ്ങനെ നമ്മെ രക്ഷപ്പെടുത്തും?" തങ്ങളുടെ മക്കളെ നേരത്തെ ഭർത്താവിന്റെ വീട്ടിലേക്കയച്ചില്ലെങ്കിൽ അവരുടെ രക്ഷകർത്താ ക്കൾ അയാളെ വീണ്ടും മറ്റൊരു വിവാഹം കഴിപ്പിക്കുമെന്ന ആശങ്ക പല അച്ഛനമ്മമാരും പ്രകടിപ്പിച്ചതിന്റെ പശ്ചാത്തലത്തിലാണ് മുത്തുലക്ഷ്മി റെഡ്ഡി ഇതു പറഞ്ഞത്. വിവാഹസമ്മതസമിതിയിൽ സിസ്റ്റർ സുബ്ബ ലക്ഷ്മി ഇങ്ങനെയാണ് അഭിപ്രായപ്പെട്ടത്.

> 99 ശതമാനം ശൈശവവിവാഹങ്ങളും നടക്കുമ്പോൾ പെൺകുട്ടി കൾ പ്രായപൂർത്തിയായിട്ടുണ്ടാവില്ല. അല്ലെങ്കിൽ 15 വയസ്സ് പൂർത്തിയായിട്ടുണ്ടാവില്ല. ബ്രാഹ്മണ സമുദായത്തിലെ പെൺകു ട്ടികൾക്ക് കൗമാരം ഇല്ല... 14 ഉം 15 ഉം വയസ്സുള്ള പെൺകുട്ടി കൾക്ക് വർഷം തോറും കുറഞ്ഞത് മൂന്നോ നാലോ ഗർഭഛിദ്ര ങ്ങൾ സംഭവിക്കുന്നു. 11 ഉം 12 ഉം വയസ്സുള്ള കുട്ടികൾക്ക് ചാപി ള്ളമാരെ പ്രസവിക്കേണ്ടിവരുന്നു.

സിസ്റ്റർ സുബ്ബലക്ഷ്മിയുടെ കീഴിൽ പഠിച്ചിട്ടുള്ള പങ്കജം ഇത്തരം ദുരിതങ്ങളിൽനിന്നും ഒഴിവായി, സ്വതന്ത്രചിന്താഗതിയുള്ള അവളുടെ അമ്മയ്ക്കാണ് നന്ദി പറയേണ്ടത്.

പി ആർ ജിയുടെ ഔദ്യോഗിക പദവി കണക്കിലെടുക്കുമ്പോൾ കൂടു

തൽ വിദ്യാഭ്യാസയോഗ്യതയും മെച്ചപ്പെട്ട ജോലിയും ഉള്ള വരനെ മകൾക്കായി കണ്ടെത്താനാകുമെന്നായിരുന്നു പൊതുധാരണയെങ്കിലും അന്തിമമായി വധുവിന്റെ പ്രായമാണ് വരന്റെ ഗുണമേന്മ നിർണ്ണയിക്കു ക. പങ്കജത്തിന്റെ വരൻ എം ശിവരാമൻ, 27 വയസ്സ് മെക്കാനിക്കൽ എഞ്ചി നീയറിങ്ങിൽ ഡിപ്ലോമാക്കാരനായിരുന്നു. ആനിബസന്റിന്റെ സാമ്പത്തിക സഹായത്തോടെയാണ് പഠിച്ചത്. ശിവരാമന്റെ അച്ഛൻ കുംഭകോണം കോടതിയിലെ ആമീനായിരുന്നു. ബന്ധപ്പെട്ട കക്ഷികൾക്ക് സമൻസ് എത്തിച്ചുകൊടുക്കുകയാണ് ആമീൻ ചെയ്യുന്നത്. അവരുടേത് ഒരുപാട് അംഗങ്ങളുള്ള ഒരു കുടുംബം ആയിരുന്നു. മദിരാശി കോർപ്പറേഷനിൽ ഒരു വർക്ക്ഷോപ്പിൽ സൂപ്രണ്ടായാണ് ശിവരാമൻ ജോലി ചെയ്തിരു ന്നത്.

അക്കാലത്തെ ശരാശരി ബ്രാഹ്മണകുടുംബത്തെ സംബന്ധിച്ചിട ത്തോളം വളരെ കൂടുതൽ പ്രായമായ '18'ൽ മകളെ വിവാഹം കഴിപ്പി ക്കുന്നത് ചിന്തിക്കാനാവാത്തവിധം ഗുരുതരമായ പാപമായിരുന്നു. പക്ഷേ, സുബ്ബലക്ഷ്മിക്ക് അത് നല്കിയത് അഭിമാനം ആണ്. മകളെ പഠിപ്പിക്കു ന്നതിനായി ഭർത്താവിനെ വിട്ടിട്ടുപോയ സുബ്ബലക്ഷ്മിക്ക് തന്റെ മകളെ യൂണിവേഴ്സിറ്റിയിൽ പഠിപ്പിച്ച് ഡോക്ടർ ആക്കണമെന്ന ആഗ്രഹം പൂർത്തിയാക്കുവാൻ ആയില്ലെങ്കിലും മകൾ ഒരു ബാലവധു ആകുന്നത് തടയാൻ കഴിഞ്ഞു.

ഈ പ്രവർത്തിയിലൂടെ വനിതാപ്രസ്ഥാനത്തോടുള്ള സുബ്ബലക്ഷ്മി യുടെ പിന്തുണ തികച്ചും അർത്ഥപൂർണ്ണമായ രീതിയിൽ പ്രകടിപ്പിക്ക പ്പെട്ടിരിക്കുന്നു. ഒരു സംഘടനയിലും സജീവമല്ലാതിരുന്നിട്ടുകൂടിയാണ് സുബ്ബലക്ഷ്മി ഇതു ചെയ്തത്.

14

പി ആർ ജി ജോലിയിൽ
നിന്നും വിരമിച്ചശേഷമുള്ള ജീവിതം

സമുദ്രം ഭൂമിയെയെന്നപോലെ ലോകത്തിന്റെ ഹൃദയത്തെ
സ്ത്രീ തന്റെ കണ്ണീരിനാൽ വലയം ചെയ്തിരിക്കുന്നു.

ടാഗോർ

മിക്കവാറും ദമ്പതിമാർക്ക് ഇക്കാലത്തുപോലും വിവാഹം സൗഹൃദ
ബന്ധം അല്ല. വിവാഹം എന്നാൽ ഒരുമിച്ചു ജീവിക്കുക, മക്കളെ കുറി
ച്ചുള്ള കാര്യങ്ങൾ പങ്കുവയ്ക്കുക, മതപരമായ ആചാരങ്ങൾ ഒരുമിച്ചു
ചെയ്യുക, ഭർത്താവിന്റെ കുടുംബത്തിലെ പ്രശ്നങ്ങൾ കൈകാര്യം
ചെയ്യുക തുടങ്ങിയതൊക്കെയാണ്. സുബ്ബലക്ഷ്മിയുടെ കാര്യത്തിലാകട്ടെ
അനാരോഗ്യംമൂലം ദൈനംദിന വീട്ടുകാര്യങ്ങൾ ചെയ്യാനാകാത്ത അവ
സ്ഥയായതിനാൽ സ്ഥിതി കൂടുതൽ വഷളായിരുന്നു. ആവശ്യത്തിലേറെ
ജോലിക്കാരുള്ളതുകൊണ്ടും ഭർത്താവ് മിക്കവാറും യാത്രയിലായതിനാൽ
ആരോടും സംസാരിക്കാനില്ലാത്തതുകൊണ്ടും പങ്കജം കൂടി പോയശേഷം
സുബ്ബലക്ഷ്മിക്ക് ഒന്നും ചെയ്യാനില്ലായിരുന്നു. മദിരാശിയിൽ എന്നതു
പോലെ സുബ്ബലക്ഷ്മിക്ക് തന്റെ പുസ്തകങ്ങളോടും വായനയോടും ഉള്ള
ഇഷ്ടം മുന്നോട്ടുകൊണ്ടുപോകുവാൻ ഇവിടെ കഴിയുമായിരുന്നില്ല.
കാരണം ഉൾനാടൻ പ്രദേശത്ത് വായനശാലകളോ പുസ്തകക്കടകളോ
ഉണ്ടായിരുന്നില്ല. വീണ്ടും പട്ടണങ്ങൾക്കോ നഗരങ്ങൾക്കോ അടുത്തേക്ക്
പി ആർ ജിക്കു നിയമനം കിട്ടുമ്പോഴേ തനിക്കാവശ്യമായ പുസ്തക
ങ്ങൾ വരുത്തുവാൻ സുബ്ബലക്ഷ്മിക്കു കഴിഞ്ഞിരുന്നുള്ളൂ. ഓരോ പ്രസ
വത്തിനും പങ്കജം കൃത്യമായി വീട്ടിൽ വരുമ്പോൾ മാത്രമാണ്
ആവർത്തനവിരസമായ മുഷിപ്പൻജീവിതത്തിൽനിന്നും സുബ്ബലക്ഷ്മിക്ക്
ആശ്വാസം ലഭിച്ചുള്ളൂ. എന്നാൽ തന്റെ അപസ്മാരരോഗംമൂലം കൊച്ചു
മക്കളെ ഏറെയൊന്നും പരിചരിക്കാൻ സുബ്ബലക്ഷ്മിക്കു കഴിഞ്ഞിരുന്നി

ല്ല. 1940 ൽ പി ആർ ജി ജോലിയിൽനിന്നും വിരമിച്ചശേഷം നേരത്തെ ജോലി ചെയ്തിരുന്ന മരക്കാനത്തുനിന്നും അധികം ദൂരെയല്ലാത്ത ശാന്ത മായ ഒരു പട്ടണമായ ദിണ്ഡിവനത്തിൽ സ്ഥിരതാമസം തുടങ്ങി. പങ്കജം കത്തിലൂടെ അച്ഛനുമായി ബന്ധപ്പെടുകയും മക്കളെ മുത്തശ്ശിയുടെയും മുത്തശ്ശന്റെയും ഒപ്പം അവധിക്കാലം ചെലവഴിക്കാൻ അയയ്ക്കുകയും ചെയ്തിരുന്നു. പി ആർ ജിക്കപ്പോഴും തിരക്കായിരുന്നു. ക്ലബ്ബിൽ ടെന്നീസും ബ്രിഡ്ജും കളിക്കാനാണ് അദ്ദേഹം കൂടുതൽ സമയവും ചെലവഴിച്ചിരുന്നത്. പി ആർ ജി പലപ്പോഴും സന്ന്യാസിമാരെയും മത പുരോഹിതന്മാരെയും വീട്ടിൽ ക്ഷണിച്ചു വരുത്തി ആദരിച്ചിരുന്നു. സുബ്ബ ലക്ഷ്മി വിശ്വഭാരതിയിൽനിന്നും മദിരാശിയിൽ ധാരാളം പുസ്തകങ്ങൾ വരുത്തി വായിച്ചിരുന്നു. പലപ്പോഴും അവർ ശരീരവേദനയെ കുറിച്ച് പരാ തിപ്പെട്ടു. "എനിക്കിപ്പോൾ ആസ്ത്മ ഇല്ല. പക്ഷേ, കടുത്ത പുറം വേദന വല്ലാതെ ശല്യം ചെയ്യുന്നു. ഈ നശിച്ച വേദന കാരണം എനിക്കിപ്പോൾ എഴുതാനാകുന്നില്ല." 1947 ജൂലൈ 15 ന് സുബ്ബലക്ഷ്മി പങ്കജത്തിനയച്ച കത്തിൽ എഴുതി.

മദിരാശിയിൽ പോകുമ്പോഴൊക്കെ താൻ അംഗമായിട്ടുള്ള കണ്ണി മേറ ലൈബ്രറിയിലും മദ്രാസ് യൂണിവേഴ്സിറ്റി ലൈബ്രറിയിലും സുബ്ബ ലക്ഷ്മി കൃത്യമായി പോകുമായിരുന്നു. ഒരിക്കൽ സുബ്ബലക്ഷ്മിയുടെ കൊച്ചുമക്കളിൽ മൂത്തയാളായ രാമചന്ദ്രൻ കൊച്ചുകുട്ടിയായിരുന്നപ്പോൾ കണ്ണിമേറ ലൈബ്രറിയിലേക്കു മുത്തശ്ശിക്കു കൂട്ടുപോകാമെന്നേറ്റു. സുബ്ബ ലക്ഷ്മി ആനന്ദത്താൽ മതിമറന്നു. എന്നാൽ കൊച്ചുകുട്ടിക്ക് തനിച്ചെവി ടെയും കൊണ്ടുപോകാനാവില്ലെന്നും ഒരു വാഹനം വേണമെന്നും സുബ്ബ ലക്ഷ്മി മറന്നുപോയി. എന്തായാലും കഥ ഇങ്ങനെയാണ്; രാമചന്ദ്രൻ ഇക്കാര്യം മറന്നിട്ട് പുറത്തു കളിക്കാൻ പോയി. സുബ്ബലക്ഷ്മി കരയാനും തുടങ്ങി. രാമചന്ദ്രൻ ഇതറിഞ്ഞ് വല്ലാതെ വിഷമിച്ചു. എന്തിലെങ്കിലും നല്ല താല്പര്യം തോന്നിയാൽ പിന്നെ സുബ്ബലക്ഷ്മിക്ക് യുക്തിയും ദിശാ ബോധവും ഒന്നും ഉണ്ടാവില്ല. സുബ്ബലക്ഷ്മി സാമൂഹ്യ ചിട്ടകളേയും രീതികളേയും ഒന്നും കാര്യമായി കണക്കിലെടുത്തിരുന്നില്ല. തന്റെ സ്വന്തം ഇഷ്ടങ്ങൾക്കനുസരിച്ചു മാത്രമാണ് ഏറക്കുറെ അവർ ജീവിച്ചത്.

പി ആർ ജി ഔദ്യോഗിക ജീവിതത്തിൽനിന്നും വിരമിച്ച ശേഷം ചെറിയ വീടുകളിലാണ് അവർ ഒതുങ്ങി താമസിച്ചിരുന്നത്. മദിരാശിയിൽ ഞങ്ങളുടെ വീട്ടുവളപ്പിൽ തന്നെ മറ്റൊരു വീട്ടിൽ. അത് അവരുടെ സ്വന്ത മാണെങ്കിലും വീടിനു പുറത്തേക്കു സുബ്ബലക്ഷ്മി വരുന്നത് വളരെ അപൂർവ്വമായിരുന്നു. കാരണം മുറ്റത്ത് എല്ലായ്പ്പോഴും എന്റെ അച്ഛനെ കാണാൻ വരുന്നവരോ പി ആർ ജിയുടെയൊപ്പം ടെന്നീസ് കളിക്കുന്ന വരോ ആയി ആരെങ്കിലും എപ്പോഴും ഉണ്ടാകും. ഒരു പുരുഷസന്ദർശ കനെ കണ്ടാൽ മതി അപ്പോഴെ സുബ്ബലക്ഷ്മി അകത്തേയ്ക്കോടും. എനി ക്കത് വലിയ അത്ഭുതമായിരുന്നു. പുരുഷസുഹൃത്തുക്കളെ അവർ ഒഴി വാക്കിയത് അത്ഭുതത്തോടെ രാമചന്ദ്രൻ ഓർക്കുന്നു. മദിരാശിയിൽ അവർ

അവസാനത്തെ 30 വർഷം ജീവിച്ചത് അവരുടെ യൗവനത്തിൽ ഇവിടെ താമസിച്ചതിൽനിന്നും കടകവിരുദ്ധമായ രീതിയിലാണ്. പാർത്ഥസാരഥി ക്ഷേത്രത്തിലും കണ്ണിമേറ ലൈബ്രറിയിലും പോകുന്നതൊഴിച്ചാൽ അവർ പൂർണ്ണമായും വീട്ടിനകത്തു തന്നെയാണ് കഴിഞ്ഞിരുന്നത്.

1949 ൽ ഞങ്ങളുടെ അയൽക്കാരായി മദിരാശിയിലേക്കു താമസം മാറ്റുന്നതുവരെ സുബ്ബലക്ഷ്മിയുടെ ജീവിതം സുഖകരമായിരുന്നില്ല. അവർക്കൊന്നും ചെയ്യാൻ ഉണ്ടായിരുന്നില്ല. ചുറ്റുപാടുമുള്ള ലോകത്തെ കുറിച്ചോ ഭർത്താവിനെക്കുറിച്ചോ ചിന്ത ഇല്ലാതെ സ്വന്തം ലോകത്തു മാത്രമായി അവർ ഒതുങ്ങുകയായിരുന്നുവെന്നും വ്യക്തം. ഞാനവിടെ ദിവസവും സന്ദർശിക്കുമായിരുന്നെങ്കിലും ഇരുവരേയും ഒന്നിച്ചു കാണുവാൻ കഴിഞ്ഞ ഒരു സന്ദർഭം ഒട്ടും സന്തോഷകരമായിരുന്നില്ല. പി ആർ ജി ഉച്ചത്തിൽ ആവർത്തിച്ച് സുബ്ബലക്ഷ്മിയെ ശകാരിക്കുകയായിരുന്നു. "നീ ചാവുകയും ഇല്ല?" പി ആർ ജിയുടെ ശരീരം ക്ഷോഭത്താൽ വിറച്ചു. തന്റെ നിലപാടിൽ അക്ഷോഭ്യയായി സുബ്ബലക്ഷ്മി നില്ക്കുകയാണ്. ഇത്തരം ഏറ്റുമുട്ടലുകൾ അപൂർവ്വമായിരുന്നു. കാരണം അവർ തമ്മിൽ സംസാരിക്കാറേ ഉണ്ടായിരുന്നില്ല. ഈ വൃത്തികെട്ട ദൃശ്യം വർഷങ്ങളോളം തന്റെ ഉള്ളിൽ മൂടിക്കിടക്കുകയായിരുന്നു. സുബ്ബലക്ഷ്മിയുടെ ജീവിതത്തെ കുറിച്ചെഴുതുവാൻ ആലോചിച്ചപ്പോൾ മാത്രമാണ് പുറത്തേക്കു വന്നത്.

1963 ൽ പി ആർ ജി മരിച്ച വിവരം അറിഞ്ഞപ്പോൾ "അങ്ങനെയാവില്ല, അതങ്ങനെയാവില്ല, ഒരു ഡോക്ടറെ കൊണ്ടുവന്ന് കാണിക്കൂ" എന്നാണവർ പ്രതികരിച്ചതെന്നാണ് പറയുന്നത്. അവർ കരയുകയുമായിരുന്നു. ഒരു വിധവയുടെ ജീവിതം അവർ ഭയപ്പെട്ടിരുന്നോ? അതോ ഓർമ്മകളുടെ ഒഴുക്ക് സംഘർഷഭരിതമായ വൈവാഹികജീവിതത്തിന്റെ തീക്ഷ്ണവും ക്രൂരവുമായവ സുബ്ബലക്ഷ്മിയെ തളർത്തിയതാണോ? അതോ ശാന്തിനികേതനിലേക്കു രക്ഷപ്പെട്ടിരുന്നെങ്കിൽ തന്റെ ജീവിതം എന്തായി തീരുമായിരുന്നു എന്നാലോചിച്ചതാണോ?

സുബ്ബലക്ഷ്മി 1978 ൽ 81–ാം വയസ്സിൽ ആണു മരിച്ചത്. അവരുടെ ജീവിതത്തെയും മരണത്തെയും കുറിച്ച് ലളിത ഇങ്ങനെ എഴുതുന്നു,

> നിങ്ങൾ ആർദ്രഹൃദയയും പ്രണയലോലയും വികാരതരളയും ആയിരുന്നില്ലേ? ജീവിതത്തിന്റെ സമൃദ്ധി പ്രകടമാക്കുന്ന മനുഷ്യ ശരീരത്തിന്റെ സൗന്ദര്യവും ആനന്ദവും അല്ലേ നിങ്ങൾ കണ്ടതും മാധവിയുടെ നൃത്തം ഓർമ്മിപ്പിച്ചതും? അത് വിമോചനാത്മകമായ, ആനന്ദകരമായ നിയന്ത്രണങ്ങൾക്ക് അതീതമായ നിമിഷം ആയിരുന്നു. എല്ലാ പ്രേമവും വറ്റിവരണ്ട് കത്തിത്തീർന്നിരുന്നോ? തീർച്ചയായും ഇല്ല. എനിക്കറിയാം; കാരണം ഭാരതിയുടെ കവിതകൾ ചൊല്ലുമ്പോഴും എന്നെക്കൊണ്ട് വായിപ്പിക്കുമ്പോഴും എത്രമാത്രം ആവേശമായിരുന്നു നിങ്ങൾക്ക്! ഭാരതിയുടെ നിങ്ങൾക്കിഷ്ടമുള്ള ഒരു കവിത ഇതാണ്.

ഒരു വാക്കുപോലും ഉച്ചരിച്ചില്ലെങ്കിലും നിങ്ങളുടെ ജീവിത രീതി
യിൽനിന്നും നിങ്ങളുടെ ക്ഷീണിച്ച അവസ്ഥയിൽനിന്നും ഈ
ലോകം വെടിഞ്ഞതിൽനിന്നും ഞങ്ങൾ പല സത്യങ്ങളും മനസ്സി
ലാക്കി. നിങ്ങളുടെ ശരീരം തളർന്നെങ്കിലും നിലപാടിൽ
ഉറച്ചുനിന്നു. സമാധാനത്തിന്റെയും സന്തോഷത്തിന്റെയും
പേരിലോ പ്രായോഗിക കാരണങ്ങളാലോ സ്വന്തം ആശയത്തിന
പ്പുറത്തൊന്നും അംഗീകരിച്ചില്ല. ലോകം വച്ചു നീട്ടുന്ന യാതൊന്നും
നിങ്ങൾക്കാവശ്യം ഉണ്ടായിരുന്നില്ല. പരിപൂർണ്ണതയ്ക്കു താഴെ
യുള്ളതെല്ലാം നിങ്ങൾ തള്ളിക്കളഞ്ഞു. അതായത് ജീവിതം അതി
ന്റേതായ രീതിയിൽ! നമുക്കതിനുള്ള അവകാശമില്ലേ? വെറുതെ
മുന്നോട്ടു പോകുന്നതിനായി നാം അംഗീകരിക്കുകയും ഒത്തു
തീർപ്പിനും സന്നദ്ധമാകുകയും വേണോ? പ്രതിഷേധിക്കുവാനുള്ള
അവകാശം നിങ്ങൾ ഉപയോഗപ്പെടുത്തി. ഒരുപക്ഷേ, അന്തിമമായി
വിജയിച്ചത് നിങ്ങൾ തന്നെയായിരിക്കാം. പ്രിയപ്പെട്ട മുത്തശ്ശി,
നിങ്ങൾക്കറിയുമോ നിങ്ങൾ ഇല്ലാതായിട്ടില്ല എന്ന്. നിങ്ങളുടെ
ശരീരം ഇല്ലാതായിട്ടുണ്ടാകാം. പക്ഷേ, ആത്മാവ് എന്റെ ആത്മാ
വിനൊപ്പം ചേർന്ന് മിടിക്കുന്നു. രാത്രിയിൽ മിന്നിത്തിളങ്ങുന്ന
ആകാശം എന്നെ വശീകരിക്കുമ്പോൾ, സുവർണ്ണ പുഷ്പങ്ങൾ
പൂത്തുലഞ്ഞ പൂമരത്തിന്റെ സൗന്ദര്യം കാണുമ്പോൾ, മഞ്ഞക്കി
ളികൾ അവയ്ക്കിടയിലൂടെ പറക്കുമ്പോൾ, ഞാൻ ഭാരതിയുടെ
കവിത ചൊല്ലുമ്പോൾ ആനന്ദാശ്രുക്കൾ പൊഴിച്ചുകൊണ്ട്
കേൾക്കുന്നതോർത്ത് മനസ്സിൽ കവിത നിറയുമ്പോൾ നിങ്ങൾ
എന്റെ ഉള്ളിൽ ഉണ്ടാകും.

15

അമ്മയായും മുത്തശ്ശിയായും

ഒരു നിമിഷത്തേക്കെങ്കിലും
എനിക്കു മറക്കുവാനാകുമോ?
ഞാനൊരു കുഞ്ഞും പെൺകുട്ടിയും
ആയിരുന്നപ്പോൾ
അമ്മയുടെ അഗാധമായ
സ്നേഹവും ത്യാഗവും?
അവ ഒരിക്കലും എന്റെ
സ്മരണയിൽനിന്നും മായില്ല.
(പങ്കജം അമ്മയെക്കുറിച്ച്)

അമ്മ എന്ന നിലയിൽ

വിവാഹശേഷം അമ്മയെ ഔദ്യോഗിക ബംഗ്ലാവിൽ തനിച്ചാക്കിപ്പോ
കുന്നതിൽ പങ്കജത്തിന് വല്ലാത്ത വിഷമമായിരുന്നു. കാരണം അച്ഛൻ
എന്നത്തേയുംപോലെ നീണ്ടയാത്രകളിൽ ആയിരിക്കും. ഒരു കൊച്ചുകു
ട്ടിയായിരുന്നപ്പോൾ മുത്തശ്ശി, അമ്മയെ നോക്കുന്ന ചുമതല ഏല്പിച്ചി
രുന്നതുകൊണ്ട് സുബ്ബലക്ഷ്മിയെ ഒറ്റയ്ക്ക്, അതും ഒട്ടും ആശാവഹമ
ല്ലാത്ത ശാരീരികാവസ്ഥയിൽ വിട്ടിട്ട് പോകുമ്പോൾ തന്റെ കർത്തവ്യം
നിറവേറ്റുന്നില്ലെന്ന തോന്നലാണ് പങ്കജത്തിനുണ്ടായത്. മാത്രമല്ല തന്റെ
വിദ്യാഭ്യാസത്തിനുവേണ്ടി സുബ്ബലക്ഷ്മിക്കുണ്ടായിരുന്ന ബുദ്ധിമുട്ടുകളെ
ക്കുറിച്ചും പങ്കജം ബോധവതിയായിരുന്നു. സ്വന്തം വിവാഹജീവിതംവരെ
അപകടപ്പെടുത്തിക്കൊണ്ട്, പാരമ്പര്യത്തിനെതിരെ കലാപം ഉണ്ടാക്കു
കയും ഭർത്തൃഗൃഹത്തിൽനിന്നും മദിരാശിയിലെ സഹോദരന്റെ വീട്ടിൽ
താമസം തുടങ്ങുകയും ഒക്കെ ചെയ്തത് പങ്കജത്തെ വിദ്യാസമ്പന്നയാ
ക്കുന്നതിനായിട്ടായിരുന്നു. പിന്നീട്, സുബ്ബലക്ഷ്മിക്ക് മാനസികരോഗം

പിടിപെട്ട അവസാനത്തെ പത്തുവർഷം കഠിനമായ ദിവസങ്ങൾ കഴിച്ചു കൂട്ടാൻ പങ്കജത്തെ സഹായിച്ചതും ഈ ചിന്തകളാണ്.

പങ്കജം അച്ഛനെ അനുകരിച്ചുകൊണ്ട് ചില കവിതകൾ എഴുതിയിരുന്നു. സുബ്ബലക്ഷ്മിയെക്കുറിച്ചെഴുതിയ ഒരു കവിത ഒരു കത്തിനൊപ്പം സുബ്ബലക്ഷ്മിയുടെ പെട്ടിയിൽനിന്നും കിട്ടിയിട്ടുണ്ട്. നാല്പതുകളിൽ മദിരാശിയിൽ നിന്നയച്ച ഒരു കത്തും സുബ്ബലക്ഷ്മിയുടെ കടലാസുശേഖരത്തിൽനിന്നും കിട്ടിയിരുന്നു. അമ്മയ്ക്കായി എഴുതിയ കവിതയെക്കുറിച്ച് പങ്കജം ഇങ്ങനെ എഴുതുന്നു.

> കഴിഞ്ഞ ദിവസം അമ്മയെക്കുറിച്ചു കുറച്ചു വരികൾ എഴുതി. അത് അത്ര നല്ല കവിതയൊന്നുമല്ല. പക്ഷേ, അമ്മയുടെ കാൽക്കൽ സമർപ്പിച്ച സ്നേഹവായ്പായി അത് കരുതുക. ഒരുതരത്തിലും എന്നെക്കൊണ്ടൊരു ഗുണവും അമ്മയ്ക്കുണ്ടായിട്ടില്ലെന്നറിയാമല്ലോ. അതുകൊണ്ടാണ് ഏതാനും വരികളിലൂടെ എന്റെ മനസ്സ് പ്രകടിപ്പിക്കാമെന്നു കരുതിയത്. ദയവായി അതു സ്വീകരിക്കുക. കാരണം അത് സത്യസന്ധമാണ്. മാത്രമല്ല, ഇതുപോലെയൊരു അമ്മയോടുള്ള കൃതജ്ഞത പ്രകടിപ്പിക്കുവാൻ ഇതു മാത്രമേ എനിക്കു മാർഗ്ഗമുള്ളൂ. വാക്കുകൾ ഉപരിപ്ലവമായേക്കും. അതുകൊണ്ടു ഞാൻ നിർത്തട്ടെ!

മകളുടെ ഇത്തരം വികാരപ്രകടനങ്ങളോട് സുബ്ബലക്ഷ്മിയുടെ പ്രതികരണം എന്തായിരുന്നിരിക്കും? അമ്മ സ്നേഹപ്രകടനങ്ങൾ വളരെ നിയന്ത്രിച്ചിരുന്നുവെന്നും വികാരങ്ങൾ തീരെ പ്രകടിപ്പിച്ചിരുന്നില്ലെന്നും പങ്കജം പറയാറുണ്ടായിരുന്നു. ഏകമകളോടാണെങ്കിലും സ്നേഹം പ്രകടിപ്പിക്കുക സുബ്ബലക്ഷ്മിക്ക് എളുപ്പമായിരുന്നില്ല. അമ്മ തന്റെ കുട്ടിക്കാലത്തുപോലും സ്നേഹം പ്രകടിപ്പിക്കുന്ന വാക്കുകൾ ഉപയോഗിച്ചതായോ താലോലിച്ചതായോ പങ്കജത്തിന് ഓർമ്മയില്ല. യഥാർത്ഥത്തിൽ പങ്കജം ആണ് രോഗിയായ സുബ്ബലക്ഷ്മിയെ മാതൃഭാവത്തിൽ പരിചരിച്ചത്. 53–ാം വയസ്സിൽ തന്റെ ശ്വാസംമുട്ടലിനെക്കുറിച്ച് സുബ്ബലക്ഷ്മി മകൾക്ക് എഴുതിയ കത്തിൽ പറയുന്നു,

> നീ പറഞ്ഞതുപോലെ, ഇതാണ് നമ്മൾ വീണ്ടും വീണ്ടും മറികടക്കേണ്ട ഘട്ടം. ഞാൻ കഠിനമായി ആഗ്രഹിക്കുന്നു, എന്റെ പ്രിയപ്പെട്ട മകളേ, എന്നരികിൽ നീ എല്ലായ്പ്പോഴും ഉണ്ടാകണമെന്ന്. കാരണം ഒരു ശക്തിയുമില്ലാത്ത, ദുർബ്ബലമായ ഒരു കമ്പാണ് ഞാൻ. ഞാൻ ഈയിടെ തിരിച്ചറിഞ്ഞ പലകാര്യങ്ങളും നമ്മൾ നേരിൽ കാണുമ്പോൾ പറയാം.

മാനസികരോഗം പിടിപെട്ട സുബ്ബലക്ഷ്മിയുടെ അന്ത്യകാലത്ത് അമ്മയോടുള്ള പങ്കജത്തിന്റെ സ്നേഹം കടുത്ത പരീക്ഷണമാണ് നേരിട്ടത്. ഒരുപക്ഷേ ഈ കറുത്ത നാളുകളിൽ പങ്കജത്തിന് പിടിച്ചുനില്ക്കാൻ ശക്തി നല്കിയത് അമ്മയുടെ ധൈര്യവും വിശ്വാസവും ഒന്നുകൊണ്ടു

മാത്രം ആകാം. മദിരാശിയിൽ സ്കൂളിൽ പഠിക്കാൻ സാധിച്ചപ്പോൾ താൻ അനുഭവിച്ച സ്വാതന്ത്ര്യത്തിന്റെ സന്തോഷകരമായ കാലത്തെക്കുറിച്ചുള്ള ഓർമ്മകൾ ആയിരിക്കാം. അമ്മയും മകളും തമ്മിൽ അപൂർവ്വമായ ഒരു സൗഹൃദം ഉണ്ടായിരുന്നു. മദിരാശിയിൽ താമസിക്കുമ്പോൾ അവർ സുഹൃത്തുക്കളെപ്പോലെയായിരുന്നു.

അമ്മൂമ്മ എന്ന നിലയിൽ

> സൗഭാഗ്യവതി ലളിതയുടെ നൃത്ത (അത് മനോഹരമായിരുന്നിരിക്കണം)ത്തെക്കുറിച്ചുള്ള വാർത്ത എന്നെ സന്തോഷിപ്പിച്ചു. സംസ്കൃതസമ്പന്നമായ മനസ്സിന്റെ വേഗത്തിനൊപ്പം സ്വതന്ത്രമായി ചലിക്കുന്ന കാലുകൾ ഉള്ള അവർ യഥാർത്ഥ കലാകാരി തന്നെയാണ്. അവളുടെ നൃത്തമാണിന്ന്, നിനക്കത് എത്രമാത്രം ആനന്ദകരമായിരിക്കും!

(1947 ജൂലൈയിൽ കൊച്ചുമകളുടെ നൃത്തത്തിന്റെ അരങ്ങേറ്റത്തെക്കുറിച്ച് സുബ്ബലക്ഷ്മി പങ്കജത്തിനെഴുതിയ കത്ത്)

സുബ്ബലക്ഷ്മി യാഥാസ്ഥിതികയായ അമ്മയാകാത്തതുപോലെ തന്നെ യാഥാസ്ഥിതികയായ അമ്മൂമ്മയും ആയിരുന്നില്ല. സുബ്ബലക്ഷ്മി ഒരിക്കലും കുഞ്ഞുങ്ങളെ ലാളിക്കുകയോ അവരെ കൊഞ്ചിക്കുകയോ ചെയ്യുവാൻ ശ്രദ്ധിച്ചിരുന്നില്ല. പകരം ഇംഗ്ലീഷ് പുസ്തകങ്ങൾ വായിച്ചു കേൾപ്പിച്ചു. വായിക്കുമ്പോൾ തന്നെ വിദഗ്ദ്ധമായി അവർ തർജ്ജമ ചെയ്തു. കുട്ടികളോട് വളരെ കൂടുതൽ സ്നേഹം പ്രകടിപ്പിക്കുന്ന താനും വളരെ നിയന്ത്രിച്ചു മാത്രം വാത്സല്യം കാണിച്ചിരുന്ന അമ്മയും തമ്മിലുള്ള വൈരുദ്ധ്യം പങ്കജം പലപ്പോഴും ചൂണ്ടിക്കാട്ടിയിരുന്നു. അവരുടെ ഏറ്റവും മൂത്ത കൊച്ചുമകൾ ലളിത ഓർക്കുന്നു,

> ഞങ്ങളുടെ അമ്മ ഞങ്ങളെ അമ്മൂമ്മയുടെയൊപ്പം നിർത്തുകയും അങ്ങനെ ഞങ്ങളോട് സംസാരിക്കുവാനും കഥപറഞ്ഞുതരുവാനും നിർബ്ബന്ധിക്കുകയും ചെയ്തിരുന്നു. ഉദാഹരണത്തിന് *ആലീസിന്റെ അത്ഭുതലോകം* എന്ന പുസ്തകം ഞാൻ ഓർക്കുന്നു. ഞങ്ങളുടെ അമ്മ പുസ്തകം വായിച്ചുതരുമ്പോൾ ഞങ്ങൾക്കു ചെറിയ മടുപ്പുതോന്നാറുണ്ട്. കാരണം, പുസ്തകത്തിലെ ചിത്രങ്ങൾ കാണിക്കുവാൻ മാത്രമാണ് അമ്മ പുസ്തകം ഉപയോഗിക്കുന്നത്. കഥ അമ്മയുടെ സ്വന്തം രീതിയിലായിരിക്കും. വർണ്ണശബളവും നാടകീയവും! പക്ഷേ, അമ്മൂമ്മ പുസ്തകം വായിക്കുമ്പോൾ ഞങ്ങൾ കാതുകൂർപ്പിച്ചിരിക്കും. കാരണം ഞങ്ങൾക്കറിയാവുന്ന കഥയുടെ മറ്റൊരു വശമായിരിക്കും അത്.

സുബ്ബലക്ഷ്മിയുടെ കൊച്ചുമക്കൾ അവരെ 'ഗമ്മ' എന്നാണ് വിളിച്ചിരുന്നത്. മൂത്ത കൊച്ചുമകനെ 'ഗ്രാന്റ്മാ' എന്നു വിളിക്കുവാൻ പഠിപ്പിച്ചപ്പോൾ ഉണ്ടായ ബാലസഹജമായ മാറ്റമായിരുന്നു 'ഗമ്മ'.പിന്നീട് എല്ലാ

വരും അങ്ങനെ തന്നെ വിളിച്ചു. (സുബ്ബലക്ഷ്മിയുടെ അച്ഛൻ മക്കളെ പഠിപ്പിക്കുവാൻ ഇംഗ്ലീഷ് അദ്ധ്യാപകർ ഉണ്ടാകുന്നത് സ്വപ്നംകണ്ട കാലത്തിന്റെ തുടർച്ചയായിരിക്കാം ഇംഗ്ലീഷിനോടുള്ള ഈ സ്നേഹം!) ഞങ്ങൾ അമ്മൂമ്മയുടെ തലത്തിലേക്ക് ഉയരേണ്ടിയിരുന്നു. അവരൊരിക്കലും ഞങ്ങളുടെ തലത്തിലേക്കിറങ്ങിവന്നില്ല. അമ്മൂമ്മ ഒരിക്കലും ഞങ്ങളെ അച്ചടക്കം പഠിപ്പിച്ചിരുന്നില്ല. പക്ഷേ, അവരെ കളിപ്പിക്കാനാവില്ലെന്ന് ഞങ്ങൾക്കറിയാമായിരുന്നു.

ഇതിനർത്ഥം സുബ്ബലക്ഷ്മി കൊച്ചുമക്കളെ സ്നേഹിച്ചിരുന്നില്ലെന്നല്ല. സ്നേഹിക്കുവാൻ അവർക്ക് അവരുടേതായ രീതി ഉണ്ടായിരുന്നുവെന്നുമാത്രം! പങ്കജത്തിന്റെ കുടുംബത്തിന്റെ ഒരു ചിത്രം അയച്ചുകിട്ടിയപ്പോൾ മറുപടിയായി 1948 ജനുവരിയിൽ സുബ്ബലക്ഷ്മി എഴുതി,

> ആരോഗ്യമുള്ള നിങ്ങളുടെ രൂപങ്ങൾ എന്നെ സന്തോഷിപ്പിക്കുന്നു. പാവപ്പെട്ട മൈഥിലി ഒഴിച്ചെല്ലാവരും കാണാൻ നന്നായിരിക്കുന്നു. ലളിതയെ കണ്ടാൽ സുന്ദരിയായ ഒരു രാജകുമാരിയെപ്പോലെയുണ്ട്. ചിത്രത്തിലെ ചെറിയ രൂപത്തെ വലുപ്പത്തിലാക്കി നിനക്കു കിട്ടുമെന്ന് കരുതുന്നു. എനിക്കങ്ങനെയും കണ്ട് ആനന്ദിക്കാനാകുമല്ലോ. എന്താണീ ചിത്രങ്ങളിലൊന്നും രാമചന്ദ്രൻ ഇല്ലാത്തത്, മറ്റൊരാൾ എടുത്തിട്ടും? എനിക്കവനെ കാണാത്തതിൽ വല്ലാത്ത വിഷമം തോന്നുന്നു.

സുബ്ബലക്ഷ്മിക്ക് മൂത്ത കൊച്ചുമകൻ രാമചന്ദ്രനെ വളരെയേറെ ഇഷ്ടമായിരുന്നു. അമ്മൂമ്മയെക്കുറിച്ച് ഏറ്റവും തെളിഞ്ഞ ഓർമ്മകൾ ഉള്ളതും രാമചന്ദ്രനാണ്. എന്നാൽ രാമചന്ദ്രനോ മറ്റ് കൊച്ചുമക്കളോ തന്നെ അമ്മൂമ്മ എന്തെങ്കിലും ചെല്ലപ്പേരു വിളിക്കുന്നതായി ഓർക്കുന്നില്ല. ഞങ്ങളെ എല്ലാവരെയും പോലെ തന്നെ അതൊരു അപൂർവ്വ അമ്മൂമ്മയാണെന്നു രാമചന്ദ്രൻ, പറയുന്നു, "അമ്മൂമ്മയ്ക്ക് പരദൂഷണമോ മറ്റുള്ളവരുടെ ജീവിതത്തെയോ അവരുടെ പ്രശ്നങ്ങളെയോ കുറിച്ച് സംസാരിക്കുന്നതോ തീരെ ഇഷ്ടമുണ്ടായിരുന്നില്ല. വളരെ ഉൽക്കൃഷ്ടമായ ഒരു വ്യക്തിത്വമായിരുന്നു സുബ്ബലക്ഷ്മിയുടേത്. എനിക്ക് എട്ടോ ഒൻപതോ വയസ്സുള്ളപ്പോൾ ഞാൻ ചോദിക്കുന്ന ചോദ്യങ്ങൾക്ക് കൃത്യമായും നേരിട്ടും ഉള്ള ഉത്തരങ്ങളാണവർ നല്കിയിരുന്നത്." സ്വാതന്ത്ര്യലബ്ധിക്കു മുൻപ് കോൺഗ്രസിന്റെ വേദിയിൽ നടന്ന ഭാരതിയുടെ ദേശീയഗാനാലാപനം കേൾക്കാൻ സുബ്ബലക്ഷ്മിക്കൊപ്പം പോയതും രാമചന്ദ്രൻ ഓർക്കുന്നു. സുബ്ബലക്ഷ്മി പാട്ടിൽ മുഴുകി ആസ്വദിച്ച് ആവേശത്തോടെ നില്ക്കുമ്പോൾ കണ്ണുനീർ ധാരയായി ഒഴുകുന്നുണ്ടായിരുന്നു. മറ്റൊരു ഓർമ്മ, സുബ്ബലക്ഷ്മി തന്റെ അനിയത്തിയുടെ മകൻ, കോളേജുവിദ്യാർത്ഥിയായ ഭൂപാലുമായി രാഷ്ട്രീയ കാര്യങ്ങൾ ആവേശത്തോടെ ചർച്ച ചെയ്യുന്നതാണ്. ക്വിറ്റിന്ത്യാ പ്രസ്ഥാനകാലത്ത് ഭൂപാൽ അറസ്റ്റു ചെയ്യപ്പെട്ടിരുന്നു. സുബ്ബലക്ഷ്മിക്ക് സ്വാതന്ത്ര്യദിനത്തിൽ ടാഗോറിന്റെ ചിത്രവും അദ്ദേഹത്തിന്റെ ഏതാനും കവിതാശകലങ്ങളും ആലേഖനം ചെയ്ത ഒരു കാർഡ് അയച്ചുകൊടുത്തതും രാമചന്ദ്രന്റെ ഓർമ്മയിലുണ്ട്.

അത് ലഭിച്ചതിൽ സുബ്ബലക്ഷ്മിക്ക് അത്യധികം സന്തോഷം ഉണ്ടായി. തനിക്ക് അയക്കുവാൻ ഏറ്റവും അനുയോജ്യമായ കാർഡ് ആണതെന്ന് സുബ്ബലക്ഷ്മി പിന്നീട് നേരിൽ കണ്ടപ്പോൾ പറയുകയും ചെയ്തു. എന്നാൽ മഹാത്മാഗാന്ധിയുടെ പടമാണ് സ്വാതന്ത്ര്യദിനത്തിൽ അയക്കുവാൻ കൂടുതൽ അനുയോജ്യമെന്നാണ് ഞാൻ കരുതിയത്.

സുബ്ബലക്ഷ്മിക്ക് ഉത്തമമായ സൗന്ദര്യബോധമാണുണ്ടായിരുന്നത്. അത് അവരുപയോഗിക്കുന്ന ദൈനംദിന കാര്യങ്ങളിൽ പോലും കാണാനാകുമായിരുന്നു. ഇതും, ഞങ്ങൾ കൊച്ചുമക്കളിൽ ഏറെ സ്വാധീനം ചെലുത്തിയിരുന്നു. സുബ്ബലക്ഷ്മിയുടെ പക്കലുണ്ടായിരുന്ന തടികൊണ്ടുണ്ടാക്കിയ പെൻസിൽ ബോക്സും അതിനുള്ളിലെ നീണ്ട പെൻസിലും ലളിതയ്ക്ക് വളരെ ഇഷ്ടമായിരുന്നു. തെന്നിമാറ്റാനാകുന്ന അടപ്പുള്ള തുടുത്ത കുഞ്ഞ് കിളികളുടെ–മൈനകളോ കുഞ്ഞാറ്റക്കിളികളോ ആകാം –ചിത്രമുള്ള മനോഹരമായ ഒരു പെട്ടിയായിരുന്നു അത്. സുബ്ബലക്ഷ്മിയുടെ മരണശേഷം ലളിത അത് തെരഞ്ഞുപിടിച്ചു. ആ നിറം മങ്ങിയ പെട്ടി നിധിപോലെ സൂക്ഷിച്ചുവച്ചു. ലളിതയ്ക്ക് ആ പെട്ടി അത്രയ്ക്ക് ഇഷ്ടമായിരുന്നു. മരിച്ചുപോയ അമ്മൂമ്മയ്ക്കായി ലളിത എഴുതിയ കത്ത് ഇങ്ങനെയായിരുന്നു.

> ഒരു സാധാരണ പെൻസിൽ ബോക്സ് അമ്മൂമ്മയുടെ ശ്രദ്ധയിൽപ്പെടുകയും ഹൃദയത്തെ ഊഷ്മളമാക്കുകയും ചെയ്തു. അമ്മൂമ്മയുടെ എല്ലാം, ചുറ്റിനും ഉള്ളതും സ്വന്തമായിട്ടുള്ളതും എല്ലാം ശ്രദ്ധയോടെ തെരഞ്ഞെടുത്തവയായിരുന്നു. എല്ലാ അർത്ഥത്തിലും ഒരു സൗന്ദര്യാസ്വാദക. സ്വന്തമായവയിലെല്ലാം കാണാൻ കഴിയുന്ന ചിട്ടയും സൗന്ദര്യവും താളവും ഒരുപക്ഷേ സ്വന്തം ജീവിതത്തിന് ഇല്ലാതെപോയതായിരിക്കാം.

അമ്മൂമ്മയും കൊച്ചുമക്കളും ഒരുപോലെ ഇഷ്ടപെട്ടിരുന്ന ഒരു സ്ഥലം കൊക്കനടയായിരുന്നു. അന്നത് മദിരാശിപ്രവിശ്യയിലാണ്. അല്പം കാടുപിടിച്ചു കിടക്കുന്ന ഒരു പൂന്തോട്ടമുള്ള വിശാലമായ ഒരു സ്ഥലമായിരുന്നു അത്. (ഈ സ്ഥലം ഇപ്പോൾ അറിയപ്പെടുന്നത് കക്കിനട എന്നാണ്. അതിപ്പോൾ ആന്ധ്രാപ്രദേശിലുമാണ്). ലളിത എഴുതുന്നു:

> കസ്റ്റംസ് അസിസ്റ്റന്റ് കമ്മീഷണർ ആയി റിട്ടയർ ചെയ്യുന്നതിന് മുൻപ് അഞ്ചുവർഷം എന്റെ അപ്പൂപ്പൻ കൊക്കനടയിൽ ആയിരുന്നു. ഒരു വലിയ പൂന്തോട്ടവും അഞ്ചു കുളങ്ങളും ഉള്ള ഒരു വലിയ ബംഗ്ലാവ്! അവിടെ പോകുവാൻ ഞങ്ങൾ കാത്തിരിക്കുമായിരുന്നു.
>
> എല്ലാ ബ്രിട്ടീഷ് ബംഗ്ലാവുകളും പോലെ ഇതിന് ഒരു വലിയ വരാന്തയുണ്ടായിരുന്നു. അവിടെ ഒരു സ്റ്റൂളിൽ കാൽ കയറ്റിവച്ച് അപ്പൂപ്പൻ ഒരു ചാരുകസേരയിൽ കിടക്കും. നന്നായി ചായമടിച്ചു മിനുക്കിയ പൊക്കം കുറഞ്ഞ ഒരു സ്റ്റൂളായിരുന്നു അത്. അമ്മൂമ്മ വായിക്കുകയോ പുറത്തേക്കു നോക്കി ഇരിക്കുകയോ ചെയ്യും. പൂമര

ങ്ങളും താമരയും ആമ്പലും ഉള്ള കുളങ്ങളും അവിടെയുണ്ടായി
രുന്നു. ആമ്പൽക്കുളത്തിനരികിൽ മഞ്ഞപ്പൂങ്കുലകൾ ദീപാലങ്കാര
ങ്ങൾ പോലെ തൂങ്ങിക്കിടക്കുന്ന ഒരു പൂമരം ഏറെ മനോഹരമാ
യിരുന്നു. പൂങ്കുലകൾക്കിടയിൽ കറുത്ത തേനീച്ചകളും കുരുവി
കളും പറന്നു നടക്കുന്നതോടെ ആ ദൃശ്യം ചിത്രചാരുതയാർന്ന
താകുന്നു.

സുബ്ബലക്ഷ്മിയോടായി അവൾ എഴുതുന്നു.

അമ്മൂമ്മ അതിൽ മുഴുകിയിരിക്കുകയായിരുന്നിരിക്കാം. നിങ്ങളുടെ
നിശ്ശബ്ദവും അഗാധവുമായ നിരീക്ഷണം കണ്ടാണ് ഞങ്ങൾക്കും
കിളികളോട് താല്പര്യം ഉണ്ടായത്. നിങ്ങളുടെ ശേഖരത്തിലെ
പക്ഷികളെ കുറിച്ചുള്ള പുസ്തകത്തിൽനിന്നാണ് വ്യത്യസ്ത
ജാതി കിളികളെ കുറിച്ചു പഠിക്കാനായതും ഞങ്ങൾക്ക് കിളിക
ളെയും ചെടികളെയും മനസ്സിലാക്കുവാനും തിരിച്ചറിയുവാനും
സാധിച്ചതും. നിങ്ങൾ നടക്കാൻ പോകുവാൻ തീരുമാനിക്കുന്ന ദിവ
സങ്ങൾ അതീവരസകരമായിരുന്നു. നിങ്ങൾ പുറത്തുപോകുവാൻ
ചെരിപ്പിടാൻ തുടങ്ങുമ്പോൾ മുതൽ വ്യത്യസ്തമായ അനുഭവമാ
ണ്. ഞങ്ങൾ ചെരിപ്പിടാതെ മുന്നിൽ ഓടിച്ചാടി നടക്കും.
നിങ്ങൾക്കുള്ളതിനേക്കാൾ മനോഹരമായ ചെരിപ്പ് ഞാൻ ആർക്കും
കണ്ടിട്ടില്ല. ഇട്ടു നോക്കണം എന്നു തോന്നിയിട്ടുണ്ടെങ്കിലും
ധൈര്യം വന്നിട്ടില്ല. പൂന്തോട്ടത്തിനു ചുറ്റും ഒരു ചെറിയ നടത്ത
യാണെങ്കിലും ഭൂമിയിൽനിന്നും നാമ്പിടുന്ന ഓരോ ചെടിയും
മരവും പൂവും പുൽനാമ്പും ശ്രദ്ധിക്കപ്പെടും. നിങ്ങളുടെ പെട്ടിയാ
യിരുന്നു എന്റെ മറ്റൊരു പഠനാനുഭവം. അത് ഒരുക്കിവച്ചിരിക്കുന്ന
രീതിയുടെ പരിപൂർണ്ണത നേരിൽ കണ്ടാൽ മാത്രമേ വിശ്വസിക്കാ
നാകൂ!

എന്തുകൊണ്ടാണ് സുബ്ബലക്ഷ്മി ഇത്രയും നിശ്ശബ്ദയായത്? ഇത്ര
യേറെ സ്വയം പിൻവലിഞ്ഞത്? എന്തുകൊണ്ട് അഞ്ചുമക്കളെ വളർത്തു
വാൻ പണിപ്പെട്ട് ഓടിനടന്നിരുന്ന മകളോട് മാത്രമായി തന്റെ ആശയവി
നിമയം ഒതുക്കി? ലളിത പലപ്പോഴും ചോദിച്ചിരുന്നു. "എന്തുകൊണ്ട്
കൊച്ചുമക്കളിൽ അവർ ആശ്വാസം കണ്ടെത്തിയില്ല? ചെറുപ്പത്തിൽ
തന്നെ നഷ്ടപ്പെട്ട രണ്ടാൺമക്കളുടെ പ്രതിരൂപമായി എന്തുകൊണ്ടവരെ
കണ്ടില്ല?" ഇതിനുള്ള വിശദീകരണമായി ഇങ്ങനെ പറയുന്നു,

കൂടുതൽ സ്ത്രീകളും തങ്ങൾ സ്നേഹിച്ചിരുന്നവരുടെ പ്രതിരൂപ
മായി കൊച്ചുമക്കളെ കണക്കാക്കി ആശ്വസിക്കാറാണ് പതിവ്.
എന്നാൽ സുബ്ബലക്ഷ്മി സാധാരണ സ്ത്രീ അല്ല. അവർ വളരെ
യേറെ വികാരാർദ്രമായ സ്ത്രീയായിരുന്നു. മക്കളെ അളവറ്റ്
സ്നേഹിച്ചു. സ്നേഹമുള്ള ഒരു ഭർത്താവുണ്ടാകാത്തതുകൊണ്ടു
തന്നെ മക്കളുമായി കൂടുതൽ അടുക്കുകയും അവർക്കു പലപ്പോഴും

കാണാൻ കഴിയാത്ത അച്ഛന്റെ അഭാവം അറിയിക്കാതിരിക്കുകയും ചെയ്തു. രണ്ടാമത്തെ മകൻ നഷ്ടപ്പെട്ടപ്പോൾ അവർക്ക് 21 വയസ്സായിരുന്നു. സന്തോഷവും സങ്കടവും വളരെ തീവ്രമാകുന്ന പ്രായം. കടുത്ത ദുഃഖം അവരുടെ മാനസികനില തെറ്റിച്ചു. അതിൽ നിന്നും പുറത്തു വന്നപ്പോൾ അവരാകെ മാറിപ്പോയിരുന്നു. കുട്ടികളോടുള്ള അത്തരം സ്നേഹം അവർക്കില്ലാതായി. അവർ "വിരക്തി' യഥാർത്ഥത്തിൽ സ്വായത്തമാക്കി.

ലളിത തന്റെ ഓർമ്മക്കുറിപ്പുകളിൽ സുബ്ബലക്ഷ്മിയെ നേരിട്ട് അഭിസംബോധന ചെയ്തുകൊണ്ടിങ്ങനെ എഴുതുന്നു,

ഗമ്മ, നിങ്ങൾ ഇങ്ങനെ എല്ലാം മനസ്സിൽ അടക്കിവയ്ക്കാതെ ഞങ്ങളോട് സംസാരിക്കുകയും നിങ്ങളുടെ വ്യഥകളും വേദനകളും ഞങ്ങളുമായി പങ്കുവയ്ക്കുകയും ചെയ്തിരുന്നെങ്കിലെന്ന് ഞാനെത്രമാത്രം ആഗ്രഹിക്കുന്നുവെന്നോ! നിങ്ങളുടേതായ ആ പ്രത്യേക സോഫയിൽ കാലുകയറ്റി വച്ച് ശൂന്യതയിലേക്കു നോക്കി, പൂർണ്ണമായും ഏകയായി, എന്നാൽ അതേക്കുറിച്ചൊട്ടും ശ്രദ്ധിക്കാതെ നിങ്ങളുടെ ഇരിപ്പ്. ആ ദിവസങ്ങളിൽ നിങ്ങളുടെ പ്രിയപ്പെട്ട ഗുരുദേവന്റെ പുസ്തകങ്ങൾ ഒഴിച്ച് മറ്റൊന്നും വായിച്ചിരുന്നില്ല. എന്താണ് നിങ്ങളെ നിശ്ശബ്ദയാക്കിയത്? നിങ്ങളുടെ മാനസിക തടവറയിൽനിന്നും നിങ്ങളെ മോചിപ്പിക്കുന്നതിനുള്ള സ്നേഹവും ആഗ്രഹവും കഴിവും ഞങ്ങൾക്കില്ലാതെ പോയതെന്തുകൊണ്ടാണ്? നിങ്ങളുടെ സന്തോഷകരമല്ലാത്ത ഓർമ്മകൾ മടക്കിക്കൊണ്ടുവന്ന് നിങ്ങളെ അസ്വസ്ഥപ്പെടുത്തുവാനും ബോധക്ഷയത്തിനും അപസ്മാരത്തിനും വീണ്ടും ഇടവരുത്താനും ഞങ്ങൾ ആഗ്രഹിച്ചില്ല.

ലളിത ഒരു കൗമാരക്കാരിയായിരുന്നപ്പോൾ അവതരിപ്പിച്ച ഭരതനാട്യം സുബ്ബലക്ഷ്മിയുടെ ചിറകുകളിൽ ഇരുന്നാണ് ആസ്വദിച്ചത്. അവരാ നൃത്തം തികഞ്ഞ ആഹ്ലാദത്തോടെയാണ് ആസ്വദിച്ചത്. നൃത്താവതരണ സമയത്ത് സുബ്ബലക്ഷ്മിയുടെ മുഖം ചുവക്കുകയും അവർ ആവേശഭരിതയും ആഹ്ലാദവതിയും ആയിരുന്നുവെന്നും ലളിത ഓർക്കുന്നു. ആ ദിവസങ്ങളെ കുറിച്ചുള്ള ലളിതയുടെ ഓർമ്മകൾ ഇങ്ങനെയാണ്:

ജീവിതത്തിന്റെ ദീപ്തി പ്രശോഭിതമാക്കുന്ന മനുഷ്യശരീരത്തിന്റെ സൗന്ദര്യവും ആഹ്ലാദവും ആണ് അവർ നൃത്തത്തിൽ ദർശിച്ചത്. മാധവിയുടെ നൃത്തത്തിന്റെ സ്മരണകൾ അവരിൽ ഉണരുകയും അവരാ ലോകത്തേക്ക് പോവുകയും ചെയ്തു. അക്കാലഘട്ടത്തിന്റെ സാമൂഹ്യ നിയമപ്രകാരം വിലക്കപ്പെട്ട ഒരു കാര്യമാണ് തന്റെ കൊച്ചുമകൾ ചെയ്യുന്നതെന്ന ചിന്ത ഒരിക്കൽപ്പോലും സുബ്ബലക്ഷ്മിക്കുണ്ടായില്ല. മാത്രമല്ല സുബ്ബലക്ഷ്മിയുടെ അമ്മ കാമാക്ഷിയും തന്റെ കുടുംബത്തിലെ പെൺകുട്ടികൾ നൃത്തം ചെയ്യു

ന്നതിനെ എതിർത്തിരുന്നില്ല. ദേവദാസികൾ അവതരിപ്പിച്ചിരുന്ന ഭരതനാട്യത്തിന്റെ ആദ്യരൂപമായ സദിർകച്ചേരി തന്റെ ഗംഭീരമായ വിവാഹാഘോഷത്തിന്റെ ഭാഗമായി ഉണ്ടായിരുന്നുവെന്നവർ എന്നോട് പറഞ്ഞിട്ടുണ്ട്. അന്നാണ് കാമാക്ഷി ആദ്യമായി ക്ലാസിക്കൽ നൃത്തം കാണുന്നതും. അന്നത്തെ കാലം വച്ചുനോക്കുമ്പോൾ ഈ രണ്ടു സ്ത്രീകളും തികഞ്ഞ ഉല്പതിഷ്ണുക്കളായിരുന്നു. എന്റെ അച്ഛനമ്മമാർ എനിക്ക് അനുയോജ്യനായ വരനെ അന്വേഷിക്കുന്ന ഘട്ടത്തിലാണ് ഇക്കാര്യം എനിക്ക് ശക്തമായി ബോദ്ധ്യപ്പെട്ടത്. പലരുടെയും കടുംപിടുത്തങ്ങളുമായി ഏറ്റുമുട്ടേണ്ടി വന്നപ്പോഴാണ് എന്റെ മുത്തശ്ശിയും അവരുടെ അതേ പ്രായത്തിലും സാമൂഹ്യപദവിയിലുമുള്ള മറ്റു സ്ത്രീകളും തമ്മിലുള്ള വ്യത്യാസം ഞാൻ തിരിച്ചറിഞ്ഞത്. ഞാൻ വളരുംതോറും സുബ്ബലക്ഷ്മി എത്രമാത്രം വ്യത്യസ്തയാണെന്നു എനിക്കു ബോദ്ധ്യമായി.

ലളിതയുടെ മറ്റൊരു നൃത്തപരിപാടിയെക്കുറിച്ച് അറിഞ്ഞപ്പോൾ 1947 ജൂലൈ 15 ന് എഴുതിയ കത്തിൽ സുബ്ബലക്ഷ്മി പറയുന്നു. “സൗഭാഗ്യവതി ലളിതയുടെ നൃത്തത്തെ (അത് അതീവ മനോഹരമായിട്ടുണ്ടാകാം) കുറിച്ചുള്ള വിവരം എന്നെ വല്ലാതെ സന്തോഷിപ്പിക്കുന്നു. അവൾ ഒരു യഥാർത്ഥകലാകാരിയാണെന്നതിൽ സംശയമില്ല. അവളുടെ സംസ്കാരസമ്പന്നമായ മനസ്സിന്റെ ത്വരയ്ക്കനുസരിച്ച് സ്വതന്ത്രമായി ചലിപ്പിക്കുവാൻ കഴിയുന്ന കൈകാലുകൾ ആണവൾക്കുള്ളത്. ഇന്നവളുടെ നൃത്തമാണ്. ഈ ദിവസം നീ എത്രമാത്രം ആനന്ദം അനുഭവിക്കുന്നുണ്ടാകാം.”

മക്കളെ കൊഞ്ചിക്കുകയും ലാളിക്കുകയും ചെയ്യുന്ന സാധാരണ “അമ്മത്തം” ഉള്ള ഒരു അമ്മയായിരുന്നില്ല സുബ്ബലക്ഷ്മി. തീർച്ചയായും മക്കളുടെ ആവശ്യങ്ങൾ അവർ ശ്രദ്ധിച്ചിരുന്നു. പക്ഷേ, അവർക്ക് സംതൃപ്തി നല്കുന്ന മറ്റു പല കാര്യങ്ങളും ഉണ്ടായിരുന്നു. അവർ അവരുടെ കൊച്ചുമക്കളെ സ്നേഹിച്ചിരുന്നുവെങ്കിലും ഒരു ആർട്ട് ഗ്യാലറി സന്ദർശിക്കുമ്പോഴോ വായനശാലയിൽ പോകുമ്പോഴോ ബുദ്ധദർശനത്തെ കുറിച്ചുള്ള പുസ്തകം വായിക്കുമ്പോഴോ ലഭിക്കുന്ന സന്തോഷം കൊച്ചുമക്കൾക്കൊപ്പം സമയം ചെലവിടുമ്പോൾ അവർ അനുഭവിച്ചിരുന്നില്ലായെന്ന് എനിക്കു തോന്നിയിട്ടുണ്ട്. പങ്കജം ഞങ്ങൾക്കെങ്ങനെയുള്ള അമ്മയായിരുന്നുവോ അങ്ങനെയായിരുന്നില്ല സുബ്ബലക്ഷ്മി പങ്കജത്തിന്. ഒരു പരമ്പരാഗത അമ്മയായിരുന്നില്ല സുബ്ബലക്ഷ്മി. എൺപതാം പിറന്നാളിന് അമ്മ ഞങ്ങൾക്കയച്ച ഒരു കത്ത് ഇങ്ങനെയാണ്.

ജന്മദിനത്തിന് എന്റെ ഒരേയൊരു ആഗ്രഹം നിങ്ങൾക്ക് എല്ലാവർക്കും ആരോഗ്യവും സന്തോഷവും ഉണ്ടാകട്ടെയെന്നാണ്. എന്റെ ജീവിതത്തിലുടനീളം എനിക്കീ ഒരൊറ്റ അനുഗ്രഹമേ ഉണ്ടായിരുന്നുള്ളൂ. ഈശ്വരൻ എനിക്കു നല്കിയ ഏറ്റവും മഹത്തായ അനുഗ്രഹങ്ങളായ എന്റെ കുഞ്ഞുങ്ങളെ കണ്ട നിമിഷം മുതൽ ഇതിനായിട്ടാണ് ഞാൻ കഷ്ടപ്പെട്ടതും ജീവിച്ചതും. മറ്റൊരു ആഗ്ര

ഹവും എനിക്കുണ്ടായിട്ടില്ല. ആ നിമിഷങ്ങൾ വ്യക്തമായി കാണിച്ചുതന്നു, എന്റെ ജീവിതത്തിന്റെ ഉദ്ദേശ്യമെന്താണെന്ന്.. നിങ്ങളെ എല്ലാവരെയും സ്നേഹത്തോടെയും കർത്തവ്യബോധത്തോടെയും പരിപാലിക്കുക... എന്നെ പരിപാലിക്കുവാൻ ഏല്പിച്ച ഒരു ദിവ്യനിധിയാണ് നിങ്ങൾ എന്നാണ് ഞാൻ കരുതുന്നത്.

ഒരുപാട് അമ്മമാരുണ്ട്. പുരുഷാധിപത്യ സാമൂഹ്യക്രമം ഒരുക്കി വച്ചിരിക്കുന്ന ഉദാത്തവല്ക്കരിക്കപ്പെട്ട മാതൃകാമാതൃത്വ ബിംബവുമായി പൊരുത്തപ്പെടുവാൻ സ്വയം അനുവദിച്ചവരാണ് കൂടുതൽ സ്ത്രീകളും. എന്നാൽ മറ്റു ചിലർ സ്വയം ചില സ്വത്വങ്ങൾ നിർമ്മിച്ചെടുക്കുവാൻ ഇഷ്ടപ്പെടുന്നു. മാതൃത്വത്തെ കുറിച്ചുള്ള പരമ്പരാഗത കാഴ്ചപ്പാടുമായി ഭാഗികമായി പൊരുത്തപ്പെട്ടുകൊണ്ടു തന്നെ ഇത്തരം സമൂഹത്തിൽ സ്വന്തം സ്വത്വത്തിന് ഇടം കണ്ടെത്തുക എന്നത് ഇത്തരം സ്ത്രീകൾ പ്രധാനമായി കരുതുന്നു. മറ്റൊരു തരത്തിൽ പറഞ്ഞാൽ ഈ സ്ത്രീകൾ സ്വന്തമായ രീതിയിൽ മാതൃത്വം ആസ്വദിക്കുന്നു. സുബ്ബലക്ഷ്മി ജീവിച്ചിരുന്ന സംഘർഷഭരിതവും ആവേശകരവുമായ ആ കാലഘട്ടത്തിൽ അവരുടെ പരിഗണനകളും മുൻഗണനകളും കണക്കിലെടുക്കുമ്പോൾ മാതൃത്വം മാത്രമായി അവയ്ക്ക് നിലനില്ക്കുവാൻ, അല്ലെങ്കിൽ 'ഉൾച്ചേരുവാൻ' കഴിഞ്ഞിട്ടുണ്ടാവില്ല. കുറേക്കൂടി പച്ചയ്ക്കു പറഞ്ഞാൽ, സുബ്ബലക്ഷ്മി ഒരു 'മാതൃകാ' മുത്തശ്ശിയായിരുന്നില്ല. ഈ മാതൃക സൃഷ്ടിച്ചത് ആകട്ടെ ഒരിക്കലും ആ സാമൂഹ്യ പങ്ക് നിർവ്വഹിക്കേണ്ടിവരാത്ത പുരുഷന്മാരാണ്. പഠിക്കുവാനും ജീവിതത്തിലെ മറ്റു പലതും ആസ്വദിക്കുവാനും ഉള്ള പ്രായത്തിൽ അമ്മയാകേണ്ടിവന്ന സുബ്ബലക്ഷ്മിക്ക് മുത്തശ്ശിപദവിയിലും അമിതാഹ്ലാദം ഉണ്ടാകാത്തത് സ്വാഭാവികമാണല്ലോ. സുബ്ബലക്ഷ്മിക്ക് ബഹുമുഖമായ ഒരു തനതു വ്യക്തിത്വം ഉണ്ടായിരുന്നു. എങ്കിലും അഞ്ചംഗസംഘം, അവരുടെ കൊച്ചുമക്കൾ, അവരുടെയരികിലെത്തുമ്പോൾ, സ്വാഭാവികഭാവത്തിൽ അന്തസ്സായി അവർ പെരുമാറി. അവർക്ക് കഥകൾ വായിച്ചുകൊടുക്കുകയും സ്വച്ഛതയും ശാന്തിയും കളിയാടിയിരുന്ന പൂന്തോട്ടത്തിലൂടെ നടക്കാൻ കൊണ്ടുപോകുകയും ചെയ്തു.

സുബ്ബലക്ഷ്മി വിട പറഞ്ഞപ്പോൾ ലളിത, തന്റെ കലാപ്രതിഭയ്ക്ക് അനുയോജ്യമായ തരത്തിൽ ഇങ്ങനെ എഴുതി, "മാമ്മലപുരത്തെ കടൽത്തീരക്ഷേത്രത്തിന്റെ പരിപൂർണ്ണമായ അംഗലക്ഷണം ആസ്വദിക്കുമ്പോഴും നിയന്ത്രിതചലനത്തിനനുസൃതമായി പാദങ്ങൾ ഉയരുമ്പോൾ ഏകതാള ഭാവത്തിൽ വദനവും കണ്ണുകളും ശരീരവും ചലിക്കുമ്പോൾ, നിങ്ങളാണ് എന്നെ ഞാനാക്കിയത്, എന്റെ ജ്ഞാനബോധങ്ങളെ ഉണർത്തിയത്, അവ എന്റെയൊപ്പം ഉണ്ട്, എന്നിലുണ്ട്. അതുകൊണ്ട് എനിക്കു വിടപറയാനാവില്ല, കണ്ണീർവാർക്കുവാൻ കഴിയില്ല!" സുബ്ബലക്ഷ്മിയുടെ എല്ലാ കൊച്ചുമക്കൾക്കും വേണ്ടി പറയട്ടെ, ഞങ്ങൾ എല്ലായ്പ്പോഴും കരുതിയിരുന്നു, ഞങ്ങളുടെ 'ഗമ്മ' വ്യത്യസ്ത മാത്രമല്ല അനുപമയാണെന്ന്. ഇതു ഞാൻ പറയുന്നത് തികഞ്ഞ അഭിമാനബോധത്തോടെയാണ്!

16
സുബ്ബലക്ഷ്മിയുടെ ദക്ഷിണാഫ്രിക്കൻ സ്വപ്നം

ഒരു മുനുസാമി, സർ. ഡങ്കൻ മക്കിൻസിയുടെ കീഴിൽ പണിയെ ടുക്കുവാൻ വിസമ്മതിച്ച കൂലിപ്പണിക്കാരൻ.. താൻ ജീവിതകാലം മുഴുവൻ ജയിലിൽ കഴിയുവാനാണ് ഇപ്പോഴത്തെ മേലുദ്യോഗ സ്ഥന്റെ കീഴിൽ പണിയെടുക്കുന്നതിനേക്കാൾ ഇഷ്ടപ്പെടുന്നതെന്ന് ശക്തമായി പ്രഖ്യാപിച്ചുകൊണ്ട് രാജ്യത്തെയാകെയും കോടതി യെയും ഞെട്ടിച്ചു.

'ന്യൂ ഇന്ത്യ', 1908 ഒക്ടോബർ 14

നിരാശയിൽനിന്നും ഉതിരുന്ന കണ്ണുനീർ തുള്ളികളെ അങ്ങകലെ യുള്ള ആ രാജ്യത്തിൽ അലിയിക്കേണ്ടതുണ്ടോ? ഇവരുടെ വ്യഥ മനസ്സിലാക്കാത്ത ആ ദ്വീപിൽ?
(ഫിജിയിലെ സ്ത്രീത്തൊഴിലാളികളെക്കുറിച്ച്
സുബ്രഹ്മണ്യ ഭാരതി. തർജ്ജമ: വസന്ത സൂര്യ)

മദിരാശിയിലെ ചെറിയ വീട്ടിനുള്ളിൽ കഴിയുമ്പോഴും സുബ്ബലക്ഷ്മി യുടെ സ്വപ്നങ്ങൾ പരിധികൾ ലംഘിച്ച് സ്വതന്ത്രമായി പർവ്വതങ്ങളും കടലും കടന്ന് പറന്നുപൊങ്ങി. ഏകദേശം 50 വയസ്സിലാണ് സുബ്ബല ക്ഷ്മിയും ഭർത്താവും മദിരാശിയിൽ താമസം തുടങ്ങിയത്. പങ്കജത്തിന്റെ വീടിന്റെ വിളപ്പിൽ തന്റെ അമ്മ നല്കിയ പണം ഉപയോഗിച്ച് പണിത വീട്ടിൽ താമസിക്കുമ്പോൾ ഇടയ്ക്കിടെ ആസ്ത്മയും അപസ്മാരവും സുബ്ബലക്ഷ്മിക്ക് ഉണ്ടായിക്കൊണ്ടിരുന്നു. അക്കാലത്ത് തന്റെ അഞ്ചു കൊച്ചുമക്കളിൽ ആരെയെങ്കിലും വിളിച്ച് 'ഇന്നലെ ഞാൻ കണ്ട സ്വപ്നം എന്താണെന്നറിയാമോ' എന്ന് സുബ്ബലക്ഷ്മി ഇടയ്ക്കിടെ ചോദിച്ചിരുന്നു. പച്ചനിറത്തിലുള്ള വലിയ സോഫയിൽ കൈകൾ നീളത്തിൽ നിവർത്തി

വച്ച് അഭിമാനവും ആവേശവുംകൊണ്ട് തിളങ്ങുന്ന കണ്ണുകളോടെയാണീ പതിവു ചോദ്യം. ഈ പതിവുരീതികളിലുള്ള മടുപ്പ് പുറത്തു കാണിക്കാതെ ഞങ്ങൾ പറയും– "തീർച്ചയായും ഞങ്ങൾക്കറിയാം മുത്തശ്ശി. ദക്ഷിണാഫ്രിക്കയല്ലാതെ വേറെന്താ?"

അവർ അമ്പരന്നു പോകുമെങ്കിലും അതവരെ സന്തോഷിപ്പിച്ചിരുന്നു. ശിശു സമാനമായ നിഷ്കളങ്കതയോടെ അവർ ചോദിക്കും "നിങ്ങൾക്കിതെങ്ങനെയറിയാം?" ദക്ഷിണാഫ്രിക്കയെ കുറിച്ചല്ലാതെ മറ്റെന്തെങ്കിലും സ്വപ്നത്തെക്കുറിച്ചവർ പറഞ്ഞതായി സുബ്ബലക്ഷ്മിയുടെ കൊച്ചുമക്കൾ ഓർക്കുന്നതേയില്ല. ആവേശം ഒട്ടും കുറവില്ലാതെ ഞങ്ങളുടെ മടുപ്പോ താല്പര്യക്കുറവോ വകവയ്ക്കാതെ, ദക്ഷിണാഫ്രിക്കൻ വീരകഥകൾ അവർ വിശദമായി ഞങ്ങളോട് പറയുവാൻ തുടങ്ങും. ഞങ്ങളുടെ അവഗണന, പലവട്ടം പറഞ്ഞ ആ കഥ ആവർത്തിക്കുന്നതിൽ നിന്നും സുബ്ബലക്ഷ്മിയെ തടഞ്ഞില്ല. "ഒരു തമിഴു ജോലിക്കാരി – ഇപ്പോൾ എനിക്കുള്ളതുപോലെ തന്നെ; ബ്ലൗസിട്ടിട്ടില്ല!" സാരിക്കൊപ്പം ബ്ലൗസിടാത്ത പിന്നോക്ക സമുദായക്കാരിയെ കുറിച്ചാണീ പരാമർശം.

"അവൾ കടുത്ത പീഡനം സഹിക്കുവാനാകാതെ കരഞ്ഞുകൊണ്ട് സഹായം തേടി എന്റെയടുത്തു വന്നിരിക്കുന്നു." തലകുനിച്ച് ദുഃഖഭാവത്തിൽ സഹായത്തിനായി താഴ്ന്ന ശബ്ദത്തിൽ പിറുപിറുക്കുന്ന തൊഴിലാളി സ്ത്രീയായി സുബ്ബലക്ഷ്മി അഭിനയിക്കുന്നത് ഞാൻ ചെറുതായി ഓർക്കുന്നുണ്ട്. സ്വപ്നത്തിന്റെ അന്ത്യം സന്തോഷകരമാണോ അല്ലയോയെന്ന് ഞങ്ങളാരും ഓർക്കുന്നില്ല. ഒരുപക്ഷേ ആ സ്വപ്നത്തിന് ഒരു അന്ത്യം തന്നെ ഇല്ലായിരിക്കാം.

പക്ഷേ, എന്താണീ സ്വപ്നത്തിന്റെ അർത്ഥം? സുബ്ബലക്ഷ്മിക്കും ഗാന്ധിയെപ്പോലെ പാവപ്പെട്ടവരുടെ രക്ഷകനാകാമെന്നാണോ? തന്റെ ജീവിതത്തിനും ഒരു ലക്ഷ്യം? അർത്ഥം? ഒരു ദൗത്യം ഉണ്ടാകാം എന്നായിരിക്കുമോ? വളരെക്കാലം മുമ്പ് തന്നെ ആകർഷിച്ച ആ ദൗത്യം ഇപ്പോഴും മനസ്സിൽ കൊണ്ടുനടക്കുന്നുവെന്നാണോ? കുടുംബത്തിനപ്പുറത്ത് കുറേക്കൂടി വിശാലമായ ഒരുലക്ഷ്യം മുന്നിൽ കണ്ടില്ലെങ്കിൽ ജീവിതം അർത്ഥരഹിതമാണെന്നാണോ? ചിലപ്പോൾ പത്രങ്ങളിൽ വന്നുകൊണ്ടിരിക്കുന്ന ഭീകരസംഭവങ്ങൾക്ക് പരിഹാരം കാണണമെന്നവർ ആഗ്രഹിച്ചിട്ടുണ്ടാകാം. സ്വയം ഒരു റോബിൻ ഹുഡ് ആകുന്നതിനേക്കാൾ മറ്റെന്തു നല്ല പരിഹാരം ആണുള്ളത്? തിരിഞ്ഞു നോക്കുമ്പോൾ എനിക്കു തോന്നുന്നു സുബ്ബലക്ഷ്മിയെ ഇത്രയേറെ ആകർഷിക്കുകയും ആവേശഭരിതയാക്കുകയും ചെയ്ത ഒരു വിഷയമായിരുന്നു അതെന്ന്. സുബ്ബലക്ഷ്മി ആരാധിച്ചിരുന്ന മറ്റനവധി സ്ത്രീകളേയും പുരുഷന്മാരേയും പോലെ ഒരു വീരനായിക ആയിത്തീരുക എന്ന ചിന്തയാണവരെ ആവേശഭരിതയാക്കിയത്. അപസ്മാര രോഗം സുബ്ബലക്ഷ്മിയുടെ ആരോഗ്യം ക്ഷയിപ്പിക്കുകയും അവരുടെ ചലനശേഷിയെ ബാധിക്കുകയും ചെയ്തിരുന്നില്ലെങ്കിൽ അവരൊരു സാമൂഹ്യപ്രവർത്തകയോ, ഒരു

പക്ഷേ, രാഷ്ട്രീയപ്രവർത്തക തന്നെയോ ആകുമായിരുന്നുവെന്നു തോന്നുവാനുള്ള പ്രധാനകാരണവും ഇതാണ്. അങ്ങനെയായിരുന്നുവെങ്കിൽ ഒരു പക്ഷേ, അവസാന വർഷങ്ങളിൽ തിരിച്ചറിയാനാകാത്ത ഒരു സത്വമായി അവരെ മാറ്റിത്തീർത്ത മാനസികരോഗത്തിൽനിന്നും സുബ്ബലക്ഷ്മി രക്ഷ നേടുമായിരുന്നു.

ഗാന്ധിജിയുടെ ദക്ഷിണാഫ്രിക്കൻ ജീവിതമാണ് സുബ്ബലക്ഷ്മിക്ക് ആ രാജ്യത്തോട് താല്പര്യം ഉണ്ടാകുവാനുള്ള കാരണമെന്നുറപ്പാണ് ദക്ഷിണാഫ്രിക്കയിലെ ഗ്രൂപ്പ് ഏരിയാസ് ആക്ടിനെക്കുറിച്ചു വായിക്കുന്നതിന് കണ്ണിമേറ ലൈബ്രറിയിൽനിന്നും പുസ്തകങ്ങൾ എടുത്തുകൊടുക്കുവാൻ സുബ്ബലക്ഷ്മി ആവശ്യപ്പെട്ടിരുന്നുവെന്ന് രാമചന്ദ്രൻ ഓർക്കുന്നു. ഇക്കാര്യത്തിൽ ഐക്യരാഷ്ട്രസഭ എന്തുകൊണ്ടൊന്നും ചെയ്യുന്നില്ലെന്നും അവർ ചോദിക്കുമായിരുന്നു. ദക്ഷിണാഫ്രിക്കയെ കുറിച്ചുള്ള വിവരങ്ങൾ ലഭിക്കുന്നതിനുള്ള സ്രോതസ്സ് ലൈബ്രറി മാത്രമായിരുന്നില്ല. എല്ലാ പ്രതീക്ഷകളും നഷ്ടപ്പെട്ട് ദക്ഷിണാഫ്രിക്കയിൽനിന്നും മടങ്ങി വന്ന ഒരു പച്ചക്കറി വില്പനക്കാരനിൽനിന്നും നേരിട്ടു വിവരങ്ങൾ തന്റെ പടിവാതിൽക്കൽ ലഭിച്ചതിൽ സുബ്ബലക്ഷ്മി ഏറെ സന്തോഷിച്ചിരുന്നു. പിന്നീട് വളരെക്കാലത്തിനുശേഷം ഇന്ത്യക്കാർ ദക്ഷിണാഫ്രിക്കയിൽ സ്വച്ഛമായി ജീവിക്കുവാൻ തുടങ്ങി എന്നയാൾ പറഞ്ഞെങ്കിലും സുബ്ബലക്ഷ്മിയുടെ സ്വപ്നങ്ങൾ പഴയവ തന്നെയായിരുന്നു. രാമചന്ദ്രൻ വിശദീകരിക്കുന്നു, "താൻ വിചാരിക്കുന്നതുപോലെ കാര്യങ്ങൾ നീങ്ങണമെന്നവർ ആഗ്രഹിച്ചു. നിക്ഷിപ്തതാല്പര്യങ്ങൾക്കനുസരിച്ച് പല വഴിക്കുള്ള സമ്മർദ്ദങ്ങൾ ആണീ ലോകത്തുള്ളതെന്നവർ ഒരിക്കലും മനസ്സിലാക്കിയില്ല. അവരൊരു ആദർശവാദിയായിരുന്നു. യാഥാർത്ഥ്യത്തിന്റെ ലോകത്തു നിന്നകലെ ജീവിക്കുന്ന ഒരു സ്വപ്ന ജീവി. ഒരു മനോരാജ്യക്കാരി."

19–ാം നൂറ്റാണ്ടിന്റെ ആദ്യം അനേകം ഇന്ത്യൻ പുരുഷന്മാരും സ്ത്രീകളും ബ്രിട്ടീഷ് കോളനികളായ ഫിജി, ബ്രിട്ടീഷ് ഗയാന, ദക്ഷിണാഫ്രിക്ക എന്നിവിടങ്ങളിലേക്ക് കുടിയേറിയിരുന്നു. കാരണം വെളുത്ത വർഗ്ഗക്കാർക്ക് പുതുതായി തങ്ങൾ വെട്ടിപ്പിടിച്ച രാജ്യങ്ങളുടെ വികസനത്തിനായി ചെലവു കുറഞ്ഞ അദ്ധ്വാനശേഷി ആവശ്യമായിരുന്നു. കുറഞ്ഞവേതനം ഉൾപ്പെടെ അന്നത്തെ ഇന്ത്യൻ തൊഴിലാളിയുടെ തൊഴിൽ സാഹചര്യങ്ങൾ തികച്ചും ദയനീയമായിരുന്നു. ബ്രിട്ടീഷ് കോളനികളിലേക്ക് കൂലിത്തൊഴിലാളികളെ കൊണ്ടുപോകുന്നതിന് മെച്ചപ്പെട്ട കൂലിയും തൊഴിൽസാഹചര്യങ്ങളും ഉണ്ടെന്ന് പറഞ്ഞ് പ്രലോഭിപ്പിച്ച് കെണിയിൽ വീഴ്ത്തിയിരുന്നു. പത്തൊമ്പതാം നൂറ്റാണ്ടിനൊടുവിലാണ് ദക്ഷിണാഫ്രിക്കയിലേക്കുള്ള കുടിയേറ്റം ആരംഭിച്ചത്. 1860 ലാണ് ആദ്യ സംഘം ഇന്ത്യൻ തൊഴിലാളികൾ ദക്ഷിണാഫ്രിക്കയിൽ എത്തിയത്. ഒരു കേസിന്റെ കാര്യത്തിനായി ഗാന്ധി 1893 ൽ ദക്ഷിണാഫ്രിക്കയിൽ എത്തിയശേഷമാണ് ഇന്ത്യൻ കുടിയേറ്റ തൊഴിലാളികളായ സ്ത്രീകളും പുരു

ഷന്മാരും അനുഭവിക്കുന്ന ദുരിതവും വർണ്ണവിവേചനവും വലിയ വാർത്തയായത്. പിന്നീട് അദ്ദേഹം ഇന്ത്യൻ തൊഴിലാളികൾക്ക് മാന്യതയും ആത്മാഭിമാനവും നേടിയെടുക്കുന്നതിനുള്ള പോരാട്ടം നയിക്കുവാൻ അവിടെത്തന്നെ തങ്ങുകയാണുണ്ടായത്.

"ഇന്ത്യയിലെ ഏറ്റവും ദരിദ്രരും ശുചിത്വശീലങ്ങൾ പരിശീലിച്ചിട്ടില്ലാത്തവരും പലതരത്തിലും പിന്നോക്കക്കാരുമായ" തൊഴിലാളികളും അവർക്കാവശ്യമുള്ള സാധനങ്ങൾ കച്ചവടം ചെയ്യുന്ന അത്രതന്നെ ദരിദ്രരല്ലാത്ത വ്യാപാരികളും ചേർന്നതായിരുന്നു അവിടുത്തെ ഇന്ത്യൻ സമൂഹം. കരാർകാലാവധി അവസാനിച്ചാലും തൊഴിലാളികൾക്ക് ദക്ഷിണാഫ്രിക്കൻ നിയമങ്ങൾ പാലിച്ചുകൊണ്ട് യാതൊരുവിധ വിവേചനങ്ങളും നേരിടാതെ ജീവിക്കുവാൻ ദക്ഷിണാഫ്രിക്കൻ സർക്കാർ അനുമതി നല്കിയിരുന്നു. ബ്രിട്ടീഷ് സർക്കാരും ഇത് അംഗീകരിച്ചു. പക്ഷേ, ബ്രിട്ടീഷുകാരും ഡച്ചുകാരും ഉൾപ്പെടുന്ന വെള്ളക്കാർ ഇന്ത്യക്കാരെ കണക്കാക്കിയത് കൃഷിയിലും വ്യവസായത്തിലും തങ്ങളോട് മത്സരിക്കുവാൻ എത്തിയവരായിട്ടാണ്. തുല്യാവകാശം നല്കിയാൽ ഇന്ത്യക്കാർ തങ്ങളെ ഇല്ലാതാക്കുമെന്നവർ ഭയപ്പെട്ടു. "എല്ലാവർക്കുമെന്നപോലെ ഇന്ത്യൻ ഭൂപ്രദേശത്തുകാർക്കും" തുല്യാവകാശം നല്കുന്ന 1858 ലെ രാജ്ഞിയുടെ വിജ്ഞാപനം നടപ്പിലാക്കണമെന്നാവശ്യപ്പെട്ടുകൊണ്ട് ഗാന്ധി യാദൃച്ഛികമായി ദക്ഷിണാഫ്രിക്കൻ രാഷ്ട്രീയത്തിലിടപെടുകയും ചെയ്തതോടെ അടുത്ത അരനൂറ്റാണ്ടു കാലത്തെ അസാധാരണമായ സാമൂഹ്യജീവിതത്തിനുള്ള വഴിയൊരുങ്ങുകയായിരുന്നു. ദക്ഷിണാഫ്രിക്കൻ സന്ദർശനവേളയിൽ ആകസ്മികമായാണ് ഗാന്ധി ഇന്ത്യാക്കാരുടെ പൗരത്വം നഷ്ടപ്പെടുവാൻ ഇടവരുന്ന ഒരു ബില്ലിനെ കുറിച്ച് പത്രങ്ങളിൽ വായിക്കുവാൻ ഇടയായത്. വിദ്യാഭ്യാസമില്ലാത്ത തന്റെ രാജ്യക്കാരെ സഹായിക്കുന്നതിനായി ദക്ഷിണാഫ്രിക്കയിൽ തന്നെ തങ്ങുവാൻ ഇത് അദ്ദേഹത്തിന് പ്രേരണയായി. അങ്ങനെ തുല്യാവകാശത്തിനു വേണ്ടിയുള്ള ചരിത്രപ്രധാനമായ പ്രസ്ഥാനത്തിന് തുടക്കംകുറിച്ചു.

അടിമത്തത്തേക്കാൾ ഒട്ടും ഭേദപ്പെട്ടതല്ല ഉടമ്പടി സമ്പ്രദായമെന്നത് പുറത്തു വന്നത് ഇന്ത്യാക്കാരെ പീഡിപ്പിക്കുന്നതിൽ കുപ്രസിദ്ധി നേടിയ സർ. ഡങ്കൻ മക്കെൻസിയെ സേവിക്കുവാൻ തയ്യാറല്ലെന്ന് പ്രഖ്യാപിച്ച മനുസാമിക്ക് ശിക്ഷവിധിച്ചപ്പോഴാണ്. മുപ്പതു തവണ ശിക്ഷിക്കപ്പെട്ട മനുസാമിയെ പ്രത്യേകമായി നിയോഗിച്ച മജിസ്ട്രേറ്റ് ചെറിയ ശിക്ഷാകാലാവധിക്കുശേഷം വിട്ടയക്കുകയായിരുന്നു. അവശേഷിച്ച ജീവിതം മുഴുവനും ജയിലിൽ കിടക്കേണ്ടി വന്നാലും ഇപ്പോഴത്തെ മേലധികാരിയുടെ കീഴിൽ പണിയെടുക്കാൻ കഴിയില്ലെന്ന് ശക്തമായി പ്രഖ്യാപിച്ചുകൊണ്ട് മനുസാമി കോടതിയെയും രാജ്യത്തെയാകെയും ഞെട്ടിച്ചു.

1909 ജനുവരിയിൽ പ്രസിദ്ധീകരിച്ച ഒരു ലേഖനത്തിൽ സുബ്രഹ്മണ്യഭാരതി ദക്ഷിണാഫ്രിക്കയിലെ തമിഴുവംശജരുടെ ദുരിതങ്ങൾ വിശദീകരിച്ചിട്ടുണ്ട്. ഏകദേശം 1,00,000 ഇന്ത്യക്കാർ ജീവിക്കുന്ന ദർബനിൽ

അഞ്ചുവർഷമായി പുകയിലവ്യാപാരം ചെയ്യുന്ന ഗുരു ചെട്ടിയാരിൽ നിന്നാണ് ഭാരതിക്ക് ഈ വിവരങ്ങൾ ലഭിച്ചത്. കരാർജോലിയുടെ പ്രശ്നങ്ങൾ ബ്രിട്ടീഷ് സർക്കാരിനെ ധരിപ്പിക്കണമെന്നാവശ്യപ്പെട്ട് ചേർന്ന മഹാജനസഭ യോഗത്തെ അഭിസംബോധന ചെയ്യുന്നതിനാലാണ് ചെട്ടിയാർ മദിരാശിയിൽ വന്നത്. അദ്ദേഹം പറഞ്ഞു,

> കരാർ കാലയളവിൽ തൊഴിലാളികളുടെ ദുരിതം ഭീകരമാണ്... പലരും ആത്മഹത്യ ചെയ്യുന്നു. വളരെ നിസ്സാരമായ കൂലിയാണിവർക്കു ലഭിക്കുന്നത്. ആദ്യത്തെ വർഷം ഏഴരരൂപ, അഞ്ചാംവർഷത്തിൽ $11^1/_4$ രൂപ. ഇതിനു പുറമെ പച്ചച്ചോറും ഉപ്പും പയറും മാത്രമാണിവർക്കു ലഭിക്കുന്നത്.

ഭാരതിയുടെ രചനകൾ ഇഷ്ടപ്പെട്ടിരുന്ന സുബ്ബലക്ഷ്മി തീർച്ചയായും ഫിജിയിലെ കരിമ്പിൻതോട്ടങ്ങളിൽ പണിയെടുക്കുന്ന കരാർതൊഴിലാളികളായ സ്ത്രീകളെ കുറിച്ചെഴുതിയ ഹൃദയസ്പർശിയായ കവിതകൾ വായിച്ചിട്ടുണ്ടാകാം. ഫിജിയിൽ ഇന്ത്യൻ തൊഴിലാളികളുടെ, പ്രത്യേകിച്ചും സ്ത്രീകളുടെ അപരിഷ്കൃതമായ തൊഴിൽസാഹചര്യങ്ങളെ ഇന്ത്യൻപത്രങ്ങളും ദേശീയനേതാക്കളും കടുത്തഭാഷയിൽ അപലപിച്ചു. *ടൈംസ് ഓഫ് ഇന്ത്യ*യിൽ സി എഫ് ആൻഡ്രൂസ് എഴുതിയ ഒരു കത്തിനെ പരാമർശിച്ചുകൊണ്ട്, മദിരാശിയിൽനിന്നും പ്രസിദ്ധീകരിച്ചിരുന്ന *ദേശഭക്തനി*ൽ ഇങ്ങനെ എഴുതി,

> അതിന്റെ ഉള്ളടക്കം പരിഷ്കൃതരല്ലാത്തവരെപ്പോലും വിറകൊള്ളിക്കും. കരാർ പണിക്കായി ദ്വീപിലേക്കു പോകുന്ന നമ്മുടെ പ്രിയപ്പെട്ട സഹോദരിമാർക്ക്, ഭാരതാംബയുടെ പ്രിയപ്പെട്ട പുത്രിമാർക്ക് ചാരിത്ര്യം നഷ്ടപ്പെടുത്തേണ്ടി വരുന്നു. ആറും ഏഴും പേരുടെ ഭാര്യമാരാകാൻ ഈ കരാർ തൊഴിലാളി സ്ത്രീകൾ നിർബ്ബന്ധിക്കപ്പെടുന്നു. ഇവരിൽനിന്നും അദ്ധ്വാനം പിഴിഞ്ഞെടുക്കുന്നവർ കാട്ടുജാതിക്കാരൊ അപരിഷ്കൃതരൊ ആണോ? ഇത്തരം അപമാനകരമായ രീതികൾ ഒരിക്കലും ഒരു പരിഷ്കൃതരാജ്യം വച്ചുപുലർത്തുകയില്ല.

ഓരോ നൂറു പുരുഷന്മാർക്കും നാല്പതു സ്ത്രീകളെ കൊണ്ടുപോയി കുടുംബജീവിതം പുലർത്തുവാൻ കൊളോണിയൽ ഭരണാധികാരികൾ അനുവദിച്ചിരുന്നു. ആനിബസന്റ് ഇതിനെ കുറിച്ച് ഏറ്റവും പരിഹാസത്തോടെ ഇങ്ങനെ പറഞ്ഞു:

> ഏറ്റവും ഹീനമായ രൂപത്തിലുള്ള ബഹുഭർത്തൃത്വസമ്പ്രദായത്തെ അനുവദിക്കുകയല്ല, നിർബ്ബന്ധിക്കുകയാണ് ക്രിസ്തീയ ഇംഗ്ലണ്ടും ക്രിസ്തീയ സർക്കാരും. വംശാചാരങ്ങളിലെവിടെയും ഇല്ലാത്ത ഈ രീതി അടിച്ചേല്പിച്ചുകൊണ്ട് ഏറ്റവും വന്യമായ

അസൂയയ്ക്കും വഴക്കുകൾക്കും കൊലപാതകങ്ങൾക്കും ആത്മ
ഹത്യകൾക്കും വഴിയൊരുക്കുന്നുവെന്ന് ഫിജിയിൽനിന്നും ലഭ്യ
മായ രേഖകൾ വ്യക്തമാക്കുന്നു. ഇന്ത്യയിലെ യൂറോപ്യന്മാരുടെ
സാന്നിദ്ധ്യം വെളിപ്പെടുത്തുന്നുണ്ട് വെള്ളക്കാരായ സ്ത്രീകളുടെ
കുറവ് ഇംഗ്ലീഷ് വ്യാപാരികൾ എങ്ങനെയാണ് പരിഹരിച്ചതെന്ന്.
അച്ഛന്റെയും അമ്മയുടെയും നിറത്തിൽ അങ്ങോട്ടും ഇങ്ങോട്ടും
മാറ്റം വരുത്തിക്കൊണ്ട് ഫിജിയിലെ കൂലിപ്പണിക്കാരും ഇതേരീതി
നടപ്പാക്കട്ടെയെന്നാണോ?

ആനിബസന്റ് ഏറ്റവും ഗംഭീരമായി ഉയർത്തിക്കാട്ടിയ ഈ പ്രശ്ന
ത്തിന്റെ ഫലമായി കൊലപാതങ്ങളും ആത്മഹത്യകളും ഫിജിയിൽ
പെരുകിയതായി രേഖകൾ വ്യക്തമാക്കുന്നു. ഈ പ്രതിഭാസത്തെ കൊളോ
ണിയൽ ഭരണാധികാരികൾ വിശേഷിപ്പിച്ചത് "ലൈംഗിക അസൂയ"
എന്നും "കരാർ തൊഴിലാളി സ്ത്രീകൾ സ്വന്തം നാട്ടുകാരുമായി നിയ
ന്ത്രണമില്ലാതെ ഇടപാടുകൾ നടത്തുന്നതുകൊണ്ടാണെന്നും" ആയി
രുന്നു.

1917 ജനുവരി 19 ന് സരോജിനി നായിഡു അലഹബാദിൽ നടത്തിയ
പ്രസംഗത്തിൽ ഫിജിയിലെ സ്ത്രീത്തൊഴിലാളികളുടെ അവസ്ഥ ഹൃദ
യസ്പർശിയായി ഇങ്ങനെ വിവരിച്ചു,

ഈ രാത്രിക്കു ശേഷവും ഇന്ത്യൻ മനുഷ്യസമൂഹത്തെ കോളനി
കളിലെ കരിമ്പിൻതോട്ടങ്ങൾക്കുള്ള വളമായി ഉപയോഗിക്കുവാൻ
നമ്മുടെ ഏറ്റവും സ്വാർത്ഥമായതാല്പര്യങ്ങൾക്കു കഴിയുമെങ്കിൽ
ഈ അപമാനം എങ്ങനെ നേരിടണമെന്നിവിടുത്തെ സ്ത്രീകൾക്കും
പുരുഷന്മാർക്കും അറിയില്ലെങ്കിൽ ഈ നാടിന് യാതൊരു വിധ
ഭാവിയും ഉണ്ടാവില്ല.

അവർ ഗർജ്ജിച്ചു,

നമ്മുടേതാണീ അപമാനം. കാരണം നാം ഉറങ്ങുകയായിരുന്നിരി
ക്കാം. അല്ലെങ്കിൽ അക്കാദമിക അധികാരത്തെക്കുറിച്ച് സ്വപ്നം
കാണുകയായിരുന്നിരിക്കാം, ഭാവിയുടെ സാദ്ധ്യതകളെ കുറിച്ച് നാം
വേദികളിൽ ചർച്ച ചെയ്യുകയാണ്. പക്ഷേ, വർത്തമാനകാലത്തെ
അപമാനത്തെക്കുറിച്ച് നാം ബോധവാന്മാരല്ല.

ഇന്നത്തെ ആശ്രിതാവസ്ഥയിൽ ഇന്ത്യൻതൊഴിലാളികൾ അന്യരാ
ജ്യങ്ങളിലേക്കു കുടിയേറുന്നത് ജനങ്ങളുടെ ആത്മബലം ഇല്ലാതാക്കു
മെന്നായിരുന്നു ഗാന്ധിയുടെ കാഴ്ചപ്പാട്. "വെള്ളക്കാർ ഇന്ത്യക്കാരെ
തുല്യരായികാണുന്നതു വരെ അവർ സ്വന്തം രാജ്യത്ത് കഞ്ഞിയും കുടിച്ച്
ജീവിക്കുന്നതാണ് ഭേദം. സ്വന്തം നാട്ടിൽ അവർ കഴിയട്ടെ. ഇപ്പോൾ ഇവി
ടെയുള്ള ദുഷ്ടത്തരങ്ങൾ മതി നമുക്ക്."

ഈ തരത്തിലുള്ള കുറിപ്പുകളും ആ കാലഘട്ടത്തിലെ പൊതുസാമൂഹ്യാവസ്ഥയും സുബ്ബലക്ഷ്മിയെ ആഴത്തിൽ സ്പർശിച്ചിട്ടുണ്ടാകാം. സുബ്ബലക്ഷ്മി ദക്ഷിണാഫ്രിക്കയെയും അവിടുത്തെ ഇന്ത്യക്കാരുടെ ദയനീയാവസ്ഥയും മാത്രമല്ല, തന്നെ അവരുടെ രക്ഷകയായി സ്വപ്നം കണ്ടിരുന്നു.

വർണ്ണവിവേചനത്തോടുള്ള സുബ്ബലക്ഷ്മിയുടെ കടുത്ത വിദ്വേഷം കണക്കിലെടുക്കുമ്പോൾ ജാതിവ്യത്യാസത്തോടും തൊട്ടുകൂടായ്മയോടും അവർക്കുള്ള സമീപനം എന്തായിരുന്നിരിക്കാം? ജാതീയമായ വിവേചനത്തോടുള്ള സുബ്ബലക്ഷ്മിയുടെ ശക്തമായ എതിർപ്പ് അവരുടെ ജീവിതത്തിൽ ഏതെങ്കിലും തരത്തിൽ പ്രതിഫലിച്ചിരുന്നോ? അവരുടെ സ്വന്തം വീട്ടിലെ അകത്തളത്തിൽ എന്തെങ്കിലും സ്വാധീനം ചെലുത്തിയോ? “താഴ്ന്ന” ജാതിക്കാരായ സ്ത്രീകൾ എല്ലാ ദിവസവും സുബ്ബലക്ഷ്മിയെ സഹായിക്കുകയും, അപസ്മാരബാധ ഉണ്ടാകുമ്പോൾ അവരെ ശുചിയാക്കുകയും ചെയ്തിരുന്നെങ്കിലും ഇവർ സുബ്ബലക്ഷ്മിക്കു ഭക്ഷണം നല്കിയിരുന്നില്ല. ബ്രാഹ്മണ സമുദായത്തിൽപ്പെട്ട പാചകക്കാരികളോ എന്റെ അമ്മയോയാണ് വർഷങ്ങളോളം ഭക്ഷണം നല്കിയിരുന്നത്. മനുഷ്യന്റെ അന്തസ്സിനെ ബാധിക്കുന്ന തരം പ്രവൃത്തികൾ വിദേശരാജ്യങ്ങളിൽ നടക്കുന്നത് അറിഞ്ഞിരുന്ന സുബ്ബലക്ഷ്മി സ്വന്തം വീട്ടിൽ നടക്കുന്ന കാര്യങ്ങൾ അറിയാതിരിക്കുമോ? ഉദ്യോഗസംബന്ധമായി പി ആർ ജിക്കൊപ്പം താമസിച്ചിരുന്ന തീരദേശഗ്രാമങ്ങളിലും പട്ടണങ്ങളിലും ബ്രാഹ്മണരായിരുന്നോ പാചകക്കാരികളെന്നെനിക്ക് നിശ്ചയമില്ല. പക്ഷേ, എന്തായാലും ജാതിയുടെ പേരിലുള്ള പ്രശ്നങ്ങൾ സുബ്ബലക്ഷ്മി അറിയാതിരിക്കില്ല. സ്വന്തം നാട്ടിൽ ജാതിവിവേചനത്തിനെതിരെ നടക്കുന്ന മുന്നേറ്റങ്ങളെ കുറിച്ച് വായിച്ചും കേട്ടും സുബ്ബലക്ഷ്മി തീർച്ചയായും അറിഞ്ഞിട്ടുണ്ടാകാം. ഞാനൊരു മുസ്ലീമിനെ വിവാഹം കഴിക്കണമെന്ന സുബ്ബലക്ഷ്മിയുടെ അവിശ്വസനീയമായ നിർദ്ദേശത്തെക്കുറിച്ച് ഞാൻ പലപ്പോഴും ചിന്തിച്ചിട്ടുണ്ട്. മുസ്ലീങ്ങൾ ജാതിവ്യവസ്ഥയ്ക്കു പുറത്തായതുകൊണ്ടായിരിക്കുമോ അങ്ങനെ നിർദ്ദേശിച്ചത്? അതോ അവരുടെ ഗുരു അപലപിച്ചതുപോലെ “മൃതശീലങ്ങളുടെ മരുഭൂമി മണലിന്റെ” ഇനിയും അവസാനിക്കാത്ത അവശിഷ്ടമായിരിക്കുമോ?

17
മതവിശ്വാസം

പി ആർ ജി – പശുമലസ്വാമി
(ഹരിതമലയിലെ സ്വാമി)

ദൈവം ഒരാളുടെ മുന്നിൽ ഏത് നേരത്തും അദ്ദേഹത്തിനിഷ്ടപ്പെട്ട വേഷത്തിൽ പ്രത്യക്ഷപ്പെടാം. ദൈവത്തെപ്പോലെ പെരുമാറിയില്ലെന്നോ കാഴ്ചയിൽ ദൈവത്തെപ്പോലെയല്ലെന്നോ കരുതി അവരെ മടക്കി അയക്കരുത്.

പി ആർ ജി

പി ആർ ജിയും സുബ്ബലക്ഷ്മിയും മതവിശ്വാസികളായ ദമ്പതിമാരായിരുന്നു. ഇരുവരും ദൈവത്തെ അല്ലെങ്കിൽ ദൈവികത്വത്തെ അവരവരുടെതായ രീതിയിലാണ് കണ്ടിരുന്നത്. സുബ്ബലക്ഷ്മിയുടെ ദൈവവിശ്വാസം കൂടുതൽ ആത്മീയവും ദാർശനികവും ആയിരുന്നെങ്കിൽ പി ആർ ജി വിശ്വാസം പ്രകടിപ്പിച്ചത് കൂടുതൽ ആചാരപരമായാണ്. കാവി വസ്ത്രം ധരിച്ച ഏത് സ്വാമിയോടും പി ആർ ജിക്ക് പക്ഷപാതിത്വം ഉണ്ടായിരുന്നു. അന്നു തന്നെ എനിക്കു തോന്നിയിരുന്നു ഭാര്യയുമായി താരതമ്യം ചെയ്യുമ്പോൾ പി ആർ ജി കൂടുതൽ അന്ധവിശ്വാസിയും പുരോഗമനവിരുദ്ധനും ആണെന്നും എന്നാൽ അദ്ദേഹത്തിന്റെ പ്രായത്തിലുള്ള മറ്റ് ബ്രാഹ്മണപുരുഷന്മാരെക്കാൾ ഇക്കാര്യത്തിൽ ഭേദമാണെന്നും! പി ആർ ജിയുടെ മരണശേഷം പ്രസിദ്ധീകരിച്ച സ്മരണികയിൽ ഉൾപ്പെടുത്തിയ "ഞാൻ കണ്ട ജ്ഞാനികൾ" എന്ന ലേഖനത്തിൽ 65 വയസ്സിനിടയിൽ അദ്ദേഹം പരിചയപ്പെട്ട രണ്ടു സ്ത്രീകൾ ഉൾപ്പെടെ 45 സന്ന്യാസിമാരെ കുറിച്ചാണ്. എനിക്കിവരിൽ ആർക്കും യഥാർത്ഥആത്മീയതയോ അല്ലെങ്കിൽ അതിന്റെ സൂചനകളോ അതും അല്ലെങ്കിൽ അവരുമായി ബന്ധപ്പെട്ട അത്ഭുതങ്ങളോ ഉള്ളതായി തോന്നിയിട്ടില്ല. ഈ സ്വാമിമാരെ കുറിച്ച് സുബ്ബലക്ഷ്മിക്കും ഇങ്ങനെ തന്നെയാകും തോന്നിയിട്ടുണ്ടാകുക

എന്നെനിക്ക് ഉറപ്പാണ്. പങ്കജം എഴുതിയ "എന്റെ അച്ഛൻ ശ്രീ സ്വാമിജി" എന്ന പ്രബന്ധത്തിൽ ഈ ആത്മീയാചാര്യന്മാരെക്കുറിച്ചുള്ള അഭിപ്രായം രേഖപ്പെടുത്തിയിട്ടുണ്ട്.

സോൾട്ട്സ് ആന്റ് കസ്റ്റംസിൽ അച്ഛന് അസിസ്റ്റന്റ് കമ്മീഷണറായി കക്കിനടയിൽ നിയമനം ലഭിച്ച കാലത്തെക്കുറിച്ച് പങ്കജം ഇങ്ങനെ എഴുതുന്നു:

> ഇവിടെ വച്ച് ഒരു വൃദ്ധനായ കൂനിപ്പിടിച്ച ഒരു സ്വാമി എന്നും അച്ഛനെ കാണാൻ വന്നിരുന്നു. അയാൾ മയക്കുമരുന്നിനടിമയായിരുന്നു. ഞങ്ങൾക്ക് അയാളെ ഒരു സാധാരണ മനുഷ്യനായേ തോന്നിയിട്ടുള്ളൂ. എന്നാൽ തന്റെ ഉൾക്കണ്ണുകൊണ്ട് അദ്ദേഹത്തിന്റെ മഹത്തം അച്ഛന് മനസ്സിലാക്കുവാൻ കഴിഞ്ഞിട്ടുണ്ടാകാം. അതായിരിക്കാം അദ്ദേഹവുമായി അടുത്തബന്ധം പുലർത്തിയത്. കുറേ വർഷങ്ങൾക്കു ശേഷം അച്ഛൻ ദിണ്ഡിവനത്തിൽ താമസിക്കുമ്പോൾ ഈ സ്വാമി അച്ഛനെ കാണാൻ വന്നു. അദ്ദേഹത്തിന്റെ അവസാനകാലം അടുത്തതായി ഞങ്ങൾക്കു മനസ്സിലായി. അച്ഛൻ അദ്ദേഹത്തെ സ്നേഹത്തോടെ പരിചരിച്ചു. ഏതാനും മാസങ്ങൾക്കകം അദ്ദേഹം മരിച്ചപ്പോൾ ഒരു ചെറിയ സമാധികുടീരം പണിയുകയും ആ സ്ഥലം തിരിച്ചറിയുന്നതിന് ഒരു ശിവലിംഗം സ്ഥാപിക്കുകയും ചെയ്തു.

ഇതിനുമുൻപ് തിരുകാഴുകുന്ഡ്രം എന്ന സ്ഥലത്ത് താമസിച്ചിരുന്നപ്പോഴത്തെ കുറിച്ചും പങ്കജം ഓർക്കുന്നു. അന്ന് ഒരു മദ്ധ്യവയസ്കയായ മലയാളി സ്ത്രീ ധർമ്മം ചോദിച്ച് എന്നും രാവിലെ വരുമായിരുന്നുവത്രേ!

> ഒരു പാത്രത്തിൽ വെള്ളം കൊണ്ടുവന്ന് വീട്ടിലാകെ തളിക്കുകയും എന്തോ സ്വയം പിറുപിറുത്തുകൊണ്ടിരിക്കുകയും ചെയ്തിരുന്നു. ആൾക്കാരു പറഞ്ഞിരുന്നത് അവർക്കു തലയ്ക്കു സുഖമില്ലെന്നാണ്. എന്നാൽ അച്ഛൻ പറയുന്നത് അവർ ഒരു യോഗിനിയാണെന്നും ഭ്രാന്തായി ഭാവിക്കുകയാണെന്നുമായിരുന്നു. അതിനാൽ ഞങ്ങളെല്ലാവരും അവരെ ബഹുമാനിക്കണമെന്ന് അച്ഛന് നിർബ്ബന്ധമായിരുന്നു. ഞങ്ങൾ അവരെ വിശിഷ്ടയായ അതിഥിയായി കണക്കാക്കിയിരുന്നു.

മറ്റൊരാൾ മെലിഞ്ഞ് നീണ്ട ഒരു യുവാവാണ്. ജടപിടിച്ച മുടിയും മയിലാഞ്ചിയിട്ട നീണ്ട നഖങ്ങളും ഉള്ള അയാൾ പലപ്പോഴും ഒരു സാരി ദേഹത്ത് ചുറ്റിയിരുന്നു. കണ്ണെഴുതി ആഭരണം അണിഞ്ഞു നടക്കുന്ന അയാൾ പി ആർ ജിക്ക് ഒരു മഹായോഗിയും ശ്രീകൃഷ്ണനോട് 'ഗോപി ഭക്തി' ഉള്ളയാളും ആയിരുന്നു. അയാളും മരിച്ചത് പി ആർ ജിയുടെ വീട്ടിൽ വച്ചാണ്.

90 വയസ്സുകഴിഞ്ഞ് പക്ഷാഘാതം തളർത്തിയ പങ്കജം പി ആർ

ജിയുടെ കാവിവേഷക്കാരോടുള്ള ദൗർബ്ബല്യത്തെക്കുറിച്ച് ഞാൻ പറയുന്ന തമാശ കേട്ട് ചിരിച്ചിരുന്നുവെന്നു മാത്രമല്ല, 500 വയസ്സിൽ കൂടുതൽ പ്രായമുള്ള ഒരു സ്വാമിയെ തനിക്കു പരിചയമുണ്ടെന്ന് പി ആർ ജി അവ കാശപ്പെട്ടിരുന്നുവെന്ന് ഞാൻ പറഞ്ഞതിനോട് കൂട്ടിച്ചേർക്കുകയും ചെയ്തു. എന്റെ ബാല്യകാല ഓർമ്മകളിൽ പോലും കാഷായവസ്ത്ര ധാരികൾ 'സ്വാമി' എന്ന പ്രൊഫഷണൽ ബാഡ്ജ് മുഖത്തണിഞ്ഞ് പി ആർ ജിയുടെ വീട്ടിനകത്തേക്കും പുറത്തേക്കും പോകുന്ന കാഴ്ചകൾ തെളിഞ്ഞു നില്ക്കുന്നതാണ്. അവരിൽ ഒരാൾ വിശ്വസിച്ചിരുന്നത് ബ്രാഹ്മ ണരക്തത്തിൽ മതചിഹ്നമായ 'ഓം' എന്ന് എഴുതിയിരിക്കുന്നത് കാണാൻ കഴിയുമെന്നാണ്! ഇത്തരം അതിഥികൾ ഉള്ളതുകൊണ്ടാകാം സുബ്ബ ലക്ഷ്മി എല്ലായ്പ്പോഴും തന്റെ മുറിക്കുള്ളിൽ തന്നെ ഒതുങ്ങിക്കൂടാൻ താല്പര്യപ്പെട്ടത്.

തിരിഞ്ഞു നോക്കുമ്പോൾ തോന്നുന്നത് പങ്കജത്തിനിതിനോട് രണ്ടു തരത്തിലുള്ള പ്രതികരണം ആണുണ്ടായിരുന്നതെന്നാണ്. മതപരമായ മനോഗതിയിൽ പങ്കജം ഇതിനെ ന്യായീകരിച്ചിരുന്നത്, മദ്ധ്യകാലഘട്ട ത്തിൽ ക്രിസ്ത്യാനികളും ഇത്തരത്തിൽ വിശ്വസിച്ചിരുന്നു എന്നാണ്. ലോകത്തിങ്ങനെ വിശ്വസിച്ചിരുന്ന മറ്റു പലരും ഉണ്ടായിരുന്നുവെന്നും അവർ പറഞ്ഞു. "ആധുനിക കാലത്തിന് ചേരാത്തയാൾ" ആയി പി ആർ ജിയെക്കുറിച്ച് പങ്കജം പറഞ്ഞിരുന്നത് ഒരുപക്ഷേ, അദ്ദേഹത്തിന് സത്യവും വ്യാജവും തിരിച്ചറിയാൻ കഴിയാത്തത്ര നിഷ്കളങ്കനാണെന്ന അർത്ഥത്തിൽ ആയിരിക്കാം.

ധർമ്മത്തിനായി വന്ന് ഒന്നോ രണ്ടോ ദിവസം തങ്ങളുടെ വീട്ടിൽ തങ്ങിയിരുന്ന സ്വാമിമാരിൽനിന്നും വ്യത്യസ്തനായി ഒരാൾ സന്ദർശനം നടത്തിയിരുന്നു. അത് ചന്ദ്രശേഖരേന്ദ്ര സരസ്വതി ആചാര്യർ അഥവാ കാമകോടിപീഠം ശങ്കരാചാര്യർ കാഞ്ചീപുരം ആയിരുന്നു. ആദിശങ്കരന്റെ പിൻമുറക്കാരനാണിദ്ദേഹം എന്നാണ് പറഞ്ഞിരുന്നത്. അദ്ദേഹം കക്കി നടിയിൽ മാവും കശുമാവും നിറഞ്ഞു നിന്നിരുന്ന പറമ്പിലെ ഡാക് ബംഗ്ലാ വിൽ താമസിക്കാനെത്തിയിരുന്നു. സാധാരണ ഒരു വനത്തിന്റെ ശാന്തത നിറഞ്ഞുനിന്നിരുന്ന ആ പ്രദേശം അദ്ദേഹത്തിന്റെ സന്ദർശനവേളയിൽ ഉത്സവപ്രതീതി ഉളവാക്കി. നിറയെ കുടിലുകളും പന്തലുകളും പുരോ ഹിതന്മാർക്കുവേണ്ടി ഷാമിയാനകളും.. കൂടാതെ അകമ്പടി സേവിക്കുന്ന ആനകളും കുതിരകളും ഒട്ടകങ്ങളും അവരെ നോക്കുന്ന മൃഗപാലകരും!

സൂര്യോദയത്തിനു മുൻപുള്ള പുണ്യസമയമായ ബ്രാഹ്മമുഹൂർത്ത ത്തിൽ മഠത്തിലെ ബ്രാഹ്മണർ താമരക്കുളത്തിനരികിലിരുന്ന് മന്ത്രങ്ങൾ ജപിച്ചിരുന്നു. ഈ കാഴ്ചയിൽ ആകർഷിക്കപ്പെട്ട് പങ്കജം എഴുതുന്നു:

നിശ്ശബ്ദമായ അന്തരീക്ഷത്തിൽ ആ ശബ്ദം മുഴങ്ങിക്കേട്ടു. മന്ത്രജ പത്തിന്റെ ശബ്ദം കേട്ട് ഞങ്ങൾ ആവേശഭരിതരായി ഉണർന്നെഴു ന്നേറ്റിരുന്നു. വിശദീകരിക്കാനാകുന്നതിനും അപ്പുറത്തായിരുന്നു ആ ഗാംഭീര്യം. ഭൂമിയുടെയും ആകാശത്തിന്റെയും ജലത്തിന്റെയും താളത്തിനനുസരിച്ച് ആ മന്ത്രജപങ്ങൾ വിറയാർന്നു മുഴങ്ങി.

എന്റെ മനസ്സ് പിന്നോട്ടു പോകുന്നു. ധ്യാനനിരതരായി നമ്മുടെ
ഋഷിവര്യന്മാർ പുണ്യനദികളുടെ തീരത്ത് തപസ്സ് ചെയ്തിരുന്ന
നൂറ്റാണ്ടുകളുടെ പിന്നിലേക്ക് ആണെന്റെ മനസ്സ് പോകുന്നത്.
അവർ അവരുടെ ഹൃദയങ്ങളുടെ ആഴങ്ങളിലേക്ക് ഊളിയിട്ടു
കൊണ്ട് വേദങ്ങളുടെ സത്യം വ്യക്തതയോടെ പ്രഖ്യാപിക്കുന്ന
ആ ചെറിയ ശബ്ദത്തെ ശ്രദ്ധിക്കുന്നു. അവരത് 'ഉള്ളിൽ' ആണ്
കേൾക്കുന്നത്.

അതവർ ശിഷ്യർക്കു കൈമാറുന്നു. അങ്ങനെയാകുമ്പോൾ വേദ
ങ്ങൾ കേട്ടറിവാണെന്നും എഴുതപ്പെട്ടതല്ലെന്നും ഉള്ള ചൊല്ല് അന്വർത്ഥ
മാകുന്നു. ഇതിനുശേഷം ഗോപൂജയും ഗജപൂജയും ആണ്. പിന്നീട്
പ്രസാദവിതരണത്തിനുശേഷം ശങ്കരാചാര്യർ അഥവാ ബ്രാഹ്മണർ വിളി
ക്കുന്നതനുസരിച്ച് 'പെരിയവർ' തന്റെ 'ഏറ്റവും തുച്ഛമായ ഉപ്പില്ലാത്ത
ആഹാരം' കഴിക്കുന്നു. നമ്മുടെ കാലഘട്ടത്തിലെ ഏറ്റവും മഹാനായ
വ്യക്തിയെന്ന് ശങ്കരാചാര്യരെ കുറിച്ച് തന്റെ അച്ഛന്റെ ജീവിതകഥയിൽ
പങ്കജം എഴുതുമ്പോൾ, ബ്രാഹ്മണപ്പെൺകുട്ടികളുടെ കുറഞ്ഞ വിവാ
ഹപ്രായം കൂട്ടണമെന്ന ആവശ്യത്തിനെതിരെ ശക്തമായി പൊരുതിയ
ബ്രാഹ്മണഗുരുവായിരുന്നു അദ്ദേഹമെന്നും അദ്ദേഹം അതിൽ വിജയി
ച്ചിരുന്നെങ്കിൽ താനേറ്റവും ഇഷ്ടപ്പെട്ട ലേഡി വെല്ലിങ്ടൺ സ്കൂൾ
കാണാൻ പോലും കഴിയുമായിരുന്നില്ലെന്നുള്ള കാര്യം പങ്കജം മനസ്സി
ലാക്കിയിരുന്നോ എന്നറിയില്ല.

കക്കിനടിയിൽ 'പെരിയവർ' താമസിച്ചിരുന്ന ആ രണ്ടു മാസക്കാലം
ജനങ്ങൾ അടുത്തുള്ള ഗ്രാമങ്ങളിൽനിന്നും അനുഗ്രഹം തേടിയെത്തി
യിരുന്നു. അങ്ങനെ ചെയ്യാത്ത ഏക വ്യക്തി ആതിഥേയയായ സുബ്ബ
ലക്ഷ്മി ആയിരുന്നു. ഭർത്താവിന്റെ അതിഥികളായ ഈ സന്ന്യാസി
മാരെയും കാണുന്നതിന് സുബ്ബലക്ഷ്മി ശ്രമിച്ചിരുന്നില്ല. എന്നാൽ അവ
രുടെ അനാരോഗ്യം അതിന്റെ കാരണമായി കണക്കാക്കപ്പെട്ടു. അനുഗ്ര
ഹത്തിനായി കാത്തുനില്ക്കുമ്പോൾ ബോധംകെട്ടു വീഴുകയോ അപ
സ്മാരം ഉണ്ടാവുകയോ ചെയ്താലോ? ശങ്കരമഠത്തിനുള്ളിൽ അസ്പൃ
ശ്യർ കയറുന്നതുപോലെ ഒരു അനാചാരമായി അതു കണക്കാക്കപ്പെ
ടും. അതിനാൽ സുബ്ബലക്ഷ്മി ഇത്തരം ആഘോഷങ്ങളിൽനിന്നും വിട്ടു
നിന്നു. ഞാൻ എപ്പോഴും ആലോചിക്കാറുണ്ട് സ്വാമിമാരോട് സുബ്ബല
ക്ഷ്മിക്കുള്ള ആദരവ് കുറവിൽ പി ആർ ജി അസ്വസ്ഥനായിരുന്നുവോ,
അതോ അദ്ദേഹം അതായിരുന്നുവോ ഇഷ്ടപ്പെട്ടിരുന്നത് എന്ന്!

അദ്ദേഹം ഒരിക്കലും ഒരു മതഭ്രാന്തൻ ആയിരുന്നില്ല. ഗോവയിലെ
സെന്റ് സേവ്യർ പള്ളിയിലേക്ക് അദ്ദേഹം നടത്തിയിരുന്ന തീർത്ഥയാത്ര
അതിന്റെ തെളിവാണ്.

പിന്നീടുള്ള കാലത്ത് പി ആർ ജിയുടെ ഗുരു തമിഴ്നാട്ടിലെ പശുമ
ലയിൽ ഉണ്ടായിരുന്ന ശ്രേഷ്ഠനായ ശ്രീ ലളിതാനന്ദസരസ്വതിയാണ്.
അവിടെ ഉണ്ടായിരുന്ന ക്ഷേത്രം നോക്കിനടത്തുവാനും പുനരുദ്ധരിക്കു
വാനും അദ്ദേഹം പി ആർ ജിയുടെ സഹായം തേടിയിരുന്നു. ഗുരു മരിച്ച

പ്പോൾ പശുമലയിൽ സംസ്കരിക്കുകയും അവിടെ സമാധിസ്മാരകം പണിയുകയും ചെയ്തു. പി ആർ ജി മരിച്ചപ്പോഴും പശുമലയുടെ താഴ്വ രയിൽ തന്നെയാണ് സംസ്കരിച്ചത്. അവിടെ പണിത ശവകുടീരത്തിൽ എല്ലാ വർഷവും അദ്ദേഹത്തിന്റെ കുടുംബാംഗങ്ങൾ പൂജ നടത്തി വരി കയും ചെയ്യുന്നുണ്ട്. താൻ മരിച്ചു കഴിയുമ്പോൾ ഏതു മലയിൽ അടക്കം ചെയ്യണമെന്നും എന്നാൽ അവിടെ കുടീരം പണിയരുതെന്നുമുള്ള വിൽ പത്രത്തിന് വിരുദ്ധമായാണിതു ചെയ്തിരിക്കുന്നത്. അദ്ദേഹം എഴുതി യിരുന്നത്. "ഒരു തരത്തിലുള്ള ആചാരങ്ങളോ അനുഷ്ഠാനങ്ങളോ ആവ ശ്യമില്ല. ഞാനതു പ്രതീക്ഷിക്കുന്നില്ല. എന്റെ യാത്ര കഴിയുന്നത്ര നിശ്ശ ബ്ദമായി ആകണം."

അമ്മയുടെ പൂജാമുറിയെ കുറിച്ച് പങ്കജം ഇങ്ങനെ എഴുതുന്നു. "ഒരു മുറിയിലെ ഒരു മൂലയിൽ ഒരു പ്രതിഷ്ഠയുണ്ട്. അത് മണ്ണുകൊണ്ടുണ്ടാ ക്കിയ ഓടക്കുഴൽ ഊതുന്ന കൃഷ്ണനാണ്. ഒരു പശുവും അരികിലു ണ്ട്. ഈ പ്രതിമ അവരുടെ മകൻ കളിപ്പാട്ടം ആയി കളിച്ചിരുന്നതാണ്. അതിന്റെ ഒരു കൈ ഒടിഞ്ഞതും നിറമില്ലാത്തതുമാണ്. എങ്കിലും മകന്റെ കളിക്കോപ്പായിരുന്നു". സുബ്ബലക്ഷ്മിയുടെ മതപരമായ താല്പര്യം ഒരു ഈശ്വരനോട് മാത്രമേ എനിക്ക് കാണാനായിട്ടുള്ളൂ. അത് ബാലദൈവ മായ കൃഷ്ണനാണ്. കിടപ്പുമുറിയിൽ തന്റെ ലൗകികസ്വത്തുക്കൾ എല്ലാം സൂക്ഷിച്ചിരുന്ന നീലപ്പെട്ടിയുടെ മുകളിൽ പനിനീർപ്പൂക്കളുടെ ഇടയിൽ ഉണ്ണികൃഷ്ണൻ ഓടക്കുഴൽ ഊതുന്ന ഒരു ചിത്രവും സ്വന്തം കൈപ്പട യിൽ സുബ്ബലക്ഷ്മി എഴുതിയ *കൃഷ്ണകർണ്ണാമൃത*ത്തിലെ ഏതാനും വരികളും ഫ്രെയിം ചെയ്ത് ചുമരിൽ തൂക്കിയിരുന്നു. സുബ്ബലക്ഷ്മി അതി നുമുന്നിൽ തലകുനിച്ച് കണ്ണടച്ച് മൗനമായി പ്രാർത്ഥിക്കുന്നത് ഞാനെ ത്രയോ തവണ കണ്ടിട്ടുണ്ട്. ലളിത പറയാറുണ്ട്, "വീട്ടിലെ പൊതുവായ പൂജാമുറിയിൽ പ്രാർത്ഥിക്കുവാനായി അവരൊരിക്കലും പോയിരുന്നില്ല. കൃഷ്ണൻ അവരുടെ സ്നേഹവും പ്രാർത്ഥനകളും സ്വീകരിച്ച് മുറിക്കു ള്ളിൽ തന്നെയുണ്ടായിരുന്നു". ഭാരതി എഴുതിയ കൃഷ്ണനെക്കുറിച്ചുള്ള *കണ്ണൻപാട്ട്* സുബ്ബലക്ഷ്മിയുടെ പക്കലുണ്ടായിരുന്ന ഒരു പുസ്തകമാ ണ്. ഹിന്ദുവിശ്വാസികൾക്ക് കൃഷ്ണൻ കുസൃതിക്കാരനായ ബാലനും ഗോപികമാർ ശരീരവും ആത്മാവും ഹൃദയവും കൊണ്ട് ആരാധിച്ചിരുന്ന കാമുകനും അർജ്ജുനനോടെന്നപോലെ സുഹൃത്തും മാർഗ്ഗദർശിയുമാ ണെന്ന് ലളിത വിശദീകരിക്കുന്നു. ഭക്തരായ സ്ത്രീകൾ തങ്ങളുടെ പ്രേമവും ആഗ്രഹങ്ങളും കൃഷ്ണന്റെ കാൽക്കീഴിൽ സമർപ്പിക്കുകയാണ് ചെയ്യുന്നതെന്നും ലളിത പറയുന്നു. തങ്ങളുടെ സമ്പൂർണ്ണമായ പ്രണയം സമർപ്പിച്ച ഇത്തരം സ്ത്രീകൾ ആയിരുന്നു ആണ്ടാളും മീരയും. സുബ്ബ ലക്ഷ്മി സ്വന്തം കൈപ്പടയിൽ ആണ്ടാളുടെ പദ്യം എഴുതിവച്ച ഒരു നോട്ടു പുസ്തകവും ഉണ്ടായിരുന്നതായി ലളിത ഓർക്കുന്നു.

സുബ്ബലക്ഷ്മി ഒരിക്കലും തന്റെ വിശ്വാസത്തിന്റെ കാര്യത്തിൽ മൗലികവാദിയോ കടുംപിടുത്തക്കാരിയോ ആയിരുന്നില്ലെന്നും എല്ലാ മത ങ്ങളിലും ദർശനങ്ങളിലും അവർക്ക് താല്പര്യം ഉണ്ടായിരുന്നുവെന്നും പങ്കജം ഞങ്ങളോട് എപ്പോഴും പറയുമായിരുന്നു. മദിരാശി സർവ്വകലാ

ശാലയിലെ ലൈബ്രറിയിൽനിന്നും സുബ്ബലക്ഷ്മി എടുത്തിരുന്ന പുസ്ത
കങ്ങൾ എല്ലാം ഇത്തരത്തിൽ ഉള്ള വിഷയങ്ങൾ ആയിരുന്നു. ഏറ്റവും
അത്ഭുതകരമായ കാര്യം സുബ്ബലക്ഷ്മി അന്ധവിശ്വാസങ്ങളിൽനിന്ന്
പൂർണ്ണമായി മോചിതയായിരുന്നു എന്നതാണ്. ഒരു ചടങ്ങു നടത്തു
വാനോ യാത്രചെയ്യുവാനോ മറ്റെന്തിന് വേണ്ടിയായാലും നല്ലസമയം നോ
ക്കുന്ന രീതി അവരുടെ ജീവിതത്തിൽ ഉണ്ടായിരുന്നതേയില്ല. ജാതകം
നോക്കുന്നതിലോ ഭാവി പ്രവചിക്കുന്നതിലോ സുബ്ബലക്ഷ്മി വിശ്വസിച്ചി
രുന്നില്ല. അത്തരം നിസ്സാരതകൾ അവരെ ഒരിക്കലും അലട്ടിയിരുന്നില്ല.
മദ്രാസിൽ ട്രിപ്ലിക്കനിൽ സഹോദരനൊപ്പം താമസിക്കുമ്പോൾ സുബ്ബ
ലക്ഷ്മി പലപ്പോഴും പോയിരുന്നത് പാർത്ഥസാരഥി ക്ഷേത്രത്തിലേക്ക്
മാത്രമാണ്.

ഉപനിഷത്തുകളിൽനിന്നും ഉള്ള കുറിപ്പുകൾ ധാരാളമായി അവർ
പുസ്തകങ്ങളിലേക്ക് പകർത്തിയിരുന്നു. അതിൽ പഴക്കംകൊണ്ട് മഞ്ഞ
നിറമായ ഒരു പുസ്തകം മാത്രമാണ് അവശേഷിച്ചിരുന്നത്. സുബ്ബലക്ഷ്മി
ശേഖരിച്ചിരുന്ന നിരവധി ഉദ്ധരണികളിൽ ഏറ്റവും യുക്തിഭദ്രവും പുരോ
ഗമനപരവുമായ ഒരു മതസിദ്ധാന്തം ഇതാണ്.

വേദഗ്രന്ഥങ്ങളും ഗുരുക്കന്മാരും പഠിപ്പിക്കുന്നവയിൽനിന്ന് മന
സ്സിന്റെ ഉറച്ച വിധിനിർണ്ണയത്തിലൂടെ സത്യത്തെ കണ്ടെത്തുന്ന
തിനെയാണ് ഋഷികൾ 'ശ്രദ്ധ' അഥവാ വിശ്വാസം എന്നു വിളിച്ചി
രുന്നത്. അതിലൂടെയാണ് 'യഥാർത്ഥ്യ'ത്തെ ഗ്രഹിച്ചിരുന്നതും!

ഒരു ഇടവാക്യത്തിലിങ്ങനെ വിശദമാക്കുന്നു " ഉറച്ച വിധിനിർണ്ണയം
എന്നതുകൊണ്ട് സാധാരണ പറയുന്നതുപോലെ അന്ധമായ അംഗീകാരം
അല്ല. ലഭിച്ച നിർദ്ദേശങ്ങളുടെ സത്യത്തോടുള്ള ഉറച്ചവിശ്വാസം മനസ്സ്
ഉൾക്കൊള്ളുന്ന പരിപൂർണ്ണമായ അവസ്ഥ ഉണ്ടാകണം....." മറ്റൊരു അഭി
പ്രായം ഇങ്ങനെയാണ്, " പരമമായ സത്യം അജ്ഞാതമായിരിക്കുന്നിട
ത്തോളം വേദഗ്രന്ഥങ്ങളുടെ പഠനം ഉപയോഗശൂന്യമാണ്, പരമമായ
സത്യം അറിഞ്ഞുകഴിഞ്ഞുവെങ്കിലും ആ പഠനം അതേപോലെതന്നെ
ഉപയോഗശൂന്യമാണ്."

അജ്ഞത, ആഗ്രഹം, പ്രവൃത്തി തുടങ്ങിയവ ഉണ്ടാക്കുന്ന ബന്ധ
ങ്ങളിൽനിന്നും മോചനം നേടുന്നതിനായി എത്ര ആവൃത്തികൾ കഴിഞ്ഞാ
ലും...... അവിദ്യ അഥവാ മായയ്ക്ക് രജസ്സ്, തമസ്സ്, സത്വം എന്നീ ഗുണ
ങ്ങൾ ഉണ്ട്....... "മോഹം, രോഷം, അഹങ്കാരം, വിദ്വേഷം, ദുരഭിമാനം,
അസൂയ, കുശുമ്പ്..... ഇതെല്ലാം രജോഗുണത്തിന്റെ ഭാഗമാണ്.... ഇതാണ്
ബന്ധനത്തിന് കാരണം."

"ഭീഷണം" എന്ന് പറയപ്പെടുന്ന തമോഗുണങ്ങൾ ആണ് "അജ്ഞ
ത, അലസത, ഉന്മേഷമില്ലായ്മ, ഉറക്കം, വിഡ്ഢിത്തം എന്നിവ. സത്വ
ഗുണം എന്നത് ആഹ്ലാദം, സ്വന്തം സ്വത്വം തിരിച്ചറിയൽ, ഉത്തമമായ
ശാന്തത, സംതൃപ്തി, പരമാനന്ദം, ആത്മാവിൽ പൂർണ്ണമായി സമർപ്പി
ക്കുന്നതിലൂടെ പരമാനന്ദം എന്നെന്നും നിലനിർത്തുക". മറ്റൊരിടത്തു
പറയുന്നു "നിയന്ത്രിതമായ മനസ്സും ശുദ്ധമായ ബുദ്ധിയും ഈശ്വരനെ

നേരിട്ടറിയുവാൻ സഹായിക്കുന്നു. സ്വന്തം ശരീരത്തിലെ സ്വന്തം സ്വത്വത്തെ, മനസ്സിലാക്കുവാനും ഈശ്വരനുമായി താദാത്മ്യം പ്രാപിക്കുവാനും അങ്ങനെ ജനനവും മരണവും തരംഗങ്ങളായുള്ള സംസാരസാഗരം മറികടക്കുവാനും നമ്മുടെ തന്നെ സ്വത്വം ആയ ബ്രഹ്മനിലൂടെ പരമാനന്ദം ലഭ്യമാക്കുവാനും കഴിയുന്നു".

ഈ ഉദ്ധരണികളും അതിനൊപ്പം ചേർത്തിരിക്കുന്ന ഉൾക്കാഴ്ചയോടെയുള്ള വ്യാഖ്യാനങ്ങളും സുബ്ബലക്ഷ്മിയുടെ ദാർശനിക സങ്കല്പങ്ങളുടെ ആഴം മനസ്സിലാക്കിതരുന്നുവെന്ന് മാത്രമല്ല ഭർത്താവിന്റേതിൽ നിന്നും തികച്ചും വ്യത്യസ്തമായ മതപരമായ കാഴ്ചപ്പാടാണെന്നും വ്യക്തമാക്കുന്നു. സുബ്ബലക്ഷ്മിയുടെ ഏറെ പരിമിതമായ ഭൗതികമായ ഇടം അവരുടെ മാനസിക കാഴ്ചപ്പാട് രൂപീകരണത്തിനോ ആത്മീയാന്വേഷണത്തിനോ തടസ്സമായില്ല. ഉപനിഷത്തുക്കൾക്കു പുറമെ ഭക്തകവിയായ കബീർ, തമിഴ് മുനിമാരായ ആഴ്‌വാർ, നായനാർ എന്നിവരുടെ കൃതികളും അവയുടെ ആത്മീയതയും സാഹിത്യമേന്മയും മൂലം സുബ്ബലക്ഷ്മി വായിച്ചിരുന്നു. തമിഴിലെ ശിവപുരാണമായ *തിരുവിളയാടൽ പുരാണം* ഭക്തരായ നായനാരന്മാരുടെ വിശ്വാസത്തെ പരീക്ഷിക്കുന്നതാണ്. ഇതിനോട് ആരോഗ്യകരമായ താല്പര്യം സുബ്ബലക്ഷ്മിക്കുണ്ടായിരുന്നു. വളരെ ബുദ്ധിമുട്ടി സുബ്ബലക്ഷ്മി പഠിച്ച ഉപനിഷത്തുകളുടെ ദാർശനികതയിൽനിന്ന് തികച്ചും വ്യത്യസ്തമാണ് *തിരുവിളയാടൽ പുരാണം.* മകൾ പുസ്തകങ്ങൾ സമ്മാനമായി തരുമ്പോൾ അവ സ്വീകരിച്ചുകൊണ്ട് സുബ്ബലക്ഷ്മി എഴുതി (1948),

> പക്ഷേ, ഇപ്പോൾ ഞാൻ ഒരു കാര്യമേ ആവശ്യപ്പെടുകയുള്ളൂ. അത് തമിഴ്ശൈവകവികളുടെ പാട്ടുകളാണ്. അവയിൽ ചിലത് ഗുരുദേവൻപോലും ഏറെ ഇഷ്ടപ്പെട്ടിരുന്നു. അദ്ദേഹം തമിഴ്പണ്ഡിതനോട് പറഞ്ഞത്, ആ പാട്ടുകൾ തർജ്ജമയിലൂടെയല്ലാതെ വായിക്കുവാൻ അറിയാത്തതിൽ അദ്ദേഹത്തിന് ദുഃഖം ഉണ്ടെന്നാണ്. പക്ഷേ, ഞാനും (ഒരു തമിഴ് സ്ത്രീ) അദ്ദേഹത്തേക്കാൾ ഒട്ടും ഭാഗ്യവതിയല്ല. വല്ലപ്പോഴും മാത്രമാണ് തെരുവിൽനിന്നും, യാചകരുടെ വായിൽനിന്നും ഈ അത്ഭുതകരമായ പാട്ടുകൾ എന്റെ ചെവിയിലേക്ക് വന്നു വീഴുന്നത്. അവയെന്നെ വല്ലാതെ സ്പർശിക്കുന്നു. തീർച്ചയായും അവ കൂടുതൽ സൂക്ഷ്മതയോടെ വായിക്കേണ്ടിയിരിക്കുന്നു. ചിലപ്പോഴൊക്കെ ഒരു പണ്ഡിതന്റെ സഹായം വേണ്ടിവന്നേക്കാം. കാരണം, 'വല്ലാർക്കും മറ്റാർക്കും വരമല്ലിക്കും വരാമേ' (ശക്തനേയും ദുർബ്ബലനേയും ആഗ്രഹിക്കുന്ന ഈശ്വരൻ) എന്ന വാക്കുകൾ ഒക്കെ മനസ്സിലാക്കേണ്ടിയിരിക്കുന്നു.

7-ാം നൂറ്റാണ്ടിലെ ഒരു ശൈവഭക്തിശ്ലോകമായ തേവാരത്തിലെ വരിയാണിത്. പ്രധാനപ്പെട്ട കാര്യം തമിഴ്ഭക്തിപ്രസ്ഥാനം തമിഴ് പന്നിന്റെ – സവിശേഷമായ തമിഴ്സംഗീതപാരമ്പര്യം – പുനരുദ്ധാനത്തിനും സഹാ

യിച്ചു. ശൈവസിദ്ധാന്ത പ്രസാധകരുടെ നിരവധി പുസ്തകങ്ങളുടെ പേരുകൾ സുബ്ബലക്ഷ്മിയുടെ മതഗ്രന്ഥപ്പട്ടികയിൽ ഉൾപ്പെട്ടിരുന്നു.

സുബ്ബലക്ഷ്മി പകർത്തി എഴുതി സൂക്ഷിച്ച കബീറിന്റെ ഒരു കവിത ഇതാണ്.

> എന്റെ ഈശ്വരനെ കണ്ടെത്തുക എത്ര കഠിനമാണ്. വേഴാമ്പൽ മഴയ്ക്കായി കേഴുന്നു. മോഹത്താൽ മരിച്ചിട്ടും മഴയല്ലാതെ മറ്റൊരു വെള്ളവും അവൾ സ്വീകരിക്കുന്നില്ല. സംഗീതത്തിനോടുള്ള പ്രേമത്താൽ മാൻപേട മുന്നോട്ടുപായുന്നു; സംഗീതത്തിനോടുള്ള സ്നേഹത്താൽ അവൾ മരിക്കുന്നു, എന്നിട്ടും ഭയന്നു പിൻമാറുന്നില്ല. ഈ പാവം ശരീരത്തിനെ കരുതിയുള്ള ഭയം അകറ്റി നിർത്തുക.

ശേഖരത്തിലെ മറ്റൊരു കവിത –

> വെള്ളത്തിലെ മത്സ്യത്തിന് ദാഹിക്കുന്നു എന്നു കേൾക്കുമ്പോൾ ഞാൻ ചിരിക്കും. സത്യം നിന്റെ വീട്ടിലുണ്ടായിട്ടും കാണാതെ കാടുകളിൽനിന്നും കാടുകളിലേക്ക് നീ അലഞ്ഞു നടക്കുന്നു. സത്യം ഇവിടെയാണ്! നീ എവിടെയ്ക്കു വേണമെങ്കിലും പോയ്ക്കൊള്ളൂ. കാശിയിലേക്കോ മഥുരയിലേക്കോ, നീ നിന്റെ ആത്മാവ് കണ്ടെത്തിയില്ലെങ്കിൽ പ്രപഞ്ചം അയഥാർത്ഥമായിരിക്കും.

ഇതിന്റെയർത്ഥം സുബ്ബലക്ഷ്മി ഒരു വിഗ്രഹവിരോധിയായിരുന്നുവെന്നല്ല. കാരണം അവരുടെ ഡയറിക്കുറുപ്പുകളിൽ ക്ഷേത്രവിഗ്രഹങ്ങൾ നമസ്കരിച്ചതിനെക്കുറിച്ച് അതീവഹൃദ്യമായി വിവരിച്ചിട്ടുണ്ടായിരുന്നു. ഉദാഹരണത്തിന് "കലാപരമായി പുഷ്പങ്ങളാൽ അലങ്കരിക്കപ്പെട്ട ശ്രീ പാർത്ഥസാരഥി രാത്രിയിൽ പ്രൗഢമായ കാഴ്ചയായിരുന്നു." "ശ്രീ ആണ്ടാളുടെ വധൂഘോഷയാത്ര മറക്കാനാകാത്ത കാഴ്ചയായിരുന്നു". "പുല്ലാങ്കുഴൽ വായനക്കാരനായ ഈശ്വരന്റെ കാഴ്ച കണ്ണും മനവും നിറയ്ക്കുന്ന ക്ഷേത്രത്തിലിന്നുപോയി." രാമേശ്വരത്ത് പോയതിനെക്കുറിച്ചും സുബ്ബലക്ഷ്മിയുടെ ഡയറിക്കുറിപ്പുകളിൽ കാണാം. ഏതു വിഭാഗത്തിൽപ്പെടുന്ന ഹിന്ദുക്കളും പുണ്യസ്ഥലമായാണ് രാമേശ്വരത്തെ കാണുന്നത്. രാവണനിൽനിന്നും സീതയെ രക്ഷിക്കുന്നതിന് രാമൻ ലങ്കയിലേക്ക് പോകുംവഴി പ്രതിഷ്ഠനടത്തിയ ഇടമായാണ് രാമേശ്വരത്തെ കണക്കാക്കുന്നത്. മതപരമായ മറ്റ് അടിസ്ഥാനങ്ങളൊന്നും രാമേശ്വരത്തിനില്ല. 1924 ഫെബ്രുവരി 17 ന് സുബ്ബലക്ഷ്മി എഴുതി,

> മദിരാശിക്ക് മടങ്ങി. സ്മരണീയമായ യാത്ര. ദേവിപട്ടണവും രാമേശ്വരവും ധനുഷ്കോടിയും സന്ദർശിച്ചു. രാമേശ്വരത്തെ പ്രശസ്തമായ ഇടനാഴി പ്രതീക്ഷിച്ചതുപോലെ തന്നെ ഗംഭീരം. ശ്രീരാമന്റെ ആനന്ദദായകമായ പൂങ്കാവനക്ഷേത്രം കണ്ടു. ധനുഷ്കോടിയി

ലേക്കുള്ള വഴിയിൽ കുറേദൂരം മണൽപ്പരപ്പും മണൽക്കൂനകളും ധാരാളം പൂക്കൾ നിറഞ്ഞ വള്ളിച്ചെടികൾകൊണ്ടു മൂടിയിരിക്കുന്നു. ആഴമില്ലാത്ത തടാകങ്ങളിൽ കടൽക്കാക്കകളും ഊതനിറത്തിൽ കാലുകളുള്ള വെളുത്ത പക്ഷികളും വിഹരിക്കുന്ന കാഴ്ച ഒരിക്കലും മറക്കില്ല. മധുരയിലും തങ്ങി. നൂറു സ്തൂപങ്ങളുള്ള വിശാലമായ മണ്ഡലത്തിലെ മനോഹരമായ കൊത്തുപണികളും തിരുമലരാജാവിന്റെയും അദ്ദേഹത്തിന്റെ രാജ്ഞിമാരുടെയും പ്രതിമകളും ആണ് ആ മഹാക്ഷേത്രത്തിൽ കാണാനായത്.

രാമേശ്വരത്തേക്കുള്ള യാത്ര സുബ്ബലക്ഷ്മിക്ക് തീർത്ഥയാത്ര മാത്രമായിരുന്നില്ല. അത് ഒരു ദൈവികമായ അഭ്യാസം കൂടിയാണ്, ദൈവികതയ്ക്ക് അനിവാര്യമായ പ്രകൃതി സൗന്ദര്യത്തിന്റെ മൂർത്തിമത്ഭാവം കൂടിയായിരുന്നു. സുബ്ബലക്ഷ്മിയുടെ ഡയറിക്കുറിപ്പുകൾ അപഗ്രഥനം ചെയ്ത കമലാവിശ്വേശ്വരൻ അവരുടെ മതപരമായ കാഴ്ചപ്പാട് അനുപമമാണെന്ന് പറഞ്ഞതെന്തുകൊണ്ടെന്ന് മനസ്സിലാക്കുവാൻ ബുദ്ധിമുട്ടില്ല. അവർ പറയുന്നു, "ദൈവവിശ്വാസിയായ ഒരു ഹിന്ദുസ്ത്രീയുടെ ജീവിതത്തിലെ നിരവധിതരം പൂജകളെ കുറിച്ചവർ വളരെ കുറച്ചേ എഴുതിയിട്ടുള്ളു. ഹിന്ദു തമിഴ് കലണ്ടറിലെ പ്രധാന സംഭവങ്ങളായ നവരാത്രി, ദീപാവലി, പൊങ്കൽ എന്നിവയും സുബ്ബലക്ഷ്മി വിട്ടുകളഞ്ഞിരിക്കുന്നു." സുബ്ബലക്ഷ്മി ഒരു കടുത്ത മതവിശ്വാസി ആയിരുന്നിരിക്കാം. എന്നാൽ മതാചാരപ്രകാരമുള്ള പൂജകൾ ഒന്നും നടത്തിയതായി അറിവില്ല. അവരുടെ മതവിശ്വാസം എന്നതിന്റെ അർത്ഥം വിശാലമായ പൂജകൾ നടത്തലോ ദീപാവലിക്കോ പ്രധാനപ്പെട്ട മറ്റ് ആഘോഷവേളകളിലോ വിശാലമായ ആചാരാനുഷ്ഠാനങ്ങൾ നടത്തലോ ആയിരുന്നില്ല. അവരതിനൊക്കെ ഉപരിയായിരുന്നു, കാരണം സുബ്ബലക്ഷ്മിയുടെ മതം ആത്മീയതയായിരുന്നു. അല്ലാതെ അർത്ഥരഹിതമെന്നവർ കരുതുന്ന ആചാരങ്ങൾക്ക് കീഴ്പ്പെടുകയായിരുന്നില്ല. സുബ്ബലക്ഷ്മിയുടെ ദൈവികതയോടുള്ള സമീപനം സൂക്ഷ്മവും വ്യക്തവും ആണെന്ന് സരസ്വതിപൂജയെക്കുറിച്ചുള്ള കുറിപ്പിൽനിന്ന് കാണാനായിട്ടുണ്ട്. "സരസ്വതീപൂജ, ആ ഐശ്വര്യം ഒരിക്കലും മങ്ങാതിരിക്കട്ടെ!" കമലാവിശ്വേശ്വരൻ, വളരെ കൃത്യമായി അതേക്കുറിച്ചിങ്ങനെ പറയുന്നു,"ഏറ്റവും യുക്താന്വിതമായ അഭിപ്രായം. വിജ്ഞാനത്തിനോടുള്ള സുബ്ബലക്ഷ്മിയുടെ ആദരവ് കണക്കിലെടുക്കുമ്പോൾ അതിനുള്ള ഏറ്റവും കൃത്യമായ സാക്ഷ്യമാണീ അഭിപ്രായപ്രകടനം."

എന്നും സുബ്ബലക്ഷ്മി ചെയ്യുന്ന ഹ്രസ്വമായ പ്രാർത്ഥന ഓർത്തുകൊണ്ട് ലളിത പറയുന്നു, *ഗീതാഞ്ജലി*യും *കൃഷ്ണകർണ്ണാമൃത*വും ആണ് അവരെന്നും വായിക്കുകയും ചൊല്ലുകയും ചെയ്തിരുന്നത്. സുബ്ബലക്ഷ്മിയുടെ മതവിശ്വാസത്തെയും ടാഗോർ കാര്യമായി സ്വാധീനിച്ചിട്ടുണ്ടാകാം. സ്വന്തം മതവിശ്വാസത്തെക്കുറിച്ച് ടഗോർ ഇങ്ങനെ വിശദീകരിക്കുന്നു,

> ഞാനൊരു മതവിഭാഗത്തിലും ഉൾപ്പെടുന്നില്ല. ഏതെങ്കിലും ഒരു മതവിശ്വാസത്തോട് ആഭിമുഖ്യം പുലർത്തുന്നുമില്ല. എനിക്കൊരു കാര്യം അറിയാം. എന്റെ ദൈവം എന്നെ സൃഷ്ടിച്ച ആ നിമിഷ ത്തിൽ തന്നെ ദൈവത്തെ എന്റേതാക്കി ദൈവം മാറ്റി. ജീവിതാനു ഭവങ്ങളിലൂടെ എന്റെ സ്വത്വത്തെ അനാവൃതമാക്കിക്കൊണ്ട് ദൈവം പ്രവർത്തനനിരതനായി. ഇഹലോകത്തിന്റെ സൗന്ദര്യ ങ്ങളും വിവിധങ്ങളായ ശക്തികളും കൊണ്ടതിനെ പൊതിയുകയും ചെയ്യുന്നു. എന്റെ അസ്ഥിത്വത്തിന്റെ യാഥാർത്ഥ്യം തന്നെ പ്രേമ ത്തിന്റെ ഒരു ബാഹ്യശക്തിയുണ്ടെന്ന് ഉറപ്പുനല്കുന്നു.

ഞാൻ വിശ്വസിക്കുന്നത് സുബ്ബലക്ഷ്മിയുടെ ശക്തമായ വിശ്വാസ ങ്ങൾക്കും ആദർശങ്ങൾക്കും അടിത്തറപാകിയത് ഈ ചിന്തകൾ ആണെ ന്നാണ്. മതത്തിന്റെ മറവിൽ നടക്കുന്ന അല്പത്തങ്ങളിൽനിന്നും ശ്വാസം മുട്ടിക്കുന്ന യാഥാസ്ഥിതികത്വത്തിൽനിന്നും വിട്ടുനില്ക്കുവാനും സുബ്ബ ലക്ഷ്മിയെ ഇതു സഹായിച്ചിട്ടുണ്ടാകാം.

ഹിന്ദുമതത്തിനു പുറമേ സുബ്ബലക്ഷ്മിക്ക് ബുദ്ധമതത്തിലും താല്പ ര്യമുണ്ടായിരുന്നു. വിവിധ വായനശാലകളിലേക്കയച്ചുകൊടുത്ത നീണ്ട പുസ്തകലിസ്റ്റിൽനിന്നും ഇതു വ്യക്തമാണ്. ഇതിൽ അത്ഭുതമില്ല. കാര ണം, ബുദ്ധന്റെ വചനങ്ങളിലെ മതേതരമാനുഷികതയും യുക്തിഭദ്രതയും സംസ്കാരസമ്പന്നമായ വ്യക്തിത്വത്തിനും സഹിഷ്ണുതയ്ക്കും ആവ ശ്യമായ ധാർമ്മികതത്ത്വസംഹിതയായി കണക്കാക്കി അതിലേക്ക് ആകർഷിക്കപ്പെട്ടവർ നിരവധിയാണ്. ബ്രാഹ്മണ്യത്തിന്റെ എതിർധ്രുവ ത്തിലായിരുന്നു ഇക്കാര്യത്തിൽ ബുദ്ധമതം. സുഹൃത്തായ ഗ്രേസിലൂടെ സുബ്ബലക്ഷ്മി അടുത്തറിഞ്ഞിട്ടുള്ള ക്രിസ്തുമതത്തോടുള്ള പ്രതികരണം എന്തായിരുന്നുവെന്ന് മനസ്സിലാക്കുവാൻ പക്ഷേ, തെളിവുകൾ ഒന്നും ഉണ്ടായിരുന്നില്ല. ഒരുപക്ഷേ, രാജ്യം കൈക്കലാക്കിയവരുടെയും മതപ രിവർത്തകരുടേയും മതമായി സുബ്ബലക്ഷ്മി ക്രിസ്തുമതത്തെ കണ്ടിട്ടു ണ്ടാകാം. അമ്മയിൽനിന്നും വ്യത്യസ്തമായി പങ്കജം എല്ലാ ആഘോഷ ങ്ങളും നിഷ്ഠയോടെ ആചരിക്കുമായിരുന്നെങ്കിലും തന്റെ പൂജാമുറിയിൽ അവർ ബുദ്ധന്റെയും യേശുക്രിസ്തുവിന്റെയും ചിത്രങ്ങൾ സൂക്ഷിച്ചിരു ന്നു. ഇതിനു കാരണം ഒരുപക്ഷേ അമ്മയുടെ മതത്തെ കുറിച്ചുള്ള സ്വതന്ത്രനിലപാടും ഒരുതരത്തിലുള്ള വിഭാഗീയതയും ഇല്ലാതിരുന്നതും ആകാം. മതമൗലികതാവാദവും യാഥാസ്ഥിതികതയും ഏതെങ്കിലും ഒരു മതത്തെ അകറ്റി നിർത്തലും തീർച്ചയായും സുബ്ബലക്ഷ്മിക്ക് അന്യമാ യിരുന്നു. സുബ്ബലക്ഷ്മിയെ സംബന്ധിച്ചിടത്തോളം സൂര്യോദയത്തി ന്റെയോ സൂര്യാസ്തമയത്തിന്റെയോ പ്രൗഢിയും സൗന്ദര്യവും ഏതൊരു പ്രതിഷ്ഠപോലെയും ആകർഷണീയമായിരുന്നു. ടാഗോറിന്റെ ഒരു കവി തയും നന്ദലാൽബോസിന്റെ ചിത്രവും ആകർഷണീയമായതുപോലെ തന്നെയാണ് മഹാക്ഷേത്രങ്ങളിലെ കൊത്തുപണികളും അവയ്ക്കു ള്ളിലെ ദൈവങ്ങളുടെ രൂപങ്ങളും. അവയെല്ലാം തന്നെ സുബ്ബലക്ഷ്മിക്ക് ഉദാത്തമായ സൗന്ദര്യത്തിന്റെ വ്യത്യസ്തഭാവങ്ങൾ തന്നെയായിരുന്നു.

18
ബ്രഹ്മചാരികളും ദമ്പതിമാർ

രസത്തിന്റെ നിയന്ത്രണമാണ് വ്രതാനുഷ്ഠാനത്തിന് പ്രഥമമായി ചെയ്യേണ്ടത്.

ഗാന്ധി

പി ആർ ജി അദ്ദേഹത്തിന്റെ പില്ക്കാലങ്ങളിൽ പ്രത്യേകിച്ചും ഉദ്യോ ഗത്തിൽനിന്നും വിരമിച്ചശേഷം സ്വാമിയായി അറിയപ്പെട്ടു. അദ്ദേഹത്തിന്റെ നീണ്ടമുടിയും വെളുത്ത ഒഴുകിക്കിടക്കുന്ന താടിയും ഈ ധാരണയ്ക്ക് ബലം നല്കി. ഈ ദമ്പതികൾക്ക് അവരുടെ ജീവിതത്തിന്റെ വിവിധ ഘട്ടങ്ങളിൽ തികച്ചും അസാധാരണമായ ആഹാരരീതികളാണുണ്ടായി രുന്നത്. വളരെ മുൻപു തന്നെ രണ്ട് മക്കൾ മരിക്കുകയും ഭാര്യയും മകളും മദിരാശിയിലേക്കു പോവുകയും ചെയ്തതോടെ പി ആർ ജി സാത്വികഭ ക്ഷണം ആണ് കഴിച്ചിരുന്നത്. വളരെക്കാലം അദ്ദേഹത്തിന്റെ ഭക്ഷണം ചേനയും തൈരും മാത്രമായിരുന്നു. പങ്കജം പറഞ്ഞിരുന്നത്,

അദ്ദേഹം പാലോ കാപ്പിയോ ചായയോ മധുരമോ കഴിച്ചിരുന്നില്ല. ചോറു പോലും ഇല്ല. ഈ ഭക്ഷണംകഴിച്ചുകൊണ്ട് അദ്ദേഹം അദ്ദേ ഹത്തിന്റെ ചുമതലകൾ കൃത്യമായി ചെയ്തിരുന്നു, കുതിര സവാരി നടത്തി. ഇൻസ്പെക്ഷനു പോയി, വൈകുന്നേരങ്ങളിൽ നാലു സെറ്റ് ടെന്നീസ് കളിച്ചു. എന്റെ അച്ഛൻ പറഞ്ഞിട്ടുണ്ട് തൂത്തുക്കുടിയിൽവച്ചാണ് അദ്ദേഹം ദർശനത്തിനായി പരമശിവനെ കഠിനമായി പൂജിച്ചിരുന്നതെന്ന്. എന്നിട്ട് അദ്ദേഹത്തിന് ദർശനം കിട്ടിയോയെന്നു ചോദിച്ചപ്പോൾ കിട്ടിയെന്നാണു മറുപടി ലഭിച്ച ത്. അന്ന് ഒരു ചെറിയ സ്കൂൾ കുട്ടിയായിരുന്ന എനിക്ക് അതിന്റെ വിശദാംശങ്ങൾ ചോദിക്കാനായില്ല.

പങ്കജം ഇതുകൂടി പറഞ്ഞു; പി ആർ ജിയുടെ ജോലി പൂർണ്ണമായും ഉപ്പുമായി ബന്ധപ്പെട്ടിരുന്നതാണെങ്കിലും ഒരിക്കലും അദ്ദേഹം സാധാരണ ഉപ്പ് ഉപയോഗിച്ചിരുന്നില്ല. പകരം ഒരു പ്രത്യേക ഔഷധച്ചെടി തെരഞ്ഞുകണ്ടുപിടിച്ച് അതിൽനിന്നും സ്വന്തമായി ഉപ്പ് എടുക്കുമായിരുന്നു. അത്ഭുതകരമായ സംഗതി 1915 സെപ്തംബർ 14 ന്റെ ഡയറിക്കുറിപ്പ് സുബ്ബലക്ഷ്മി തുടങ്ങുന്നത്, "ഉപ്പില്ലാത്ത ആഹാരവും മരുന്നും കഴിച്ചു തുടങ്ങി" എന്നാണ്. 15 വർഷം പി ആർ ജി കർശനമായി ഈ ഭക്ഷണരീതി തുടർന്നു. ഒരിക്കൽ മാത്രമാണ് അത് തെറ്റിച്ചത്. പങ്കജത്തിന്റെ വിവാഹ വേളയിൽ. പങ്കജത്തിന്റെ തന്നെ നിർബ്ബന്ധത്തെ തുടർന്നായിരുന്നു അത്.

മദിരാശിക്കടുത്തുള്ള മരക്കാനത്തേക്ക് സ്ഥലംമാറ്റം ആയി വന്നപ്പോൾ അദ്ദേഹത്തിന്റെ സാത്വികഭക്ഷണവും മാന്യമായ പെരുമാറ്റവും നീതിപൂർവ്വമായ രീതികളുംമൂലം പി ആർ ജിയെ അയൽക്കാർ കൊച്ച് ഗാന്ധിയെന്നാണ് വിളിച്ചിരുന്നതെന്ന് പങ്കജം പറഞ്ഞു. ഇന്നും സാധാരണയായി കണ്ടുവരാറുള്ളതുപോലെ തന്നെ ഭാര്യ പലപ്പോഴും ഭർത്താവിന്റെ മാന്യതയും നീതിബോധവും ഒന്നും കാണാറില്ല. അയാളുടെ പരുപരുത്ത 'മറുവശം' കാണുന്ന ഏകവ്യക്തി ഭാര്യയായിരിക്കും.

പിന്നീട് സുബ്ബലക്ഷ്മിയും കർശനമായ ആഹാരനിഷ്ഠ പിന്തുടർന്നു ഭർത്താവിനെപ്പോലെ ലൈംഗികതാല്പര്യങ്ങൾ നിയന്ത്രിക്കുവാനല്ല മറിച്ച് ആസ്ത്മയ്ക്കുള്ള ചികിത്സയുടെ ഭാഗമായിട്ടാണെന്നു മാത്രം! അതിവിടെ പരാമർശിക്കുന്നതിൽ പ്രാധാന്യം ഉണ്ട്. കാരണം, *ഹിന്ദു* പത്രത്തിന്റെ മുടങ്ങാത്ത വായനക്കാരിയായ സുബ്ബലക്ഷ്മിക്ക് പ്രകൃതിചികിത്സയിലൂടെ പല രോഗങ്ങളും ഭേദപ്പെടുത്തിയിരുന്ന പുതുക്കോട്ട സ്വദേശി കാമേശ്വര ശർമ്മയുടെ വിലാസം ലഭിച്ചു. സുബ്ബലക്ഷ്മി അദ്ദേഹത്തെ ബന്ധപ്പെടുകയും അദ്ദേഹം മദിരാശിയിൽ വന്ന് സുബ്ബലക്ഷ്മിയെ കാണുകയും ചെയ്തു. അദ്ദേഹം നല്കിയ അതികഠിനമായ ആഹാരനിഷ്ഠ മറ്റാരെയും ഭയപ്പെടുത്തുന്നതായിരുന്നെങ്കിലും സുബ്ബലക്ഷ്മിയെ പേടിപ്പിച്ചില്ല. അലോപ്പതി മരുന്നുകളും അവയുണ്ടാക്കിയ വിഷവും വൃത്തിയാക്കുകയായിരുന്നു നിരാഹാരത്തിന്റെ ഉദ്ദേശ്യം. രണ്ടാഴ്ച സുബ്ബലക്ഷ്മി കഴിച്ചത് കരിക്കും തേങ്ങാപ്പാലും മാത്രമാണ്. തന്റെ മകൾ ജീവിക്കുമെന്ന് കാമാക്ഷിക്ക് യാതൊരു പ്രതീക്ഷയും ഉണ്ടായിരുന്നില്ല. പക്ഷേ, എല്ലാവരെയും അത്ഭുതപ്പെടുത്തിയത് മൂന്നു പതിറ്റാണ്ടായി ബുദ്ധിമുട്ടിച്ചിരുന്ന ആസ്ത്മ പൂർണ്ണമായി സുഖപ്പെട്ടു എന്നതാണ്. ശ്വാസംമുട്ടൽ മാറ്റുന്നതിനായി ചൂടുവെള്ളത്തിലും തണുത്ത വെള്ളത്തിലും പുറത്ത് കിഴി പിടിക്കുകയും ചെയ്തു. സുബ്ബലക്ഷ്മി പൂർണ്ണമായി സുഖപ്പെട്ടു. അവരുടെ നിശ്ചയദാർഢ്യത്തിനാണ് നന്ദി പറയേണ്ടത്. ഇതാണ് കാമാക്ഷിയുടെ ഭാഷയിലെ രാക്ഷസആഹാരക്രമത്തിൽ തുടരാൻ സുബ്ബലക്ഷ്മിയെ പ്രേരിപ്പിച്ചത്. പിന്നീട് ഉപ്പില്ലാത്ത പുഴുങ്ങിയ പച്ചക്കറി കൂടി ഭക്ഷണത്തിൽ ഉൾപ്പെടുത്താൻ സുബ്ബലക്ഷ്മിക്ക് അനുവാദം ലഭിച്ചു.

ഏതാണ്ട് 35 വയസ്സു മുതൽ പി ആർ ജി ഗൃഹസ്ഥബ്രഹ്മചാരിയായിരുന്നു. അത് സ്വന്തം ഇഷ്ടപ്രകാരം അല്ല, സുബ്ബലക്ഷ്മിയുടെ ആഗ്രഹത്തെ മാനിച്ചുകൊണ്ടാണ്. ആറു വർഷത്തെ മദിരാശി പ്രവാസജീവിതത്തിനുശേഷം സുബ്ബലക്ഷ്മി പി ആർ ജിയുടെ ഒപ്പം വീണ്ടും ജീവിച്ചു തുടങ്ങിയപ്പോൾ ഉണ്ടായ ധാരണയാണ് ബ്രഹ്മചര്യം.

പങ്കജം അതേക്കുറിച്ച് വിശദീകരിക്കുന്നത്, സുബ്ബലക്ഷ്മി ഇനി മക്കൾ ഉണ്ടാകരുതെന്ന് ആഗ്രഹിച്ചുവെന്നും മക്കളെ നഷ്ടപ്പെടുന്നതിനി സഹിക്കാനാവില്ലെന്നും കരുതിയിരുന്നുവെന്നുമാണ്. പക്ഷേ, ചിലപ്പോൾ ഇതിനപ്പുറത്തു ചില കാര്യങ്ങളും ഉണ്ടായിരുന്നിരിക്കാം. 13 വയസ്സിലെ ആദ്യസംഭവത്തിനു ശേഷം ശാരീരികബന്ധത്തിനോടുള്ള താല്പര്യക്കുറവും ഒരു ഘടകമായിരിക്കാം. കൂടാതെ അവർക്കിടയിലെ പൊരുത്തക്കേടും അതിന് കാരണമായിട്ടുണ്ടാകും. ഈ നിർബ്ബന്ധിത ബ്രഹ്മചര്യവും അവർക്കിടയിൽ പരിപൂർണ്ണമായി ഇല്ലാതിരുന്ന വൈകാരിക അടുപ്പവും ആണോ ഭാവനയിലെ ഏതോ വ്യക്തിക്കായി നിരവധി പ്രണയ കവിതകൾ എഴുതുവാൻ പി ആർ ജിയെ പ്രേരിപ്പിച്ചത്?

പ്രേമമോ ബാദ്ധ്യതപ്പെട്ട് ദാമ്പത്യബന്ധത്തിന്റെ ഏറ്റവും ലൗകികമായ പ്രകടനങ്ങളോ പൂർണ്ണമായും ഇല്ലാതായതിനാൽ അദ്ദേഹത്തിന്റെ വൈകാരികസ്വത്വം പ്രകാശിതമായത് ഇവിടെ മാത്രം ആയിരുന്നോ? ശക്തമായ ധാർമ്മികമൂല്യബന്ധങ്ങൾ ഉള്ള വ്യക്തിയെന്ന നിലയിൽ വിവാഹബാഹ്യബന്ധങ്ങൾക്ക് പി ആർ ജിയുടെ ജീവിതത്തിൽ ഇടമുണ്ടായിരുന്നില്ല. എന്നാൽ തികച്ചും കാല്പനികനായ പി ആർ ജിക്ക് കവിതാത്മകമായ അതിലംഘനങ്ങളും അതിരുകടക്കലുകളും മാത്രമേ ഉണ്ടായിരുന്നുള്ളൂ.

തന്റെ ബ്രഹ്മചര്യപരീക്ഷണങ്ങൾ ഒരു തുറന്നപുസ്തകമായിരുന്ന ഗാന്ധി എഴുതി,

> ആഹാരത്തിന്റെ പൂർണ്ണമായ നിയന്ത്രണം വ്രതം എളുപ്പമാക്കിത്തീർത്തതായി ഞാൻ കണ്ടെത്തി. അതിനാൽ ഭക്ഷണക്രമത്തിലെ പരീക്ഷണങ്ങൾ ഒരു സസ്യാഹാരിയുടെ കാഴ്ചപ്പാടിലൂടെ മാത്രമല്ല ഒരു ബ്രഹ്മചാരിയെന്ന നിലയിൽ കൂടിയാണ്. ഈ പരീക്ഷണങ്ങളുടെ ഫലമായി ഞാൻ കണ്ടെത്തിയത് ബ്രഹ്മചാരിയുടെ ഭക്ഷണം പരിമിതവും ലളിതവും മസാല കുറഞ്ഞതും കഴിയുമെങ്കിൽ പാചകം ചെയ്യാത്തതും ആകണമെന്നാണ്.

കായ്കനികൾ ബ്രഹ്മചാരിക്കു ചേർന്നതായി ഗാന്ധി കണ്ടെത്തിയിരുന്നു. പക്ഷേ, പാലിനെ കുറിച്ചത്ര ഉറപ്പുണ്ടായിരുന്നില്ല. എല്ലാ വൈകാരികഭാവങ്ങളുടെയും അടിസ്ഥാനം മനസ്സ് ആണെന്ന അഭിപ്രായക്കാരനായതിനാൽ ഗാന്ധി വിശ്വസിച്ചിരുന്നത് ബ്രഹ്മചര്യത്തിന് ഉപവാസം നിർബ്ബന്ധം ആണെന്നായിരുന്നു. ബ്രഹ്മചര്യം ഭക്ഷണം മാത്രമല്ല ആത്മീയത കൂടിയാണെന്ന് ഇന്ത്യയിലെത്തിയ ശേഷം ഗാന്ധി വിശ്വസിച്ചിരുന്നു.

പി ആർ ജി തന്റെ ജീവിതാനുഭവങ്ങളുടെ അടിസ്ഥാനത്തിൽ ഭക്ഷണവും ആത്മീയതയും കൂടിച്ചേർന്ന ബ്രഹ്മചര്യത്തെയാണിഷ്ടപ്പെട്ടിരുന്നത്. 1906 ൽ പ്രതിജ്ഞ എടുത്ത ശേഷം ലഭിച്ച സ്വാതന്ത്ര്യവും ആനന്ദവും മുൻപൊരിക്കലും ഉണ്ടാകാത്തതാണെന്ന് ഗാന്ധി പറഞ്ഞിരുന്നു.

കർശനമായ ബ്രഹ്മചര്യരീതികളിലൂടെ ലൈംഗികതയെ നിയന്ത്രിക്കുവാനുള്ള ശ്രമങ്ങൾ പി ആർ ജിയുടെ സഹോദരന് സ്വാഭാവികമായും ഇഷ്ടമായില്ല. സഹോദരന്റെ വിചാരങ്ങളെ കുറിച്ച് പി ആർ ജി ഒരു കവിത എഴുതി.

ഒരു ഭിക്ഷുവിനെപ്പോലെ ജീവിക്കുവാനുള്ള പി ആർ ജിയുടെ തീരുമാനത്തെ ബലപ്പെടുത്തിയത് ഒരു സന്ന്യാസിയാണെന്ന് കവിത വ്യക്തമാക്കുന്നു. വൈകാരികമായ തലത്തിൽ പി ആർ ജിയുടെ വിവാഹം ഒരു ദുരന്തമായിരുന്നു. സ്നേഹത്തിന്റെ അഭാവം പി ആർ ജി മറക്കുന്നത് ശക്തമായ മതാത്മകതയും ഔദ്യോഗികസേവനത്തോടുള്ള സമർപ്പണവും ഏറെ അദ്ധ്വാനിച്ച് ടെന്നീസ് കളിച്ചും ദീർഘനേരം ചീട്ടുകളിച്ചും ആയിരുന്നു. പക്ഷേ, ഭാര്യയാകട്ടെ ഒരു ഏകാകിയായി ജീവിച്ചു. ഭർത്താവിന്റെ സഹപ്രവർത്തകരുടെ കുടുംബങ്ങളുമായും ഐക്യദാർഢ്യം സ്ഥാപിക്കുവാൻ അവർ വിമുഖയായിരുന്നു. വളരെ ചെറുപ്പത്തിലെ ഉണ്ടായ ലൈംഗികാനുഭവം ലൈംഗികതാല്പര്യങ്ങളും ഇഷ്ടങ്ങളും ഇല്ലാതാക്കിക്കളഞ്ഞോ? അവർ ഒരിക്കലും പ്രണയമോ സൗഹാർദ്ദമോ ആഗ്രഹിച്ചിട്ടില്ലേ?

ഭർതൃഗൃഹത്തിൽനിന്നും പോകുവാൻ അവർ ധൈര്യം കാട്ടിയതിനു കാരണം അവർക്ക് സ്വന്തം കുടുംബത്തിന്റെ പിന്തുണ ഉണ്ടായിരുന്നതാണ്. ആദ്യത്തെ തന്റെ കലാപപ്രകടനത്തിൽനിന്നും 'പരിക്കേല്ക്കാതെ രക്ഷപ്പെടാൻ' സുബ്ബലക്ഷ്മിക്കു കഴിഞ്ഞത് അപ്പോഴും അവർ കുടുംബത്തിന്റെ നീതിയുക്തിയുടെ പരിധിയിൽ തന്നെ നിന്നതുകൊണ്ടാണ്. ഭർത്താവിന്റെ അധികാരത്തിൽനിന്നും പുറത്തുകടന്ന സുബ്ബലക്ഷ്മി പോയത് സഹോദരന്റെ വീട്ടിലേക്കാണ്. കുടുംബത്തിലെ മറ്റൊരു പുരുഷന്റെ സംരക്ഷണയിലേക്കാണ്. ഈ വിജയം നല്കിയ ധൈര്യവുമായി അവർ അക്കാലത്തെ സ്ത്രൈണനീതിനിയമങ്ങൾ ലംഘിച്ചുകൊണ്ട് സവിശേഷമായ താല്പര്യങ്ങൾക്കനുസൃതമായി ചിത്രശാലകളും പ്രദർശനങ്ങളും ലൈബ്രറികളും സന്ദർശിക്കുകയും പൊതുയോഗങ്ങളിൽ പങ്കെടുക്കുകയും ചെയ്തു. ചിലപ്പോഴൊക്കെ ഇളയമകളെ ഒപ്പം കൂട്ടിയും മറ്റു ചിലപ്പോൾ തനിച്ചുമാണവർ ഈ സന്ദർശനങ്ങൾ നടത്തിയത്. വിദേശവസ്ത്ര കടകൾക്കുമുമ്പിൽ മാത്രമല്ല തന്റെ ഭർത്താവ് ഒരു ബ്രിട്ടീഷ് ഉദ്യോഗസ്ഥനായിരുന്നിട്ടു കൂടി വെയിൽസ് രാജകുമാരന്റെ സന്ദർശനവേളയിൽ നടന്ന പിക്കറ്റിങ്ങിൽപോലും സുബ്ബലക്ഷ്മി പങ്കെടുത്തു. ചതോപാധ്യായ ദമ്പതികളുമായി ചങ്ങാത്തം പുലർത്തിയ സുബ്ബലക്ഷ്മി ഒരു പുരുഷന്റെ 'തുണ' ഇല്ലാതെ തന്നെ അവരെ കാണാൻ പോയിരുന്നു. മകളെ ശാന്തിനികേതനിൽ ചേർക്കാൻ ആലോചിക്കുകയും

ഭർത്താവിനോടൊരു വാക്കു പറയാതെ സുബ്ബലക്ഷ്മി സ്വയം അവിടെ പോവുകയും ചെയ്തു. ഈ സന്ദർഭത്തിലാണ് വളരെ അവധാനതയോടെ നൂറ്റാണ്ടുകളായി കാത്തുസൂക്ഷിച്ചുവരുന്ന സ്ത്രൈണമര്യാദകൾക്ക് ഭീഷണി ഉണ്ടാകുന്നതായി തിരിച്ചറിഞ്ഞതും സ്വന്തം കുടുംബം ചില നിയന്ത്രണങ്ങൾ ഏർപ്പെടുത്തുവാൻ തീരുമാനിച്ചതും.

സുബ്ബലക്ഷ്മിയുടെ 'ഭ്രാന്തൻ' പരിപാടികൾ അംഗീകരിക്കുക എന്നത് ഹിന്ദുസമൂഹത്തിന്റെയും ഹിന്ദുകുടുംബത്തിന്റെയും അടിത്തറയ്ക്ക് ഏല്ക്കുന്ന അവസാനത്തെ പ്രഹരമാകുമായിരുന്നു.

ഇതിൽ ഇടപെടുന്നത് അപകടകരമാണെന്നതുകൊണ്ട് സുബ്ബലക്ഷ്മിയുടെ രണ്ടാമത്തെ കലാപം അടിച്ചമർത്തപ്പെടുകയും അങ്ങനെ അവർ പൂർണ്ണമായി തകർന്നുപോവുകയും ചെയ്തു. കുടുംബം നല്കിയ ഈ ജീവിതപ്രഹരം അവരെ സാമൂഹ്യാചാരങ്ങൾക്കും പാരമ്പര്യത്തിനും അനുസൃതമായി ജീവിക്കുവാൻ ഇടയാക്കുകയും അങ്ങനെ പൂർണ്ണമായും അവരെ "നിലയ്ക്കു നിർത്തുക"യും ചെയ്തു. തുടർന്നുള്ള അവരുടെ ജീവിതം സൗഹൃദരഹിതവും ഏകാന്തവും ആയിത്തീർന്നു.

ഇന്ത്യയും മദ്ധ്യവർഗ്ഗപുരുഷന്മാരും പല തരത്തിലും, ബാഹ്യമായെങ്കിലും പാശ്ചാത്യവല്ക്കരിക്കപ്പെട്ടുവെങ്കിലും വീട് ഇന്നും പാരമ്പര്യങ്ങളും ആചാരങ്ങളും സംരക്ഷിച്ചുകൊണ്ട് സ്ത്രീകൾ കാവലാളുകൾ ആയിരിക്കുന്ന പൂർവ്വികസമ്പദ്പ്രദേശം പോലെ നിലനിർത്തിയിരിക്കുന്നു. 'സ്വദേശി'യിൽ പരിശീലനം ലഭിച്ചവളാണ് സ്ത്രീ. ആധുനികതയുടെ കടന്നാക്രമണത്തെ ചെറുത്തുനില്ക്കുന്ന അവസാനത്തെ കോട്ടയായാണ് വീടിനെ കാത്തുസൂക്ഷിച്ചിരിക്കുന്നത്. എലെയ്ൻ ഹെഡ്ജേഴ്സ് എഴുതുന്നു,

> സമൂഹത്തിലെ മറ്റ് സ്ഥാപനങ്ങൾക്കുണ്ടായ വികസനത്തിനനുസരിച്ച് കുടുംബം എന്ന സ്ഥാപനം വികസിച്ചില്ല. ഓരോ വീട്ടിലും സ്ത്രീകളും കുട്ടികളും തടവിലാക്കപ്പെട്ടിരിക്കുന്നു. അവിടെ, സ്ത്രീകൾക്ക് അംഗീകരിക്കപ്പെട്ട സാമ്പത്തികഅവകാശങ്ങൾ ഇല്ല. കുട്ടികൾക്ക് ശ്വാസംമുട്ടുന്നു. പഠിക്കപ്പെട്ട്, ശ്രദ്ധിക്കപ്പെട്ട്, ആജ്ഞാപിക്കപ്പെട്ട്.... നിരന്തരം അവരുടെ കാര്യങ്ങളിൽ നാം ഇടപെടുമ്പോൾ അവരെങ്ങനെ പരിക്കേല്ക്കാതെ ജീവിക്കും?

ഇന്നത്തെ അവസ്ഥയിലുള്ള വീട്ടിൽ സ്വാതന്ത്ര്യവും സമത്വവും ഇല്ലെന്നവർ വാദിക്കുന്നു. "അവിടെ പക്ഷേ, ഉടമസ്ഥാവകാശം ഉണ്ട്. ആധിപത്യം ചെലുത്തുന്ന ഒരു അച്ഛൻ, ഒരുവിധത്തിൽ അടിമത്തഭാവത്തിൽ അമ്മ, പൂർണ്ണമായും ആശ്രിതനായ കുഞ്ഞ്. അനീതിയാണ് ഇതിന്റെ ഫലം".

ഇന്ത്യയിൽ മാനസികരോഗം ബാധിക്കുന്നവർ അവിവാഹിതരേക്കാൾ ഏറെ വിവാഹിതരാണെന്ന് കാണാം. ഇവരിൽത്തന്നെ ഇത്തരം രോഗങ്ങൾ പിടിപെടുന്നവരുടെ എണ്ണത്തിൽ പുരുഷനേക്കാൾ നിർണ്ണാ

യകമായി കൂടുതൽ സ്ത്രീകളും ആണ്. മുഴുവൻ സമയ വീട്ടമ്മമാരായ അവിവാഹിതരിൽ ഏറപ്പേർക്കും "ആത്മബോധത്തിന്റെയും സാമൂഹ്യ അന്തസ്സിന്റെയും" അഭാവം പ്രകടമാണെന്ന് ഗവേഷണങ്ങൾ തെളിയിച്ചിട്ടുണ്ട്. സുബ്ബലക്ഷ്മിക്കും ഈ അവസ്ഥയുമായി സാദൃശ്യമുണ്ട്. അവർക്കു പക്ഷേ, ഒരു വീട്ടമ്മ എന്ന നിലയിൽ അംഗീകരിക്കപ്പെടുവാൻ കഴിഞ്ഞില്ലെന്നുമാത്രം. മദിരാശിയിൽ ജീവിച്ച കാലത്ത് തന്റെ താല്പര്യങ്ങൾ പങ്കുവയ്ക്കുവാൻ കഴിയുന്ന സുഹൃത്തുക്കൾ സുബ്ബലക്ഷ്മിക്ക് ഉണ്ടായിരുന്നു. അവർ സുബ്ബലക്ഷ്മിയുടെ പരന്നവായനയേയും വിമർശനബുദ്ധിയേയും ബഹുമാനിച്ചിരുന്നു. മദിരാശി വിടുന്നതിനു തൊട്ടുമുമ്പാണ് മദ്രാസ് സർവ്വകലാശാലാലൈബ്രറിയിൽ അംഗത്വം നല്കിക്കൊണ്ടവർ സുബ്ബലക്ഷ്മിയെ ആദരിച്ചത്. മദ്രാസ് കോൺഗ്രസ് പാർട്ടിയുമായി അവർ ബന്ധപ്പെട്ടിരുന്നു. പാർട്ടിക്ക് സംഭാവനയും നല്കിയിരുന്നു. ഇതെല്ലാം സുബ്ബലക്ഷ്മിക്കു നഷ്ടപ്പെടുകയും പി ആർ ജി ഉദ്യോഗം നോക്കിയിരുന്ന തീരദേശഗ്രാമങ്ങളിൽ വീണ്ടും തന്റെ ഏകാന്ത ജീവിതം ആരംഭിക്കുകയും ചെയ്തപ്പോൾ അവർക്ക് ആത്മാഭിമാനവും ആത്മബോധവും നഷ്ടപ്പെട്ടിരിക്കുവാൻ എല്ലാ സാദ്ധ്യതയും ഉണ്ട്.

നാട്ടുനടപ്പനുസരിക്കുകയും 'അംഗീകരിക്കപ്പെടുകയും' ചെയ്യുക എന്നതിന്റെ അർത്ഥം സ്വന്തം ജീവിതത്തിനുമേൽ പരിമിതമായെങ്കിലും ഉണ്ടായിരുന്ന നിയന്ത്രണം സുബ്ബലക്ഷ്മിക്കു പൂർണ്ണമായും ഇല്ലാതായി എന്നാണ്. ധാരാളം സംസാരിക്കുന്ന, മറ്റുള്ളവരുമായി അടുത്തിടപഴകുന്ന പ്രകൃതക്കാരിയല്ലാത്ത സുബ്ബലക്ഷ്മി കൂടുതൽ ഉള്ളിലേക്കു വലിയുകയും തന്റെ ദുഃഖങ്ങളും വ്യഥകളും ആന്തരികവല്ക്കരിക്കുകയും ചെയ്തു. ഗ്രേസുമായോ, ഒരു പരിധിവരെ മകൾ പങ്കജവുമായോ മാത്രമാണ് സുബ്ബലക്ഷ്മി മനസ്സ് തുറന്ന് തന്റെ ചിന്തകൾ പങ്കുവച്ചിരുന്നത്. എന്റെ ചെറുപ്പത്തിൽ പലപ്പോഴും പങ്കജം അമ്മയെ ശക്തമായി ന്യായീകരിച്ചു സംസാരിക്കുന്നതു ഞാൻ കേട്ടിട്ടുണ്ട്. തന്റെ രണ്ടാൺമക്കളെ നഷ്ടപ്പെട്ട വേദന ഒരിക്കലും അമ്മയ്ക്ക് അതിജീവിക്കുവാൻ കഴിഞ്ഞിരുന്നില്ലായെന്നും അതാണ് അപസ്മാരത്തിലേക്കും ദുരിതപൂർണ്ണമായ അന്ത്യത്തിനും ഇടയാക്കിയതെന്ന് പങ്കജം പറയുമായിരുന്നു. തിരിഞ്ഞു നോക്കുമ്പോൾ എനിക്കു തോന്നുന്നത് തന്റെ നഷ്ടം പരിഹരിക്കുന്നതിനുവേണ്ടി മകളെ നന്നായി വിദ്യാഭ്യാസം ചെയ്യിക്കുവാനും അതിനായി കടുത്ത നടപടികൾ സ്വീകരിക്കുവാനും അവർ ശ്രമിച്ചു എന്നാണ്.

ഈ ദുരന്തങ്ങൾ എല്ലാം സംഭവിച്ചിട്ടും താൻ ശരിയെന്നു വിശ്വസിക്കുന്നതിനുവേണ്ടി പോരാടുന്നതിനുള്ള ഇച്ഛാശക്തി അവരുടെ ഉള്ളിൽ എന്നും ഉണ്ടായിരുന്നു. തീവ്രമായ ദുഃഖം അവരെ നിശ്ചേതാവസ്ഥയിലെത്തിച്ചില്ല. മദ്രാസിൽ അവർ കണ്ടെത്തിയ കലാപരമായ പ്രചോദനങ്ങൾക്കു നേരെ അന്ധയായതും ഇല്ല. സത്യത്തിൽ അവരെ മുന്നോട്ടു കൊണ്ടുപോയത് ഇതായിരുന്നു. പക്ഷേ, പങ്കജത്തിന്റെ സ്കൂൾ വിദ്യാഭ്യാസം അവസാനിപ്പിക്കുകയും കല്യാണം കഴിപ്പിച്ച് അയയ്ക്കുകയും

സുബ്ബലക്ഷ്മിക്കു തന്റെ ഭർത്താവിനൊപ്പം പഴയ ജീവിതത്തിലേക്കു മട
ങ്ങിപ്പോകേണ്ടിവരികയും പുസ്തകങ്ങളും സുഹൃത്തുക്കളും നല്കുന്ന
മാനസികോന്മേഷം ഇല്ലാതാകുകയും ചെയ്തപ്പോൾ മാത്രമാണ് സുബ്ബ
ലക്ഷ്മിയുടെ മാനസികാവസ്ഥ മോശമാകുവാൻ തുടങ്ങിയത്. ഒരു ചെറു
പ്പക്കാരനെ അയാളുടെ ഇഷ്ടത്തിനു വിരുദ്ധമായി ഇത്തരത്തിൽ അടച്ചി
ടുമായിരുന്നോ? ഇത്തരത്തിൽ ജീവിക്കേണ്ടിവരിക എന്നത് സാധാരണ
യായി ഒരു 'ശിക്ഷാ സ്ഥലംമാറ്റം' ആയാണ് കണക്കാക്കപ്പെടുക. എന്നാൽ
വാസയോഗ്യമല്ലാത്ത ഭൂഭാഗങ്ങളിൽ താമസിക്കേണ്ടിവരുന്ന ജോലിയുള്ള
ഒരു പുരുഷനെ വിവാഹം കഴിക്കുന്ന ഏതൊരു സ്ത്രീയേയുംപോലെ
സുബ്ബലക്ഷ്മിക്കും ഇത് ഒരു സാധാരണ കാര്യം മാത്രമായിരുന്നു.

പരമ്പരാഗതരീതിയനുസരിച്ച് സുബ്ബലക്ഷ്മി ഒരിക്കലും ഒരു മതവി
ശ്വാസി ആയിരുന്നില്ല. ക്ഷേത്രങ്ങളുടെയും വിഗ്രഹങ്ങളുടെയും കലാപ
രമായ സൗന്ദര്യവും പുരാണങ്ങളിലെ തത്ത്വചിന്തയും ടാഗോറിന്റെ രച
നകളും മറ്റുമാണ് സുബ്ബലക്ഷ്മിക്ക് ഏതൊരു മതാചാരത്തേക്കാളും പ്രിയ
പ്പെട്ടവയായിരുന്നത്. മതത്തെ ഒരു സാന്ത്വനമോ താങ്ങോ ആയി സുബ്ബ
ലക്ഷ്മി കരുതിയിട്ടില്ല. അവർ ഒരിക്കലും പ്രായശ്ചിത്തകർമ്മങ്ങൾ നട
ത്തുകയോ ദൈവവുമായി കരാറിൽ ഏർപ്പെടുകയോ ചെയ്തിട്ടില്ല.
പി ആർ ജിയുടെ അടുത്തേക്ക് സുബ്ബലക്ഷ്മി മടങ്ങിപ്പോയതുതന്നെ വ്യവ
സ്ഥകളോടെയായിരുന്നു. തന്റേതായ ലോകത്തിലേക്ക് വിടണമെന്നായി
രുന്നു വ്യവസ്ഥ. സുബ്ബലക്ഷ്മി ഒരിക്കലും ഭാര്യ എന്ന തന്റെ കർത്തവ്യം
നിർവ്വഹിച്ചിട്ടില്ല. പി ആർ ജി അതിനായി നിർബ്ബന്ധിച്ചിട്ടും ഇല്ല. സുബ്ബ
ലക്ഷ്മി തന്റെ കുഞ്ഞുലോകത്ത് വായിച്ചും സ്വപ്നം കണ്ടും ജീവിച്ചു.
മറ്റുള്ളവരെ വളരെ കർശനമായി തന്റെ ഏകാന്തലോകത്തിനു പുറത്താ
ക്കി, ഒരുപക്ഷേ, പങ്കജത്തെ മാത്രം ഒഴിച്ചുനിർത്തി. നൈരാശ്യത്തിന്റെ
മൂർദ്ധന്യാവസ്ഥയിൽ പങ്കജത്തെപ്പോലും സുബ്ബലക്ഷ്മി ദൂരെനിർത്തി
യിരുന്നു. നിധിപോലെ സൂക്ഷിച്ച പുസ്തകങ്ങളെ ഉപേക്ഷിച്ചിരുന്നു. അവ
രുടെ കാഴ്ച മങ്ങിത്തുടങ്ങി, ശാരീരികവും മാനസികവുമായ ആരോഗ്യം
ക്ഷയിച്ചുതുടങ്ങി – അത് സുബ്ബലക്ഷ്മിക്ക് ശൂന്യതയുടെയും ഏകാന്ത
തയുടെയും കാലമായിരുന്നു. പങ്കജത്തെ സംബന്ധിച്ചിടത്തോളം അമ്മ
ഇങ്ങനെ ക്ഷയിക്കുന്നത് ഹൃദയഭേദകമായിരുന്നു.

19

സീതാ സാവിത്രി അവബോധം

ആറു മാസത്തിൽ കൂടുതൽ ഒരു ഇന്ത്യാക്കാരനും നിരീശ്വരവാദിയായിരിക്കുവാൻ കഴിയില്ല. ഇത്രയും കൂടി കൂട്ടിച്ചേർക്കാം. ഒരു ഇന്ത്യാക്കാരിക്കും ഇത്രയും കാലം കൂടി തന്റെ സവിശേഷമായ സീതാസാവിത്രി അവബോധം നഷ്ടപ്പെടുത്തുവാനും ആവില്ല.

സ്വാമി വിവേകാനന്ദൻ

(പി ആർ ജി യുടെ ഉദ്ധരണിയിൽനിന്നും)

....സാവിത്രി പ്രേമത്തിന്റെ ശക്തികൊണ്ട് മരണത്തെ കീഴ്പ്പെടുത്തി. സീതയുടെ ത്യാഗനിർഭരമായ ജീവിതത്തിന് കിട്ടിയത് മറ്റൊരു സമ്മാനവുമല്ല, മഹത്തായ, പുണ്യാത്മകമായ വേദനയാണ്. അവർക്കറിയാം അവരുടെ കർത്തവ്യം ഈ ജീവിതത്തെ അനന്തമായ ജീവിതത്തിന്റെ പ്രതിഫലനം ആക്കുക എന്നതാണെന്ന്. പ്രണയത്തിന്റെ യഥാർത്ഥദൗത്യത്തിന് ആത്മീയമായ അർത്ഥമുണ്ടെന്നും അവർക്കറിയാം.

ടാഗോർ

1993 ലെ *ഹിന്ദു ഇലസ്ട്രേറ്റഡ് വീക്കിലി*യുടെ സ്ത്രീപേജിനോടുള്ള ഒരു വിമർശനം എന്ന തരത്തിൽ പി ആർ ജി എഴുതിയ ലേഖനത്തിന്റെ ടൈപ്പ്പു ചെയ്ത ഒരു പകർപ്പ് യാദൃച്ഛികമായി കാണാനിടയായി. അതിൽ തന്റെ ഭാര്യയും മകളും ഉൾപ്പെടെയുള്ള സ്ത്രീകൾക്ക് പൊതുരംഗത്ത് വഹിക്കാനുള്ള പങ്ക് എന്താണെന്ന് പി ആർ ജി സൂചിപ്പിച്ചിരിക്കുന്നു. സ്ത്രീപേജ് പ്രധാനമായും പാചകത്തിനായി മാറ്റിവച്ചിരിക്കുന്നതിൽ പി ആർ ജി പരാതിപ്പെടുന്നു. 'വീട് സുന്ദരവീട്', 'മൈസൂറിലെ മുൻ റീജന്റിന്റെ ജീവിത രേഖ' തുടങ്ങിയ ഒന്നോ രണ്ടോ ലേഖനങ്ങൾ മാത്രമാണിതിന് അപവാദം. പക്ഷേ, 'രുചി സംബന്ധമായ കാര്യങ്ങൾക്കിത്ര

യേറെ സ്ഥലം മാറ്റിവച്ചതിൽ, ഇത്രയ്ക്കു പ്രാധാന്യം നല്കിയതിൽ, മോഹിനിമാരുടെ മറ്റ് മേഖലകൾ ആകെ ഒഴിവാക്കിയതിൽ' പി ആർ ജി നിരാശനാണ്. നിലവിൽ ആധിപത്യം ചെലുത്തുന്ന കാഴ്ചപ്പാടുപോലെ തന്നെ പി ആർ ജി യും പുരുഷന്മാരെ രസിപ്പിക്കുന്ന 'മോഹിനി'യായി തന്നെയാണ് സ്ത്രീയെ കാണുന്നതെന്നു വ്യക്തം. എങ്കിലും സർവ്വകലാശാലയിൽനിന്നും ബിരുദം നേടിയ സ്ത്രീകളുടെ ചിത്രങ്ങളെ കുറിച്ച് വളരെ സൂക്ഷ്മമായ ഒരു പരാമർശം പി ആർ ജി നടത്തുന്നുണ്ട്. ചിത്രങ്ങളെയും ലേഖനങ്ങളെയും കണക്കിലെടുത്തുകൊണ്ടിങ്ങനെ എഴുതുന്നു. "അവരെ കുറ്റപ്പെടുത്തുന്ന തരത്തിലാണത് കാണപ്പെടുന്നത്. അവരുടെ പുതിയ ലക്ഷ്യങ്ങൾ കണക്കിലെടുത്തുക്കൊണ്ട് അവരുടെ ജീവിതത്തിലെ ഏറ്റവും സുപ്രധാനമായ കാര്യങ്ങൾ ഓർമ്മിപ്പിക്കുകയും കൂടുതൽ ശ്രദ്ധ നല്കണമെന്നാവശ്യപ്പെടുകയും ചെയ്യുന്നു."

നമ്മുടെ സമൂഹത്തിലെ സ്ത്രീകളുടെ പ്രാഥമികമേഖല അടുക്കളയാണെന്ന തരത്തിലുള്ള ലേഖനം 'നിരാശാജനകം' എന്നാണ് പി ആർ ജി വിശേഷിപ്പിക്കുന്നത്. 'പാചക പേജ്' എന്ന് അതിനെ മാറ്റാവുന്നതാണെന്നും നിർദ്ദേശിക്കുന്നു. അദ്ദേഹം ഇങ്ങനെ ആവലാതിപ്പെടുന്നു. "വീട്ടിനുള്ളിൽ സാരിയും ഉടുത്തിരിക്കുന്ന പാചകക്കാരികൾ മാത്രം സുന്ദരമായ വ്യക്തിത്വങ്ങൾ! ദേവിമാരില്ല; മോഹിനിമാരില്ല; വഴുതനങ്ങയും മുരിങ്ങയ്ക്കയും പാവയ്ക്കയും... മറ്റു ചിലർ ജന്തുലോകത്തെയും കശാപ്പു ചെയ്യുന്നവർ മാത്രം! ഇത്തരത്തിൽ നമുക്ക് ഒരിക്കലും ഒരു ഉത്തമരാഷ്ട്രമായി ഉയരാൻ കഴിയില്ല."

സ്ത്രീയെ 'മോഹിനി'യായി കാണുന്നത് ഒരു സ്ഥിരംപല്ലവിയാണ്. സ്ത്രീകളുടെ പംക്തിയിൽ "പരദൂഷണത്തിനോ കുശുമ്പിനോ പൊങ്ങച്ചത്തിനോ പറ്റിയതൊന്നുമില്ല. വൈകാരികതയുടെ സുന്ദരമായ തുണ്ടുകളോ പാട്ടോ ഇല്ല. പ്രേമമില്ല... കുട്ടികളുടേതായി ഒന്നുമില്ല." എന്ന് പി ആർ ജി നിരീക്ഷിക്കുന്നു. മറ്റൊരു തരത്തിൽ പറഞ്ഞാൽ ഇതൊക്കെയാണ് സ്ത്രീകളുടെ ലോകം. ലേഖനത്തിന്റെ തുടക്കം ഒരു സംവാദമാണ്. "പത്രങ്ങൾ പൊതുഅഭിപ്രായം രൂപീകരിക്കുകയോ അതിന് നേതൃത്വം നല്കുകയോ ചെയ്യേണ്ടതുണ്ടോ അതോ അവയെ പ്രതിഫലിപ്പിക്കുക മാത്രം മതിയോ?" ഗാന്ധിയും പണ്ഡിതനായ വി എസ് ശ്രീനിവാസ ശാസ്ത്രിയും രണ്ട് നിലപാടിലാണ് നിന്നത്. പി ആർ ജി യുടെ അഭിപ്രായത്തിൽ പ്രസിദ്ധീകരണം തൃപ്തികരമായ ഒരു നിഗമനത്തിൽ എത്താതെ ഉത്തരമില്ലാതെ വിട്ടുകളഞ്ഞു. പി ആർ ജിയുടെ അഭിപ്രായത്തിൽ സ്ത്രീക്ക് ഒരു പാചകക്കാരിയുടെ മാത്രം സ്ഥാനം നല്കുന്ന തരത്തിൽ ചുരുക്കി കാണാതെ കൂടുതൽ വിശാലമായി ഒരു ഗൃഹനാഥ എന്നതു പോലും കണക്കിലെടുക്കാത്തതു ശരിയായില്ലെന്നും പൊതുമണ്ഡലത്തിൽ സ്ത്രീക്കുള്ള സ്ഥാനം വ്യക്തമാക്കുന്ന തരത്തിൽ പൊതു അഭിപ്രായം രൂപീകരിക്കുവാൻ പത്രം സഹായിക്കണം എന്നുമാണ്.

എത്രയായാലും പുരുഷന് തുല്യമായ സ്ഥാനം സ്ത്രീക്കുണ്ടാകണം എന്ന് പി ആർ ജി അഭിപ്രായപ്പെടുന്നില്ല. അദ്ദേഹം ഇങ്ങനെ തുടരുന്നു. "സ്ത്രീകൾ പൗരസ്ത്യ ചുറ്റുപാടിൽ പാശ്ചാത്യ വീടുകളെ അപേക്ഷിച്ച്

യഥാർത്ഥത്തിൽ കാവൽമാലാഖമാരാണ്. നമ്മുടെ മതം, സാമൂഹ്യചട്ട ങ്ങൾ, നല്ല പൗരന്മാർ എന്ന നിലനില്പ്... ഇതെല്ലാം അവരെ ആശ്രയി ച്ചിരിക്കുന്നു. അതിനാൽ അവരാണ് ജീവിതത്തിന്റെ ആധാരം." മറ്റൊരു തരത്തിൽ പറഞ്ഞാൽ ഹിന്ദുധർമ്മത്തെ താങ്ങിനിർത്തുന്ന തൂണുകൾ അവരാണ്.

1930 കളിലെ ബ്രിട്ടീഷ് സ്ത്രീ വിമോചകരുടെ രീതിയിൽ ഒരു തെറ്റായ നീക്കം, അതങ്ങനെ തുറന്ന് പറയുന്നില്ലെങ്കിലും, ആ മഹാസൗധത്തെ തകർത്തു തരിപ്പണമാക്കും. ഒരു മുന്നറിയിപ്പ് നല്കുന്നത് നമ്മുടെ വംശ ത്തിന് നാശകരമാകുന്ന തരത്തിൽ അടിസ്ഥാനം ഇളക്കുന്നത് ആകരു തെന്നും പകരം "പുനരുജ്ജീവിപ്പിക്കണം" എന്നുമാണ്. സ്ത്രീകൾക്കു വേണ്ടി അദ്ദേഹം ഇങ്ങനെ പറഞ്ഞ് അവസാനിപ്പിക്കുന്നു.

> പക്ഷേ, അന്ത്യം അരികിലാണോ ദൂരെയാണോ എന്നത് വ്യക്ത മാണ്. സ്വാമി വിവേകാനന്ദൻ പറഞ്ഞതുപോലെ ഒരു ഇന്ത്യാക്കാ രനും ആറുമാസത്തിലേറെ നിരീശ്വരവാദിയായിരിക്കുവാനാവില്ല: അതുപോലെ ഒരു ഇന്ത്യൻ സ്ത്രീക്കും ഇതിലും കൂടിയ കാലം സീതാസാവിത്രി എന്ന സവിശേഷ സ്വത്വം ഉപേക്ഷിക്കുവാൻ കഴി യില്ല.

യുക്തിയുടെയും ധാർമ്മികതയുടെയും ചിഹ്നങ്ങളെ കുറിച്ച് വാദി ക്കുമ്പോൾ പി ആർ ജിയുടെ അഭിപ്രായത്തിൽ പാശ്ചാത്യസ്വാധീനം വർത്തമാനകാലഘട്ടത്തിൽ "ഹിതകരമല്ല". അദ്ദേഹം ഇങ്ങനെ മുന്നറി യിപ്പു നല്കുന്നു. "പുതുമ ലഹരി പിടിപ്പിക്കുന്നതാണ്." എന്നാൽ അപ രിചിതമായ മാനസികധാർമ്മികചര്യകൾ നമ്മുടെ ഇന്നത്തെ സാമൂഹ്യ സാഹചര്യത്തിൽ മിതത്വത്തോടെ സ്വീകരിക്കുക എന്നത് ഒട്ടും പ്രതീ ക്ഷിക്കുവാൻ കഴിയുന്നതല്ല." ഈ മുന്നറിയിപ്പ് ഒരു സംശയവുമില്ല, അപ രിചിതസ്വാധീനങ്ങളെ അകറ്റി നിർത്തുന്ന കാവൽക്കാരായ സ്ത്രീകൾക്കു മേലെയാണ് ശക്തിയോടെ പതിക്കുക! മുഖ്യധാരാസാമൂഹ്യപരി ഷ്കർത്താക്കളുടെ ശക്തമായകാഴ്ചപ്പാടിൽ ആധുനികവിദ്യാഭ്യാസം സ്ത്രീകളെ ചോദ്യം ചെയ്യാൻ പ്രാപ്തിയുള്ളവരാക്കി പുരുഷാധിപത്യ സമൂഹഘടനയെ അപകടത്തിലാക്കുക എന്നതല്ല. കാരണം, അത് വൈദേശിക കാഴ്ചപ്പാടാണ്. മറിച്ച് ഈ ഘടനയെ ശക്തിപ്പെടുത്തുക എന്നതാണ്. പി ആർ ജിയും ഈ അഭിപ്രായത്തെ ശക്തിയായി ഊട്ടിയു റപ്പിക്കുന്നു.

മറ്റൊരു തരത്തിൽ പറഞ്ഞാൽ പി ആർ ജി അവകാശപ്പെടുന്നത് ഇത്തരം വിദ്യാഭ്യാസം സിദ്ധിച്ച സ്ത്രീകളാണ് "മിസ്. മയോയെ പോലെ യുള്ളവർ ഇന്ത്യൻ സ്ത്രീകളെക്കുറിച്ചു നടത്തുന്ന ഉപരിപ്ലവമായ നിരീ ക്ഷണങ്ങൾക്കുള്ള ശരിയായ മറുപടി."

"ഉപരിപ്ലവമായ നിരീക്ഷക" എന്ന തരത്തിൽ പി ആർ ജി കാത റിൻമയോയുടെ ആരോപണങ്ങൾ അപ്പാടെ തള്ളിക്കളയുന്നു. സുബ്ബല ക്ഷ്മിയുടെ ശേഖരത്തിൽനിന്നും കിട്ടിയ *ഹിന്ദു പത്ര*ത്തിന്റെ ഒരു ചുരുണ്ട കഷണം (1929 മെയ് 25)മാർഗരറ്റ് കസിൻസിന്റെ പ്രസംഗം റിപ്പോർട്ട്

ചെയ്തിരിക്കുന്നതുമായി തട്ടിച്ചു നോക്കുമ്പോൾ പി ആർ ജിയുടെ അഭിപ്രായം വളരെ മൃദുലമാണ്. കാരണം മാർഗരറ്റ് കസിൻസ് മയോയെ കുറിച്ച് പറഞ്ഞിരിക്കുന്നത്.

> ഒരു ശല്യക്കാരിയും അഴുക്കുകുത്തിയെടുക്കുവാൻ വെമ്പൽ കാട്ടുന്ന ഒരു അമേരിക്കൻ സ്ത്രീയും ആണെന്നാണ്. എട്ടിനും പതിനാലിനും ഇടയിൽ ഇന്ത്യൻ പെൺകുട്ടികൾ അമ്മയാകുന്നുവെന്ന മയോയുടെ നിരീക്ഷണം പൂർണ്ണ കളവാണെന്ന് പറഞ്ഞ് മാർഗരറ്റ് കസിൻസ് തള്ളിക്കളയുന്നു. തന്റെ 13 വർഷത്തെ ഇന്ത്യയിലെ ജീവിതത്തിനിടയിൽ ഒരു പെൺകുട്ടിയെ മാത്രമാണ് 13 വയസ്സിൽ താഴെ അമ്മയായി കണ്ടതെന്നും കസിൻസ് പറഞ്ഞു. മൊത്തം ജനസംഖ്യയിൽ 5 ശതമാനം മാത്രം വരുന്ന ബ്രാഹ്മണസമുദായത്തിലാണ് ബാലമാതൃത്വം കൂടുതലായുള്ളത്. ഇതുകൊണ്ടും തൃപ്തിയാകാതെ മലബാറിലെ സ്ത്രീകളെക്കുറിച്ച് കസിൻസ് ഇങ്ങനെ എഴുതുന്നു. "അവരാണ് എല്ലാ ഭരണവും നടത്തുന്നത്... ലോകത്തേറ്റവും സ്വാതന്ത്ര്യം അനുഭവിക്കുന്ന സ്ത്രീകൾ അവരാണ്... അവർക്ക് ഭർത്താവിനുമേൽ അധികാരമുണ്ട്. കാരണം, പണം അവരുടെ പക്കലാണ്... ഞാൻ കണ്ടിട്ടുള്ളതിൽവച്ചേറ്റവും ശക്തരായ സ്ത്രീകൾ അവരാണ്.

മദിരാശിയിൽ വച്ച് പരിചയപ്പെട്ട മാർഗരറ്റ് കസിൻസിന്റെ അഭിപ്രായത്തോടു യോജിക്കുന്നതുകൊണ്ടായിരിക്കുമോ സുബ്ബലക്ഷ്മി ഈ പത്രവാർത്ത സൂക്ഷിച്ചു വച്ചത്? ബ്രാഹ്മണരായ പല സമുദായക്കാരും ജാതിയുടെ പടിക്കെട്ടുകൾ കയറാൻ തിടുക്കം കാട്ടുമ്പോൾ അതിനായി തങ്ങളുടെ പെൺമക്കളുടെ ബാല്യം ബലികഴിക്കേണ്ടി വരുമെന്ന സത്യം സുബ്ബലക്ഷ്മി തിരിച്ചറിഞ്ഞിരുന്നോ? എന്നു മാത്രമല്ല, ബ്രാഹ്മണ്യത്തിന്റെ മറവിൽ ഇന്ത്യൻ സ്ത്രീകൾക്ക് നൂറ്റാണ്ടുകളായി ലഭിച്ചിരുന്നത് അനീതിയാണെന്നും അറിഞ്ഞിരുന്നോ? കസിൻസിന്റെ ലളിതവല്ക്കരിക്കപ്പെട്ട പ്രസ്താവനയ്ക്കപ്പുറത്ത് മലബാറിൽ സ്ത്രീകളുടെ അവസ്ഥ കൂടുതൽ സങ്കീർണ്ണമാണെന്ന സത്യവും സുബ്ബലക്ഷ്മി മനസ്സിലാക്കിയിരിക്കാൻ ഇടയില്ല.

ആ കാലഘട്ടത്തിലെ പുരോഗമനവനിതാപ്രസ്ഥാനങ്ങളുടെ വീക്ഷണത്തെക്കാളും എത്രയോ പിന്നിൽ കിടക്കുന്നതായിരുന്നു പി ആർ ജിയുടെ 'സീതാസാവിത്രി അവബോധം'. ഒരുപക്ഷേ, ഇതിന്റെ കാരണം ദേശീയസ്വാതന്ത്ര്യത്തിന്റെ രാഷ്ട്രീയമുൻഗണനകൾ സാമൂഹ്യപരിഷ്കരണ പ്രസ്ഥാനത്തിന്റെ ആവേശത്തേയും ചടുലതയേയും മറികടന്നുവെന്നതാകാം. മുസ്ലീംഅധിനിവേശത്തേയും അതേത്തുടർന്ന് ഹിന്ദുസ്ത്രീകൾക്കു നേരെ നടന്ന ബലാത്സംഗങ്ങളും തട്ടിക്കൊണ്ടുപോകലുകളും "പുരാതന ഭാരതത്തിലെ ഉജ്ജ്വലവും മഹത്തരവുമായ ആര്യസ്ഥാപനങ്ങൾക്കു നേരെ നടന്ന പ്രാകൃതരുടെ ഭീഷണിയും ആണ് സ്ത്രീകളുടെ താഴ്ന്ന പദവിക്കു കാരണമെന്നാണീവാദം (ഹൈന്ദവവാദികളുടെ പ്രത്യയശാസ്ത്രത്തിന്റെ ഭാഗമാണീ വാദം ഇപ്പോഴും)

എന്നാൽ ഈ സതി, ശൈശവവിവാഹം തുടങ്ങിയ അനാചാരങ്ങൾക്കും ഇതാണ് കാരണമെന്ന് അവർ വാദിക്കുന്നു. വീക്ഷണത്തേയും നിരാകരിച്ചുകൊണ്ട് വേദകാലസമൂഹത്തിലെ സാമ്പത്തിക, സാമൂഹ്യ ഘടനയിലുണ്ടായ ഭൗതികസാഹചര്യങ്ങളാണ് ഇവയ്ക്കൊക്കെ കാരണമെന്ന ബദൽവീക്ഷണം ചരിത്രപണ്ഡിതർ ഇപ്പോൾ മുന്നോട്ടു വയ്ക്കുന്നുണ്ട്. ഋഗ്വേദ കാലഘട്ടത്തിലെ നാടോടിജീവിതത്തിനു പില്ക്കാലവേദ കാലഘട്ടത്തിൽ മാറ്റം ഉണ്ടായതിനു പിന്നിൽ ഭൂമി സ്വകാര്യസ്വത്തായതും സാമ്പത്തിക, രാഷ്ട്രീയ അധികാരത്തിന്റെ കേന്ദ്രമായതും ആണെന്നും ഉമാ ചക്രവർത്തിയും മറ്റു ചരിത്രകാരന്മാരും ചൂണ്ടിക്കാട്ടിയിട്ടുണ്ട്. തൊഴിൽ വിഭജനത്തിന്റെ അടിസ്ഥാനം ജാതിയായി മാറുകയും വർഗ്ഗ, ലിംഗ അധികാരശ്രേണി രൂപപ്പെടുകയും പില്ക്കാല വൈദികസമൂഹം ആര്യസ്ഥാപനങ്ങളുടെ പുരുഷാധിപത്യം കൂടുതൽ മൂർച്ചയുള്ളതാക്കി തീർക്കുകയും ചെയ്തു. “ഇതിൽ സ്ത്രീകളെക്കുറിച്ചുള്ള ജനപ്രിയവും സമകാലികവുമായ സമീപന പ്രകാരം'' വേദകാലഇന്ത്യയിലെ സ്ത്രീകൾക്കു നല്കിയിരുന്ന അത്യുന്നതപദവിയെ യാഥാർത്ഥ്യബോധത്തോടെ കണ്ടുകൊണ്ട് ഉമാ ചക്രവർത്തി പറയുന്നു,

> ഗാർഗി യാജ്ഞവൽക്യനുമായി പരസ്യമായി സംവാദം നടത്തിയെന്നത് സത്യമാണ്... പക്ഷേ, തനിക്ക് സംവാദത്തിൽ ശക്തമായി തന്റെ നിലപാട് പറയുവാൻ കഴിയുമെന്ന് വ്യക്തമായപ്പോൾ ഒരു പക്ഷേ, യാജ്ഞവൽക്യനേക്കാൾ സമർത്ഥയാണെന്ന് തെളിയിച്ചപ്പോൾ യാജ്ഞവൽക്യൻ ഗാർഗിയെ തള്ളിക്കളഞ്ഞത് ഈ വാക്കുകൾ കൊണ്ടാണ്, “ഹേ സ്ത്രീ ചോദ്യങ്ങൾ നിർത്തുക, അല്ലെങ്കിൽ നിന്റെ തല തറയിൽ വീഴും.”

പി ആർ ജിയുടെയും ഗുരുദേവന്റെയും ‘സീതാസാവിത്രി അവബോധ സങ്കല്പത്തോട് പ്രതികരിക്കുവാൻ സുബ്ബലക്ഷ്മിയോട് ആവശ്യപ്പെട്ടാൽ തീർച്ചയായും അവർ ഗുരുദേവന്റെ ‘ചിത്രയുടെ അവബോധ’ത്തെയാകും അംഗീകരിക്കുക.

ഞാൻ ചിത്ര
ആരാധിക്കേണ്ട ദേവിയല്ല
അനുതാപത്തിലുള്ള വസ്തുവുമല്ല
അവഗണനയോടെ തട്ടിമാറ്റേണ്ട
നിശാശലഭവും അല്ല
അപകടങ്ങളുടെയും
ധീരതയുടെയും പാതയിൽ നീ എന്നെ
അരികിൽ നിർത്തുമെങ്കിൽ
നിന്റെ ജീവിതത്തിന്റെ മഹാകർത്തവ്യങ്ങൾ
പങ്കുവയ്ക്കുവാൻ അനുവദിക്കുമെങ്കിൽ
എന്റെ യഥാർത്ഥ സ്വത്വം നീ മനസ്സിലാക്കും.

20

മൂകവും ഇരുളടഞ്ഞതുമായ കാലം

മാനസികാരോഗ്യ മേഖലയിൽ തൊഴിൽപരമായോ പഠനത്തി നായോ ഇതുവരെയും ഇന്ത്യൻ സ്ത്രീകളുടെ മാനസികാരോഗ്യാ വശ്യങ്ങൾക്ക് ശ്രദ്ധ നല്കിയിട്ടില്ല. രാജ്യത്തു നടന്നിട്ടുള്ള ആരോ ഗ്യമേഖലയിലെ ആസൂത്രണത്തിനായാലും സ്ത്രീകളുടെ ആരോഗ്യം സംബന്ധിച്ച ആസൂത്രണത്തിനായാലും സ്ത്രീകളുടെ മാനസികാരോഗ്യം എന്നതു കണക്കിലെടുത്തിട്ടില്ല.

ഇന്ത്യൻ സാഹചര്യത്തെ ഈ രീതിയിൽ വിലയിരുത്തിക്കൊണ്ട് ഡാവർ ഇങ്ങനെ വിമർശനം ഉയർത്തുന്നു.

ഈ മേഖലയിൽ സമഗ്രമായ പഠനത്തിന്റെ അഭാവം ഉണ്ട് – പ്രശ്ന പരിഹാരത്തിനു യോജിച്ച ഒരു നയത്തിന്റെയും പദ്ധതിയുടെയും പൂർണ്ണമായ അഭാവം ആണുള്ളത്. ചില ചിതറിയരേഖകൾ ജീവിതകഥകൾ ആയും പഠനങ്ങൾ ആയും ലഭ്യമാണെന്നു മാത്രം.

ഈ ലേഖനം എഴുതുന്ന 1995 ലെ സ്ഥിതി ഇതാണെങ്കിൽ ഇരു പതാംനൂറ്റാണ്ടിന്റെ ആദ്യപാദത്തിൽ അപസ്മാരലക്ഷണങ്ങളും മറ്റു ചില മാനസികാസ്വസ്ഥ്യങ്ങളും മറ്റും ഉള്ള സുബ്ബലക്ഷ്മിയെ പോലെയുള്ള സ്ത്രീകളുടെ പരിതാപകരമായ അവസ്ഥ എന്തായിരുന്നിരിക്കാമെന്ന് ഊഹിക്കാവുന്നതേയുള്ളൂ.

സുബ്ബലക്ഷ്മിയുടെ കാലവുമായി തട്ടിച്ചുനോക്കുമ്പോൾ മാനസി കാരോഗ്യ സംവിധാനങ്ങളും ചികിത്സാരീതികളും ഇന്ന് വളരെയേറെ മെച്ചപ്പെട്ടിട്ടുണ്ട്. പക്ഷേ, ആധുനികചികിത്സാരീതികൾ ഉണ്ടായിട്ടും അവ പഴയകാലത്തേക്കാൾ എളുപ്പത്തിൽ ലഭ്യമായിട്ടും മാനസികപ്രശ്നങ്ങൾ

ഉള്ള സ്ത്രീകൾക്ക് യഥാസമയം കൃത്യമായ ചികിത്സ ലഭിക്കുന്നില്ലെന്നത് വാസ്തവമാണ്. ഇന്ത്യൻ സ്ത്രീകളുടെ മാനസികാരോഗ്യ പ്രശ്നങ്ങൾ കഴിഞ്ഞ ഏതാനും ദശാബ്ദങ്ങളായി വളരെ സുരക്ഷിതമായി പൊതിഞ്ഞു വച്ചിരിക്കുകയായിരുന്നു. പല കാരണങ്ങളാൽ അതിന് തീരെ ശ്രദ്ധ കൊടുത്തിരുന്നുമില്ല. ഒരു കാരണം സ്ത്രീകൾ പ്രകൃത്യാ അപസ്മാര സാദ്ധ്യതയുള്ളവരാണെന്നും ജീവിതത്തിന്റെ ചാഞ്ചല്യങ്ങൾ സഹിക്കാനാവാത്തവരാണെന്നും അതിനാൽ പെട്ടെന്ന് ഭ്രാന്തിന് അടിപ്പെടുമെന്നുമുള്ള ധാരണയാണ്. അക്കാലത്തെ പൊതുധാരണയ്ക്കനുസരിച്ച് മാനസികരോഗം പൂർണ്ണമായും ലിംഗവിവേചനത്തിന്റെ പശ്ചാത്തലത്തിൽ എന്താണെന്ന നിർവ്വചനം ഒരിക്കലും ചോദ്യം ചെയ്യപ്പെട്ടിട്ടില്ല. വളരെ അപൂർവ്വം ചില പണ്ഡിതരും സ്ത്രീപ്രവർത്തകരും നടത്തിയ കഠിനമായ പ്രയത്നത്തിനപ്പുറത്ത് ആരും തന്നെ സ്ത്രീത്വവും മാനസികാരോഗ്യവും തമ്മിലുള്ള ബന്ധത്തിന് വേണ്ടത്ര ശ്രദ്ധ നല്കിയിട്ടില്ല. അതിന് സാമൂഹ്യ അടിച്ചമർത്തലുമായുള്ള അടുത്തബന്ധവും ആരും അഭിസംബോധന ചെയ്തിട്ടില്ല.

ചില സ്വഭാവവൈജാത്യങ്ങൾ കാരണം എന്നും കുടുംബത്തിൽ സുബ്ബലക്ഷ്മിയെ മറ്റുള്ളവരിൽനിന്നും വ്യത്യസ്തയായാണ് കണ്ടിരുന്നത്. എന്നാലീ സ്വഭാവവൈജാത്യങ്ങൾ മറ്റുള്ളവർക്ക് പറഞ്ഞു ചിരിക്കുവാൻ ഇടനല്കി എന്നല്ലാതെ ആർക്കും അതേക്കുറിച്ച് വിഷമം ഉണ്ടായിരുന്നില്ല. എന്നാൽ ഇരുപതു വയസ്സു കഴിഞ്ഞ് അവരുടെ രണ്ട് ആൺമക്കൾ മരിച്ചശേഷം ഉണ്ടായ അബോധാവസ്ഥയിലാകുന്ന അപസ്മാര ബാധ വ്യത്യസ്തമായിരുന്നു. സുബ്ബലക്ഷ്മിയുടെ ആരോഗ്യത്തിൽ നിന്നും വലിയ വിലകൊടുക്കേണ്ടി വന്ന ഈ രോഗത്തിന്റെ യഥാർത്ഥ അവസ്ഥയെക്കുറിച്ച് പക്ഷേ, കുടുംബത്തിലുള്ളവർക്ക് അറിവുണ്ടായിരുന്നില്ല. പി ആർ ജിയാണെങ്കിൽ ഉറച്ചു വിശ്വസിച്ചിരുന്നത് സുബ്ബലക്ഷ്മിയുടെ ശരീരത്തിൽ ഏതോ ബാധ കയറിയതാണെന്നും അതിനാൽ ഒരു വിധത്തിലുള്ള മരുന്നും പ്രയോജനപ്പെടില്ലെന്നുമാണ്. ഇത് പ്രഖ്യാപിച്ചതോടെ 'ഡെൽഫിക് ഒറിക്കിൾ' എന്നതു പോലെ തന്റെ ഉത്തരവാദിത്വം അവസാനിച്ചതായി ആദ്യകാലത്തു തന്നെ പി ആർ ജി തീരുമാനിച്ചു. മറ്റു ചിലരാകട്ടെ, ചില വീട്ടുജോലിക്കാർക്കുൾപ്പെടെയുള്ളവരുടെ വിശ്വാസം ഏതോ ബാധ കയറിയതാണെന്നും അതിനെ ഒഴിവാക്കുവാൻ കഴിയില്ല അല്ലെങ്കിൽ ഒഴിപ്പിക്കുവാൻ പാടില്ല എന്നാണ്. ഇന്നത്തെ കാലത്ത് വിചിത്രമായി തോന്നാമെങ്കിലും അക്കാലത്ത് പലരും പറഞ്ഞിരുന്നത് സ്വന്തം ശരീരത്തിൽ ബാധയും പ്രേതങ്ങളും ഉള്ളതുകൊണ്ടാണ് സുബ്ബലക്ഷ്മിക്ക് ഇവയെ ഒന്നും ഭയമില്ലാത്തതെന്നാണ്. അവരു താമസിച്ചിരുന്ന ബംഗ്ലാവിന്റെ ഭീകരമായ അന്തരീക്ഷത്തെ കുറിച്ച് പങ്കജം വിശദമാക്കിയിട്ടുണ്ട്. വിജനമായ പറമ്പിൽ തനിച്ച് നില്ക്കുന്ന ബംഗ്ലാവിന് ചുറ്റും കടലും കാടും മാത്രം! ഏറ്റവും രസകരം സുബ്ബലക്ഷ്മി

യുടെ ഭയമില്ലായ്മ അസ്വാഭാവികവും സ്ത്രീസഹജമല്ലാത്തതുമായാണ്
കണക്കാക്കിയിരുന്നത്.

ഏതു രോഗത്തിനും ദൈവികമായ ശമനമാർഗ്ഗങ്ങൾ കണ്ടെത്തിയി
രുന്ന പി ആർ ജിക്ക്, സ്വന്തം മകനെ ശുശ്രൂഷിക്കുവാൻ ഡോക്ടർമാരെ
കൊണ്ടുവന്നിരുന്നുവെങ്കിലും, അപസ്മാര രോഗത്തിന്റെ ചികിത്സയിൽ
ഉണ്ടായ പുതിയരീതികൾ അന്വേഷിക്കുന്നതിന് സമയവും ഉണ്ടായില്ല,
താല്പര്യവും ഉണ്ടായിരുന്നില്ല. അവർ ഏറെക്കാലം നയിച്ച ജീവിതം,
പരിഷ്കൃത സമൂഹത്തിൽനിന്നും അകന്നുമാറി ആയിരുന്നതിനാൽ ഒരു
പക്ഷേ, സുബ്ബലക്ഷ്മിയുടെ രോഗത്തിന് പുതിയ മരുന്നുകൾ കണ്ടുപി
ടിച്ചതിനെ കുറിച്ചൊന്നും അറിഞ്ഞിട്ടുണ്ടാവില്ല. ഇതിൽനിന്നും സുവ്യ
ക്തമാകുന്ന ഒരു കാര്യം അവരിരുവരും ഒരു കൂരയ്ക്കു താഴെ ഒരുമിച്ചു
കഴിഞ്ഞ 50 വർഷത്തിനിടയിൽ ഒരിക്കൽപ്പോലും പി ആർ ജി പാശ്ചാ
ത്യമരുന്നുപയോഗിച്ച് സുബ്ബലക്ഷ്മിയുടെ രോഗം ഭേദമാക്കുവാൻ ശ്രമം
നടത്തിയിട്ടില്ല. തികച്ചും നീതിപൂർവ്വമായ മറ്റൊരു കാര്യം പി ആർ ജി
സ്വയവും ഒരിക്കലും പാശ്ചാത്യമരുന്നുപയോഗിച്ചിട്ടില്ല എന്നതാണ്!

ഇവിടെ ഒരു ദയനീയമായ സംഗതി എന്താണെന്നുവച്ചാൽ ഇംഗ്ലീഷ്
കോളേജു വിദ്യാഭ്യാസം നേടിയ, പലപ്പോഴും ബൃഹദ് സാഹിത്യഗ്രന്ഥ
ങ്ങളിൽ ആമഗ്നാകുന്ന, ഒരു രാജാവിനെപ്പോലെ വേഷം ധരിക്കുകയും
ഉപ്പുപാടങ്ങളിലൂടെ കുതിരസവാരി നടത്തുകയും ചെയ്യുന്ന പി ആർ ജി,
കുടുംബത്തിനുള്ളിലെ അധികാര ബന്ധങ്ങളെക്കുറിച്ചുള്ള ജന്മിത്തകാ
ഴ്ചപ്പാട് പാശ്ചാത്യ ഭാവഹാവാദികൾക്കുള്ളിൽ മറച്ചുവയ്ക്കുന്ന വിചി
ത്രമായ ഒരു മിശ്രവ്യക്തിത്വം ആണെന്നതാണ്. വർത്തമാനകാല ഇന്ത്യ
യിൽ ഇന്നുപോലും ഈ ചേർച്ചക്കേട് സുവ്യക്തമായി ദൃശ്യമാണ്.
ശാസ്ത്രബോധത്തിന്റെ അഭാവം ഭാര്യക്ക് ചികിത്സ ലഭ്യമാക്കുന്നതിൽ
പി ആർ ജിക്ക് തടസ്സമായി. എന്നാൽ സുബ്ബലക്ഷ്മിയാകട്ടെ ഔപചാരി
കവിദ്യാഭ്യാസം ഇല്ലായിരുന്നിട്ടും, ഭർത്താവിൽനിന്നും അകന്ന് 1920 കളിൽ
മദിരാശിയിൽ താമസിച്ചിരുന്ന കാലത്ത് ജനറൽ ആശുപത്രിയുടെ
സൗകര്യം പ്രയോജനപ്പെടുത്തിയിരുന്നു.

ഇന്നും കാണാറുള്ളതുപോലെ അക്കാലത്ത് സാമൂഹ്യമായി അംഗീ
കരിച്ചിരുന്ന ഒരു കാര്യമാണ് തലച്ചോറു സംബന്ധമായ രോഗമുള്ള
ഭാര്യയെ അവളുടെ കുടുംബത്തിലേക്കു മടക്കി അയക്കുന്നത്. ഭർത്താ
വിന് അവളുടെ ചികിത്സയുടെ കാര്യത്തിലോ സംരക്ഷണത്തിന്റെ കാര്യ
ത്തിലോ യാതൊരുവിധ ഉത്തരവാദിത്തവും ഉണ്ടാവില്ല. സുബ്ബലക്ഷ്മി
യുടെ കാര്യത്തിൽ പക്ഷേ, പി ആർ ജി ആദർശനിഷ്ഠയുള്ള, കുടുംബ
ത്തിനോട് കൂറുള്ള, വൈവാഹിക ഉത്തരവാദിത്തങ്ങൾ ഉള്ള വ്യക്തിത
ന്നെയായിരുന്നു. അദ്ദേഹത്തിന്റെ പ്രകൃതം വച്ചുനോക്കുമ്പോൾ ഈ
ബുദ്ധിമുട്ടുകൾക്കെല്ലാം കാരണം തന്റെ 'കർമ്മം' ആണെന്നാകും

അദ്ദേഹം കരുതിയിട്ടുണ്ടാകുക. ഭാര്യയുടെ രോഗശാന്തിക്കായി സന്ന്യാസിമാരെയും അവരുടെ മന്ത്രങ്ങളെയും ആശ്രയിച്ചിരുന്നെങ്കിലും പൊതുവിൽ അദ്ദേഹം കർമ്മയോഗി എന്നാണ് അറിയപ്പെട്ടിരുന്നത്.

കൂടുതൽ മതേതരവിശ്വാസിയും യുക്തിപൂർവ്വമായ സമീപനം സ്വീകരിക്കുകയും ചെയ്യുന്ന, സുബ്ബലക്ഷ്മിയുടെ സഹോദരനും സഹോദരിയുടെ രോഗം ഭേദമാക്കാൻ കഴിയാത്തതാണെന്ന് ഭാര്യയോട് പറഞ്ഞിരുന്നതായി അദ്ദേഹത്തിന്റെ മകൾ ചെല്ല ഓർക്കുന്നുണ്ട്. ഒരുപക്ഷേ അപസ്മാരം എന്നത് മരുന്നുകൾക്ക് ഒതുങ്ങാത്തതും പൂജാരിയോ ദുർമന്ത്രവാദിയോ ശ്രമിച്ചാൽ മാത്രം ദുരാത്മാക്കളെ ഓടിച്ചു കളയുവാൻ കഴിയുന്നതുമാണെന്നാകാം കരുതിയിട്ടുണ്ടായിരുന്നത്. സുബ്ബലക്ഷ്മിയെ ഒരിക്കൽ ബാധ ഒഴിപ്പിക്കുന്നതിന് പേരുകേട്ട ഒരു ക്ഷേത്രത്തിൽ കൊണ്ടുപോയതിനെ കുറിച്ച് പങ്കജം പറഞ്ഞതായി ഞാനോർക്കുന്നു. ഞാൻ മനസ്സിലാക്കുന്നത് ഇന്നും ആ ക്ഷേത്രത്തിൽ സ്ത്രീകളെ ചികിത്സിക്കാൻ കൊണ്ടുവരുന്നവരുടെ വൻ തിരക്കാണെന്നാണ്.

അമ്മ മാനസികരോഗിയാണെന്ന അച്ഛന്റെ അഭിപ്രായത്തെ പങ്കജം എല്ലായ്പ്പോഴും എതിർത്തിരുന്നു. അമ്മയ്ക്ക് അപസ്മാരരോഗമാണെന്നും രണ്ടുമക്കളുടെ മരണത്തെ തുടർന്നുണ്ടായ കഠിനമായ വ്യഥമൂലം രോഗം മൂർച്ഛിച്ചതാണെന്നുമായിരുന്നു പങ്കജത്തിന്റെ അഭിപ്രായം. പി ആർ ജിയുമായി താരതമ്യം ചെയ്യുമ്പോൾ സുബ്ബലക്ഷ്മി പല കാര്യങ്ങളിലും യുക്തിപൂർവ്വമായ സമീപനമാണ് സ്വീകരിച്ചിരുന്നതെന്നതിനാൽ മനോരോഗം എന്ന ആരോപണം അമ്മയെ അപമാനിക്കൽ ആയി പങ്കജത്തിന് തോന്നിയിരിക്കാം. അപസ്മാരം അത്രയ്ക്ക് അപമാനകരമല്ലെന്ന് അവർ കരുതിയിട്ടുണ്ടാകാം. കാരണം അത് സാധാരണ സ്ത്രീകളിൽ കണ്ടുവരുന്ന ഒന്നായാണ് കണക്കാക്കിയിരുന്നത്. സാമ്പത്തികപരാധീനതകൾമൂലം പങ്കജത്തിന് അമ്മയെ വേണ്ടതുപോലെ സഹായിക്കുവാൻ കഴിഞ്ഞിരുന്നില്ല. പങ്കജത്തിന് ഭർത്താവ് അനുവദിക്കുന്ന തുച്ഛമായ പണം ഉപയോഗിച്ച് അഞ്ചുമക്കൾ അടങ്ങുന്ന കുടുംബത്തെ പോറ്റണമായിരുന്നല്ലോ.

1950 കളുടെ അവസാനകാലത്ത് ഒരു സുഹൃത്തായ ഡോക്ടർ, സുബ്ബലക്ഷ്മി താഴെ വീണ് മുറിവേറ്റതിനെ തുടർന്ന് പരിശോധിക്കുവാൻ ഇടയായി. ഇത്രയും കാലം, മരുന്നു ലഭ്യമായിരുന്നിട്ടും സുബ്ബലക്ഷ്മിയെ ചികിത്സിപ്പിക്കാത്തറിഞ്ഞ് ഡോക്ടർ അത്ഭുതപ്പെട്ടു. 1912 ൽ ആണ് അപസ്മാരത്തിന് മരുന്നു കണ്ടുപിടിച്ചത്. ഒന്നോ രണ്ടോ പതിറ്റാണ്ടുകൾക്കകം എങ്കിലും ആ മരുന്ന് മദിരാശിയിൽ ലഭ്യമായിട്ടുണ്ടാകാം. 1930 മുതൽ തന്നെ ബാംഗ്ലൂരിലെ നാഷണൽ ഇൻസ്റ്റിറ്റ്യൂട്ട് ഓഫ് മെന്റൽ ഹെൽത്ത് ആന്റ് ന്യൂറോ സയൻസ് (നിംഹാൻസി)ൽ ഈ മരുന്ന് ഉപയോഗിച്ചു തുടങ്ങിയിരുന്നു. പക്ഷേ, സുബ്ബലക്ഷ്മിക്ക് 1950 കളുടെ അവസാനം വരെ ചികിത്സയ്ക്കായി കാത്തിരിക്കേണ്ടിവന്നു. ഡോക്ടർമാരുടെ ചികിത്സയുടെ ഫലമായി രോഗം ഭേദപ്പെടുകയും ചെയ്തു.

ഈ സമയത്തു മാത്രമാണ് സുബ്ബലക്ഷ്മിയുടെ വീട്ടുകാർ അസുഖം

അപസ്മാരം ആയിരുന്നുവെന്ന് കണ്ടുപിടിച്ചത്. ചുഴലിയും അപസ്മാരവും വേർതിരിച്ചറിയേണ്ടത് ആവശ്യമാണ്. രണ്ടിന്റെയും ലക്ഷണങ്ങൾക്ക് ഏറെ സാദൃശ്യമുണ്ടെന്നു മാത്രം. നിംഹാൻസിലെ ഒരു മനഃശാസ്ത്രജ്ഞൻ പറഞ്ഞത് സുബ്ബലക്ഷ്മിക്ക് ചുഴലിയായിരുന്നിരിക്കാം എന്നാണ്. കാരണം അപസ്മാരം ബാല്യത്തിലാണ് സാധാരണ വരുന്നത്. എന്നാൽ പ്രായവും രോഗവും തമ്മിലുള്ള ബന്ധം പരിശോധിക്കുമ്പോൾ മനസ്സിലാകുന്നത് അപസ്മാരം ഏതു പ്രായത്തിലും ആരംഭിക്കാമെന്നു തന്നെയാണ്. ബാല്യത്തിലോ വാർദ്ധക്യത്തിലോ മാത്രമല്ല അപസ്മാരം ഉണ്ടാകുന്നത്. സുബ്ബലക്ഷ്മിക്ക് രോഗം തുടങ്ങിയത് കൗമാരത്തിലാണ്. സ്ത്രീകളുടെ ജീവിതത്തിന്റെ ഗുണമേന്മയെ സാരമായി ബാധിക്കുന്ന മനഃശാസ്ത്രപരവും മാനസികവും ആയ പ്രശ്നങ്ങൾ അക്കാലത്ത് വേണ്ട രീതിയിൽ മനസ്സിലാക്കപ്പെട്ടിരുന്നില്ല.

മരുന്നിന്റെ സഹായത്താൽ അമ്മയുടെ രോഗം മാറുമെന്നും അവരുടെ അവസാനകാലം സമാധാനപൂർണ്ണമാകുമെന്നും പങ്കജം പ്രതീക്ഷിച്ചിരുന്നു. എന്നാൽ അതുണ്ടായില്ല. 1963 ൽ പി ആർ ജി മരിച്ചതിനുശേഷം രണ്ടു വർഷം കഴിഞ്ഞതോടെ സുബ്ബലക്ഷ്മിയെ തൃപ്തിപ്പെടുത്തുക എന്നത് കഠിനമായ പ്രയത്നം ആയിത്തീർന്നു. സുബ്ബലക്ഷ്മിയുടെ കടുംപിടുത്തവും ദേഷ്യവും വാശിയും വല്ലാതെ കൂടി. എപ്പോഴാണ് സുബ്ബലക്ഷ്മി ഇത്തരത്തിൽ അസഹ്യമായ സ്വഭാവരീതികൾ പ്രകടിപ്പിച്ചു തുടങ്ങിയതെന്ന് കൃത്യമായി പറയാനാവില്ല. ചക്രവർത്തി എഴുതിയതുപോലെ "കഷ്ടപ്പാടും വ്യഥയും നിരാശയും രോഗം എന്ന വിഭാഗത്തിൽ എപ്പോഴാണ് ഉൾപ്പെടുക എന്ന ചോദ്യത്തിന് ആത്യന്തികമായ ഒരു ഉത്തരം ഒരിക്കലും ഉണ്ടാവില്ല." അപസ്മാര ബാധയിൽനിന്നും രോഗമുക്തി നേടി ഏതാനും വർഷങ്ങൾ കഴിഞ്ഞപ്പോൾ സുബ്ബലക്ഷ്മി മാനസികമായി പൂർണ്ണമായി തകരുകയും അമ്പിളിഅമ്മാവനെ ആവശ്യപ്പെട്ട് വാശിപിടിക്കുന്ന ഒരു കുട്ടിയെ പോലെയാകുകയും ചെയ്തു.

സുബ്ബലക്ഷ്മിക്ക് വൃത്തിയുടെയും ശുദ്ധിയുടെയും ചിട്ടയുടെയും കാര്യത്തിൽ വല്ലാത്ത നിർബ്ബന്ധമുണ്ടായിരുന്നു. സ്വന്തം ശീലങ്ങളും രീതികളും മാറ്റുന്നത് സഹിക്കാനാകുമായിരുന്നില്ല. പക്ഷേ, പിന്നീട് അവർ വർത്തമാനകാലവുമായി യാതൊരു ബന്ധവും ഇല്ലാത്തതുപോലെയായി മാറി. പാഠപുസ്തകങ്ങളിലും ഔപചാരികസന്ദർഭങ്ങളിലും മാത്രം ഉപയോഗിക്കുന്ന സാഹിത്യഭംഗിയുള്ള തമിഴിൽ സുബ്ബലക്ഷ്മി സംസാരിക്കുവാൻ തുടങ്ങി. സങ്കടകരമായ കാര്യം, വളരെക്കാലം സുബ്ബലക്ഷ്മിയെ പരിചരിച്ച പങ്കജത്തെ സുബ്ബലക്ഷ്മി സംശയിക്കുവാനും അവിശ്വസിക്കുവാനും തുടങ്ങി എന്നതാണ്. അനന്തിരവന് സുബ്ബലക്ഷ്മി കത്തെഴുതി. പങ്കജം ഉപദ്രവിക്കുന്നുവെന്ന് – ഈ ടെലഗ്രാം അയച്ചത് പങ്കജം തന്നെയാണ്! അപസ്മാരവുമായി ബന്ധപ്പെട്ടുണ്ടാകുന്ന ഇത്തരം സ്വഭാവമാറ്റത്തിന് "സൈക്ലോയിഡ്, നൈരാശ്യം, പാരനോയിയ, വ്യക്തിത്വവ്യതിയാനങ്ങൾ എന്നൊക്കെയാണ് പറയുന്നത്. പങ്കജത്തിനിത് അറിയാമായിരു

ന്നെങ്കിൽ കൂടി പ്രത്യേകിച്ചൊരു ആശ്വാസവും അത് നല്കുമെന്ന് തോന്നുന്നില്ല.

അമ്മയെക്കാൾ വെറും 14 വയസ്സു മാത്രം ഇളയ പങ്കജത്തിന് 1960 കളുടെ മദ്ധ്യത്തിലായതോടെ സുബ്ബലക്ഷ്മിയെ തീരെ കൈകാര്യം ചെയ്യാൻ കഴിയാത്ത അവസ്ഥയായി. ആൺമക്കൾക്കൊക്കെ ജോലി ആയതുകൊണ്ട് പങ്കജത്തിന് പഴയതിനേക്കാൾ സാമ്പത്തികസൗകര്യവും കൂടുതൽ സമയവും ഉണ്ടായിരുന്നു. മാനസികരോഗ ചികിത്സയിൽ വൈദഗ്ദ്ധ്യം നേടിയ ഒരു പ്രമുഖ ഡോക്ടറെ സുബ്ബലക്ഷ്മിയെ കാണിച്ചു. നഴ്സിങ് ഹോമിൽ പ്രവേശിപ്പിച്ച് വൈദ്യുതി ഷോക്ക് നല്കി. തന്നെ വീട്ടിൽ കൊണ്ടുപോകാനാവശ്യപ്പെട്ട് സുബ്ബലക്ഷ്മി പങ്കജത്തോട് കേഴുന്നുണ്ടായിരുന്നു. ചികിത്സ പാതിവഴിക്കു നിർത്തി പങ്കജം അമ്മയെ വീട്ടിൽ കൊണ്ടുപോയി. അവിടെ അമ്മയെ ഉപേക്ഷിച്ചുവരാൻ പങ്കജത്തിന് മനസ്സു വന്നില്ല.

അസാധാരണമായ ക്ഷമയോടും സ്നേഹത്തോടെയും ആണ് പങ്കജം അമ്മയുടെ ദുശ്ശാഠ്യങ്ങൾ സഹിച്ചിരുന്നത്. എന്നാൽ പിന്നീട് താങ്ങാനാകാത്ത സ്ഥിതിയായപ്പോൾ 1978 ൽ 81–ാം വയസ്സിൽ മരിക്കുന്നതുവരെ കൂടുതൽ സമയവും മയക്കുമരുന്ന് കൊടുക്കേണ്ടി വന്നിരുന്നു. അർദ്ധബോധാവസ്ഥയിലും സുബ്ബലക്ഷ്മി പങ്കജത്തെ വിളിച്ചുകൊണ്ടിരുന്നു. അവരു തമ്മിൽ വളരെ അടുത്ത ഒരു ആത്മബന്ധം ഉണ്ടായിരുന്നു. പലപ്പോഴും പങ്കജം അമ്മയും സുബ്ബലക്ഷ്മി മകളും ആയിരുന്നു എന്നു മാത്രം! ശാന്തമായ അന്ത്യം അമ്മയുണ്ടാക്കുമെന്ന പങ്കജത്തിന്റെ മോഹം വെറുതെയായി. കാരണം അർദ്ധബോധാവസ്ഥ സമാധാനപൂർണ്ണമാകാനിടയില്ലല്ലോ.

വ്യക്തിത്വത്തെ മാറ്റിമറിക്കുന്ന കടുത്ത വിഷാദം സുബ്ബലക്ഷ്മിക്കുണ്ടായതിന് കാരണങ്ങൾ പലതാകാം. വീട്ടുജോലികൾ ഒന്നും സുബ്ബലക്ഷ്മി ചെയ്തിരുന്നില്ല. അവർ മിക്കവാറും മൂകയായിരുന്നു. കുടുംബത്തിലെ മറ്റുള്ളവരുമായി വളരെ കുറച്ചു മാത്രമേ സംസാരിക്കുകയും ഇടപഴകുകയും ചെയ്തിരുന്നുള്ളൂ. പലതരം രോഗങ്ങളും വേദനകളും ബുദ്ധിമുട്ടുകളും ആയി തികച്ചും സ്വകാര്യമായ തന്റേതായ ഒരു ജീവിതം ആണ് സുബ്ബലക്ഷ്മി നയിച്ചിരുന്നത്.

ലളിത പറഞ്ഞിരുന്നു,

> വളരെ ആർദ്രമായ മനസ്സും കൂടുതൽ അറിയുവാനും ചെയ്യുവാനും ഉള്ള കത്തുന്ന ആഗ്രഹവും ഉണ്ടായിരുന്നെങ്കിലും അവരുടെ ജീവിതസാദ്ധ്യതകൾ തികച്ചും പരിമിതപ്പെട്ടുപോയി. മുറിവേറ്റ ഒരു മനസ്സുമായി അവർ സാധാരണ പ്രവർത്തനങ്ങളിൽനിന്നും സ്വയം പിൻവാങ്ങി. കൂടുതൽ സജീവമാകുവാൻ നിർബ്ബന്ധിച്ചിരുന്നെങ്കിൽ ഒരുപക്ഷേ, സുബ്ബലക്ഷ്മിക്ക് മാനസികസ്ഥിരതയോടെ സാധാരണ ജീവിതം നയിക്കുവാൻ കഴിയുമായിരുന്നു. അവർ പക്ഷേ, കൂടു

തൽ കൂടുതൽ പിൻവലിയുകയും മൂകയും ഏകാകിയും ദുഃഖി
തയും ആയി തീർന്നു.

സുബ്ബലക്ഷ്മി മണിക്കൂറുകളോളം വിദൂരതയിലേക്കു നോക്കിയിരുന്ന
ചിത്രം സത്യത്തിലിപ്പോൾ അസ്വാസ്ഥ്യജനകമാണ്. എന്നാൽ അന്നതിന്
പ്രത്യേകിച്ചൊരു പ്രാധാന്യവും നല്കിയിരുന്നില്ലായെന്നു ഞാൻ സമ്മ
തിക്കുന്നു. ഇന്ന് സുബ്ബലക്ഷ്മിയുടെ അന്നത്തെ നിശ്ചലമായ ആ അവ
സ്ഥയെ ഞാൻ കാണുന്നത് ആഴത്തിൽ ഉള്ള വേരുകൾ ഇല്ലായ്മയും
ശൂന്യതയും അന്നത്തെ പരിതസ്ഥിതി സൃഷ്ടിച്ച കടുത്ത ജഡതയും
ആണ് സൂചിപ്പിക്കുന്നതെന്നാണ്. മദിരാശിയിലെ താമസക്കാലത്ത് സുബ്ബ
ലക്ഷ്മിക്കുണ്ടായിരുന്ന ബൗദ്ധികപ്രവർത്തനങ്ങളുടെ ജ്വരവും അന്നത്തെ
വിപുലമായ വായനയും കണക്കിലെടുക്കുമ്പോൾ അവസാനത്തെ പതി
നഞ്ചോ അതിലേറെയോ വർഷങ്ങൾ അവർ കഴിച്ചുകൂട്ടിയത് പീഡനാ
ത്മകമായ ശൂന്യതയിലായിരുന്നു.

ഞാൻ പലപ്പോഴും അത്ഭുതത്തോടെ ചിന്തിച്ചിട്ടുണ്ട് പല സ്ത്രീക
ളേയും പോലെ, പ്രത്യേകിച്ചും പാശ്ചാത്യവനിതകൾ ചെയ്യുന്നതുപോലെ,
എന്തുകൊണ്ട് സുബ്ബലക്ഷ്മി തന്റെ മനസ്സ് ഡയറിയിലേക്ക് തുറന്നു
പകർത്തിയില്ല എന്ന്! ജയശ്രീകളത്തിലിനെ ഉദ്ധരിച്ചാൽ,

എഴുത്ത് ഭാഷയെ ഉന്മാദത്തിനു നല്കുന്നു. എഴുത്ത് എന്ന
പ്രക്രിയ ഒരു പൊതു കുമ്പസാരം ആണ്; ഒരു തുറന്ന പ്രതിഷേ
ധം..... സ്വയം ചികിത്സിപ്പിക്കുവാനുള്ള ശ്രമം, കാരണം ഒരർത്ഥ
ത്തിൽ എഴുത്ത് ഒരു സമ്മതിക്കൽ കൂടിയാണ്, സത്യത്തെ നേരിൽ
കാണൽ, സ്വയംവിലയിരുത്തൽ! അപ്പോൾ സ്വന്തം ഉന്മാദത്തിന്റെ
അനുഭവങ്ങളെ കുറിച്ചെഴുതുമ്പോൾ അത് രോഗത്തിൽനിന്നും
രോഗശാന്തിയിലേക്കുള്ള യാത്രയാണ്.

ഡയറിയെഴുതിയ രണ്ടുവർഷവും സുബ്ബലക്ഷ്മി അത് വളരെ ഒഴു
ക്കൻമട്ടിലാണ് ചെയ്തത്. വ്യക്തിപരമല്ലാത്തതും അപ്രസക്തവുമായ
കാര്യങ്ങളാണ് രേഖപ്പെടുത്തിയത്. കടയിൽ പോയി, ആശുപത്രിയിൽ
പോയി, പങ്കജത്തിന് പാവാട തുന്നി തുടങ്ങിയ ദൈനംദിന കാര്യങ്ങൾ
മാത്രം! സൂര്യാസ്തമയത്തെയും ചെടികളെയും കിളികളെയും കുറിച്ചുള്ള
കവിതാത്മകമായ വിവരണങ്ങളും ഡയറിയിൽ ഉണ്ടായിരുന്നു. പക്ഷേ,
തന്റെ ആന്തരികസംഘർഷങ്ങൾക്കോ മോഹങ്ങൾക്കോ സ്വപ്ന
ങ്ങൾക്കോ ആഗ്രഹങ്ങൾക്കോ അതിലിടം ഉണ്ടായിരുന്നില്ല. വൈകാരി
കത പൂർണ്ണമായും അദൃശ്യമായിരുന്നു.

താൻ നേരിട്ട ദുരന്തങ്ങളെ കുറിച്ചോ തന്നെ അസ്വസ്ഥപ്പെടുത്തി
യതും ബുദ്ധിമുട്ടിച്ചതുമായ കാര്യങ്ങളെ കുറിച്ചോ സുബ്ബലക്ഷ്മി സംസാ
രിച്ചിരുന്നില്ല. അവയെല്ലാം തന്നെ പരവതാനിക്കടിയിലേക്ക് ഒതുക്കുകയും
ജീവിതത്തിന്റെ അവസാനഘട്ടത്തിൽ അവയെല്ലാം സുബ്ബലക്ഷ്മിക്കു

താങ്ങാനാകാത്തവിധം ആയി മാറുകയും ചെയ്തു. താൻ വായിച്ച അനേകം പുസ്തകങ്ങളെ കുറിച്ചൊന്നും തന്നെ സുബ്ബലക്ഷ്മി നിരൂ പണം എഴുതിയിട്ടില്ല. വായിക്കുന്ന പുസ്തകങ്ങളെ കുറിച്ച് പങ്കജത്തി നോട് പറഞ്ഞിരുന്നുവെങ്കിലും വിശദാംശങ്ങൾ ഒന്നും പറയുമായിരുന്നില്ല. പങ്കജത്തിനുള്ള ഒരു കത്തിൽ സുബ്ബലക്ഷ്മി എഴുതി.

എന്റെ കഠിനമായ നടുവേദന വല്ലാതെ ബുദ്ധിമുട്ടിക്കുന്നു. ഈ നശിച്ച വേദന കാരണം എനിക്കിനി എഴുതാൻ കഴിയില്ല. കടു ത്തവേദന ഇടയ്ക്കിടെ എന്നെ ആക്രമിക്കുന്നു.... ഈ നശിച്ച ഞര മ്പുകളെ ഒരു ക്രൂരനായ പിശാച് കൈകാര്യം ചെയ്യുകയും വളച്ചൊടിക്കുകയും ചെയ്യുന്നതുപോലെ തോന്നുന്നു.

സുബ്ബലക്ഷ്മിയെ ജീവിതം മുഴുവനും ബുദ്ധിമുട്ടിച്ച അപസ്മാര ചേഷ്ടകൾ അവരുടെ ഊർജ്ജം മുഴുവനും ചോർത്തിക്കളഞ്ഞോ? ഒരുപക്ഷേ, തന്റെ ജീവിതത്തിന്റെ ഭാഗമായി മാറിയ ശാരീരികവും മാന സികവുമായ ബുദ്ധിമുട്ടുകളും വേദനകളും രേഖപ്പെടുത്താതിരുന്നത് സ്വാഭാവികം ആയിരിക്കും..... ദശാബ്ദങ്ങളോളം സുബ്ബലക്ഷ്മി അപസ്മാ രബാധയും ആസ്ത്മയും ഉൾപ്പെടെയുള്ള പ്രശ്നങ്ങളിൽ വല്ലാതെ വല ഞ്ഞിരുന്നു.

പ്രതിഭാധനരും ഉത്സാഹഭരിതരുമായ സ്ത്രീകൾക്ക് പുരുഷന്മാരോ ടൊപ്പം ഉയരുവാൻ കഴിയാത്തതിന്റെ കാരണം പരിപാവനവും കാലാ തീതവും അലംഘനീയവുമായ ആ കോട്ട (കുടുംബവും വീടും)യ്ക്കു ള്ളിൽ അടയ്ക്കപ്പെട്ടതാണെന്ന വസ്തുത ഇന്നു പൊതുവിൽ അംഗീക രിക്കപ്പെട്ടിട്ടുണ്ട്. ചാർലറ്റ് പെർകിൻസ് ഗിൽമാന്റെ ശ്രദ്ധേയമായ ഗ്രന്ഥം, (1898) സ്ത്രീകളും സാമ്പത്തിക ശാസ്ത്രവും ഇക്കാര്യം ശക്തമായി പ്രതി പാദിച്ചിട്ടുണ്ട്.

.... സ്ത്രീകൾക്കും പുരുഷന്മാർക്കും ഉള്ളത് ഒരേ ലോകം തന്നെ യാണ്, ഒരേ മാനുഷിക ഊർജ്ജം, ഉള്ളിൽ ഒരേ മാനുഷിക ആഗ്ര ഹങ്ങളും മോഹങ്ങളും. പക്ഷേ, അവൾ സ്വന്തമാക്കണമെന്നാഗ്ര ഹിക്കുന്നവയും അവൾ പ്രവർത്തിക്കണമെന്നാഗ്രഹിക്കുന്നവയും വരേണ്ടത് ഒരൊറ്റ മാർഗ്ഗത്തിലൂടെയും ഒരൊറ്റ പരിഗണനയുടെ അടിസ്ഥാനത്തിലും ആണ്. സ്വത്ത്, അധികാരം, സാമൂഹ്യാംഗീ കാരം, പ്രശസ്തി - ഇവ മാത്രമല്ല, വീട്, സന്തോഷം, മാന്യത, സമാധാനം, ആനന്ദം, ഉപജീവനം - എല്ലാം അവൾക്ക് ലഭിക്കു ന്നത് അവളുടെ വിവാഹമോതിരത്തിലൂടെ മാത്രമാണ്!

നമ്മുടെ സാഹചര്യത്തിൽ മോതിരത്തിനു പകരം മംഗളസൂത്രം അഥവാ താലിയാണെന്നു മാത്രം! സ്ത്രീക്ക് സാമൂഹ്യമായി അംഗീകരി ക്കപ്പെട്ട ഒരു പദവി ലഭ്യമാകുന്നത് അവളുടെ വൈവാഹികഅവസ്ഥയെ അടിസ്ഥാനമാക്കിയാണ്. അംഗീകൃതമായ ഒരു സാമൂഹ്യപദവിക്കുവേണ്ടി

തന്നെയാണ് ഏകാന്തതയും ശൂന്യതയും ആയിട്ടും ഭർത്താവിന്റെ വീട്ടിൽ തന്നെ തുടരുവാൻ സുബ്ബലക്ഷ്മിയെ നിർബ്ബന്ധിച്ചത്.

സ്വന്തം വ്യവസ്ഥകൾക്കനുസൃതമായി തൊഴിൽസ്ഥലത്ത് കൂടുതൽ സമയം ചെലവഴിച്ചുകൊണ്ട് ബൗദ്ധികമായി പ്രചോദനം നല്കുന്ന പ്രവർത്തനങ്ങളിൽ ഏർപ്പെടുവാൻ ഇഷ്ടപ്പെടുന്ന ഒരു സ്ത്രീയെ ഇക്കാലത്തുപോലും കണക്കാക്കുന്നത് സ്ത്രൈണഗുണങ്ങളും മാതൃഭാവവും ഇല്ലാത്ത വ്യക്തിയായിട്ടാണ്. പ്രശസ്തയായ, ബൗദ്ധികപ്രവർത്തനങ്ങളിൽ ഏർപ്പെടുകയും പൊതുമണ്ഡലത്തിൽ ഒരു ഇടം നേടുകയും ചെയ്ത ഗിൽമാൻ നിരാശരോഗത്തിനും അസാധാരണമായ ക്ഷീണത്തിനും ഇരയായപ്പോൾ ഒരു 'നാഡിരോഗവിദഗ്ദ്ധൻ' ഉപദേശിച്ചത് "വീട്ടുജോലിയിലും കുഞ്ഞിനെ പരിചരിക്കുന്നതിലും ശ്രദ്ധ പതിപ്പിക്കുവാനും ദിവസം രണ്ട് മണിക്കൂർ മാത്രം ബൗദ്ധികപ്രവർത്തനങ്ങൾക്കു മാറ്റിവയ്ക്കുവാനും പേനയോ പെൻസിലോ ബ്രഷോ ജീവിച്ചിരിക്കുന്നത്രകാലം സ്പർശിക്കരുതെന്നും" ആയിരുന്നു. ഗിൽമാൻ പറയുന്നത് ഈ ഉത്തരവുപ്രകാരം ജീവിക്കുവാൻ ശ്രമിച്ചപ്പോൾ പൂർണ്ണമായി മനോനില തെറ്റുന്ന സ്ഥിതിയിലായി എന്നാണ്. ഒരു സ്ത്രീയെ കുറിച്ചാകുമ്പോൾ "യുക്തിഭദ്രമായ പെരുമാറ്റം എന്നു പറയുന്നത് സ്ത്രൈണതയ്ക്കും ഗാർഹികതയ്ക്കും അനുസരിച്ച് ജീവിക്കുക എന്നതാണ്. അതിൽ കലാപ്രവർത്തനങ്ങൾ ഉൾപ്പെടുന്നില്ല." സുബ്ബലക്ഷ്മിക്കും ഇത്തരം ഉപദേശങ്ങൾ കിട്ടിയിരുന്നോ? ദുർബ്ബലമാക്കുന്ന ഒരു രോഗത്തിന്റെ അടിമ എന്നതിനുപരി സ്നേഹരഹിതമായ ഒരു വിവാഹബന്ധത്തിന്റെ കെണിയിൽ ആണ് താനെന്ന തോന്നൽ സുബ്ബലക്ഷ്മിക്കുണ്ടായിരുന്നോ? രോഗം തന്റെ സ്വാശ്രയത്വം കവർന്നെടുത്തതായും അതുമൂലം വീട്ടിനുള്ളിൽ കെട്ടിയിടപ്പെട്ടതായും അവർക്ക് തോന്നിയിരുന്നോ?

യു വിന്ധ്യയെ ഉദ്ധരിച്ചാൽ,

> മാനസികാരോഗ്യമേഖലയിൽ മാത്രമാണ് പ്രത്യയശാസ്ത്രപരവും മൂല്യസംബന്ധവുമായ നിഗമനങ്ങൾ രോഗാവസ്ഥയേയും രോഗം ഇല്ലാത്ത അവസ്ഥയേയും നിർവ്വചിക്കുന്നതായി കാണാൻ കഴിയുന്നത്. മാനസികാരോഗ്യത്തിന്റെ നിർവ്വചനം മൂല്യങ്ങളിൽനിന്നും സ്വതന്ത്രമാണെന്ന മറവിൽ മനഃശാസ്ത്രം, നിലവിൽ ആധിപത്യം പുലർത്തുന്ന സങ്കല്പനങ്ങളെ മാനസികാരോഗ്യ നിർവ്വചനങ്ങളുമായി ബന്ധിപ്പിക്കുകയും സമൂഹം എങ്ങനെയാണെന്നതു സംബന്ധിച്ച നിലവിലുള്ള ധാരണകൾ ഉറപ്പിക്കുകയും ചെയ്യുന്നു. രോഗമില്ലാത്ത അവസ്ഥയെ കുറിച്ച് പൊതുധാരണ തന്നെയാണ് മനഃശാസ്ത്രം ഉയർത്തിപ്പിടിക്കുന്നത്. പരമ്പരാഗതമായി മനഃശാസ്ത്രം, പൗരുഷമുള്ള പുരുഷനും സ്ത്രൈണസ്ത്രീയും ആണ് 'ആരോഗ്യ' വികസനത്തിന്റെ മാതൃകകൾ ആയി കണക്കാക്കുന്നത്.

ഈ കല്പനയോട് വേണം നാം ചേർന്നു നില്ക്കേണ്ടത്. സുബ്ബ ലക്ഷ്മി തീർച്ചയായും 'സ്ത്രൈണസ്ത്രീ' ആയിരുന്നില്ല. മാത്രമല്ല, സ്ത്രൈണതയെ സംബന്ധിച്ച പരമ്പരാഗത പ്രതീക്ഷകളോടുള്ള അസംതൃപ്തി ഒരു വ്യക്തിയെ എങ്ങനെ മാനസികരോഗിയാക്കുന്നു എന്നതിന്റെ ഏറ്റവും നല്ല ഉദാഹരണവും ആണ്.

വിന്ധ്യ ഇങ്ങനെ വിശദീകരിക്കുന്നു, "മനോരോഗചികിത്സയ്ക്കായി സ്ത്രീയെ കൂട്ടിക്കൊണ്ടുവരുന്ന പുരുഷന്മാർ സാധാരണയായി പറയുന്ന ഒരു രോഗലക്ഷണം ഇവൾ വീട്ടുജോലി ഒന്നും ചെയ്യുന്നില്ല. വെറുതെ അങ്ങനെ ഇരിക്കും." നേരത്തെ സൂചിപ്പിച്ചതുപോലെ, സുബ്ബലക്ഷ്മിയുടെ മാനസികരോഗത്തെ കുറിച്ച് ചില കുടുംബാംഗങ്ങൾ പറഞ്ഞിരുന്നത് വീട്ടുജോലിയിൽനിന്നും പൂർണ്ണമായി വിട്ടുനിന്നതിനാൽ അവളുടെ മനസ്സ് അവരവരിൽ തന്നെ ഉറച്ചുനില്ക്കുകയും സ്വന്തം താല്പര്യങ്ങൾ മാത്രം പ്രധാനമാകുകയും മറ്റുള്ളവരെ കുറിച്ച് ഒരു ചിന്തയും ഇല്ലാതിരിക്കുകയും ചെയ്തതിനാലാണ് എന്നായിരുന്നു. പങ്കജത്തിന്റെ കുട്ടികളെ വളർത്തുവാൻ സുബ്ബലക്ഷ്മി സഹായിക്കാതിരുന്നതിന്റെ വിശദീകരണം ഇടയ്ക്കിടെ അപസ്മാരബാധ ഉണ്ടാകുന്നതിനാൽ കുഞ്ഞുങ്ങളെ ഏല്പിക്കുവാൻ പങ്കജം ഭയപ്പെട്ടിരുന്നു എന്നാണ്. കൊച്ചുമക്കളെ നോക്കുവാനോ അവരെ കളിപ്പിക്കുവാനോ മറ്റ് അമ്മൂമ്മമാരെ പോലെ താല്പര്യം കാണിച്ചിരുന്നില്ലെന്നതും അതിൽ അവർ വലിയ ആനന്ദം അനുഭവിച്ചിരുന്നില്ലെന്നതും ശരിയാണ്. നേരത്തെ പറഞ്ഞിട്ടുള്ളതുപോലെ, കഥാപുസ്തകങ്ങൾ കൊച്ചുമക്കൾക്കു വായിച്ചു കൊടുത്തിരുന്നുവെങ്കിലും ഒറ്റയ്ക്കെവിടെയെങ്കിലും ഇരുന്ന് വായിക്കുവാനാണ് സുബ്ബലക്ഷ്മി ഇഷ്ടപ്പെട്ടിരുന്നത്. അല്ലെങ്കിൽ വെറുതെ പുറത്തേക്കു നോക്കി മദ്രാസിലെ രസകരമായ ദിനങ്ങളെ കുറിച്ചോർത്തുകൊണ്ടിരിക്കും. ഇതിൽ അത്രയേറെ വിചിത്രവും അസ്വാഭാവികവും ആയി തോന്നേണ്ട കാര്യമെന്താണ്? ഇത്തരം താല്പര്യമില്ലായ്മ ഒരു അപ്പൂപ്പന്റെ ഭാഗത്തു നിന്നാണെങ്കിൽ അതേ കുറിച്ചിത്തരം പരാമർശങ്ങൾ ഉണ്ടാകുന്നില്ലല്ലോ! പുരുഷാധിപത്യസമൂഹം പ്രതീക്ഷിക്കുന്ന തരം പെരുമാറ്റങ്ങൾ സുബ്ബലക്ഷ്മിയിൽനിന്നും ഉണ്ടാകാത്തതാണ് അവർക്കെതിരെ ഉപയോഗിക്കപ്പെട്ടിട്ടുള്ളത്.

ഡാവർ ഒരു ചോദ്യം ഉന്നയിക്കുന്നു. "മാനസികരോഗം യാഥാർത്ഥ്യത്തിന്റെ ഒരു ഭാഗമാണോ, സ്ത്രീകളുടെ ജീവിതത്തെ കുറിച്ചുള്ള വസ്തുനിഷ്ഠമായ സത്യം ആണോ?" ഇനി ഉത്തരത്തിലേക്കു കടക്കുന്നു. "മാനസികരോഗം ഒരു നിറം മങ്ങിയ മേഖലയാണ്. ശാസ്ത്രം, സാംസ്കാരികചരിത്രം, സാമൂഹ്യമാനദണ്ഡങ്ങൾ, പെരുമാറ്റരീതികൾ, സാംസ്കാരികധാർമ്മികത, ലിംഗപദവി, ധാർമ്മികത, സംഘപ്രതിപത്തി, വ്യക്തിയുടെ സാമൂഹ്യപദവി തുടങ്ങിയവയെല്ലാം മാനസികരോഗം നിർവ്വചിക്കുമ്പോൾ നിർബ്ബന്ധമായും കണക്കിലെടുക്കേണ്ടതുണ്ട്." ഗർഭപാത്രം എന്ന പദത്തിന്റെ ഗ്രീക്കുഭാഷയിലെ വാക്കിൽനിന്നാണ് ഹിസ്റ്റീരിയ ഉണ്ടാ

യതെന്നതിപ്പോൾ എല്ലാവർക്കും അറിയുന്ന കാര്യമാണ്. ലിംഗപദവിയേയും മാനസികരോഗത്തെയും തമ്മിൽ കണ്ണിചേർക്കുന്ന നിരവധി സ്ഥിതിവിവരകണക്കുകൾ ഇന്നും ലഭ്യമാണ്. ഇത് അടിവരയിട്ടു സൂചിപ്പിക്കുന്ന കാര്യം സമൂഹം പ്രതീക്ഷിക്കുന്ന രീതിയിൽ ജീവിക്കുന്നതിനും സാമൂഹ്യവല്ക്കരിക്കുന്നതിനും, സ്വയം താല്പര്യമില്ലെങ്കിൽ കൂടി, സ്ത്രീകൾ കൂടുതൽ മാനസികസംഘർഷം അനുഭവിക്കേണ്ടിവരുന്നു എന്നതാണ്. സാമൂഹ്യ അനുശീലനത്തിലൂടെ മിക്ക മനുഷ്യരും ജൈവശാസ്ത്രപരമായി തനിക്കു ലഭ്യമായിരിക്കുന്നതനുസരിച്ച് ജീവിക്കുന്നു. എന്നാൽ സ്ത്രീകൾ തങ്ങളുടെ പരിഗണനയുടെ മൂക്കുകയർ വ്യത്യസ്തമായതിനാൽ പ്രതിഷേധിക്കുമ്പോൾ അവരെ നിരാശാരോഗികളായോ മാനസികരോഗികളായോ കണക്കാക്കുന്നു. കളത്തിൽ ഇക്കാര്യം വ്യക്തമായി പറഞ്ഞിട്ടുണ്ട്,

> സ്ത്രൈണതയും ഉന്മാദവും തമ്മിലുണ്ടെന്നു പറയപ്പെടുന്ന ജന്മസിദ്ധമായ ബന്ധത്തെ നിരാകരിക്കണമെങ്കിൽ സ്ത്രീകൾ മക്കളും ഭാര്യമാരും അമ്മമാരുമായി ജീവിക്കുന്ന സാമൂഹ്യവ്യവസ്ഥയുടെ ഉല്പന്നമായി ഉന്മാദത്തെ കാണേണ്ടിയിരിക്കുന്നു. മനഃശാസ്ത്രം എന്ന തൊഴിലിന്റെ പുരുഷകേന്ദ്രീകൃതാവസ്ഥയും പരിശോധനാവിധേയമാക്കേണ്ടതുണ്ട്.

സാമൂഹ്യമായി സ്ത്രീകൾക്ക് നല്കിയിരിക്കുന്ന മാതൃകകൾക്കനുസരിച്ച് ജീവിക്കാതിരിക്കുകയും പ്രതിഷേധിക്കുകയും ചെയ്യുന്നവരെ പൊരുത്തപ്പെടാത്തവർ ആയാണ് കണക്കാക്കുന്നത്. സംഘർഷഭരിതമായ സാഹചര്യം ഉണ്ടെങ്കിൽ കുറച്ചുനാളത്തേക്ക് പുരുഷന്മാർ വീട്ടിൽ നിന്നിറങ്ങി പോകുന്നത് സാധാരണമാണ്. അവർക്ക് കുടുംബത്തിൽ നിന്നോ സമൂഹത്തിൽ നിന്നോ അധിക്ഷേപങ്ങൾ നേരിടേണ്ടിവരാറില്ല. കുടുംബത്തിന്റെ മടിത്തട്ടിലേക്ക് അയാൾക്ക് മടങ്ങിവരാൻ കഴിയും. തുറന്ന കരങ്ങളാൽ അയാൾ സ്വാഗതം ചെയ്യപ്പെടും. എന്നാൽ സ്ത്രീകളുടെ സ്ഥിതി അതല്ല. നിർബ്ബന്ധപൂർവ്വം മാതൃകാപുത്രിയും ഭാര്യയും അമ്മയും ആയ സ്ത്രീക്ക് അതത്ര എളുപ്പമല്ല.

ഉപസംഹാരം

സുബ്ബലക്ഷ്മിയുടെ ജീവിതം പുനരമ്പേഷിക്കുവാനും പുനർനിർമ്മിക്കുവാനും ഉള്ള ശ്രമത്തിനിടയിൽ അവരുടെ വ്യത്യസ്തങ്ങളായ ഒട്ടനവധി സാഹചര്യങ്ങളും മാനസികാവസ്ഥകളും കാണുവാനിടയായി. എന്റെ ഉള്ളിൽ ഞാൻ അവരെ കുറിച്ചു കാണുന്ന ചിത്രങ്ങൾ പലതാണ്. 11–ാം വയസ്സിൽ വിവാഹം. 14–ാം വയസ്സിൽ അമ്മ, ഗ്രേസുമായി അടുത്ത സൗഹൃദം; മക്കളുമൊത്ത് ഒറ്റയ്ക്ക് ഏകാന്തമായ വനപ്രദേശങ്ങളിലെ ബംഗ്ലാവുകളിലെ താമസം; ആൺമക്കളുടെ മരണം സൃഷ്ടിച്ച കടുത്ത വേദനയും അപസ്മാരബാധയും; മകളെ പഠിപ്പിക്കുന്നതിനായി മദ്രാസിലേക്ക് പലായനം; ഭാരതിയാരുടെ കവിതകൾ കേട്ട് ആവേശഭരിതയാകുന്നു; കറുത്തപതാകയുമായി പിക്കറ്റിങ്ങിൽ പങ്കെടുക്കുന്നു, ഓടയിൽനിന്നുള്ള മലിനജലം ശരീരമാകെ തെറിക്കുന്നു; ഗുരുദേവന്റെ ഗദ്യവും കഥയും കവിതയും വായിച്ച് ഉജ്ജ്വലമാകുന്ന മനസ്സ്; സ്കൂൾ വിദ്യാഭ്യാസം ഇല്ലെങ്കിലും മദ്രാസ് സർവ്വകലാശാല ലൈബ്രറിയുടെ അംഗത്വം ലഭിക്കൽ; വ്യത്യസ്തമായ നിരവധി വിഷയങ്ങളിലുള്ള പുസ്തകങ്ങൾ ആർത്തിയോടെ വായിക്കുന്നു; കാലഘട്ടത്തിലെ കലാപ്രവർത്തനങ്ങളിൽ തല്പര; രാഷ്ട്രീയ പ്രവർത്തകരും കലാപ്രേമികളുമായ പ്രമുഖരുമായി സൗഹൃദം സ്ഥാപിക്കൽ; കുറ്റിക്കാടിന്റെ മറവിലിരുന്ന് പക്ഷിനിരീക്ഷണം; സഹോദരന്റെ വീട്ടിലെ മങ്ങിയ ചിമ്മിനിവിളക്കിനരികിൽ ഇരുന്ന് ഡയറി എഴുത്ത്; മദ്രാസിലെ ബൗദ്ധിക ഉത്തേജനം നല്കുന്ന ജീവിതത്തിൽനിന്നും പറിച്ചെറിയപ്പെട്ട് ഭർത്താവിന്റെ അരികിലേക്ക് പോകുവാൻ നിർബ്ബന്ധിക്കപ്പെടുന്നു; പങ്കജത്തിന്റെ വിവാഹവും വിട്ടുപോകലും; മദ്രാസിൽ മടങ്ങിവന്ന് മകളുടെ കുടുംബത്തിനരികിൽ വീണ്ടും താമസം; വായന തുടരുന്നു, പക്ഷേ, കൂടുതൽ കൂടുതൽ ഉൾവലിയു

കയും നോട്ടം കൂടുതൽ ശൂന്യമാകുകയും ചെയ്യുന്നു; ഒരു പതിറ്റാണ്ടു നീണ്ടുനിന്ന മാനസികവിഭ്രാന്തിയിൽനിന്നും വ്യഥയിൽനിന്നും മോചനം മരണത്തിലൂടെ മാത്രം.

ഇന്നും ഓർമ്മയിൽ തെളിഞ്ഞു നില്ക്കുന്ന രണ്ടു ചിത്രങ്ങൾ ഇവ യാണ്. കണ്ണുകളിൽ തിളക്കവുമായി സുബ്ബലക്ഷ്മി പറയുന്നു, "നീ ഒരു മുസ്ലീമിനെ വിവാഹം ചെയ്യണം. അവർ വളരെ സുന്ദരന്മാരാണ്." മറ്റൊ ന്ന്, ദക്ഷിണാഫ്രിക്കയിലെ കരാർ തൊഴിലാളിയായ തമിഴ്സ്ത്രീയെ താൻ രക്ഷപ്പെടുത്തുന്ന സ്വപ്നം കണ്ണുകളിൽ മിന്നാമിനുങ്ങുകളുമായി സുബ്ബ ലക്ഷ്മി വിവരിക്കുന്നതാണ്. ഈ രണ്ടു സംഭവങ്ങളും സുബ്ബലക്ഷ്മിയെ മറ്റ് സമകാലികരായ മുത്തശ്ശിമാരിൽനിന്നും വ്യത്യസ്തയാക്കുന്നതായി ഞാൻ കരുതുന്നു. അവരുടെ മാനവികത പ്രകടമായി ഉയർന്നു നില്ക്കു ന്നു. സുബ്ബലക്ഷ്മിയെ വീണ്ടെടുക്കുവാനുള്ള ശ്രമത്തിനൊടുവിൽ ഞാൻ കണ്ടെത്തിയത് അവർ മരണമടഞ്ഞെങ്കിലും അവരുടെ ആത്മാവ് തകർക്കപ്പെടുകയും ചീന്തി എറിയപ്പെടുകയും ചെയ്തെങ്കിലും, അവർ സ്വന്തം രീതിയിൽ എന്നും തിരിഞ്ഞുനിന്നിരുന്നു, ഒരിക്കലും തന്റെ മൂല്യ ങ്ങളിലും ജീവിതശൈലിയിലും ഒത്തുതീർപ്പു നടത്തിയിരുന്നില്ല.

ടാഗോർ എഴുതിയിട്ടുള്ള "മൂകവും ഇരുണ്ടതുമായ നാളുകൾ" സുബ്ബ ലക്ഷ്മിയുടെ അവസാന വർഷങ്ങൾ ആയിരിക്കാം. കാരണം ആത്മപരി ശോധനയ്ക്കുള്ള കഴിവ് അവർക്കു നഷ്ടമായിരുന്നു. എല്ലാ വേദനകളും എല്ലാ ആനന്ദങ്ങളും നഷ്ടപ്പെട്ട് യാതൊന്നും അറിയാതെ അവർ മയ ങ്ങിക്കിടന്നു. അന്ധകാരത്തിലൂടെ ജീവിക്കുമ്പോഴാണ് – അവഗണനയി ലൂടെയും നൈരാശ്യത്തിലൂടെയും ആണ് – ഉള്ളിൽ എങ്ങനെ ഒരു ദീപം തെളിയിക്കാമെന്ന്, സ്വന്തം സർഗ്ഗാത്മകത എങ്ങനെ വികസിപ്പിക്കാമെന്ന്, ചുറ്റിനും തങ്ങിനില്ക്കുന്ന മങ്ങൽ ഇല്ലാതാക്കാമെന്ന് ശരിയായി പഠിക്കു ന്നത്. പൂർണ്ണചന്ദ്രന് ദുഃഖത്തെ കുറിച്ചറിയില്ല; ജീവിതത്തിന്റെ സംഘർഷ ങ്ങളും വിയർപ്പും അറിയില്ല. വിജയം ആണെങ്കിലും ദുരന്തം ആണെങ്കി ലും, ആഘോഷമാണെങ്കിലും വിലാപം ആണെങ്കിലും സ്വന്തം ജീവിത ത്തിന്റെ ഉന്മേഷവും വൈകാരികതയും നാം ജീവിക്കുന്ന മൂല്യങ്ങളെ യാണ് പ്രധാനമായും ആശ്രയിച്ചിരിക്കുന്നത്. ഇരുട്ടിൽ "മിന്നാമിനുങ്ങിന്റെ വെട്ടത്തി"നപ്പുറത്ത് പലതും നേടിയെടുക്കുന്നതിനു വേണ്ടത് സ്വന്തം ഇച്ഛാശക്തിയും സമകാലിക പ്രശ്നങ്ങളോടുള്ള താല്പര്യവും സമീപ നവുമാണ്. ജീവിതം മുഴുവൻ ഇരുട്ട് പിന്തുടർന്നുവെങ്കിലും പൊട്ടിവിട രുന്ന പ്രഭാതത്തിന്റെ ആദ്യശോഭ ഒരുനോക്കു കാണുവാൻ സുബ്ബല ക്ഷ്മിക്കു കഴിഞ്ഞിരുന്നു. ജീവിതത്തിന്റെ മഴവില്ലിനെ അതിന്റെ പരി പൂർണ്ണസൗന്ദര്യത്തിൽ ആസ്വദിക്കുവാനായില്ലെന്നുമാത്രം.

അവരുടെ ജീവിതത്തിന്റെ സന്ദേശവും സാരാംശവും ആവിഷ്കരി ക്കുക പ്രയാസമുള്ള കാര്യമാണ്. എങ്കിലും ജീവിതത്തിൽ വിമൂകവും ഇരുണ്ടതുമായ നാളുകളുണ്ടായിരുന്നെങ്കിലും ഗുരുനാഥനെപ്പോലെ അവർക്കും അവകാശപ്പെടുവാൻ കഴിയും.

"എനിക്കറിയാം ഋതുക്കൾ
കടന്നു പോകുമ്പോൾ
പൂക്കൾ സാക്ഷ്യപ്പെടുത്തും
ഈ ലോകത്തെ ഞാൻ എത്രമാത്രം
സ്നേഹിച്ചിരുന്നുവെന്ന്.
ഈ സ്നേഹം, ജീവിതത്തിന്റെ
ഈ സന്നാഹം മാത്രമാണ് സത്യം!"

സുബ്ബലക്ഷ്മി എന്നെങ്കിലും പ്രണയത്തിനും പാരസ്പര്യത്തിനും ആഗ്രഹിച്ചിരുന്നോ? അല്ലെങ്കിൽ തന്നെ മനസ്സിലാക്കുവാനും സ്നേഹി ക്കുവാനും ആഗ്രഹിച്ചിരുന്നോ? ഈ സ്നേഹബന്ധം ഉണ്ടായിരുന്ന മറ്റു ദമ്പതിമാരെ നിശ്ചയമായും അവർ കണ്ടിട്ടുണ്ടാകാം – കമലാ ദേവിയും ഹരീന്ദ്രനാഥ് ചതോപാധ്യായയും – ആദ്യം അവരെ പരിചയപ്പെട്ടപ്പോ ഴെങ്കിലും! മാർഗരറ്റും ജയിംസ് കസിൻസും. ഗ്രേസും ജോൺ സാമു വൽസും. സുബ്ബലക്ഷ്മിയുടെ ജീവിതത്തെ കുറിച്ചുള്ള മറ്റു പല ചോദ്യ ങ്ങളും എന്നപോലെ ഇതും ഉത്തരം കിട്ടാതെ അവശേഷിക്കുന്നു, അല്ലെ ങ്കിൽ അന്വേഷണം അർഹിക്കുന്നു.

Printed by Libri Plureos GmbH in Hamburg,
Germany

9 789384 445928